लेखिकेविषयी

'कर्णाज् वाईफ – द आउटकास्ट्स क्वीन' ह्या प्रसिद्ध पुस्तकाच्या लेखिका म्हणजे कविता काणे. पत्रकार म्हणून कारकिर्द सुरू केल्यानंतर आता त्यांनी आपला पूर्ण वेळ कादंबरी लेखनाला वाहून घेतला आहे. इंग्रजी साहित्य आणि पत्रकारिता ह्या विषयांत त्यांनी पदव्युत्तर शिक्षण घेतलं आहे. रंगभूमी आणि सिनेमाविषयी त्यांना अतिशय प्रेम असून त्या त्यातील तज्ज्ञ आहेत. नोकरीनिमित्त त्यांच्या यजमानांचा अधिकाधिक काळ बोटीवर जातो. आपल्या दोन मुलींसह त्यांचं वास्तव्य पुण्यात आहे. रॉटवीलर ड्युड आणि बेब मांजर त्यांच्या सोबतीला आहेत.

ऊर्मिला

सीतेच्या बहिणीची कथा

कविता काणे

अनुवाद : डॉ. शुचिता नांदापूरकर-फडके

MANJUL
मंजुल पब्लिशिंग हाउस

First published in India by

MANJUL

Manjul Publishing House

Pune Editorial Office

•Flat No. 1, 1st Floor, Samartha apartment, 1031,
Tilak Road, Pune - 411 002

Corporate and Editorial Office

•2 Floor, Usha Preet Complex, 42 Malviya Nagar, Bhopal 462 003 - India

Sales and Marketing Office

•7/32, Ansari Road, Daryaganj, New Delhi 110 002 - India
Website: www.manjulindia.com

Distribution Centres

Ahmedabad, Bengaluru, Bhopal, Kolkata, Chennai,
Hyderabad, Mumbai, New Delhi, Pune

Marathi translation of *Sita's Sister*

English edition first published by Rupa Publications Pvt Ltd in 2014

Marathi edition first published
in 2021 by Manjul Publishing House Pvt Ltd.

ISBN : 978-93-90085-98-9

Marathi translation: Dr. Shuchita Nandapurkar-Phadke

Cover Design: Priyanka Sachdev

Printed and bound in India by Thomson Press (India) Limited

प्रिय किमया आणि अमिया,
मुली म्हणजे सर्व शोधांची जननी,
हे तुम्हीच मला शिकवलं!
माझ्या या दोन प्रिय कन्यांना हे पुस्तक प्रेमपूर्वक अर्पण.

अनुक्रमणिका

उपोद्घात - चार बहिणी

'हवेत अदृश्य झाली का ही मुलगी? गेली कुठे?' ऊर्मिलेच्या स्वरातील उत्कंठा लपत नव्हती. सीता गेली तरी कुठे? त्या सगळ्या लपाछपी खेळत होत्या. नेहमीप्रमाणे खेळातली गंमत जाऊन त्या जागी तिच्या मोठ्या बहिणीला, सीतेला शोधून काढायचं मोठं काम समोर आलं होतं. हे सीतेचं नेहमीचंच होतं. एरवी ती जशी मागे मागे राहत असे, तशीच ती लपंडाव खेळताना कुठल्यातरी कोपऱ्यातल्या जागा शोधत असे. त्यानंतर तिला शोधून काढण्यात इतरांचा सगळा वेळ वाया जाई.

ऊर्मिला आता त्रासली होती. संगमरवरी व्हरांडे पालथे घालून, वर्तुळाकार पायऱ्यांवर चढउतार करून, सीतेचा बगिच्यात शोध घेऊन ती थकली होती. तिचे पिता ज्या जागेला अभिमानाने 'कौटुंबिक वाटिका' म्हणायचे, ती जागा म्हणजे विस्तीर्ण अरण्य होतं; असं तिचं मत होतं. राजा शीरध्वज जनक हे तिचे पिता होते. रात्रंदिवस वेदातील ऋचा पठण करण्याची सवय असल्यामुळे ऊर्मिलेला आपल्या पित्याचं नाव उच्चारणं मुळीच कठीण जात नसे. समृद्ध भूभागाचा राजा असलेला जनक विद्वान पंडितही होता. त्याला स्वतःला आवड होती ती मैलोन्मैल पसरलेल्या या वाटिकेची. विविध प्रकारच्या फुलांनी तो भूभाग शोभून दिसत असे. तिला स्वतःलाही इथे रमायला आवडे. इथे आल्यावर इतरांच्या नजरेपासून तिला सहजपणे तासन्तास दूर राहता येई. जशी सीता आता होती....

दुखणाऱ्या पावलांनी ऊर्मिलेला आठवण करून दिली की, ती सीतेचा शोध घेत होती. आज ती हार मानणार नव्हती. तिची छोटुशी हनुवटी

ठामपणे उंचावली. ती जर मांडवी आणि श्रुतकीर्ती (स्वतःचं नाव अवघड वाटल्यामुळे जी स्वतःला कीर्ती म्हणवून घेत होती) यांना त्यांच्या लपलेल्या जागेतून शोधू शकत होती तर सीता तिला सापडायलाच हवी होती. एका उंच झाडाच्या वरच्या फांदीवर मांडवी लपून बसली होती. श्रुतकीर्ती एका संदुकीत सापडली होती. ऊर्मिला आणि मांडवी नऊ वर्षांच्या आणि कीर्ती सात वर्षांची होती. वयात फार अंतर नसल्यामुळे त्या दोघी तिला सहज सापडल्या. सीता तिच्यापेक्षा चांगली वर्षाने मोठी होती. म्हणूनच ती लपण्यासाठी अनपेक्षित आणि अवघड जागा शोधून काढे. आपण सीतेला शोधू शकलो नाही, हे आठवून ऊर्मिला खवळली. त्यातून तिला आता आपल्या मोठ्या बहिणीची चिंता वाटू लागली होती. नेमकी कुठे लपली होती सीता? एरवी ती किंचित बुजरी असली तरी अडचणीच्या प्रसंगी तिचा खंबीरपणा लक्षात येई. कुठे पडली तर नसेल ना ती? तिला कुठे लागलं तर नसेल ना? लपून बसलेल्या जागेचा शोध लागू नये म्हणून होणाऱ्या वेदना तिने दाबून ठेवल्या असतील का? तिच्या जखमांतून रक्त वाहत असेल का? सीता कुठे होती?

'ऊर्मि, तिला काहीही झालं नसणार. तू नेहमीप्रमाणे उगाच तिची अति काळजी करते आहेस.' मांडवीच्या तीक्ष्ण स्वरांनी ऊर्मिला भानावर आली. नेहमीप्रमाणे तिच्या मनातली भीती मांडवीने चाणाक्षपणे हेरली होती. त्याच स्वरात ती पुढे म्हणाली, 'चल लवकर, वरच्या कक्षात एकदा पाहून घेऊ. तेवढी एकच जागा राहिली आहे पाहायची.'

डोळे मोठे करत कीर्ती म्हणाली, 'पण तिथे जाण्याची अनुमती आपल्याला कुठे आहे?'

'खरंय तुझं म्हणणं, त्यातून सीता अतिशय आज्ञाधारक असल्यामुळे तातांचा शब्द ती कधीच मोडणार नाही. प्रासादाच्या ज्या भागात जायला आपल्याला प्रतिबंध केला आहे तिथे ती का जाईल?' अस्वस्थपणे ऊर्मिलेने प्रश्न केला. सीतेला शोधण्यासाठी आवश्यकता भासली तर तो नियम ती आज तोडणार होती. मग भलेही पित्याचा रोष सहन करायची तिची तयारी होती.

'चला, आपण सगळे तातांकडे जाऊ. सीता आपल्या हातून हरवली असे सांगू.' कीर्ती रडवेल्या स्वरात म्हणाली, 'ए रडूबाई!' मांडवी कुत्सितपणे हसली.

तिच्याकडे तिरका कटाक्ष टाकत पुढे होऊन ऊर्मिलेने कीर्तीला जवळ घेतलं. तिला आपल्या चुलत बहिणीच्या हृदयाची धडधड आणि शरीराचा कंप जाणवत होता. 'त्यापेक्षा तू जाऊन मातेला का बोलावून आणत नाहीस? आणि बरोबर काकाश्रींनाही...'

तिचं वाक्य पूर्ण होण्याआधीच मांडवीने पटकन म्हटलं, 'ऊर्मि, भलतीच अडचण होईल बरं!'

'हे बघ, आधीच आपण अडकलो आहोत,' किंचित कठोर स्वरात ऊर्मिला म्हणाली. तिला आता चांगलीच भीती वाटू लागली होती.

लहानखुरी कीर्ती शक्य तितक्या त्वरेने तिथून निघाली.

मांडवीचा हात धरत ऊर्मिला म्हणाली, 'चल, सीतेला शोधून काढू.' त्या दोन लहान मुली वर्तुळाकार जिन्याच्या उंच आणि रुंद पायऱ्यांवरून धावत निघाल्या. काहीही करून त्यांना आपल्या बहिणीला शोधायचं होतं. तिथल्या प्रत्येक कक्षात डोकावून पाहणाऱ्या ऊर्मिलेच्या डोक्यात दुसरा कुठलाही विचार नव्हता. प्रत्येक कक्ष रिकामा आहे हे पाहून ती कावरीबावरी झाली.

मांडवीची गत काही वेगळी नव्हती. तिच्या चेहऱ्यावरचा रंग उडाला. रडवेल्या स्वरात ती कसंबसं म्हणाली, 'याही कक्षात सीता लपलेली नाही. आता काय करायचं आपण?'

आता त्या दोघी एका भल्यामोठ्या नक्षीदार द्वाराबाहेर होत्या. हा कक्ष पवित्र मानला जाई. इथे पाऊल ठेवायचं नाही असं त्या मुलींना बजावण्यात आलं होतं. ते द्वार बंद असलं तरी कुलूपबंद नव्हतं. काय करावं हे न समजून दोघी एकमेकींकडे पाहत राहिल्या. सीता आत असली तर, या विचाराने पटकन पुढे होत ऊर्मिलेने द्वार ढकललं. परंतु, तिच्याकडून ते तसूभरही हललं नाही. जोर एकवटत ती ढकलू लागली. कदाचित सीता आत असेल अशी आशा तिला होती. मांडवीने आपला नाजूक खांदा द्वाराला भिडवत ढकलायला सुरुवात केली. दोघींच्या एकत्रित जोरामुळे द्वार हळूहळू उघडलं गेलं. त्या दोघींनी घाईने आत पाऊल टाकलं. अनेक खांबांनी तोललेल्या त्या कक्षात सीतेचा शोध घेण्यासाठी त्यांचे डोळे भिरभिरू लागले.

'इथे कशी असेल ती? हे द्वार उघडायला आपल्याला दोघींना जोर लावायला लागला. तिच्या एकटीकडून द्वार कसं उघडलं जाणार? आपल्याला कुणी इथे पाहण्याआधी पटकन इथून बाहेर पडूयात,' मांडवी कुजबुजली.

झटक्यात तिचं मनगट पकडत ऊर्मिला ठामपणे म्हणाली, 'नाही! आपण एव्हाना प्रत्येक कक्ष आणि कानाकोपरा शोधला आहे. ती इथेच असणार. सीता इथेच असायला हवी!' तिचे डोळे भरून आले, कंठ दाटला. त्या आवेगात तिने हाक मारत म्हटलं, 'सीतेऽऽऽ! कुठे आहेस तू? कृपा करून आता समोर ये.'

उंच छताच्या त्या कक्षात तिच्या आवाजाचा प्रतिध्वनी उमटला. इतर कक्षांच्या तुलनेत हा कक्ष अधिक लांबलचक आहे हे तिच्या लक्षात आलं नाही. तिथे दोन्ही बाजूंनी कोरीव काम केलेली आकर्षक आसनं मांडण्यात आली होती. ऊर्मिलेची नजर कक्षाच्या पलीकडच्या टोकाला पोहोचली. तिथे काही पायऱ्या आणि उंचवटा होता. त्या उंचवट्यावर एक सिंहासन होतं. सिंहासनाला सन्मुख आणि शेवटच्या पायरीसमोर असलेल्या एका ठेंगण्या चौरंगावरती एक भव्य लोहपेटी होती. त्या पेटीत डोकावून पाहणारी... सीताच होती ती!

'सीता!' ऊर्मिला आनंदाने चीत्कारली. तिच्या स्वरात सुटकेची भावना जाणवत होती. सीतेला घट्ट मिठी मारण्यासाठी तिने पाऊल उचललं पण समोरचं दृश्य पाहताच अवाक् होऊन ती जागच्याजागी थबकली. एरवी ते दृश्य पाहून तिला हसू आलं असतं. परंतु, प्रसंगाचं गांभीर्य जाणवून ती गप्प बसली. सीतेच्या हातात मोठ्या आकाराचं धनुष्य होतं. तिच्या नाजूक चणीपुढे ते अति मोठं दिसत होतं. एका हातात ते लीलया पकडून ती त्या लोहपेटीत डोकावून पाहत होती. त्यातूनच तिने ते काढलं असणार. ती कशाचा तरी शोध घेत होती.

'मला माझा चेंडू दिसत नाही,' रडवेल्या स्वरात सीता म्हणाली. 'लपण्यासाठी मी या पेटीत उतरले, तेव्हा तो माझ्या हातून आत पडला असणार. अरेच्चा! हा पाहा सापडला,' असं म्हणत धनुष्य ठेवलेल्या त्या पेटीत वाकून ती कोपऱ्यात पडलेला चेंडू उचलायला झटक्यात पुढे झाली. झपाट्याने झालेल्या तिच्या हालचालींमुळे ते धनुष्य विचित्रपणे हेलकावलं.

ते पाहताच ऊर्मिला ओरडली, 'काळजी घे!'

ते ऐकताच हातातील धनुष्य त्या मजबूत पेटिकेत सहजतेने ठेवत सीतेने दुसऱ्या हाताने चेंडू उचलून घेतला. तो अंडाकृती चौरंग किंचित तिरका झाला आहे हे लक्षात येताच तिने तो गुडघ्याने सरळ केला.

'कसं काय जमलं तुला?' मांडवीच्या नजरेत आश्चर्य मावत नव्हतं. 'किती जऽऽऽड दिसत होतं ते. निदान मणभर असणार ते.' सीतेबद्दल तिला अचानक आदर वाटू लागला होता.

खांदे किंचित उडवत सीता सहज स्वरात म्हणाली, 'चला निघूयात, उशीर झाला आहे. माता काळजी करेल.'

त्या कक्षात येण्याचं कारण आठवताच ऊर्मिलेच्या डोळ्यांसमोर आत्ता पाहिलेला प्रसंग पुन्हा तरळून गेला. ती धास्तावली. ती संतापाने काही बोलणार तितक्यात जिन्याच्या वरच्या पायरीवर येऊन पोहोचलेले तात, माता आणि काकाश्री दिसले. आता त्या तिघींची खैर नव्हती. त्यांना नक्कीच बोलणी खावी लागणार होती. पण काय आश्चर्य! तीनही ज्येष्ठांच्या तोंडून अवाक्षरही बाहेर पडलं नाही. त्याऐवजी तिघंही जागच्याजागी थबकले. काही क्षणांपूर्वी मांडवीच्या चेहऱ्यावर जो आदर दिसत होता, तोच आता त्यांच्याही चेहऱ्यावर उमटला होता. ऊर्मिलेला आश्चर्य वाटलं.

धिम्या गतीने चालत तिचे तात सीतेजवळ पोहोचले. त्यांच्या नजरेत फार वेगळी भावना होती. कुतूहलापलीकडे असलेल्या त्या भावनेला नेमकं काय म्हणावं, हे ऊर्मिलेला समजेना. सीता समोर येताच तातांनी दोन्ही हात जोडून अत्यंत विनम्रतेने मस्तक झुकवलं. त्यांच्या पाठोपाठ पोहोचलेल्या माता आणि काकांनीही त्यांचं अनुकरण केलं. त्या तिघांच्या चेहऱ्यावरची श्रद्धा पाहून ऊर्मिला कोड्यात पडली. त्यांच्या प्रासादमंदिरात असलेल्या देवी गौरीसमोर हात जोडून उभं राहिल्यावर चेहऱ्यावर सहजगत्या उमटणारे भाव त्या क्षणी त्या तिघांच्या चेहऱ्यावर होते. असं का?

या प्रश्नाचं उत्तर ऊर्मिलेला माहीत नव्हतं. ते काही असो मातापित्यांची बोलणी खाण्याचा प्रसंग तरी टळला होता. सुखाने निःश्वास सोडत ती आपल्या बहिणीच्या दिशेने पुढे झाली.

दोन राजकुमार

'अनपेक्षित अतिथी आले आहेत!' अति उत्साहाने मांडवीने घोषित केलं.

तिला अपेक्षित प्रतिक्रिया मात्र मिळाली नाही. तिच्या तिघी बहिणी कोवळ्या सूर्यकिरणांत आपआपल्या उद्योगात मग्न होत्या. चौघींमध्ये सीता मोठी होती. सकाळी आन्हिकं आवरून देवी गौरीच्या मंदिरात जाण्याचा नित्यक्रम पार पाडल्यावर ती प्रसाद वाटप करत होती. तिची बहीण ऊर्मिला हातातल्या तबकडीवर वेगवेगळे रंग एकत्र करून चित्रकामाला सुरुवात करत होती. तिच्या समोरचा चित्रफलक अद्याप कोरा होता. त्यावर रंगांचा वापर झालेला नव्हता. नक्कीच, ऊर्मिला विचारात पडली असणार. नेहमीप्रमाणे तिच्या मनात सीतेची काळजी असणार. मांडवीने अचूक तर्क लढवला. बहिणीची अनाठायी काळजी करण्याची सवयच आहे ऊर्मिलेला, असंही तिच्या मनात आलं.

मांडवीची धाकटी बहीण श्रुतकीर्ती स्वभावाने शांत होती. तत्परतेने ती आपल्या चुलत बहिणींना कामात मदत करत होती. किती विरोधाभास होता त्यांच्यामध्ये. अत्यंत नाजूक चणीची सीता तिच्या शैलीला अनुसरून टापटीप आणि डौलदार दिसत होती. ती अबोल होती. श्रुतकीर्तीच्या लांब, दाट आणि कुरळ्या केसांनी तिच्या लहानशा रेखीव चेहऱ्याला बहाल केलेल्या महिरपीमुळे तिचं सौंदर्य विशेष खुललं होतं. तिचे टपोरे डोळे भावपूर्ण होते. चौघींमध्ये सगळ्यात धाकटी असूनही तिची उंची सर्वांत जास्त होती. तसं पाहिलं तर सर्व बहिणी उंच होत्या. ऊर्मिलेच्या बांध्याला असलेल्या गोलाईमुळे तिची उंची थोडी लपत होती. हातातल्या रंगांसारखीच

ती तजेलदार होती. थोडी शीघ्रकोपी होती ती. तरीसुद्धा सगळ्यांशी सहज जुळवून घेण्याच्या तिच्या स्वभावामुळे तिचं सांगणं इतरांच्या पचनी पडत असे. तिच्या या राजस व्यक्तिमत्त्वाची मांडवीला असूया वाटत असे. हे दृश्य मांडवीला सुपरिचित होतं, अतिशय प्रिय होतं. तिच्या मनात नेहमीप्रमाणे समाधानाची भावना जागली. तरीसुद्धा तिला त्यातून बाहेर यावंसं वाटलं. तिने उत्साहाने सांगितलेल्या वार्तेचा परिणाम तिघींवरही झाला नव्हता हे तिला आवडलं नव्हतं.

तरीही, नेहमीच्या अधिकारदर्शक स्वरात ती मोठ्यांदा म्हणाली, 'अयोध्येचे दोन तरुण आणि देखणे राजकुमार इथे येऊन पोहोचले आहेत असं मी दासींकडून ऐकलं आहे. प्रासादाच्या पश्चिम भागात काकाश्रींनी त्यांची व्यवस्था केली आहे.'

मांडवीचं बोलणं गंभीरपणे न घेता हातातल्या रंग तबकडीवर लाल आणि पिवळ्या रंगांचं मिश्रण करत ऊर्मिला सहज स्वरात म्हणाली, 'दासींच्या गप्पा मनावर घेत जाऊ नकोस असं कितीदा सांगितलं आहे तुला!' तिच्या मदतीला पुढे होणाऱ्या कीर्तीने हसू दाबलं. मांडवीच्या तीक्ष्ण नजरेतून ते सुटलं नाही. कीर्ती आणि ऊर्मिला एक झाल्या की मांडवीच्या मनात असूयेची सूक्ष्म कळ उमटत असे. आताही तसंच झालं. तिच्या मते ती आणि ऊर्मिला समवयस्क असल्यामुळे धाकट्या कीर्तीची लुडबूड तिला आवडत नसे. स्वामित्वाच्या भावनेने मांडवीच्या मनात ठाण मांडलं. त्यामुळे ती त्रासून म्हणाली, 'याच दासींमुळे आपल्याला सर्व माहिती मिळते! नाहीतर कोण सांगणार आपल्याला? आजूबाजूला काय सुरू आहे हे कळायला हवं आपल्याला. जमिनीला कान आणि भिंतीला डोळे असावेत म्हणतात, ते काही उगाच नाही. स्वतःला असं राजप्रासादात कोंडून नाही घेता येणार आपल्याला.'

ऊर्मिलेप्रमाणे मांडवीसुद्धा उंच, सडपातळ आणि मनमोहक होती. दोघींमधलं साम्य इतकंच होतं. मांडवीच्या उभं राहण्यात ठामपणा होता. ती निष्णात घोडेस्वार होती. त्यामुळे तिच्या हालचालीत वेगळा डौल होता. ऊर्मिलेचा बांधा वळणदार असल्यामुळे ती उगाचच किंचित लहानखुरी वाटत असे. तिच्या चेहऱ्यावरचा उत्साह लपत नसे. लांबुळक्या चेहऱ्यावर टपोरे डोळे, अपरं नाक, डाळिंबासारखे रसरशीत ओठ शोभून दिसत. तिचं देखणं हसू समोरच्याला जिंकून घेई. त्या तुलनेत मांडवीचा ठामपणा, स्थिर

नजर आणि पातळ जिवणी यातून अधिकार प्रतिबिंबित होत असे. इतरांहून आपण वेगळे आहोत हे तिच्या देहबोलीतून स्पष्ट जाणवे.

आताही मांडवीने ओठ घट्ट मिटून घेतल्यामुळे तिचा पवित्रा आक्रमक वाटत होता. ती पुढे म्हणाली, 'हा राजप्रासाद आणि हे राज्य जाणून घ्यायचं असेल तर वार्ता देणाऱ्यांना धरून ठेवावं लागतं. त्यांच्यामुळे आपली, आपल्यामुळे त्यांची सोय होते. अन्यथा, उंच गवाक्षांच्या या वैभवशाली प्रासादात रमणाऱ्या आपल्यासारख्या बंदिस्त राजकन्यांना बाहेरच्या जगाची कल्पना कशी येणार? दातृत्वाची सुरुवात जशी स्वतःपासून करावी म्हणतात, तसंच गप्पाही स्वतःपासून सुरू होतात. शिवाय, राजकारण त्याला अपवाद नाही. मुख्य म्हणजे, दासींजवळ माहितीचं भांडार असतं. त्यातून मनोरंजन होतं.'

ऊर्मिलेने तिला हळुवारपणे आठवण करून दिली, 'प्रिय राजकुमारी, त्या बोलतात आणि तू ऐकतेस. परंतु, याच्याविरुद्ध व्हायला हवं ना?'

'त्या येऊन तुला कसं काय सांगतात, याचं मला आश्चर्य वाटतं,' कीर्तीच्या स्वरात कुतूहल होतं. 'मांडवी, एरवी तुला बघितलं की कुणालाही भीती वाटेल. तू त्यांच्यावर भेटींचा वर्षाव करतेस का?'

'अगं मुलींनो, शांत व्हा पाहू!' असं म्हणत सीतेने हसून ऊर्मिलेला प्रसाद भरवला. 'प्रिये, गोड बोलावं,' तिच्या स्वरात माया होती.

त्या चौघींचं एकमेकींशी वागणं असंच होतं. त्यात कुठेही द्वेष किंवा आकस नसे. एकमेकींशी स्पष्टपणे आणि मनात असेल ते बोलण्याची सवय त्यांना होती. क्वचित हे बोलणं फार थेट वाटत असे. परंतु, बहिणी असल्यामुळे त्यांना सच्चेपणाने वागण्याची सवय होती. सातत्याने चांगुलपणाचा देखावा करण्याची गरज त्यांना नव्हती.

पटकन प्रसाद गिळत ऊर्मिला मांडवीकडे वळून म्हणाली, 'आणि, पाहुणे आले आहेत यात नवीन ते काय? दरवर्षी तातश्री मिथिलानगरीत तत्त्वज्ञानाच्या चर्चा घडवून आणतात. त्यातून सीतेचं स्वयंवर आता केवळ सप्ताहावर आलं आहे. पाहावं तिकडे अतिथी दिसत आहेत.'

पुन्हा एकदा सीता सौम्यपणे हसली. आपल्या विवाहाच्या उल्लेखाने ती यत्किंचितही उत्तेजित झाली नव्हती. ऊर्मिलेच्या मनात आलं की, सीतेवर कशाचाच परिणाम होत नाही. कोणत्याही परिस्थितीत विचलित न होता

शांत राहणारी सीता एकमेव होती. तिच्या वागण्याबोलण्यात कधीही फरक पडत नसे. म्हणून काय झालं? तिचा विवाहसमय जवळ आला होता. तारुण्याच्या उंबरठ्यावर, काहीही न घडणाऱ्या तिच्या आयुष्यात एक वेगळी घटना घडणार होती. अशा वेळेस कुठलीही वधू उत्तेजित होणारच. सीता मात्र त्याला अपवाद आहे. 'बंदिस्त राजकन्या!' मांडवीचं बोलणं अगदी बरोबर आहे. वेद, उपनिषदं, राजकारण, संगीत, कला आणि साहित्य या विविध विषयांत पारंगत असल्या तरी मिथिलेच्या चारही राजकन्या प्रासादाबाहेर कुठे जात नसत. अद्भुत जग आणि अनोळखी प्रांतात त्यांनी प्रवास केला होता, पण तो मनातल्या मनात; इथल्या व्हरांड्यात किंवा कक्षात बसूनच! तिथल्या सौधावरून दिसणाऱ्या क्षितिजापलीकडे असलेलं वास्तविक जग त्यांना अनोळखी होतं. आजवर जरी कोणत्याही राजकन्यांनी इतका प्रवास केला नसला, तरी या चौघी त्यांच्या तातांसमवेत देशभरातील विविध चर्चासत्रं आणि धार्मिक सत्रांना उपस्थित राहत होत्या. ऊर्मिलेचं मात्र तेवढ्याने समाधान होत नव्हतं. आजवर कानावर पडलेल्या विविध स्थळांना प्रत्यक्ष भेट देण्याची तीव्र इच्छा तिच्या मनात ठाण मांडून होती. सीतेच्या स्वयंवरानंतर आपलाही विवाह होईल, हे सत्य तिला अवगत होतं. जीवनाचा सहचर शोधण्याऐवजी अधिक ज्ञानप्राप्ती करून घेणं तिला खूप आवडलं असतं. तथापि, समाजाच्या रीतीला अनुसरून तिला विवाह स्वीकारावा लागणार होता.

स्वयंवर! त्या शब्दासरशी ऊर्मिला वर्तमानकाळात परतली. मिथिला नगरीतील प्रशस्त आणि रंगीबेरंगी कक्षात ती होती. तिने आपल्या मोठ्या बहिणीकडे रोखून पाहिलं. नाजूक चणीची सीता निमुळत्या मानेमुळे थोडी अधिक उंच भासत होती. तिच्या आवडत्या निळ्या रंगांची वस्त्रं तिने परिधान केली होती. त्यामुळे कदाचित तिची कांती थोडी फिकुटलेली दिसत असावी. मात्र, ती निस्तेज नक्कीच नव्हती. तिचा गौरवर्ण पारदर्शी होता. गालाची उंच हाडं, दाट भुवया, किंचित निमुळते डोळे आणि बदामाकृती चेहरा यातून तिच्या शांत आणि गंभीर स्वभावाची कल्पना येत होती. वरकरणी पाहताना सीता अगदी मायाळू दिसत असली तरी ती किती खंबीर आणि ठाम आहे, हे ऊर्मिला जाणून होती. सीतेच्या चेहऱ्यावर असलेल्या प्रसन्न भावांमागे दडलेला ठामपणा आठ्यांच्या रूपात कधीच कपाळावर उमटत नसे.

'सीते, तुझा विवाह होणार आहे याचा तुला आनंद नाही का?' ऊर्मिलेने अचानक प्रश्न विचारला. 'त्याबाबत तू इतकी अलिप्त का? तुझ्या मनात आतुरता का नसावी?'

'मग काय आनंदाने नाचू म्हणतेस?' छानसं हसून सीतेने विचारलं. 'हे बघ, माझा विवाह आहे हे माहीत आहे मला, त्याचा आनंदही झाला आहे...'

'मग तो चेहऱ्यावर दाखव की! उत्साह तर सोड; अशा प्रसंगी वधू जशा उत्तेजित होतात तशीही तू नाहीस.'

'प्रिये, जे घडत आहे त्याबद्दल मला नक्कीच आनंद आहे. पुढे काय कसं होणार हे ठरलेलं असताना मी उत्तेजित कशासाठी व्हायचं? जी व्यक्ती शिवधनुष्य भंग करेल त्या व्यक्तीशी मी विवाह करेन हे अगदी ठरलेलं आहे ना?' सीतेने शांतपणे विचारलं.

मान जोरात हलवत मांडवी आवेगाने म्हणाली, 'शिवधनुष्य भंग! तू लहानपणी ते सहजगत्या उचललंस म्हणूनच एखाद्या अलौकिक पुरुषाने तसंच करावं असं काकाश्रींना वाटतं. किती अवजड आहे ते धनुष्य! किमान वीस हात (साडेआठ फूट) लांबीचं ते धनुष्य उचलायला तीनशे लोक लागले. ज्या हातगाडीवर ते ठेवलं होतं ते ढकलायलाही तीनशे लोक लागले. असं असूनही काकाश्रींनी घोषणा केली की, ज्याला सीतेशी विवाह करण्याची इच्छा आहे, त्याला त्या धनुष्यावर प्रत्यंचा चढवावी लागेल. धनुष्य उचलणं तर सोडा, ते साधं सरकवलं तरी जाईल की नाही, याबद्दल मला शंका आहे.'

'तुझ्या लक्षात कसं येत नाही? हाच तर महत्त्वाचा मुद्दा आहे,' ऊर्मिला समजावत म्हणाली. 'एखादी अलौकिक व्यक्तीच हे कृत्य करू शकते. म्हणजेच सीतेशी विवाहबद्ध होणारी व्यक्ती अलौकिकच असणार.'

'ऊर्मिला, तुझ्या प्रश्नाचं उत्तर तूच दिलं आहेस. आणि म्हणूनच मी माझ्या विवाहाबाबत अगदी शांत आहे,' सीता आपुलकीने म्हणाली. 'त्यातून तातश्रींवर माझा विश्वास...'

ऊर्मिलेने सीतेकडे रोखून पाहिले. कुठल्याही गोष्टीचा पटकन स्वीकार करणं हा सीतेचा स्वभाव ऊर्मिला जाणून होती. त्या तुलनेत ऊर्मिला प्रत्येक गोष्टीत वाद घालत असे. तसं पाहिलं तर स्वयंवर या शब्दाचा अर्थच

स्वतःचा वर स्वतः निवडणे असा होतो. सीता मात्र तिच्या तातश्रींच्या निर्णयाला बांधील होती.

ही दिव्य कृत्य करणारी व्यक्ती कोण असेल? आपल्या इतक्या चांगल्या बहिणीसाठी तो योग्य वर असेल ना? सीतेच्या स्वयंवराची आखणी तिच्या मातापित्यांनी केल्याक्षणापासून ऊर्मिलेच्या मनात सातत्याने हा प्रश्न घोळत होता. तिने दीर्घ निःश्वास सोडला. तिची मोठी बहीण सीता मायाळू, दयाळू, मृदु, चांगुलपणा तर इतका की जणू एखाद्या परीने तिच्या रूपात धरणीवर जन्म घेतला असावा. तातश्री नेहमी आठवण करून देत की, सीता खरोखरच देवदूत आहे. विदेह नगरीचा नरेश शीरध्वज जनक आणि त्याची पत्नी सुनयना या निपुत्रिक राजा-राणीला यज्ञविधी करण्यासाठी जमीन नांगरताना सीता सापडली होती. अचानक समोर आलेलं सुंदर बाळ पाहून त्या दोघांना प्रेमाचं भरतं आलं होतं. तत्क्षणी त्या दोघांनी प्रथम कन्या म्हणून तिचा स्वीकार केला होता. तत्त्वज्ञानाचा गाढा अभ्यासक असलेल्या जनकाने त्याच्या लेकीसाठी ठेवलेलं 'सीता' हे नाव एखाद्या कवितेसारखं होतं. धरणीमातेने दिलेला तो आशीर्वाद होता. सीता ही भूमीप्रमाणेच उमदी, खोलवर पाळंमुळं रुजलेली आणि जीवनदायिनी होती.

त्यानंतर वर्षभराने ऊर्मिलेचा जन्म झाला. ती सीतेपेक्षा पूर्णतया वेगळी होती. तरीसुद्धा त्या दोघींमध्ये अतिशय दृढ नातेबंध निर्माण झाला होता. अगदी पाळण्यात असल्यापासून तारुण्याच्या उंबरठ्यावर पदार्पण करेपर्यंत त्यांच्यातील लयबद्धता टिकून होती. मांडवी आणि कीर्ती या दोघी वाराणसी नरेश कुशध्वजाच्या कन्या होत्या. त्यांच्या मातेच्या निधनानंतर कुशध्वजाने त्यांची जबाबदारी राजा शीरध्वज या आपल्या ज्येष्ठ भावावर टाकली होती.

तितक्यात मांडवीचा अधिकारदर्शक स्वर कानावर पडल्यामुळे ऊर्मिला विचारांतून जागी झाली. '... हे राजपुत्र म्हणजे... ऋषी विश्वामित्रांबरोबर आलेला ज्येष्ठ राजपुत्र राम असून कनिष्ठ राजपुत्राचं नाव लक्ष्मण आहे.'

'ऋषी विश्वामित्र?' सीतेने आश्चर्याने विचारलं.

ऊर्मिलेची उत्सुकता ताणली गेली. विश्वामित्र इतक्या सहजासहजी कुणाला भेटत नसत. ते ब्रह्मर्षी होते. ब्रह्म, अंतिम सत्य आणि सर्वोत्तम पवित्र असं ब्रह्मज्ञान प्राप्त करून त्यांनी ऋषीमंडलात स्वतःचं विशेष स्थान मिळवलं होतं. ऊर्मिलेच्या आठवणीप्रमाणे ऋषिवर पूर्वाश्रमी राजा कौशिक होते. अशाच एका प्रसंगी अयोध्या नगरीचे कुलगुरू ब्रह्मर्षी वसिष्ठांशी त्यांचा संघर्ष झाला

होता. वसिष्ठ मुनींनी एकट्याच्या बळावर राजा कौशिकाच्या सशस्त्र सेनेची दाणादाण उडवली. ते पाहून अपमानित झालेल्या राजाने आपल्या राज्याचा त्याग करून परम आध्यात्मिक ज्ञानाच्या शोधार्थ स्वतःचं जीवन सार्थकी लावलं. वसिष्ठ मुनींहून स्वतःला मोठं करण्याचा एकच ध्यास राजा कौशिकाच्या मनात होता. 'विश्वामित्र' हे नाव धारण करत त्यांनी तपश्चर्या केली. सरतेशेवटी, अथक परिश्रमांचं फळ प्राप्त होऊन ते ब्रह्मर्षी पदाला पोहोचले.

अशा प्रकारे मार्ग बदलला असला तरी विश्वामित्र त्यांचा मूळ स्वभाव बदलू शकले नाहीत. आजही त्यांचा स्वभाव एखाद्या चक्रवर्ती राजाला शोभेल असाच आढ्यताखोर होता. म्हणूनच, त्यांचा कितीही सन्मान होत असला तरी सामान्यजन त्यांना भिऊन असत. बलाढ्य राजांचा थरकाप होई. अशा या ब्रह्मर्षींने आपल्या पित्याच्या राज्यात येण्यामागे काय प्रयोजन असेल, असा प्रश्न ऊर्मिलेला पडला. शिवाय, त्यांच्या बरोबर ते दोन राजकुमार का, याचीही उत्सुकता तिला वाटली.

तिने उत्सुकतेने विचारलं, 'परंतु, ते दोघं ऋषी विश्वामित्रांसमवेत का आले आहेत?' सीतेने तिला सहमती दर्शवली. अयोध्येच्या दोन तरुण राजकुमारांच्या वर्णनात हरवलेल्या तिच्या बोलक्या चुलत बहिणीने उत्तर दिलं. 'विश्वामित्र मुनींनी अयोध्यानरेश दशरथाकडे राम आणि लक्ष्मण या त्यांच्या दोन सुपुत्रांची मागणी केली. दण्डकारण्यात ते तप करत असताना असुर वारंवार त्यांच्या तपात विघ्न निर्माण करत होते. काय बरं त्या असुरांची नावं...? बरोबर, तारका आणि तिचे दोन पुत्र सुबाहू आणि मारीच. ते इतके सामर्थ्यशाली होते की, कुणीही त्यांना ठार करू शकत नव्हतं. तथापि, या दोन तरुण राजकुमारांनी त्यांना चुटकीसरशी संपवलं. तारका आणि सुबाहू तिथेच संपले. मारीच मात्र स्वतःची सुटका करून घेण्यात यशस्वी झाला.'

'ते असो! आता ते राजकुमार इथे का आले आहेत?' ऊर्मिलेचा स्वर तीक्ष्ण झाला होता. या तापट ऋषींच्या प्रभावामुळे तिचे तात अडचणीत आले होते का? या राजपुत्रांच्या रूपात तातांना धमकी मिळत होती का? मिथिला आणि अयोध्या या दोन राज्यांत तणाव वाढला होता का? नेमकी समस्या काय होती हे ऊर्मिलेला समजेना.

खांदे उडवत मांडवी सहज स्वरात म्हणाली, 'तसं फारसं काही नाही. ते मनोरंजनासाठी आले आहेत इथे. त्यातून, त्या दोघांनी मिथिलानरेश

जनकाची भेट घ्यावी असं विश्वामित्रांना वाटत असणार. आहेतच माझे काकाश्री सुप्रसिद्ध!' तिच्या चेहऱ्यावरचं हसू लपत नव्हतं.

सीता हळूच पुढे येत म्हणाली, 'आता अवखळपणा पुरे बरं. त्या सर्वांच्या येण्यामागचं प्रयोजनही तू शोधलं असशीलच. सांग तरी आम्हाला!'

मान डोलावत मांडवी म्हणाली, 'अगदी खरं सांगते; काकाश्री जो यज्ञ करत आहेत, त्याकरता सर्व ऋषिमुनींना अगत्याने निमंत्रण गेलं आहे. मुनी विश्वामित्र त्याकरताच आले आहेत. त्यांचं येणं अनपेक्षित असल्यामुळे काकाश्री अतिशय आनंदित झाले आहेत.'

'अच्छा! ऋषींबरोबर आलेले हे दोन तरुण मिथिलानगरी पाहायला आलेत तर! सीतेच्या स्वयंवरासाठी नाही का आले ते?' कीर्तीने सहजतेने विचारलं.

तसं पाहिलं तर ऊर्मिलेच्या मनातील शंका कीर्तीने बोलून दाखवली होती. दोन्ही राजपुत्रांच्या भेटीमागे तसंच कारण असणार. तिने सीतेकडे पाहिलं. तिच्याही मनात हेच विचार घोळत असावेत.

ती सकाळ थोडी वेगळी होती. गेले काही दिवस सीता गप्प होती. मंदिरातून यायला तिला उशीर झाला होता. विवाहाच्या तयारीसाठी मातेला मदत करण्याच्या हेतूने तिच्या चुलत बहिणी प्रासादात थांबल्या होत्या. ऊर्मिला सीतेची वाट पाहत होती. नेमकी होती कुठे सीता? इथे येण्याआधी तिने सीतेचा शोध तिच्या आवडत्या पाकगृहात घेतला होता पण सीता तिथे नव्हतीच. जवळ जवळ घटकाभराने सीतेने कक्षात प्रवेश केला. तिच्या चेहऱ्यावर नेहमीचे शांत भाव नव्हते. तिचा गोंधळ उडाला होता. तो लपवण्याच्या नादात ती अधिक संभ्रमित झाली होती. तक्रारीच्या स्वरात ऊर्मिला म्हणाली, 'इतका उशीर का झाला? केव्हाची मी वाट पाहते आहे. अलंकार निवडण्यात मातेला मदत करायची आहे मला. येणाऱ्या ऋषींचं स्वागत करण्यासाठी पिताश्रींबरोबर लेखन करायचं आहे मला. तू गेली तरी कुठे...?' आपल्या बहिणीचं बोलण्याकडे लक्ष नाही हे जाणवताच ऊर्मिलेचं वाक्य अर्धवटच राहिलं. कावरीबावरी झालेली सीता कक्षात फेऱ्या मारत होती. ते असह्य होऊन पटकन पुढे

होत ऊर्मिलेने सीतेचे हात हातात घेतले. किती थंडगार पडले होते ते! शिवाय, सीता थरथरत होती.

'काय झालं?' तिने मायेने विचारलं. 'गेले काही दिवस पाहते आहे मी, तुझं चित्त थाऱ्यावर नाही. तू आपणहून काही सांगशील म्हणून वाट पाहत होते मी. काही झालं आहे का? इतका उशीर का झाला?'

त्यावर सीता काही बोलली नाही. सापळ्यात सापडलेल्या हरिणीसारखे भाव तिच्या नजरेत होते.

आपल्या बहिणीची ही अवस्था पाहून ऊर्मिलाही अस्वस्थ झाली. तरीसुद्धा स्वतःवर नियंत्रण मिळवत तिने पुन्हा विचारलं, 'काय झालं आहे?'

'मी पुन्हा भेटले त्याला...' सीता कसंबसं म्हणाली. तिचं हे गोंधळणं ऊर्मिलेसाठी सर्वस्वी नवखं होतं.

तिच्या म्हणण्याचा अर्थ न कळून ऊर्मिला तशीच पाहत राहिली. निरुपायाने सीता बोलू लागली, 'अयोध्या राजकुमार रामाला भेटले मी नुकतीच बागेत. त्याचा भाऊ लक्ष्मणही त्याच्याबरोबर होता.'

'बरं मग?' ऊर्मिलेने हळुवारपणे विचारलं.

त्यावर उत्तर देण्याऐवजी सीता लाजली. एरवी चटकन कुठल्याही कवितेचं पद घडाघडा म्हणून दाखवणारी किंवा स्पष्टीकरण देणारी सीता; आज मात्र तिला शब्द सुचत नव्हते. ती नुसतीच बोटांनी पदराशी चाळा करत राहिली. ऊर्मिलेने तर्क लढवला. सीतेच्या एकंदरीत भावना बघता ऊर्नििलेला आनंद आणि आश्चर्य वाटलं. सीतेला मनातला वर मिळाला होता तर!

निःश्वास सोडत सीता म्हणाली, 'किती विचित्र आहे हे! तीन दिवसांपूर्वीची गोष्ट आहे. सकाळी पूजा आटोपून मी परत येत होते. अचानक उपवनात त्याला... त्यांना समोर पाहून मला धक्का बसला. नेहमीप्रमाणे विचारांच्या नादात असल्यामुळे मी त्यांच्यावर धडकणार होते!' सीता संकोचाने हसली.

ऊर्मिलेचा प्रश्नांकित चेहरा पाहून ती पुढे सांगू लागली, 'मला अभिवादन करत दोघांनी स्वपरिचय करून दिला. विश्वामित्र ऋषींच्या पूजेसाठी फुले तोडायला ते उपवनात आले होते.'

काही न बोलता ऊर्मिला ऐकत होती. तिच्या लाडक्या बहिणीच्या आयुष्यातील फार महत्त्वाचा आणि मनात गुलाब फुलवणारा प्रसंग होता तो.

'... मी मात्र काही न बोलता मुखस्तंभासारखी तशीच उभी राहिले. सरतेशेवटी त्याच्यावर खिळलेली नजर काढून घेत, चकार शब्दही न उच्चारता मी तिथून पलायन केलं!'

'पलायन!' तिला चिडवण्यासाठी ऊर्मिला चीत्कारली. 'असं केलंस तू!'

'हो ना! म्हणून तर माझी ही अवस्था आहे. काय बाई वेडेपणा झाला माझ्या हातून! काय विचार करत असेल तो माझ्याबद्दल? स्वतःला राजकन्या म्हणवून घेणाऱ्या या तरुणीला साधे शिष्टाचार माहीत नाहीत असंच त्याच्या मनात आलं असणार!' स्वतःची खरडपट्टी काढत सीता म्हणाली.

ऊर्मिलेने तिला चिडवलं, 'हो ना! टपोऱ्या डोळ्यांची, प्रेमात हरवलेली वेडी.'

'नको ना चिडवूस!' सीता कळवळून म्हणाली. 'आजवर मला इतकी असहायता कधीच जाणवली नव्हती. आणि हे प्रेम आहे हे तुला कसं कळलं? माझ्या मनातल्या भावना नेमक्या कोणत्या आहेत याचा मला अजूनही उलगडा झाला नाही. तू मात्र त्याला खुशाल प्रेमाचं नाव देऊन मोकळी होतेस!'

ऊर्मिलेने उत्तर दिलं नाही तरी तिच्या चेहऱ्यावरचं हसू पाहून सीता पुढे म्हणाली, 'ऊर्मिला, मी काय करू ते सांग तरी. गेले तीन दिवस माझं मला काही समजेनासं झालं आहे. आजही तो माझ्या नजरेस पडला. त्या क्षणी मी तिथून पळ काढला. इतका वेळ मी कक्षाच्या पायऱ्यांवर बसून होते पण माझ्या मनातला गोंधळ काही थांबत नाही. त्याच्याबद्दल विलक्षण अनामिक ओढ जाणवते आहे मला. त्यातून बाहेर कसं यावं हेच समजत नाही!' ती जरी आवेगाने बोलत असली तरी तिच्या चेहऱ्यावरचं तेज तिच्या प्रेमाची पहिली साक्ष देत होतं, तिचे डोळे चमकत होते.

तिचं हे सुंदर रूप पाहून ऊर्मिला श्वास घ्यायला विसरली. केवळ एका भेटीत एखाद्याची अशी अवस्था होऊ शकते. इतका परिणाम होऊ शकतो? इतकं आकर्षण वाटू शकतं? कुणी असं उद्ध्वस्त होऊ शकतं?

थरथरत्या स्वरात सीता म्हणाली, 'कृपा करून उद्या मंदिरात जाताना माझ्या बरोबर येशील का? तुला ती आवड नाही हे माहीत आहे मला, पण तू बरोबर असलीस तर धीर येईल.'

'... समजा तो पुन्हा भेटला तर काय बोलायचं आणि कसं वागायचं, हे आत्ताच लिहून काढ बरं. नीट पाठ कर सगळं. हो, उगाच काही गोंधळ नको व्हायला.' ऊर्मिला चिडवू लागली.

'नाही गं! खरं तर मी त्याला भेटता कामा नये!' चिंतित स्वरात सीता म्हणाली. 'जेमतेम एका सप्ताहाने मी विवाहबद्ध होणार आहे. अशा परिस्थितीत एखाद्या त्रयस्थाला भेटणं अयोग्य आहे. मी त्याचा विचारही करता कामा नये. पण काय करू? त्याचा विचार माझ्या मनातून जातच नाही,' अस्वस्थपणे उभं राहत सीता म्हणाली, 'माझा अगदी वेडेपणा सुरू आहे. मी असा विचार तरी कसा करू शकते?'

'सीते, शांत हो पाहू. तुझं काही एक चुकलेलं नाही,' आपल्या मोठ्या बहिणीचा खांदा हळुवारपणे दाबत ऊर्मिला अस्वस्थ स्वरात म्हणाली. 'न केलेल्या अपराधासाठी तू स्वतःला वृथा का दोष देते आहेस? पुन्हा तो नजरेस पडेल म्हणून तू मंदिरात जायचं नाहीस हे योग्य नाही. उद्याचं उद्या पाहू. मी येईन ना तुझ्याबरोबर. मी तुझ्यासाठीसुद्धा प्रार्थना करेन उद्या.'

पहाटेचं मुलायम गुलाबी आभाळ हळूहळू पिवळ्या आणि केशरी रंगाने साजरं दिसू लागलं. थंडीचे दिवस असल्यामुळे सूर्य जरा उशिरा उगवला होता. मंदिरात जाताना ऊर्मिला सीतासोबत आहे हे पाहून मांडवी आणि कीर्ती आश्चर्यचकित झाल्या. त्यामागचं कारण जाणून घ्यायचा हट्ट त्यांनी धरला. त्यांना काय उत्तर द्यावं म्हणजे त्यांचं समाधान होईल, असा प्रश्न ऊर्मिलेला पडला. अतिशय चतुराईने ती म्हणाली, 'आजवर केलेल्या पापातून मुक्ती मिळवायची आहे मला.'

मांडवीचं तेवढ्याने समाधान होणार नव्हतं. ती ठासून म्हणाली, 'अचानक इतकी धार्मिक कशी झालीस तू? कुठल्याही विधीवर तुझा विश्वास नाही. तुझे विचार वेगळे आहेत. मला वाटतं, वर शोधण्याचं सीतेचं खूळ तुलाही लागलं असावं.'

हे ऐकताच सीतेचे गाल लाल झाले. ऊर्मिला तडकून म्हणाली, 'काहीतरीच काय बोलते आहेस!'

खदखदून हसत मांडवी म्हणाली, 'मी तर म्हणते की, सीतेचा विवाह होताच सगळ्यांच्या नजरा आपल्याकडे वळतील. तेव्हा इथून पुढे आपणही योग्य वर मिळण्यासाठी मनोभावे प्रार्थना करायला हवी.'

मंदिरात पोहोचल्यावर मात्र चारही बहिणी भक्तिभावाने देवीसमोर नतमस्तक झाल्या. पूजा आणि आरती झाल्यावर त्यांनी प्रसाद ग्रहण केला. मंदिराबाहेर पाऊल टाकताच त्यांना थंडीची जाणीव झाली. त्या घाईने पायऱ्या उतरू लागल्या. समोर पसरलेल्या उपवनात नानाविध रंगांची फुलं उमलली होती. आसमंत दरवळला होता. अचानक सीतेने हलकासा चीत्कार केला. तो ऐकताच ऊर्मिला थबकली.

सीतेच्या नजरेच्या अनुषंगाने पाहताच ऊर्मिलेच्या नजरेला ते दोघं दिसले. उगवत्या सूर्याच्या पार्श्वभूमीवर त्यांचे उंच देह नजरेत भरत होते. जणू काही ते दोघंही सीतेची वाट पाहत असावेत. त्या दोघांच्या दिशेने पुढे होताना ऊर्मिलेला प्रत्येक पावलावर वेगळी ओढ जाणवू लागली. गेले काही दिवस सीतेच्या मनात अपराधी भावना का निर्माण झाली, हे आता कुठं ऊर्मिलेला लक्षात आलं.

'ते बघ! अयोध्येचे दोन्ही राजपुत्र उभे आहेत समोर!' कीर्ती आनंदाने ओरडली.

'श्शश!' मांडवीने रागाने धमकावले.

त्या दोघींचा संवाद ऊर्मिलेच्या कानातही शिरला नाही. तिची नजर सीतेच्या चेहऱ्यावर खिळली होती. सीता बावरली होती. अंगावरचा शेला ओढून घेत मान खाली घालून ती जागच्या जागी खिळली होती. आपण सर्व बहिणीत पुढे असून त्यांच्यामागे दासींचा घोळका आहे हे ऊर्मिलेच्या लक्षात आलं होतं. समोर उभ्या असलेल्या राजपुत्रांकडे दुर्लक्ष करून तिथून निघून जायचं का, हे तिला ठरवायचं होतं. मात्र, तसं करणं शिष्टाचाराला अनुसरून नव्हतं. अभिवादन करण्यावाचून पर्याय नव्हता. तिलाही तोच स्वीकारावासा वाटला.

समोरील दोन्ही युवकांनी एव्हाना हात जोडून मस्तकं झुकवली होती. तिनेही तसंच केलं. आपल्या बहिणींनी आपलं अनुकरण केलं असेल अशी आशा तिला वाटली. अतिशय विनम्रतेने ती म्हणाली, 'अभिवादन! मिथिला नगरीत आपलं स्वागत आहे! मी ऊर्मिला आहे. या दोघी माझ्या चुलत बहिणी मांडवी आणि कीर्ती असून ही माझी बहीण सीता आहे.'

‘मीही आपलं अभिवादन करतो. मिथिला राजकुमारी, पुन्हा एकदा तुम्हाला सुप्रभात म्हणतो,’ थेट सीतेकडे पाहत राजपुत्र राम हसून मार्दवयुक्त स्वरात म्हणाला. हे ऐकताच सीतेच्या हृदयाची वाढलेली धडधड ऊर्मिलेला ऐकू येऊ लागली. राम पुढे म्हणाला, ‘मी राम असून हा माझा धाकटा भाऊ लक्ष्मण आहे.’

हे ऐकताच ऊर्मिलेने लक्ष्मणाकडे विनम्र कटाक्ष टाकला. लक्ष्मणाने तिला अभिवादन केलं पण त्याचा चेहरा सस्मित नव्हता. उलट, त्याच्या चेहऱ्यावरची आढ्यता लपत नव्हती. तितक्यात राम म्हणाला, ‘मिथिला नगरीच्या सौंदर्याबद्दल ऐकून होतो मी आजवर. कुठलीही नगरी अयोध्येपेक्षा सुंदर असू शकते यावर माझा विश्वास नव्हता. माझी ही समजूत चुकीची होती हे इथे येताच माझ्या लक्षात आलं आहे. मिथिला नगरी फार सुंदर आहे. तिचे प्रजाजन तसेच सुंदर आहेत. इथले राजाराणी अतिशय आतिथ्यशील आहेत.’ त्याच्या चेहऱ्यावर प्रामाणिक हसू होतं. रामाचं हे बोलणं उपचारादाखल नव्हतं. त्याच्या स्वरातील सच्चेपण आणि चेहऱ्यावरचे भाव पाहून कुणालाही प्रसन्नता वाटली असती.

रामाच्या देखणेपणाची चर्चा खोटी नव्हती. तो उंच आणि सुदृढ होता. या क्षणी हातात असलेल्या फुलांच्या परडीऐवजी धनुष्यबाण किंवा तलवार त्याला जास्त शोभून दिसली असती. असं असूनही परडी धरण्यातही एक प्रकारची सहजता दिसून येत होती. लक्ष्मण मात्र ताठरतेने उभा होता. राम सीतेशी बोलत असताना तो निर्विकार चेहऱ्याने उभा होता. किंचित मुडपलेल्या त्याच्या ओठांवरून त्याचा त्रागा लक्षात येत होता. तोही रामाइतकाच उंच होता. रामाच्या तुलनेत त्याची शरीरयष्टी अधिक सडपातळ आणि कणखर होती. तोही विलक्षण देखणा होता परंतु, रामासारखं त्याचं देखणेपण सुखावह वाटत नव्हतं. लक्ष्मणाचं देखणेपण कपाळावरच्या आठ्यांमुळे झाकलं जात होतं. रेखीव चेहरा, पातळ धारदार नाक आणि तेजस्वी डोळे असूनही त्याच्या चेहऱ्यावर किंचित खिन्नतेची झाक होती. अतिशय सावधपणे तो उभा होता. कुठल्याही क्षणी झेप घेण्याचा तो पवित्रा होता. अचानक त्याने ऊर्मिलेकडे पाहिलं. त्याच्या त्या वेध घेणाऱ्या नजरेमुळे तिच्या मनात अनोखी भावना दाटून आली. पुढच्या क्षणी, तिच्या सर्वांगातून शिरशिरी धावली. अंतःकरणाचा ठाव घेणाऱ्या त्याच्या काळ्याभोर डोळ्यांचा हा परिणाम नसून ज्या पद्धतीने त्याने पाहिलं, त्याचा हा परिणाम होता; असं

तिला वाटलं. जणू त्याची नजर तिच्या काळजाला चिरत गेली. तिच्या मनात आलं की, भावांची ही दुक्कल एकमेकांपासून किती भिन्न आहे. शक्य तितक्या लवकर इथून निघून जाण्याच्या हेतूने तो पुन्हा किंचित नतमस्तक झाला. तिनेही नतमस्तक होत त्या दोन भावांचा निरोप घेतला. परंतु, राम आणि सीता यांची झालेली नजरानजर तिने अचूक टिपली. सीतेचा हात धरून ऊर्मिलेने तिला जवळजवळ ओढलं. चौघी बहिणी प्रासादाच्या दिशेने चालू लागल्या. त्यांच्या मागून दासींचा लवाजमा येत असल्यामुळे चौघीही जाणीवपूर्वक गप्प राहिल्या.

त्यांच्या वैयक्तिक कक्षात पोहोचताच चौघींचं मौन सुटलं.

ऊर्मिलेवर आरोप करत मांडवी म्हणाली, 'अच्छा! राजपुत्रांना भेटायचं होतं म्हणून कधी नव्हे ते तू आज मंदिरात आलीस तर!'

धाकट्या राजपुत्राच्या वागणुकीमुळे ऊर्मिला आधीच संतप्त झाली होती. त्यात मांडवीच्या टोचून बोलण्याची भर पडताच तिचा राग विकोपाला गेला परंतु, तिचा भडका उडण्याआधी सीता पटकन म्हणाली, 'छे! उलट मी तिला माझ्याबरोबर ओढून आणलं होतं. एकटीने मंदिरात जायची माझी इच्छा नव्हती. त्यातून, काल रात्री तुम्ही दोघी विवाहाच्या मेजवानीच्या तयारीसाठी बराच वेळ जागल्यामुळे आज सकाळी उठालच याची मला खात्री नव्हती.' तिचा स्वर नेहमीप्रमाणे सौम्य होता.

क्षणभर ऊर्मिला आश्वस्त झाली.

पुढच्या क्षणी मांडवी मानभावीपणे म्हणाली, 'किती ही निरागसता! पण त्यामुळेच आपण त्या तरुण दोन राजपुत्रांना भेटू शकलो. ते दोघंही देखणे आहेत त्यात काही वादच नाही. पण...' मुद्दाम नाट्यमयरीत्या थांबून ती पुढे म्हणाली, 'कीर्ती, तुझ्या लक्षात आलं का? अं... आपल्या अगदी डोळ्यांदेखत नेमकं काय घडलं ते? आपल्याला काही दिसलंच नाही असा किती गोड समज या दोघींनी करून घेतला आहे!'

बराच वेळ कोणीच काही बोललं नाही. त्यांच्या कक्षात विचित्र शांतता पसरली. सरतेशेवटी पुढे होत सीता म्हणाली, 'त्या राजपुत्राबद्दल माझ्या मनात काही विशेष भावना आहे असं मला तरी वाटत नाही. अजूनही त्यांचं वास्तव्य आपल्या नगरीत आहे याचा अर्थ असा होतो की, तातश्रींनी माझ्या स्वयंवरासाठी त्यांना निमंत्रित केलं आहे. म्हणजेच, ते इच्छुक वर असू शकतात. अशा परिस्थितीत त्यांच्याबद्दल अधिक काही न बोलणं बरं.'

प्रत्येक शब्दावर जोर देत ठामपणे तिने केलेलं हे प्रतिपादन तिच्या नेहमीच्या स्वभावाविरुद्ध होतं. असं असूनही तिचा आवेश आणि आशय यांची सुंदर गुंफण झाल्यामुळे तिच्या बोलण्यात कुठेही हेकटपणा अथवा आक्रमकता जाणवली नाही. वरकरणी सीता शांत दिसत असली तरी आतल्याआत तिला जाणवणारी अस्वस्थता ऊर्मिलेच्या लक्षात आल्यावाचून राहिली नाही. म्हणूनच तिला आपल्या बहिणीचं कौतुक वाटलं. सीता तिथून निघून जाताच पुन्हा एकदा कक्षात शांतता पसरली.

'हिला नेमकं काय झालं आहे?' कीर्तीने हळुवारपणे विचारलं. 'आणि हे बघ ऊर्मि, ही विवाहपूर्व मानसिकता आहे असं उत्तर कृपा करून देऊ नकोस. त्यातून सीता अतिशय संयमी आणि सुवर्तनी असल्यामुळे तिचं हे वागणं मला कोड्यात पाडतं आहे.'

ओठ घट्ट मिटून ऊर्मिला तशीच उभी राहिली. ती सीतेच्या वतीने कशी बोलणार होती? मांडवीला तिच्या विचारांचा अचूक अंदाज आला.

ती म्हणाली, 'ऊर्मि, तू नको बोलूस काहीच. सीतेच्या मनाची काय घालमेल होत असावी हे मला जाणवतं आहे. तिच्या होऊ घातलेल्या विवाहामुळे ती अस्वस्थ आहे. स्वतःच्या भावना तिच्या लक्षात येत नसाव्यात. इथून पुढे, आम्ही असं नाक खुपसणार नाही. तिची इच्छा असेल तर तीच आपल्याला विश्वासात घेईल.'

'घेईल ना... पण फक्त ऊर्मिलेला,' कीर्ती चाणाक्षपणे म्हणाली.

'असं आहे तर!' मांडवी म्हणाली.

त्यावर तिची धाकटी बहीण आवेगाने म्हणाली, 'नाही, इतकंच नाही! उद्या मंदिरात जाताना आपण पुन्हा त्या दोन राजपुत्रांना भेटू अशी माझी खात्री आहे. याचा अर्थ विवाह दिनापर्यंत सीता मंदिरात जाणारच नाही का?'

कीर्तीच्या औपरोधिक प्रश्नाचं उत्तर माहीत असूनही ऊर्मिला गप्प बसली. 'राजपुत्र' या निव्वळ उल्लेखाने तिच्या मनात काही वेगळेच तरंग उमटले होते. विशेषतः, काळजाचा ठाव घेऊ पाहणाऱ्या, तेजस्वी नजरेच्या त्या राजपुत्राची आठवण तिच्या मनात जागली होती.

या आधी हेच संभाषण झालं होतं. मात्र, त्या वेळेस तिची अवस्था इतकी बिकट नव्हती. कारण, तिच्या मनात उत्पन्न झालेली ती अनोखी भावना... त्यापायी दाटलेली भीती... हे सारं बहिणींपासून दडवण्यासाठी होणारा आटापिटा आणि गंमत म्हणजे त्यामुळेच तिला सीतेच्या मनोव्यापाराची

किंचितशी कल्पना आली. अर्थात, सीता स्वतःच्या विचारात गुरफटलेली असल्यामुळे ऊर्मिलेची अवस्था तिच्या लक्षात येण्याची शक्यता नव्हती.

सीतेच्या कक्षात ऊर्मिलेने पाऊल टाकताच तिने पहिला प्रश्न केला, 'त्या दोघींच्या लक्षात आलं का? तू त्यांना काही सांगितलं तर नाहीस ना?'

ऊर्मिला सावकाश बोलू लागली, 'माझ्या मते, त्यांना कल्पना आली आहे. आणि त्यातून त्या योग्य अर्थ लावतीलच. माझं म्हणशील तर मी त्यांना चकार शब्दही सांगितला नाही, सांगणारही नाही.'

'माझा विश्वास आहे गं तुझ्यावर. तुझी एकनिष्ठता आणि प्रामाणिकपणा मी जाणते. माझ्यात मात्र, या क्षणी या दोन्ही भावनांचा अभाव आहे. स्वतःच्या या पारदर्शकतेचा मला तिरस्कार वाटतो.' सीतेचा स्वर किंचित चढला होता. 'मी तरी काय करू? स्वयंवराचा तो दिवसच नको असं मला वाटतं. ज्या पुरुषाबद्दल मला काहीही माहीत नाही, त्याच्या प्रेमात मी पडले आहे. समजा, ते अवजड शिवधनुष्य दुसऱ्या कोणी उचललं तर... मला त्याच्याशीच विवाह करावा लागेल. ज्याच्यावर मी प्रेम करते त्याच्या व्यतिरिक्त इतर कोणाशी विवाहबद्ध होण्याच्या निव्वळ कल्पनेनेही माझा थरकाप होत आहे.'

'त्या चिंतेपायी तू इतकी त्रस्त झाली आहेस का?' असं हसून म्हणत ऊर्मिला आपल्या बहिणीजवळ गेली. 'माझं म्हणणं नीट ऐक, प्रथमदर्शनी तू ज्याच्या प्रेमात पडली आहेस तो कोणी तिऱ्हाईत नसून अयोध्येचा राजपुत्र राम आहे. त्याचं शौर्य, धैर्य, पराक्रम आणि रूपाची चर्चा सर्वत्र होते आहे. अर्थात, त्याचं देखणं रूप तुझ्याही नजरेतून सुटलं नाही,' सीतेला हसवण्यासाठी ऊर्मिलेने पुस्ती जोडली. तिचा उद्देश सफल झाला. चिंताक्रांत सीतेच्या गालावर खळी पडली. ते पाहून ऊर्मिला उत्साहाने म्हणाली, 'सीते, नीट विचार कर. ऋषी विश्वामित्रांनी रामाला मिथिला नगरीत आणण्यामागे तसंच प्रयोजन असणार. त्यातून, तुझ्या स्वयंवरापर्यंत इथे मुक्काम करण्याचं निमंत्रण त्याला दिलेलं आहे. माझी तर खात्री आहे की, तोच शिवधनुष्य भंग करेल, तोच तुझं पाणिग्रहण करेल. राजकुमारी, तोच 'तुमचा' राजकुमार आहे बरं!'

'खरंच का? तो माझा होईल का?' कापऱ्या स्वरात सीतेने विचारलं. 'तुझे शब्द खरे ठरतील का? तसं झालं नाही तर मी काय करेन हे सुद्धा मला ठाऊक....'

'श्शश!' आपल्या बहिणीला शांत करत ऊर्मिला म्हणाली, 'माझे शब्द खरे ठरतील. हे सारं प्रत्यक्षात घडताना तू पाहशील. इथून पुढे येणाऱ्या प्रत्येक दिवसाचा आनंद घे. हे दिवस सर्वोत्तम असणार आहेत हे मी तुला सांगते.'

आपल्या बोलण्याचा सीतेवर अनुकूल परिणाम होत आहे हे ऊर्मिलेच्या लक्षात आलं. सीता आता बरीच शांत झाली. पटकन पुढे होत तिने आपल्या धाकट्या बहिणीला मिठीत घेतलं. सीता तिच्या भावनांचं उघड प्रदर्शन फार क्वचित करत असल्याने ऊर्मिला आश्चर्यचकित झाली.

'अगं ऊर्मि, तुझ्याशिवाय कसं होईल माझं?' हुंदके देत सीता बोलू लागली. तिच्या डोळ्यांतून घळाघळा अश्रू ओघळू लागले. 'प्रत्येक समस्येवर तुझ्याकडे तोडगा असतोच!'

अचानक सीतेला परिस्थितीची संपूर्ण जाणीव नव्याने झाली. सीतेचा विवाह म्हणजे ऊर्मिलेचा वियोग. आता लवकरच सीता वेगळ्या जगात जाणार होती. वयाने ऊर्मिला धाकटी असली तरी आजवर सीतेचं अस्तित्व ऊर्मिलेच्या उपस्थितीमुळे सहज सत्य ठरलं होतं. ऊर्मिला तिची जीवनरेखा आणि आत्मसखी होती.

जनक आणि सुनयना या दोघांना सीता सापडल्यावर त्यांनी तिला अतिशय लाडात वाढवलं होतं. अनेकदा तर त्यांच्या अति लाडामुळे सीतेला संकोच वाटे. आजवर तिला एकदाही आपल्या मातापित्याकडून बोलणी खावी लागली नव्हती. तिला कुणी रागवतही नसे. समजा काही चूक झाली तर त्यासाठी ऊर्मिला जबाबदार धरली जाई. स्वतःची बाजू न मांडता ऊर्मिला हसतमुख चेहऱ्याने सारं निभावून नेई. तिची थरथरणारी हनुवटी सीतेच्या नजरेतून सुटत नसे. सीता... जनकाची कन्या म्हणून जानकी. खरंतर, हा सन्मान ऊर्मिलेला मिळायला हवा होता. सीता... मिथिला नगरीची युवराज्ञी म्हणून मैथिली. हाही सन्मान केवळ ऊर्मिलेचा होता. तरीसुद्धा ऊर्मिलेने कधी त्या संदर्भात विरोध दर्शवला नाही. सीतेचा तिरस्कार केला नाही. तिला आवडणार नाही हे लक्षात घेऊन या विषयांवर तिच्याशी बोलणं सीता नेहमी टाळत आली होती. स्वतःच्या भावना इतरांपासून लपवून ठेवत ऊर्मिलेच्या प्रेमाचा स्वीकार करत राहिली होती. ती त्यांच्यापैकी एक नाही हे ती जाणून होती. तिला त्रयस्थासारखं वाटे. ती त्यांना सापडली होती. आयुष्यभर ती त्यांची ऋणाईत राहणार होती.

उपकाराच्या या अति भाराखाली ती दबून गेली होती. आजवर हे ओझं तिने मुकाट्याने वागवलं होतं. ते झुगारून देणं तिला शक्य झालं नव्हतं. तिच्या पालकांनी आणि सर्व बहिणींनी आजवर तिच्यावर फक्त आणि फक्त प्रेमाचा वर्षाव तेवढा केला होता.

त्यांच्या या अति प्रेमातून ती कोणी खास असल्याची जाणीव ते करून देत होते. एकटी ऊर्मिला तिला साध्या बहिणीसारखं वागवत होती. इतक्या वर्षांच्या सहवासात तिच्यावर ओरडणं, तिचे केस ओढणं, तिला चिमटे काढणं, तिच्याशी वितंडवाद घालणं हे सगळं ऊर्मिलेने केलं होतं. सख्ख्या बहिणी अशाच तर वागतात! मात्र, प्रत्येक वेळेस अशा वागणुकीमुळे तिला मातापित्याकडून दटावून घ्यावं लागलं होतं. वेदांच्या ऋचा म्हणण्यात ऊर्मिला जरी आघाडीवर असली, तरी कौतुक मात्र फक्त सीतेच्या वाट्याला येत होतं.

आपल्या लहान बहिणीवर आजवर किती अन्याय होत आला हा विचार मनात येताच सीता थबकली. तिची लहान बहीण... प्रत्येक शब्द मनोमन कुरवाळत सीता विचार करू लागली. तसं पाहिलं तर आजवरच्या काळात वयाने लहान असूनही प्रत्येक जबाबदारी ऊर्मिलेने खंबीरपणे निभावली होती. एखादी वाघीण आपल्या पिल्लांचं जसं रक्षण करेल, तसंच तिने सीतेचं रक्षण केलं होतं. मार्गदर्शक, मदतनीस, मनःप्रिया, सांत्वनकर्ती; प्रत्येक भूमिका ऊर्मिलेने चपखलतेने निभावली होती. मातापित्याचं प्रेम सुखावह असलं तरी सीतेच्या मनात असलेल्या सर्व सुमधुर स्मृती ऊर्मिलेच्या संदर्भात होत्या. सीतेला पडणाऱ्या भयंकर दुःस्वप्नांना दूर ठेवण्यासाठी रोज रात्री निजण्यापूर्वी ऊर्मिला तिला कुशीत घेत होती. लहानपणी खेळताना पडल्यामुळे जखमी झालेल्या सीतेचे अश्रू तिनेच टिपले होते. आपल्या बहिणीच्या सुखद आणि सातत्यपूर्ण सहवासातून आपण स्वतःला कसं दूर करणार, हा विचार मनात येताच सीता अतिशय खिन्न झाली.

ऊर्मिलेला रडू आवरत नव्हतं. मात्र, भावनांच्या आहारी जाऊन कोलमडून पडणं हा तिचा स्वभावही नव्हता. येऊ घातलेल्या परिस्थितीचा आवाका सीतेच्या लक्षात आला असला तरी ऊर्मिलेसाठी ही वास्तविकता कटू होती. तिच्या बहिणीचा विवाह होणार होता. या सत्याचा तिला आनंद होत नव्हता. तिचं मन विषण्ण होतं. विवाहप्रसंगाच्या आनंदाहून वियोगाचा विचार तिला अधिक दुःखी करत होता. ती स्वार्थी होती का? नाही. तिच्या

मनात फक्त नैराश्य दाटलं होतं. ऊर्मिलेने पटकन आत्मपरीक्षण केलं. तिच्या मनात अत्यंत कडू-गोड आठवणींचं मिश्रण तयार झालं होतं. बहिणीच्या विवाहाची तयारी करताना ती उत्तेजित झाली असली, तरी मनोमन ती दुःखी होती. अचानक अवतरलेल्या त्या राजपुत्रामुळे ती मनाच्या कल्लोळातून किंचित बाहेर आली.

कीर्तीने म्हटल्याप्रमाणे पुढचे पाच दिवस प्रत्येक सकाळी ते दोन राजपुत्र त्यांना उपवनात भेटत राहिले. अबोल अभिवादन, किंचितसं हसू आणि बोलक्या नजरा या व्यतिरिक्त त्यांच्यात कुठलंही संभाषण झालं नाही. प्रत्येक वेळेस रामाने स्मित करताच गालावरचा रंग लपवण्यासाठी सीता मान झुकवत असे. तो संकोच होता की अस्वस्थता की या पुरुषाप्रति मनात उसळलेल्या गुप्त प्रेमामुळे निर्माण झालेली अपराधाची भावना होती?

ऊर्मिलादेखील विचलित झाली होती. सभ्यतेला अनुसरून तीदेखील राजपुत्रांसमोर येताच नतमस्तक होत होती. मात्र, त्याच वेळेस त्या राजपुत्राकडे चोरटा कटाक्ष टाकण्याची तिची धडपड तिला अस्वस्थ करत होती. प्रत्येक वेळेस त्याची कठोर नजर तिच्यावर खिळलेली आढळल्यामुळे तिच्या मनात भावनांचा नव्याने कल्लोळ निर्माण होत होता. ऊर्मिला स्वतःला कधीच लाजाळू समजत नव्हती. आता मात्र, अचानक शब्द तिला दुरावले होते. संकोच मनाला व्यापत होता. घसा कोरडा पडत होता. अभावितपणे जीभ कोरड्या ओठांवरून फिरत होती. आत्ताही तिची तीच अवस्था होती. तिचा आविर्भाव पाहून त्याच्या चेहऱ्यावरील भाव बदलले. ते पाहताच ती भानावर आली. तिच्या चेहऱ्याला दाहकता जाणवू लागली. घाईने मान फिरवत ती तिथून निघून जाऊ लागली. तिच्या मनावर नियंत्रण गाजवू पाहणारी ही अनोखी भावना तिला सर्वस्वी अपरिचित होती.

ती घाईने पुढे निघाली. तितक्यात तिला दंडावर पकड जाणवली. तिने वळून पाहिलं. मांडवी तिच्याकडे रोखून पाहत होती. नक्कीच तिच्या लक्षात आलं होतं.

'राजपुत्र राम किती देखणे आहेत ना? ते शालीन आणि दयाळू आहेत!' एक दासी म्हणाली.

दुसरीने हसून प्रतिसाद दिला, ‘हो ना! पण धाकट्या राजपुत्राचं काय? सारखे चिडलेले असतात.’

मांडवीने दासींकडे रोखून पाहिलं. त्याबरोबर त्या गप्प झाल्या. पुढे बोलण्याचं धाडस त्यांच्यात नव्हतं. पाठमोरं असूनही ऊर्मिलेला लक्ष्मणाच्या नजरेची धग जाणवली. वळून पाहण्याचा अनावर मोह होत असूनही तिने स्वतःला कसंबसं आवरलं. कधी एकदा उद्याची सकाळ उजाडते आणि तो नजरेस पडतो याची वाट ती पाहू लागली.

स्वयंवर

ऊर्मिलेच्या शब्दांनी सीतेवर जणू किमया केली होती. आता तिच्या चेहऱ्यावर दुःख किंवा निर्विकार भाव दिसत नव्हते. नेहमीप्रमाणे शांत आणि हसतमुख चेहऱ्याने ती वावरू लागली होती.

स्वयंवरासाठी राजसभा सजवण्यात आली होती. त्या भव्य दालनात आसनस्थ झालेल्या रामाकडे कटाक्ष टाकत सीता ऊर्मिलेच्या कानात कुजबुजली, 'ऊर्मि, नेहमीप्रमाणे तुझ्या शब्दांनी मला नवीन आशा दाखवली.' ती आपल्या आसनावर शांतपणे बसली होती. तिच्या ओठांवर हलकंसं स्मित होतं.

अनेक वर्षांपूर्वी या कक्षात यायला मुलींना अनुमती नव्हती. त्या काळी हा कक्ष जितका भव्य वाटायचा, तितकाच तो आजही वाटत होता. उंच खांबांच्या रांगांनी छत तोलून धरलं होतं. तिथली सजावट पाहणाऱ्याला स्तिमित करत होती. दालनाच्या अनेक गवाक्षांतून सूर्याच्या कोवळ्या किरणांनी आत प्रवेश केला होता. कक्षाच्या मध्यभागी शिवधनुष्य ठेवण्यात आलं होतं. परशुराम ऋषींनी शिवाचं हे पवित्र धनुष्य जनक घराण्याकडे कित्येक पिढ्यांपूर्वी सोपवलं होतं. त्यानंतर आश्वस्त मनाने ते तपश्चर्येला बसले होते. त्यांची भक्ती आणि तपश्चर्या यामुळे प्रसन्न झालेल्या शिवाने हे रुद्र धनुष्य त्यांना कोणे एकेकाळी प्रदान केलं होतं. ऊर्मिलेच्या वाडवडिलांनी आजवर मोठ्या आदराने त्याचं जतन केलं होतं. अभेद्य लोहपेटाऱ्यामध्ये बंद केलेलं हे धनुष्य ज्या कक्षात ठेवलं होतं, तिथे पाऊल टाकण्याची अनुमती कोणालाही नव्हती. बालपणी मात्र आधी सीता आणि मग तिच्या शोधार्थ

निघालेली ऊर्मिला नकळत त्या कक्षात पोहोचल्या होत्या. जवळपास वीस हात लांब असलेलं शिवधनुष्य आठ चाकांच्या गाड्यावर टाकून हलवावं लागत असे. आज पहिल्यांदाच राजा जनकाने ते सर्वांसमोर आणलं होतं. या धनुष्यावर प्रत्यंचा चढवणाऱ्या पुरुषाशी सीतेचा विवाह होणार. धनुष्याचा प्रचंड आकार पाहून ऊर्मिलेची लहानपणीची आठवण जागी झाली. जेमतेम दहा वर्षांच्या सीतेने तिच्या नाजूक हातांनी हे धनुष्य त्या वेळेस कसं पेललं होतं, याचा उलगडा ऊर्मिलेला कधीच झाला नव्हता. ते दृश्य अवाक् करणारं होतं. आज इतक्या वर्षांनी निव्वळ स्मृतीने ऊर्मिला थरथरली.

त्या पाठोपाठ ऊर्मिलेला आठवला तो तिच्या मातापित्यांच्या चेहऱ्यावरचा आदरयुक्त भाव. ऊर्मिलेच्या पोटात खड्डा पडला. सीता कोणी विशेष व्यक्ती होती का? किंवा मग सीतेच्या ठायी विशेष शक्ती होती का? आजवर हा प्रश्न ऊर्मिलेला सातत्याने भेडसावत आला होता. ऊर्मिलेच्या मातापित्याने सीतेला विशेष दक्षतेने वाढवलं होतं. ती कोणीतरी वैशिष्ट्यपूर्ण व्यक्ती असल्याची जाणीव त्यांच्या वागण्याबोलण्यात असे. मात्र, ती त्यांच्या पोटची पोर नसल्यामुळे ते तिच्यावर मायेचा अधिक वर्षाव करत असावेत असा ऊर्मिलेने समज करून घेतला होता. तिच्या मातापित्याचं सीतेवर असलेलं प्रेम हे वात्सल्याहून अधिक भक्तिस्वरूप होतं. म्हणूनच कदाचित ऊर्मिलेला आजवर सीतेचा द्वेष किंवा असूया वाटली नसावी. एरवी अतिशय चाणाक्ष असणाऱ्या आणि तारतम्य बाळगणाऱ्या तिच्या मातापित्यामध्ये राजघराण्याचा कोणताही तोरा नव्हता. सीताबाबत मात्र त्यांचं वागणं जगावेगळं होतं, याचा अचंबा ऊर्मिलेला नेहमी वाटत राही.

राजा शीरध्वज जनक लोकप्रिय आणि बलाढ्य होते. त्यांची प्रजा त्यांना त्यांच्या जनक वंशावरून राजा जनक म्हणून ओळखत असे. गेली कित्येक शतकं मिथिला ही सुंदर नगरी विदेह प्रांताची राजधानी होती. पित्याच्या लोकप्रियतेचं कौतुक पाहून लहानगी ऊर्मिला आनंदित होत असे. आजही तिच्या भावना तशाच निखळ होत्या. नगरातून फेरफटका मारणारा राजा पाहताच प्रजाजन नतमस्तक होत, राजाचं अभिवादन करत, त्याचा जयजयकार करत. राजा आणि राणीने आपल्या कन्येमध्ये राजाधिकाराची भावना जागवण्याऐवजी माणुसकीची ज्योत सतत तेवत ठेवली होती. वैभव आणि सत्ता हा नियतीचा खेळ असतो. फासे पालटायला तिला कितीसा वेळ लागणार!

उंच आणि कृश शरीरयष्टीच्या जनकाच्या देहबोलीतून राजेपण सहज प्रत्ययाला येई. टोकाकडे वळलेलं लांब धारदार नाक त्याच्या रुबाबात भर घाले. व्यवस्थित राखलेल्या सोनेरी दाढीमुळे त्याचं वय लक्षात येई. त्याच्या चेहऱ्यावरच्या सुरकुत्या या मात्र चिंतेच्या किंवा निव्वळ वयाच्या खुणा नसून अनुभवांती प्राप्त केलेल्या शहाणपणाच्या खुणा होत्या. जनक केवळ राजा नव्हता. कीर्तिवंत याज्ञवल्क्य ऋषींचा तो आवडता शिष्य होता. याच मुनींनी शुक्ल यजुर्वेदाचं लेखन केलं होतं. अष्टावक्र ऋषींकडूनही जनकाने शिक्षण प्राप्त केलं होतं. आत्मा आणि स्वतःचं खरं रूप या विषयाचं ज्ञान त्याने इथेच प्राप्त केलं होतं. स्वतः जनक राजर्षी होता. वेद आणि शास्त्रांमध्ये त्याला उत्तम गती होती. इतर मुनींप्रमाणे त्यालाही अध्यात्माचं सखोल ज्ञान होतं. कृतिनिष्ठ आणि शिस्तशीर जनकाचा परोपकारावर गाढ विश्वास होता. विदेह साम्राज्याचे शकट हाकताना त्याने आजवर कुठलीही जबाबदारी टाळली नव्हती. माणुसकी आणि उदारता यांची अचूक सांगड तो घालत असे. आत्ताही, एकीकडे यज्ञ सुरू असताना त्याने सीतेचं स्वयंवर आयोजित केलं होतं. सर्व थोर आणि शूरवीर राजे–महाराजे तिथे उपस्थित होते.

ऊर्मिलेने आपल्या बहिणीकडे रोखून पाहिलं. सीतामध्ये कोणत्या विशेष शक्ती आहेत, हे जाणून घेण्याची उत्सुकता तिला स्वाभाविकतः वाटत होती. सीता नेहमीप्रमाणे हाताची घडी घालून, मान किंचित कलती ठेवून बसली होती. सवयीच्या फिक्या रंगाच्या वस्त्रांची जागा आज मात्र गडद आणि झळझळीत पिवळ्या वस्त्रांनी घेतली होती. त्यामुळे सीतेभोवती आभा पसरली होती. विवाहप्रसंगी चढवण्यात येणाऱ्या अनेक आभूषणांमुळे एरवी एखादी नववधू दबून गेली असती. परंतु, सीतेची गोष्ट वेगळी होती. तिच्यामुळे तिच्या अंगावरील नाजूक सुवर्णालंकारांना शोभा प्राप्त झाली होती. केवळ देशातीलच नाही तर देशाबाहेरील राष्ट्रांतून अनेक शूरवीर राजे सीताप्राप्तीच्या आशेने स्वयंवराला उपस्थित होते.

विदेशाचा विचार मनात येताच ऊर्मिलेची नजर एका उंच धिप्पाड राजाकडे गेली. तो लंकानरेश रावण होता. त्याच्या उपस्थितीमुळे राजसभेत क्षोभ निर्माण झाला होता. तूर्तास तो तिच्या पित्याजवळ बसून गंभीरपणे काहीतरी बोलत होता. त्याच्या पांडित्याची ख्याती पसरली असल्यामुळे तो आपल्या पित्याशी काय बोलत आहे, हे जाणण्याची उत्सुकता ऊर्मिलेच्या मनात निर्माण झाली. सीतेचा हात प्राप्त करण्याच्या इच्छेने आलेल्या सर्व

राजांची इत्थंभूत माहिती मांडवीच्या चौकस स्वभावामुळे सर्व बहिणींना प्राप्त झाली होती.

वेदांवर प्रभुत्व असलेला रावण संगीत विशारद होता. वीणावादन करण्याव्यतिरिक्त ज्योतिष, वास्तुशास्त्र, आयुर्वेद आणि राज्यशास्त्राचा त्याचा व्यासंग दांडगा होता. तो सर्व राजांमध्ये बलाढ्य होता. त्याची श्रीमंती त्याच्या धिप्पाड देहावर झळकणाऱ्या रत्नालंकारांतून सहज लक्षात येत होती. इतरांच्या तुलनेत त्याची उंची अधिक असल्यामुळे त्याच्यासमोर सर्वांचं खुजेपण उठून दिसत होतं. रुंद खांद्यांमुळे त्याच्या सामर्थ्याची प्रकर्षाने जाणीव होत होती. त्याच्याकडे रोखून पाहणाऱ्या ऊर्मिलेला त्याचं देखणेपण जाणवलं. तो त्याच्या सौंदर्यापेक्षा ठसठशीत व्यक्तिमत्त्वाचा भाग होता, हेही तिच्या लक्षात आलं. स्वतःच्या प्रसिद्धीची त्याला जाणीव होती आणि ती त्याच्या हालचालीतून आणि वागण्याबोलण्यातून सहज दृष्टीस पडत होती. इतरांना गप्प करत त्याने सर्वप्रथम धनुष्याला प्रत्यंचा चढवण्याचं आव्हान स्वीकारलं.

त्याबरोबर सीतेने खोल श्वास घेतला. ते जाणून ऊर्मिलेने तिला हाताने धीर दिला. विरुद्ध बाजूला असलेल्या आसनांच्या रांगेत विश्वामित्र मुनी आणि लक्ष्मण यांच्यामध्ये बसलेल्या रामाच्या दिशेने सीतेची नजर पुन्हा गेली. लक्ष्मणाकडे न बघण्याचं वचन ऊर्मिलेने स्वतःला दिलं असलं, तरी ते पाळण्यासाठी तिला कठोर मनोनिग्रह करावा लागत होता. मात्र, सभामंडपात येताच अवघ्या काही क्षणांत तिचा निग्रह कोसळला होता.

'स्वयंवराला कधी सुरुवात होणार?' मनातील चिंता लपवता न आल्यामुळे ती पुटपुटली.

सीता जरी शांत बसली असली तरी तिने ऊर्मिलेचा हात घट्ट पकडून ठेवला होता. तितक्यात रावण आपल्या आसनावरून उठला. या स्वयंवरात तो आगंतुक होता. राजा जनक किंवा इतर राजे अथवा युवराजांना त्याचं येणं आवडलं नव्हतं. तरीसुद्धा राजशिष्टाचाराला अनुसरून त्याची आसन व्यवस्था करण्यात आली. त्याच्या इच्छेनुसार धनुष्याला प्रत्यंचा चढवण्याचा पहिला मान त्याला देण्यात आला.

अत्यंत उद्धटपणे पुढे आलेल्या रावणाने राजा जनक आणि सीतेला मात्र हात जोडून नम्रपणे अभिवादन केलं. त्यानंतर डोळे मिटून घेत जोडलेल्या हातांनी नतमस्तक होत तो मंत्रोच्चारण करू लागला. नक्कीच तो

शंकराची प्रार्थना करत असणार, असा विचार ऊर्मिलेच्या मनात आला. रावण स्वतःला कट्टर शिवभक्त मानत होता.

प्रार्थना होताच रावण खाली वाकला. आपल्या भल्या थोरल्या पंजांनी त्याने धनुष्यावरची पकड घट्ट केली. ते धनुष्य तसूभरही हललं नाही. सगळीकडे शांतता पसरली. दीर्घ श्वास घेत, पकड घट्ट करत रावणाने पुन्हा प्रयत्न केला. याही वेळेस त्याला अपयश आलं. परत एकदा अतिशय निश्चयाने श्वास घेत त्याने धनुष्य उचलण्यासाठी जोर लावला. त्या क्षणी राजसभेत उपस्थित असलेल्या राजांपैकी तो सर्वाधिक बलाढ्य समजला जाई. धनुष्य जागचं हलत नाही हे पाहून त्याने जोरात आरोळी ठोकून दोन्ही हातांनी धनुष्य उचलायचा प्रयत्न केला. त्याच्या प्रयत्नांना यश आलं नाही.

धनुष्य उचलण्याकरिता अंगावर झळकणाऱ्या रत्नांनिशी, वाकणारा रावणासारखा धिप्पाड आणि गर्विष्ठ राजा पाहून ऊर्मिलेला हसू येणार होतं. जमिनीवर आडवं ठेवलेलं ते धनुष्य गुडघ्यावर बसलेल्या राजाला दाद देत नव्हतं.

त्याचा पराभव पाहून ऊर्मिलेला गंमत वाटली. हसू येऊ नये म्हणून तिने दातांनी ओठ दाबले. तिची नजर सभामंडपात बसलेल्या इतरांकडे गेली. बहुतांशी सर्व गोंधळले होते. रामाच्या कपाळावर किंचितशी आठी होती. तो रावणाकडे एकटक पाहत होता. विश्वामित्रांच्या चेहऱ्यावर स्मित होतं. धाकटा राजपुत्र येणारं हसू दाबण्याचा प्रयत्न करत होता. त्याच्या त्या अस्पष्ट हसण्याने त्याच्या नजरेतील चीड आणि तिरस्काराची भावना जाऊन आनंद दिसत होता. त्या एवढ्याशा हसण्याने तो अधिक तरुण आणि स्नेहशील दिसत होता. त्याची आकर्षकता नजरेत भरत होती. त्याच्यातील हा बदल पाहून ऊर्मिला थक्क झाली.

तितक्यात मांडवीने तिला कोपराने हलकेच धक्का दिला. त्याबरोबर ऊर्मिला भानावर आली. संकोचाने तिचा चेहरा आरक्त झाला. चेहऱ्यावरचं हसू क्षणार्धात नाहीसं झालं. ती लक्ष्मणाकडे खूप वेळ टक लावून पाहत होती का? रावण आता संतापाने खदखदत होता. कितीही आटोकाट प्रयत्न केले तरी शिवधनुष्य तसूभरही हललं नाही. शेवटी त्राग्याने सभोवार नजर फिरवत तो सरळ झाला. त्याच्या चेहऱ्यावर पश्चात्ताप दिसत होता. परंतु, त्याने उच्चारलेल्या शब्दांनी त्याचा डौल क्षणार्धात कोसळला.

तो आढ्यतेने म्हणाला, 'हे पवित्र शिवधनुष्य मी जागेवरून हलवू शकत नाही असं मी दोन्ही हात जोडून मान्य करतो. कदाचित, माझ्या शिवभक्तीत काही न्यून राहिलं असावं म्हणूनच हे कार्य माझ्या हातून तडीस गेलं नाही. पण एक मात्र लक्षात ठेवा, जे धनुष्य माझ्याकडून हललं नाही, ते इथे उपस्थित असलेल्या कुणाकडूनही हलणार नाही. जनक राजा, अशाने तुझी कन्या अविवाहित राहील. तुझी तशी इच्छा आहे का? या धनुष्याला प्रत्यंचा कोण चढवणार? ते हलवणं अशक्य आहे. आपल्या कन्येच्या विवाहाप्रीत्यर्थ तू असा आत्मघातकी पण का समोर ठेवलास? तुझी कन्या जन्मभर अविवाहित राहावी अशी माझी तरी इच्छा नाही. तेव्हा, जे झालं त्याकडे कानाडोळा करून मी तिच्याशी विवाह करायला तयार आहे.'

त्याच्या या दर्पोक्तीमुळे ऊर्मिलेच्या मनात क्षोभ उसळला. ती श्वास घ्यायला विसरली. तिच्या पित्याचा आणि बहिणीचा अपमान करण्याचं धाडस रावणाने कसं दाखवलं, या विचाराने संतप्त होऊन तिने मातेकडे कटाक्ष टाकला. भय आणि चिंता यामुळे राणीचा चेहरा उतरला होता. ऊर्मिलेने पित्याकडे पाहिलं. ते शांत होते.

'हे राजन!' विचलित न होता राजा जनक बोलू लागला, 'रुद्र धनुष्याला प्रत्यंचा चढवण्यात आपणास अपयश आलं याचं मला वाईट वाटत आहे. आपणही कठोर शिवभक्त आहात. म्हणूनच, मी समोर ठेवलेला स्वयंवराचा पण मागे घेणं केवळ असंभव आहे हे आपणही जाणता.' जनकाचा स्वर शांत आणि चेहरा निश्चल होता. रावणावरची नजर न हलवता राजा पुढे म्हणाला, 'हे राजन, माझी कन्या जन्मभर एकटी आणि अविवाहित राहील अशी चिंता मनात बाळगू नका. तिच्याशी विवाह करणारा पुरुष खरोखरच असामान्य असेल. या धनुष्यावर प्रत्यंचा चढवू शकणाऱ्या त्या पुरुषाची मी वाट पाहेन.'

रावणाच्या नजरेत क्षणार्धात तिरस्कार उमटला. तो क्रोधाने म्हणाला, 'तर मग, तुझी कन्या वयोवृद्ध होईपर्यंत अथवा अनंतकाळपर्यंत तुला वाट पाहावी लागेल. दिसेलच आपल्याला ते लवकर. पण, इतकी वाट पाहायला माझ्याकडे तूर्तास वेळ नाही. मात्र, तुझा अशक्य पण पूर्ण करणाऱ्या त्या अलौकिक पुरुषाशी तिचं लग्न कधी होतं, याकडे मी आवर्जून लक्ष देईन. आता इथे आलोच आहे तर माझा वेळ सार्थकी लावण्यासाठी तुझ्या दुसऱ्या कन्येशी विवाहबद्ध व्हायला माझी हरकत नाही. तिच्या सौंदर्याची जी कीर्ती ऐकली होती, त्याहून कैकपटीने सुंदर आहे ती.'

सौम्य स्वभावासाठी ओळखला जाणारा राजा जनक रावणाचे शब्द ऐकून चपापला. काय बोलावं हे त्याला सुचेना. स्वतःचा अहंकार जपण्यासाठी रावणाने मुद्दाम असे अपमानास्पद उद्‌गार काढले होते. सर्वांसमक्ष प्रतिष्ठा आणि स्वाभिमान गमावलेल्या एका उद्ध्वस्त पराजिताचे शब्द होते ते.

ऊर्मिलेकडे एकटक नजरेने पाहणाऱ्या रावणाच्या नजरेतील लालसा लपत नव्हती. त्याच्या या उद्धट कृत्याने ऊर्मिला मनोमन कोमेजली. मात्र कठोर निश्चयाने तिने हनुवटी उंचावत त्याच्या नजरेला थेट नजर दिली. तिच्या नजरेत त्याच्याविषयी संताप आणि तिरस्कार दाटला होता. काही क्षण ती तशीच पाहत राहिली. तितक्यात, नजरेच्या कोपऱ्यात तिला संतप्त हालचाल जाणवली. तो लक्ष्मण होता. रामाने त्याला अडवलं होतं. पटकन पुढे होत सीता आपल्या बहिणीच्या जवळ उभी राहिली. रावण आता सीतेकडे पाहू लागला.

'तुझ्यामुळे माझा असा अपमान झाला आहे. हा दिवस मी कधीही विसरणार नाही. या घटकेचं स्मरण मला सदैव होत राहील,' त्याच्या स्वरात कटुता आणि कावेबाजपणा ठासून भरला होता. त्यानंतर दाणदाण पावलं टाकत त्याने राजसभेचा त्याग केला. कितीतरी वेळ त्याचे शब्द तसेच रेंगाळत राहिले. उपस्थित अस्वस्थ झाले. बलाढ्य रावणाचा पराभव झालेला पाहिल्यावर स्वयंवराचा पण पूर्ण करण्यासाठी पुढे येण्याचं धाडस इतर राजांमध्ये नव्हतं. स्वतःचा पराभव मान्य करत कित्येक राजे निमूटपणे निघून गेले.

उरलेल्या राजांना आसन ग्रहण करण्याची विनंती करत जनक म्हणाला, 'आपण पुन्हा एकदा सुरुवात करायची का? या विलक्षण धनुष्यावर प्रत्यंचा चढवणाऱ्या पुरुषाच्या गळ्यात माझी कन्या वरमाला घालेल. मात्र, पणपूर्ती झाल्यावरच....' राजाच्या स्वरात गर्भित सूचना होती.

उपस्थितांपैकी अनेक राजे, राजपुत्र आणि शूरवीरांनी धनुष्य उचलण्याचा प्रयत्न केला. कुणाहीकडून ते धनुष्य हललं नाही. अपमानित आणि पराभूत होत प्रत्येकजण आपल्या जागेवर परत जात होता. ते पाहून अस्वस्थ झालेली मांडवी म्हणाली, 'स्वयंवराचा हा पण पूर्ण करणं अशक्य आहे हे मी वारंवार सांगत होते. आत्तापर्यंत किमान तीस राजांनी तसा प्रयत्न केला. महापराक्रमी रावणालासुद्धा त्यात अपयश आलं.'

कीर्ती पटकन म्हणाली, 'सुदैवाने! त्याने सीता आणि ऊर्मिलेकडे कशा नजरेने पाहिलं ते दिसलं नाही का तुला? मी त्याला वासनांध म्हणेन.'

'पण म्हणून आपला त्रास संपत नाही!' मांडवीने सडेतोड उत्तर दिलं. 'हे अतिभव्य धनुष्य उचलणार तरी कोण?'

'तो सुदैवी पुरुष असेल,' ऊर्मिलेने झटक्यात उत्तर दिलं. 'अशक्य ते साध्य करून दाखवेल तो. चिंता करू नका. फक्त पाहत राहा.'

प्रयत्न करणाऱ्या आणि पराभूत होऊन परतणाऱ्या प्रत्येक राजाला पाहून राणी सुनयनाची नजर गढूळत होती. तिला धीर देण्याच्या हेतूने ऊर्मिला असं म्हणाली. कुणीही पुरुष सीतेशी विवाहयोग्य नाही, ही राणीची भीती खरी ठरणार होती का?

राजसभेतील वातावरण तापू लागलं. उपस्थितांना उद्वेग आणि संताप आवरत नव्हता. एका राजपुत्राने त्वेषाने प्रश्न केला, 'हे राजन, तुझी कन्या इतकी विलक्षण आहे का, ज्यासाठी तू हा अशक्यप्राय पण समोर ठेवला आहेस? रावणाचं म्हणणं मलाही पटलं आहे. सीता नसेल मिळत तर आम्ही तुझ्या दुसऱ्या कन्येशी विवाह करायला तयार आहोत.'

'... किंवा तुझ्या पुतण्या!'

'अरे राजा, या स्वयंवरासाठी तू समोर ठेवलेली अट पूर्ण करणं केवळ अशक्य आहे हे तुलाही माहीत असणार. तू अशी महाभयंकर अट ठेवून, आम्हाला स्वयंवरासाठी निमंत्रित करून, तू आमचा स्वाभिमान, आमच्या क्षमता आणि आमचा आदर या सर्वांचा अपमान केलास! तुझी ज्येष्ठ कन्या मिळत नसेल तर इतर राजकन्यांमधून आम्हाला आमच्या पत्नीची निवड करण्याची संधी मिळावी असा आमचा आग्रह आहे.'

'अगदी बरोबर! मान्य!' सर्वांनी संमती दर्शवली.

तितक्यात गर्दीतून कुणीतरी ओरडलं, 'मी राजकुमारी ऊर्मिलाशी विवाह करू इच्छितो.'

हे ऐकताच राजसभेत जमलेले अनेक जण आपापलं मागणं समोर ठेवू लागले. सगळीकडे गोंधळ माजला.

परिस्थिती हाताबाहेर जाऊ लागली होती. ऊर्मिलेला पाठीत शिरशिरी जाणवली. या संतप्त निमंत्रितांपासून स्वतःला कसं वाचवावं किंवा त्यांना शांत कसं करावं, हे तिला कळेना. तितक्यात तिची नजर जनक राजाच्या निस्तेज

चेहऱ्याकडे गेली. त्या क्षणी तिच्या चेहऱ्यावर क्रोध उमटला. ही लढाई ती आता एकटीच लढणार होती – स्वतःसाठी आणि स्वतःच्या बहिणींसाठी.

अचानक कोणाची तरी चपळ हालचाल जाणवल्यामुळे ऊर्मिलेने मान वर केली. गेले कित्येक दिवस तिच्या मनात, विचारात आणि हृदयात विविध भावना जागवणारा तो पुरुष पुढे येत होता. तलवारीच्या मुठीवर त्याने हात ठेवला होता. त्याच्या चेहऱ्यावरचा संताप लपत नव्हता. तो लक्ष्मण होता.

समोर येत, सर्व राजांना सन्मुख होत त्याने धारदार स्वरात विचारलं, 'राजकन्यांचा क्षणोक्षणी पाणउतारा करणारं हे कोणत्या प्रकारचं स्वयंवर आहे?' आपल्या सावजाभोवती संतप्त फेऱ्या घालणाऱ्या खवळलेल्या सिंहाप्रमाणे तो दिसत होता.

'उपस्थित सर्व राजे आणि राजपुत्रहो! तुम्हा सर्वांना राजा जनकाने त्याच्या ज्येष्ठ कन्येच्या स्वयंवरासाठी निमंत्रित केलं आहे. अत्यंत अनादराने बोलणाऱ्या तुम्हा सर्वांना मी विचारतो, इतरांचा आदर करण्याची तुमची मानसिकता कुठे गेली? इतक्या वल्गना करताना तुम्ही हे कसं विसरलात की, या स्वयंवर मंडपात अजून एक उपवर पुरुष उपस्थित आहे. स्वतःचं कौशल्य दाखवण्याची संधी त्याला अजून मिळालेली नाही. मी समस्त नरेशांना हे सांगू इच्छितो की, अयोध्यानरेश दशरथाचा ज्येष्ठ पुत्र आणि माझा भाऊ राजपुत्र राम इथे उपस्थित आहे.'

हे ऐकताच सर्व राजांचा धिक्कार थंडावला. राम आसनावरून उठून उभा राहिला. विश्वामित्रांसमोर येत तो नतमस्तक झाला. त्यांचे आशीर्वाद प्राप्त करून तो धनुष्याच्या दिशेने दमदार पावलं टाकू लागला. तिथे येताच जनकासमोर नतमस्तक होत त्याने त्याची अनुमती मागितली. त्यानंतर राणीला वंदन करून त्याने राजकन्यांना अभिवादन केलं.

आता सर्वांच्या नजरा त्या तरुण राजपुत्रावर खिळल्या. पुन्हा एकवार साऱ्यांच्या आशा पल्लवित झाल्या. लोहपेटाऱ्यामध्ये वाकून पाहत रामाने अत्यंत श्रद्धापूर्वक धनुष्याला स्पर्श केला. उजव्या हाताने धनुष्य मध्यभागी पकडून त्याने ते त्या पेटाऱ्यातून अलगद बाहेर काढलं. जणू काही त्याच्या हातात अवजड धनुष्य नसून फुलांची माला होती. ऊर्मिलेच्या मनात बालपणीचं दृश्य उमटलं. अगदी अशाच पद्धतीने लहानशा सीतेने धनुष्य उचललं होतं.

धनुष्य उंचावत रामाने त्याचं खालचं टोक पायाच्या अंगठ्यात पकडलं. मग धनुष्य वाकवून त्याने त्यावर प्रत्यंचा चढवली. डोळ्याचं पात लवण्याआधी हे सर्व घडलं. अत्यंत आनंदाने सीतेनी खोल श्वास घेतला. रामाने तिच्याकडे हर्षभरित कटाक्ष टाकला. कदाचित त्या क्षणी त्याचं चित्त विचलित झालं असावं किंवा एकाग्रता भंग पावली असावी किंवा स्वतःच्या सामर्थ्याचा अंदाज त्याला आला नसावा. त्याने प्रत्यंचा ओढताच एखाद्या वाळलेल्या फांदीप्रमाणे धनुष्याचे दोन तुकडे झाले.

सीतेच्या चेहऱ्यावर दिसू लागणारा आनंद अवर्णनीय होता. तिचे डोळे चमकत होते. ओठांवरचं हसू लपत नव्हतं.

राजसभेत आनंदीआनंद पसरला. भानावर येत सुनयनाने औक्षणाचं तबक पुढे केलं.

गेले कित्येक सप्ताह सुनयनाच्या मनात सीतेच्या काळजीव्यतिरिक्त दुसरा विषय नव्हता. आपल्या पतीने सीताविवाहाकरता असा कठीण पण का ठेवला आहे, हे तिला समजत नव्हतं. त्याचं स्पष्टीकरण ती मागत नव्हती. मुलींसमोर मात्र तिच्या मनातील शंका उघड होत होत्या. महाप्रचंड रुद्र धनुष्याला प्रत्यंचा लावण्याचं सामर्थ्य कुणा पुरुषात असेल याची तिला खात्री नव्हती. अशा परिस्थितीत तिच्या अलौकिक कन्येचा विवाह कसा झाला असता? तिच्या मनातील सर्व शंकांची उत्तरं रामाच्या स्वरूपात तिच्यासमोर उभी होती. निळ्यासावळ्या वर्णाचा आणि उंचपुरा राम विलक्षण देखणा होता. राम! अयोध्येचा युवराज राम! सुनयनाच्या सर्व चिंता क्षणार्धात विरघळल्या. आनंदोत्सव साजरा करण्यासाठी ती पुढे झाली. रामाच्या कपाळावर तिने कुमकुम तिलक रेखला.

'ईश्वर तुझं भलं करो!' तिच्या तोंडून कसेबसे शब्द बाहेर पडले. तिला अश्रू आवरत नव्हते. भावनांचं असं प्रदर्शन करण्याची तिला सवय नव्हती. गेल्या कित्येक वर्षांत तिला सातत्याने चिंतातूर करणारे सर्व विचार त्या अश्रूंत वाहून जाऊ लागले. सीता आपली पोटची कन्या नसून आपल्याला सापडलेली मुलगी आहे या सत्यापायी तिचा कोणीही स्वीकार करणार नाही या भीतीपोटी तिने तिचं आयुष्य घालवलं होतं. त्यावर मात करण्यासाठी तिने सीतेला अति लाडाकोडात वाढवलं होतं. ऊर्मिलेचा हक्क डावलून जनकाची कन्या जानकी, विदेह युवराज्ञी वैदेही आणि मिथिलाकन्या मैथिली असं नाव दिलं होतं. तिच्या या पक्षपाती वागण्यामुळे सुरुवातीला

ऊर्मिला सीतेचा द्वेष करू लागली होती. ते स्वाभाविक होतं. राणी सुनयनाने ऊर्मिलेला समजावून सांगितलं. सीता ऊर्मिलेची मोठी बहीण असली तरी त्यांना ती सापडली होती. समाजात तिला स्थान नाकारण्याची शक्यता होती. तसं होऊ नये यास्तव युवराज्ञी म्हणून सुनयनाने सीतेला प्रस्थापित केलं होतं. सुनयनाचं ऊर्मिलेवर तितकंच, कदाचित त्याहून जास्त प्रेम होतं. ऊर्मिलेने हे नेहमी लक्षात ठेवायला हवं होतं. जेमतेम सातव्या वर्षी हे सत्य जाणून घेणाऱ्या ऊर्मिलेने त्या दिवसानंतर आपल्या बालपणाचा कायमचा निरोप घेतला होता. तिथून पुढे तिच्यात विलक्षण प्रगल्भता आली होती. सीता तिची स्पर्धक नसून फक्त आणि फक्त बहीण आहे हे ती कधीच विसरणार नव्हती.

देखण्या रामाच्या गळ्यात सीतेने वरमाला घालताच सगळ्यांच्या उत्साहाला उधाण आलं. तितक्यात गडगडाटी आवाज आला. ऊर्मिलेने आवाजाच्या दिशेने मान वळवली. राजसभेच्या प्रवेशद्वारातून एक ऋषी आत येत होते. त्यांची उंची इतरांच्या तुलनेत कितीतरी जास्त होती. इतक्या दुरूनही ऋषींचा राग-खरंतर प्रचंड संताप ऊर्मिलेच्या सहज लक्षात आला. ठाम पावलं टाकत ते ऋषी राजा जनकाच्या दिशेने चालत आले. त्यांच्या प्रत्येक पावलातून त्यांचा आवेश स्पष्ट जाणवत होता. ते वयोवृद्ध होते. मात्र, त्यांचा ताठ कणा आणि शक्तिशाली भुजा क्षणार्धात सगळ्यांचा नाश करतील असं वाटलं. लांब वाढलेली दाढी आणि केस, एका खांद्यावर धनुष्य आणि दुसऱ्या हातात परजलेली धारदार कुऱ्हाड हे त्यांचं रूप पाहून अनेकजण गर्भगळीत झाले.

अत्यंत श्रद्धापूर्वक हात जोडत राजा जनक म्हणाला, 'ऋषी परशुराम, मी तुमचं पुन्हा स्वागत करतो.'

अत्यंत क्षोभ पावलेली ही व्यक्ती ऋषी परशुराम आहेत हे लक्षात येताच ऊर्मिलेचा धीर सुटला. ते चिरंजीव होते. त्यांचा पराजय करणं केवळ अशक्य होतं. ते सर्वप्रथम ब्रह्मक्षत्रिय होते. त्यांच्या हातातील परशू प्रत्यक्ष शिवाने त्यांना आशीर्वादरूपात प्रदान केला होता. त्यावरून ते 'परशुराम' या नावाने ओळखले जाऊ लागले होते. कार्तवीर्य अर्जुन या क्षत्रियाने त्यांच्या पित्याची, जमदग्नी मुनींची निर्घृण हत्या केली, म्हणून सूडाच्या भावनेने परशुरामांनी एकवीस वेळा क्षत्रियांच्या एकवीस पिढ्यांचा वंशच्छेद केला होता.

परशुरामांनी बोलायला सुरुवात करताच समस्त राजसभा थरथरू लागली. जनकाकडे जळजळीत कटाक्ष टाकत ते म्हणाले, 'प्रत्यक्ष शिवधनुष्य भंग करण्याचं धारिष्ट्य कोणी केलं?' त्या गूढ धनुष्याचे दोन तुकडे बघताच त्यांच्या संतापात भर पडली. 'हे धनुष्य मला शिवाकडून प्राप्त झालं होतं. जनक राजा, ज्या देवव्रताचे तुम्ही सर्व वंशज आहात, त्याच्याकडे मी हे धनुष्य सोपवलं होतं. ते सुरक्षित ठेवण्याची जबाबदारी त्याला दिली होती. आज मात्र, मी काय पाहतो आहे? त्या धनुष्याचे दोन तुकडे! जनका, कुणी केलं हे कृत्य? माझ्या संतापाच्या तडाख्यातून तो वाचणार नाही.' परशुरामांचा स्वर कर्णकटू झाला होता.

'महामुनी, तो अपराधी मी आहे,' ऋषींना शांत करण्याचा प्रयत्न करत जनकाने स्वतःवर दोष घेतला. 'माझी कन्या सीता हिच्यासाठी विवाहयोग्य वर शोधताना मी या पवित्र धनुष्याचा उपयोग केला. हे धनुष्य उचलून त्याला प्रत्यंचा चढवणाऱ्या शूराशी तिचा विवाह करण्याचं मी निश्चित केलं होतं. हा पण पूर्ण करण्यात कुणालाही यश आलं नाही. महापराक्रमी रावणही पराजित होऊन परतला. मात्र, अयोध्येच्या या तरुण राजपुत्राने, रामाने हे कार्य पार पाडलं.'

'हे धनुष्य अत्यंत पवित्र आहे हे तुला माहीत नव्हतं का? असं असूनही तू त्याचा वापर स्वयंवरासाठी कसा काय केलास?' ऋषी कडाडले.

अत्यंत नियंत्रित स्वरात जनक पुढे बोलू लागला, 'हो मुनिवर, मला त्याची कल्पना आहे. परंतु, अनेक वर्षांपूर्वी लहान असताना, बहिणींबरोबर खेळताना, सीतेने हे धनुष्य एका हाताने सहज उचललं होतं...'

'... एरवी हे अवजड धनुष्य उचलायला शेकडो लोकांना एकत्रित प्रयत्न करावे लागत होते.' राजाच्या स्वरातील नम्रता लपत नव्हती. '...सीतेच्या बालपणी घडलेला प्रसंग शुभशकुन मानून मी त्या धनुष्यावर प्रत्यंचा चढवण्याचा पण स्वयंवरासाठी समोर ठेवला. एखादी असामान्य व्यक्तीच हे कृत्य करू शकणार होती.'

तितक्यात पुढे येत, ऋषींसमोर नतमस्तक होत लक्ष्मण बोलू लागला, 'तो असामान्य पुरुष म्हणजे माझा बंधू राम आहे. इतर वीर जे धनुष्य तसूभरही हलवू शकले नाहीत, ते त्याने एकट्याने सहजतेने उचललं. मात्र, धनुष्यावर प्रत्यंचा चढवताना त्याचे दोन तुकडे झाले. कारण, ते जीर्ण...' कारणमीमांसा देण्याचा त्याचा प्रयत्न थीटा पडला.

उलटपक्षी, त्याचं बोलणं ऐकताच ऋषींचा संताप पराकोटीला पोहोचला. त्यांची मुद्रा लाल झाली. डोळ्यांत क्रोध उतरला. त्यांनी आपल्या परशूवरची पकड घट्ट केल्याचं ऊर्मिलेच्या नजरेने अचूक टिपलं. परिस्थितीचं गांभीर्य तिच्या लक्षात आलं. विवाहाच्या मंगलप्रसंगी रक्तपात होऊ शकतो हेही तिला समजलं. संतप्त परशुरामांनी लक्ष्मणाचा शिरच्छेद करायला मागेपुढे पाहिलं नसतं. आता ती स्वस्थ बसू शकत नव्हती. मुळात, क्रोधिष्ट म्हणून ख्यातनाम असलेल्या परशुरामांसमोर जाण्याचं धाडस कोणातही नव्हतं. लक्ष्मणाने त्यांना डिवचलं होतं.

अनामिक भयाने ऊर्मिलेच्या मनात ठाण मांडलं. भीतीने तिचा ताबा घेतला. का वाटावं असं? अर्थात, ती त्याच्यावर प्रेम करू लागली होती... प्रेम! जीवनमरणाचा प्रश्न असलेल्या त्या क्षणी तिला मान्य करावं लागलं. तिचं हृदय धडधडू लागलं. तरीदेखील संतप्त ऋषींना सामोरं व्हायला ती सिद्ध झाली. त्यांच्यासमोर लक्ष्मणाचा निभाव लागणार नाही हे माहीत असल्यामुळे ती स्वतःला धोक्यात घालायला तयार झाली. मनातून कितीही घाबरली असली तरी ठामपणे पावलं टाकत परशुरामांसमोर जात हात जोडून त्यांना प्रणाम करत तिने कळवळून याचना केली. 'मुनिवर, आपल्या आगमनाने आम्हा सर्वांना शुभाशीष प्राप्त झाले आहेत. आपण थकला असाल. कृपया आसन ग्रहण करून विश्रांती घ्या.'

आपल्या बोलण्याने समोर उभ्या असलेल्या मुनींचा संताप किंचित कमी झाला असेल अशी आशा करत तिने वाकून त्यांना चरणस्पर्श केला.

त्याबरोबर त्यांनी अनाहुतपणे आशीर्वाद दिला, 'राजकुमारी, अखंड सौभाग्यवती भव!'

त्यांच्या वरदानाचा अर्थ लक्षात घेत ऊर्मिला मागे सरकली. ऋषींचा क्रोध आणि परजलेला परशू आता लक्ष्मणाचा जीव घेणार नाही अशी आशा तिला वाटत होती.

तितक्यात ऋषींचं लक्ष पुन्हा लक्ष्मणाकडे गेलं. त्याच्या चेहऱ्यावरील उद्धट भाव पाहून परत एकदा त्यांचा संताप विकोपाला गेला. 'हे उद्धट तरुणा, त्या पवित्र धनुष्याचा उल्लेख तू इतक्या निर्बुद्धपणे कसा करू शकतोस? माझ्या या परशूने मी क्षणार्धात तुझं मस्तक धडावेगळं करू शकतो.'

ते ऐकताच लक्ष्मण चकित झाला. उत्तरादाखल त्याने स्वतःची तलवार परजली. पुढच्या क्षणी लक्ष्मणावर घाव घालायला मुनींनी हात उचलला.

काय आश्चर्य! परशू पेलणारा त्यांचा हात यत्किंचितही हलला नाही. त्यांना नवल वाटलं. स्वतःच्या शब्दांचं बंधन त्यांच्या लक्षात आलं. त्याबद्दल ते ऊर्मिलेला काही म्हणणार त्या आधी राम पुढे झाला.

'हे महामुनी, तुमच्या क्रोधाचं कारण मी आहे,' असं म्हणत राम त्यांच्यासमोर नतमस्तक झाला. 'माझ्या भावाला क्षमा करा. तो निरपराध आहे. आत्ताही तो नेहमीप्रमाणे माझं रक्षण करण्याचा प्रयत्न करत आहे. मला दुखापत होऊ नये म्हणून तो स्वतः प्राणार्पण करेल. या धनुष्याला मी प्रत्यंचा लावत होतो. माझ्या निष्काळजीपणामुळे ते भंग झालं. मात्र, त्याच वेळेस मी स्वयंवराचा पण जिंकलो. मुनिवर, माझ्या हातून हयगय झाली. मला क्षमा करून कृपया आशीर्वाद द्या.'

तितक्यात विश्वामित्र मुनी आसनावरून उठून समोर आले. त्यांना पाहताच परशुरामांचा संताप निवळला. विश्वामित्रांसमोर नतमस्तक होत त्यांनी चरणस्पर्श केला. हे पाहून विश्वामित्र म्हणाले, 'हे पौत्रा, या दोन तरुणांना त्यांच्या निष्काळजीपणासाठी क्षमा कर. ते आता तुझा आशीर्वाद मागत आहेत. तो त्यांना दे. तू कीर्तिवंत आहेस. माझ्या बहिणीचा पुत्र, माझा भाचा जमदग्नी याच्या वधाचा सूड उगवण्यासाठी तू सर्व क्षत्रियांचा नाश केला आहेस. त्यानंतर हातून घडलेल्या या द्वेषयुक्त कृतीच्या परिमार्जनासाठी तू तपस्या केलीस. असं असताना या तरुण राजपुत्राचा वध करून तू काय मिळवणार आहेस? जनककन्या जानकीशी त्याचा विवाह होणार आहे. तो सर्वांना प्रिय आहे. स्वतःला सावर.'

दोन्ही हात जोडून परशुरामांनी म्हटलं, 'मातामह, या राजपुत्रांना तुमचं अभय आहे हे माझ्या लक्षात आलं आहे. दैवी बल आणि आदि बल ही दिव्यास्त्रं तुम्ही त्यांना शिकवली आहेत. तत्त्वज्ञान आणि धर्माचं प्रगत ज्ञान दिलं आहे. तारका आणि सुबाहूसारख्या अत्यंत क्रूर राक्षसांचा विनाश त्यांच्या हातून घडवून आणला आहे.'

सौम्यपणे हसत विश्वामित्र म्हणाले, 'आणि मीच त्यांना सीता स्वयंवरासाठी इथवर घेऊन आलो आहे. रामाने शिवधनुष्य पाहावं ही माझी इच्छा होती. त्यामागे तसंच कारण आहे.'

मातामहांच्या स्पष्टीकरणाने परशुरामांचं शंकानिरसन झालं नाही. ते कठोरपणे म्हणाले, 'या तरुण राजपुत्राचं कौतुक ऐकतो आहे मी केव्हापासून. तुमच्या म्हणण्याप्रमाणे तो जर खरोखरच सर्वश्रेष्ठ आणि शिवधनुष्य भंग

करण्याइतका अद्वितीय असेल तर मी त्याच्यासमोर विष्णुधनुष्याचं आव्हान ठेवतो. प्रत्यक्ष श्री विष्णूने हे धनुष्य माझ्या पित्याला, जमदग्नी मुनींना दिलं होतं. विश्वाचं वास्तुशिल्प आकाराला आणणाऱ्या विश्वकर्माने धनुष्यांची हुबेहूब जोडी निर्माण केली होती. त्यापैकी एक त्याने शिवाला तर दुसरं विष्णूला दिलं होतं. रामा, या धनुष्याला प्रत्यंचा चढवण्याचं आव्हान मी तुला देतो. तुझ्या बलाची आणि कौशल्याची ही परीक्षा समज. त्यात उत्तीर्ण झालास तर माझ्याशी द्वंद्व करण्याची सन्माननीय संधी मी तुला देईन.'

हे ऐकताच, विचलित न होता राम सौम्यपणे म्हणाला, 'मुनिवर, मी आपलं आव्हान स्वीकारतो. कृपया, आपलं धनुष्य मला द्या.' एवढं बोलून रामाने ऋषींच्या हातातील धनुष्य आपल्या हातात घेतलं. डोळ्याचं पातं लवतं ना लवतं तोच धनुष्यावर प्रत्यंचा चढवून रामाने बाणही चढवला. ऋषी परशुरामांच्या हृदयावर नेम धरून रामाने शांतपणे विचारलं, 'हा बाण तुमचा जीव घेऊ शकतो. आता मला सांगा, मी कोणावर नेम धरू?'

ऋषी परशुराम स्तब्ध झाले. त्यांच्या नजरेत आश्चर्य मावत नव्हतं. हातातलं बळ अचानक नष्ट झाल्यामुळे त्यांच्या निर्जीव बोटांतून परशू गळून पडला. पुढच्या क्षणी ऋषींमध्ये अंतर्बाह्य बदल झाला. तो पाहताच उपस्थित सर्व अवाक् झाले.

नतमस्तक होत गुडघ्यांवर बसत त्यांनी अयोध्या राजपुत्राला प्रणाम केला. इतका वेळ जाणवणाऱ्या संताप आणि उद्धटपणाच्या जागी नम्रता आली. चेहऱ्यावर भक्तिभाव दाटला.

'तुम्ही कोण आहात हे मला समजलं आहे. हे प्रभू, तुम्ही मला ज्येष्ठ आहात, तुम्ही माझे उत्तराधिकारी आहात,' उत्कटतेने ते बोलू लागले. 'आजवरची माझी तपस्या मी तुम्हाला अर्पण करतो. आता मी महेंद्र पर्वतावर परत जाऊन पुन्हा तपश्चर्येला सुरुवात करेन. तुमच्या या बाणाने माझ्या आजवरच्या तपःशक्तीचा वेध घ्या. माझं तपसामर्थ्य तुम्हाला प्राप्त होवो,' असं म्हणत भक्तिभावाने रामाला प्रदक्षिणा घालत परशुराम राजसभेतून निघून गेले. हातातील धनुष्य आभाळाच्या दिशेने रोखून रामाने बाण सोडला. त्यामुळे ढग इतस्ततः विखुरले. वीज चमकली.

हे दृश्य पाहून सर्व निःस्तब्ध झाले. सर्वप्रथम सुनयना भानावर आली.

प्रसन्नपणे हसत तिने विचारलं, 'आपण स्वयंवर पार पाडू या का?' हे ऐकताच राम आणि सीतेने तिला जोडीने नमस्कार केला. सुनयनाने त्यांना

मनःपूर्वक आशीर्वाद दिला. स्वतःला सावरत जनकाने घोषणा केली, 'माझी प्रिय कन्या सीता हिचा विवाह अयोध्या राजपुत्र रामाशी होईल.' त्या सरशी राजसभेत आनंदीआनंद पसरला. नगरात उत्सवाला सुरुवात झाली.

नुकत्याच घडलेल्या प्रसंगातून ऊर्मिला अजून सावरली नव्हती. आपलं धारिष्ट्य कुणाच्या लक्षात आलं नसेल, असा तिचा समज होता. लक्ष्मणाचा जीव वाचवण्याच्या नादात तिच्या भावना उघड झाल्या होत्या. एकप्रकारे त्यांनी एकमेकांचे प्राण वाचवले होते. या कृतीतून त्यांनी एक दुसऱ्याप्रति वाटणाऱ्या प्रेमाचं प्रदर्शनही केलं होतं. असं प्रेम जे ते स्वतःलाही सांगू शकत नव्हते.

तिने सभोवार पाहिलं. तिचे मातापिता, चुलत बहिणी आणि प्रत्येकाच्या चेहऱ्यावर उत्कट आनंद होता. सर्वांनी सीतेला गराडा घातला होता. सीतेच्या चेहऱ्यावरचा आनंदही लपत नव्हता. खंबीरपणे उभ्या असलेल्या रामाच्या चेहऱ्यावर आनंद दिसत होता. तितक्यात तिची नजर रामामागे उभ्या असलेल्या लक्ष्मणावर गेली. त्याची धगधगती नजर तिचा मागोवा घेत होती. त्या नजरेत संताप नसला तरी आस होती पण त्याहीपेक्षा अधिक तिला त्या नजरेत वेदना जाणवली. त्या नेमक्या काय भावना होत्या, हे तिला समजलं नाही; तरी ती मनोमन आनंदली. अभावितपणे केसांची बट सावरत तिने त्याच्याकडे पाहिलं. त्या सुखद प्रसंगी अचानक सारं स्तब्ध झालं. चकार शब्दही न उच्चारता अबोलपणे त्या दोघांनी आपलं नातं प्रकट करत स्वीकारलं. अचानक तिला वाटलं की, तो नजरेने फक्त प्रेम व्यक्त करत नसून तिला शरीरभर कुरवाळत आहे.

'ताबडतोब अयोध्येला दूत पाठवा. राजा दशरथाच्या कानावर ही सुवार्ता घाला. त्याला विवाहासाठी निमंत्रित करा!' पित्याचे शब्द कानावर पडताच ऊर्मिला भानावर आली.

ऋषी विश्वामित्र आणि मिथिला नगरीचा प्रधान शतानंद यांच्याशी चर्चा करून राजा जनकाने राम-सीता विवाहासाठी उत्तरा फाल्गुनी नक्षत्राचा सुमुहूर्त सुनिश्चित केला.

जेमतेम पंधरवडा हातात होता.

प्रेमी

जनकाने पाठवलेला दूत तिसऱ्या दिवशी अयोध्येला पोहोचला. ती सुवार्ता ऐकताच राजा दशरथाला अत्यंत आनंद झाला. त्याची अनुमती घेऊन दूत आल्या पावली मिथिलेला परतला. संदेशाच्या या देवाणघेवाणीत सहा दिवस लोटले. हा काळ ऊर्मिलेच्या तोवरच्या आयुष्यातील सर्वाधिक दीर्घ आणि संभ्रमित काळ होता.

आपल्या बहिणींच्या प्रश्नांतून तिची सुटका झाली नाही. तिच्यावर उघड आरोप करत सीता म्हणाली, 'रामाच्या भावाबद्दल तुझ्या मनात निर्माण झालेला अनुराग तू कधीच व्यक्त केला नाहीस. राम, मी आणि आमच्या भावना याबद्दल मी भरभरून बोलत राहिले, मन मोकळं करत राहिले; तू मात्र गुपित राखलंस.' तिच्या स्वरात दुखावल्याची भावना होती.

कसंनुसं हसत ऊर्मिला म्हणाली, 'तू स्वतः अतिशय त्रस्त होतीस.' स्वयंवर मंडपात आपल्या लक्ष्मणाप्रति भावना इतक्या पारदर्शक होत्या का, असा प्रश्न ऊर्मिलेला पडला. गेले कित्येक दिवस त्याने तिच्या मनात घर केलं होतं आणि तरीही तिने आपल्या बहिणींना सुगावा लागू दिला नव्हता. आता मात्र त्यांना सर्व समजलं होतं. '...पण तुला असं कशावरून वाटतं की,...' तिने साशंकतेने पुढे बोलायला सुरुवात केली.

तिचं वाक्य मध्येच तोडत सीता म्हणाली, 'मला वाटत नाही, माझी खात्री आहे. त्याच्या कपाळावर कितीही आठ्या असल्या आणि तो कितीही गप्प असला तरी त्याची नजर फक्त तुला पाहत असते.' तिच्या

स्वरात किंचित उपहास होता. 'तुझ्याशिवाय इतर सर्वांच्या ते लक्षात आलं आहे. त्याला तू खूप आवडली आहेस.'

'आवडते!' उत्तेजित होत कीर्ती मध्येच म्हणाली. 'मी म्हणेन, लक्ष्मण हिच्यापायी प्रेमधुंद झाला आहे. स्वयंवरादरम्यान ही दोघं एकमेकांकडे ज्या पद्धतीने पाहत होती, ते माझ्या नजरेतून सुटलं असेल असं वाटलं का तुम्हाला? आणि किती तत्परतेने दोघांनी एकमेकांचा जीव वाचवला तेही पाहिलंत ना? आता याला प्रेम नाही म्हणायचं तर काय म्हणायचं?' एक उसासा टाकत ती पुढे म्हणाली, 'ऊर्मि, तू हे नाकारू शकत नाहीस. सीता, तू रामाला उपवनात भेटलीस आणि तत्क्षणी तुम्हाला एकमेकांची ओढ वाटू लागली. आपल्या कुणाच्या लक्षात आलं नाही. पण, अशी ओढ वाटणारे तुम्ही दोघंच नव्हतात. या दोघांचीही तशीच अवस्था होती. तुझ्या स्वयंवराआधी या दोघांनी निव्वळ नेत्रपल्लवीतून एकमेकांचं बंधन स्वीकारलं आहे हे आपल्या लक्षातही आलं नाही. स्वाभाविक आहे म्हणा! आमच्या सर्वांच्या मनात तू आणि राम होतात. ऊर्मिला आणि लक्ष्मण यांची जोडी आपल्याला लक्षात घ्यावी लागेल.'

या गप्पांमध्ये शाब्दिक भाग घेण्याऐवजी मांडवीने ऊर्मिलेकडे रोखून पाहिलं. ऊर्मिलेच्या चेहऱ्यावर हसू असलं तरी तिच्या मनात ताण आहे हे मांडवीने अचूक ओळखलं. सहजतेने स्वतःच्या भावना उघड करणं हा ऊर्मिलेचा स्वभाव नव्हता. मांडवी हे जाणून होती. ऊर्मिलेच्या मनाचा थांग घेण्याचा प्रयत्न केला तरी ती अतिशय चपखलपणे स्वतःच्या खऱ्या भावना दडवून ठेवण्यात यशस्वी होत असे. अगदी लहानपणापासून तिने हे स्वतःचं अस्त्र केलं होतं.

ऊर्मिलेच्या चेहऱ्यावरचा संकोच मांडवीच्या नजरेतून सुटला नाही. एरवी सगळ्यांची थट्टामस्करी करणारी ऊर्मिला अस्वस्थ होती. नक्कीच तिला ताण जाणवत असणार. परंतु, तो दर्शवण्याची तिची तयारी नव्हती.

ऊर्मिलेच्या मदतीला धावून येत मांडवी पटकन म्हणाली, 'तुम्ही दोघी जोड्या जुळवण्यात इतक्या वाकबगार कधी झालात? आणि मला विसरलात का? माझं आणि ऊर्मिचं वय सारखं आहे; तेव्हा मीही विवाहयोग्य आहे. मात्र, सीतेसारखं मी प्रेमात पडणार नाही. एखादा देखणा राजपुत्र त्याच्या सर्व लवाजम्यासह माझ्यासमोर आणून उभा केलेला मला आवडेल. त्याचं राज्य, अश्वदल, राजप्रासाद, रत्नालंकार, सौंदर्य, उत्कटता... अशा

राजपुत्राच्या गळ्यात वरमाला घालण्याचं काम तेवढं मी करेन. हे प्रेमात पडणं मला तरी शक्य नाही. ते झुरणं, तो अश्रुपात; कुणी सांगितला आहे एवढा खटाटोप!' असं म्हणत तिने खांदे उडवले.

'तुझ्यासारखी निष्ठुर आणि हट्टी तरुणी प्रेमात पडू तरी शकते का?' कीर्तीने तिला चिडवलं तरी त्या चिडवण्यात उपहास नव्हता.

'तरीही मी आशा करते की, तुझ्या मनातला राजपुत्र आणि इतर गोष्टी प्रत्यक्षात येतील.'

अधीरतेने त्यांच्याकडे पाहत सीता म्हणाली, 'तर मग, मी रामाला आणि तातांना सांगू का?' अचानक तिच्या नजरेत आशा दिसू लागली. ती उत्साहाने ऊर्मिलेला म्हणाली, 'तसं झालं तर किती मजा येईल! एका वेळेस दोन विवाह. त्यातून पुन्हा आपण दोघी बहिणी नेहमी एकत्र राहू शकू. कारण आपला विवाह एकाच घरातील दोन भावांशी होईल. ऊर्मि, अगं ऊर्मि; मला खूप आनंद झाला आहे. केवळ तुझ्यासाठी नाहीतर माझ्यासाठीसुद्धा... ही पर्वणी आहे. आजचा दिवस माझ्यासाठी सर्वाधिक आनंदाचा आहे. तुला सोडून जाण्याच्या कल्पनेने मला फार त्रास होत होता पण आता माझ्या दोन्ही आवडत्या व्यक्ती सदैव माझ्या आजूबाजूला असतील.'

सीतेने आपल्या धाकट्या बहिणीला अत्यानंदाने घट्ट मिठी मारली. आता ती तिला कधीही जाऊ देणार नव्हती. सीतेचा आनंद पाहता तिला नाउमेद करण्याची ऊर्मिलेची इच्छा नव्हती. तिला स्वतःच्या भावना ठाऊक असल्या तरी लक्ष्मणाच्या मनात काय आहे, हे तिला माहीत नव्हतं. तिच्या बहिणींनी तिला कितीही चिडवलं तरी तिला कुठलीच खात्री देता येत नव्हती. तितक्यात त्याची नजर तिला आठवली. त्याबरोबर तिचे गाल आरक्त झाले. त्याच्या निव्वळ पाहण्याने तिला वाटलेला संकोच आठवून तिच्या देहावर रोमांच फुलले. ती एखाद्या लाटेवर पुन्हा पुन्हा आरूढ होत होती पण त्याचं काय? हा विचार येताच तिच्या मनात शंका आणि भीती मान वर काढत होती, पोटात खड्डा पडत होता. स्वयंवरपश्चात या राजघराण्यात राम सहजतेने सामावला होता. त्याच्या मायाळू स्वभावाची ओळख होऊन सगळ्यांना त्याची लागणही झाली. राम आणि सीतेमध्ये विलक्षण साम्य असल्याचं ऊर्मिलेला पदोपदी जाणवत होतं. सुस्वभाव, मैत्रीपूर्वक वागणूक आणि आनंदी वृत्ती या तीन शब्दांत दोघांचं अचूक वर्णन

करता येत होतं. एकमेकांप्रति त्या दोघांचं प्रेम निखालस होतं. अहंकार आणि 'स्व'ची बाधा दोघांनाही झाली नव्हती. एकमेकांच्या सहवासात ती दोघं किती आनंदात होती!

राम आणि सीतेप्रमाणे लक्ष्मण आणि ऊर्मिलेचा स्वभाव मिळताजुळता होता का? सीता सौम्य तर ऊर्मिला आक्रमक होती. रामाचं वागणं मैत्रीपूर्ण तर लक्ष्मणाचं आढ्यताखोर होतं. लक्ष्मण आणि ऊर्मिला यांना एकमेकांबद्दल वाटणाऱ्या भावना त्यांनी आजवर बोलून दाखवल्या नव्हत्या. त्याला कारण दोघांचाही अहंकार! सुदैवाने, राम आणि सीता मात्र याबाबत अनभिज्ञ होते.

लक्ष्मणाचा आसपास असणारा वावर ऊर्मिलेला प्रकर्षाने जाणवत होता. त्याचा स्वर, त्याचा गंध आणि त्याचं रोखून पाहणं-नेहमीप्रमाणे कठोर चेहरा करून थोड्या अंतरावर एकटा उभा राहिला तरी तिला त्याच्या अस्तित्वाची जाणीव होत राही. तिच्या मनात विचित्र चिंता निर्माण झाली होती. त्याच्या सखोल मौनामागे खरंच काही दडलं होतं की, तो तिने स्वतःचा करून घेतलेला समज होता, हे तिला कळेनासं झालं होतं.

दाट झाडीकडे जाणाऱ्या पाऊलवाटेवर रामाशी वार्तालाप करणारा लक्ष्मण तिला दिसला. मान मागे टाकत तो खळखळून हसला. फार क्वचित हसत असे तो. ते हसू त्याला शोभून दिसत होतं. त्याची मान किती डौलदार आहे, असं ऊर्मिलेच्या मनात आलं. तिने त्याच्याशी बोलण्याचा अनेकदा प्रयत्न केला होता परंतु, प्रत्येक वेळेस त्याने तिला ठामपणे दूर केलं होतं. त्याच्या या वागण्याचा राग मानायचा की, कौतुक वाटून घ्यायचं; हे ऊर्मिलेला ठरवता येत नव्हतं.

ती सावकाश त्याच्या दिशेने चालू लागली. राम आणि सीतेला एकान्त मिळावा म्हणून तो थोडा मागे थांबला होता. त्याच्यासमोर तिने मधुर सरबताचा चषक केला. तो घेताना त्याची बोटं अलगद तिच्या बोटांना स्पर्श करून गेली. त्या क्षणी तिच्या देहात सौख्याची ऊर्मी उसळली. तिने पटकन हात मागे घेतला. त्याची नजर अजूनही तिच्यावर स्थिरावली होती. त्या नजरेने शांत वाटून ती बोलायला प्रवृत्त झाली. स्वयंवर झाल्या दिवसापासून ती त्याला काहीतरी सांगू पाहत होती, 'तुझे किती आणि कसे आभार मानावेत हे मला समजत नाही. तू जर सगळ्यांना थोपवलं नसतंस तर विवाहेच्छुक राजांनी सभामंडपात काय गोंधळ घातला असता याची कल्पनाही माझ्या मनात काहूर निर्माण करते.'

'मी फारसं काही केलं नाही. जी संधी माझ्या भावाला मिळायला हवी होती त्यापासून ते सर्व त्याला थांबवत होते इतकंच मी सांगितलं,' अत्यंत तुसडेपणाने तिला तोडून टाकत तो म्हणाला. 'आणि कृतज्ञतेचं म्हणशील तर मीही तुझे आभार मानायला हवेत. राजकुमारी, तुझ्या कुशलतेमुळे त्या दिवशी परशुराममुनी आणि माझ्यातील रक्तरंजित द्वंद्व टळलं. त्यांच्या शापापासून तू मला वाचवलंस, माझे प्राण वाचवलेस. मी आयुष्यभर तुझ्या ऋणात राहीन!' त्याच्या स्वरात मार्दवाचा अंश नव्हता. उलट, तो उपचार म्हणून बोलत असावा असं तिला वाटलं. त्याच्या अहमन्यतेपायी ती दुखावली. तिच्यासमोर नतमस्तक होत त्याने घाईने तिथून काढता पाय घेतला. पुढे संभाषण करण्याची त्याची इच्छा नव्हती.

तो असं का वागत होता? तिने त्याच्या नजरेत वाचलेले भाव चुकीचे होते का? अशा व्यक्तीच्या प्रेमात ती कशी काय पडली? त्याच्या वागण्यात इतका विरोधाभास का होता? त्याचं तिच्यावर प्रेम होतं तरी का? तसं नसतं तर स्वयंवरदिनी ते काही क्षण त्याने तिला नजरेने का कुरवाळलं असेल? रावणाने तिचा अपमान केला, तिच्याकडे कामुकतेने पाहिलं, त्या वेळेस लक्ष्मणाच्या नजरेत उतरलेला संताप आणि मत्सर लपला नव्हता. त्या क्षणी त्याच्या भावना तिच्यासमोर उघड झाल्या होत्या. इतर राजपुत्रांनी तिला धमकावलं होतं, तेव्हाही तो तिच्या मदतीला धावून आला होता. हे प्रेम नव्हतं का? तिने निःश्वास सोडला. तो असा चिडखोरपणा का करतो, हे तिला कळेना. ती त्याला त्याच्या मूढपणाची जाणीव करून देत होती का? मनाविरुद्ध तो तिच्या प्रेमात पडला होता का?

दुसऱ्या दिवशी सकाळी हेच प्रश्न पुन्हा एकवार ऊर्मिलेच्या मनात उभे राहिले. लक्ष्मणाबद्दल आपल्याला अशी विचित्र ओढ का वाटावी, हे तिला कळत नव्हतं.

देवी गौरीच्या मंदिरात जायची वेळ झाली होती. सीता कुठे दिसत नव्हती. असा कसा उशीर झाला तिला, या विचाराने ऊर्मिला सीतेच्या कक्षात डोकावली. सीता तिथे नव्हती. मांडवी आणि कीर्ती यांचे कक्षही मोकळे होते. दासींजवळ चौकशी केल्यावर त्या म्हणाल्या, 'सीता आणि

इतर दोघी आधीच मंदिरात गेल्या आहेत.' उशीर झाल्याबद्दल स्वतःला रागवत ऊर्मिला घाईने त्या दिशेने निघाली.

लगबगीने ती उपवनाच्या दाट झाडीपर्यंत आली. तितक्यात तिला सीता दिसली. आता ती सीतेला हाक मारणार, तेवढ्यात दुरून चालत येणारा राम तिच्या नजरेस पडला. त्याच्या दोन पावलं पुढे लक्ष्मण चालत होता. अचानक लक्ष्मण थबकला. उजवा हात उंचावत त्याने रामाला थांबण्यासाठी खुणावलं. लक्ष्मण गर्रकन वळला. त्यांच्या दिशेने चालत येणारी सीता पाहताच त्याने तिच्या हृदयाचा नेम धरून बाण सोडला.

ऊर्मिला हबकली. संताप, भीती आणि शोकामुळे तिला किंचाळायचं भानही राहिलं नाही. छातीतून होणाऱ्या रक्तस्रावाला एका हाताने कसंबसं दाबून धरत सीता खाली कोसळली. हे पाहताच ऊर्मिला किंचाळत तिच्या दिशेने धावली. तितक्यात लक्ष्मण ओरडला, 'थांब! तिच्या जवळ जाऊ नकोस!' त्याच्या स्वरात कळकळ होती.

त्याच्या सांगण्याकडे दुर्लक्ष करत ती आपल्या जखमी बहिणीच्या दिशेने धावत निघाली. तितक्यात तिला मागे चाहूल लागली. वळून बघण्याआधी तिच्याभोवती कणखर हाताचा विळखा पडला. तिने स्वतःला सोडवण्याचा प्रयत्न केला परंतु, लक्ष्मणाने तिला डाव्या हाताने घट्ट धरून ठेवलं होतं. तो चिडून म्हणाला, 'ऐकू येत नाही का? तुझ्या बहिणीपासून जरा दूर राहा!'

जमिनीवर कोसळलेल्या सीतेभोवती साठलेलं रक्ताचं थारोळं क्षणोक्षणी वाढत होतं.

अत्यंत तिरस्काराने ऊर्मिला म्हणाली, 'तू तिला ठार केलंस! का? असं का केलंस?'

अजूनही लक्ष्मणाने तिला डाव्या हाताने धरून ठेवलं होतं. तेवढ्यात तिला त्याच्या कंबरेला लटकलेला खंजीर दिसला. तो ओढून घेत तिने त्याच्या शरीरावर वार करायला सुरुवात केली. त्याच्या मगरमिठीतून सुटता यावं म्हणून त्याच्या मानेवर, खांद्यांवर, पाठीवर तिचा हात घाव घालू पाहत होता परंतु, त्या आधीच त्याने तिची दोन्ही मनगटं इतकी घट्ट आवळली की, तिच्या हातातला खंजीर गळून पडला. त्या चकाकत्या पात्यावरून सूर्यकिरणं परावर्तित होऊ लागली. संताप असह्य होऊन तिने त्याच्याकडे

जळजळीत नजरेने पाहिलं. त्याचा चेहरा तिच्या चेहऱ्याच्या अगदी नजीक होता. त्याचा श्वास तिला जाणवत होता. तिचा क्रोध आणि तिरस्कार त्याला समजत होता.

तिला किंचाळायचं होतं परंतु तिचा कंठ शुष्क झाला होता. त्याऐवजी तिच्या डोळ्यांतून अश्रू आणि तोंडातून हुंदके बाहेर पडले.

अतिशय हळुवारपणे तो म्हणाला, 'मिला! ती सीता नाही!' त्याची नजर अलवार होती. हे ऐकताच तिला धक्का बसला. तो पुन्हा कुजबुजला, 'तिच्या रूपात कुणी दुसरं आहे हे.' त्याच्या ओठांची हालचाल तिच्या कानाला जाणवताच तिने अंग चोरलं. 'त्या धारदार कट्यारीने माझ्यावर पुन्हा हल्ला न करण्याचं वचन देत असशील तर सोडतो मी तुला,' असं म्हणत त्याने अचानक तिची मनगटं सोडली. 'म्हणजे, हे कृत्य कोणाचं आहे ते मला शोधून काढता येईल.' त्याच्या उबदार स्पर्शातून मोकळं होताच आपल्याला असं वाईट का वाटावं, हे तिला समजेना. स्वतःला सावरत, मनगटं चोळत ती सरळ झाली.

त्या बरोबर ठामपणे पावलं टाकत तो नकली सीतेच्या दिशेने गेला. 'तू कोण आहेस?' त्याच्या स्वरातील विखार लपत नव्हता.

उत्तराऐवजी समोरची व्यक्ती हसली. क्षणाचाही अवधी न गमावता लक्ष्मणाने तिच्या पाठीत बाण मारला. त्याबरोबर त्या व्यक्तीने कळवळून आरोळी ठोकली. जणूकाही मृत्युमुखी पडणारा एखादा प्राणी.

पुन्हा एकवार पावलांचा आवाज आल्यामुळे ऊर्मिलेने पाहिलं. सीता तिच्या इतर बहिणींबरोबर ऊर्मिलेच्या दिशेने येत होती. ही सीता होती तर! ऊर्मिलेने सुटकेचा निःश्वास टाकला. हाताच्या खुणेसरशी लक्ष्मणाने त्या सर्वांना थांबवलं. समोर घडणारी घटना पाहणारा राम दिग्मूढ झाला होता. सीतेचं रूप धारण करणाऱ्या त्या मरणोन्मुख व्यक्तीकडे सर्वजण अवाक् होऊन पाहत होते. स्वतःच्या मूळ रूपात येण्यासाठी त्या व्यक्तीचा आटापिटा सुरू होता. तो एक राक्षस होता.

तो पुन्हा एकवार शेवटचं किंचाळला. तितक्यात रक्षक आणि राजा जनक तिथे येऊन पोहोचले. त्या राक्षसाला जनकाने ओळखलं.

ऊर्मिलेने घाईने विचारलं, 'तात, कोण आहे हा? इथे काय करतो आहे हा?'

तिच्या प्रश्नाला उत्तर द्यायची जनकाला इच्छा नव्हती परंतु, सर्वांच्या डोळ्यांत तोच प्रश्न उमटलेला पाहून जनकाला स्पष्टीकरण देणं भाग पडलं. 'हा बाणासुर आहे. मी सीतेचं स्वयंवर करू नये, असा निरोप त्याने धाडला होता. अगदी कालच पुन्हा एकवार त्याने निरोप पाठवला. हा विवाह होता कामा नये असं त्याचं म्हणणं होतं. माझ्या मते, असुर जमातीला हा विवाह व्हावा हे मान्य नव्हतं. पोकळ धमकी समजून मी त्याकडे दुर्लक्ष केलं. तो इथे येऊन सीतेचं अपहरण करेल किंवा तिला अथवा रामाला किंवा त्या दोघांना ठार करेल असं मला कधीच वाटलं नव्हतं!'

सर्वांना जाणवणारं भीतीचं सावट दूर करण्याच्या हेतूने राम पुढे येत मनापासून म्हणाला, 'लक्ष्मण अवतीभोवती असेल तर ते जरा कठीण आहे. नेहमीप्रमाणे आजही माझ्या शूरवीर धाकट्या भावाने माझं रक्षण केलं!'

जनकाच्या मनात कृतज्ञता दाटून आली. लक्ष्मणाकडे पाहत नतमस्तक होत तो म्हणाला, 'तू फक्त माझ्या लेकीला आणि जावयाला वाचवलं नाहीस, तू मला नवजीवन दिलंस. अन्यथा, मी या जगाला, माझ्या कुटुंबाला आणि स्वतःलाही तोंड दाखवण्यास अपात्र ठरलो असतो. हे तरुणा, तुझ्या तत्परतेमुळे एक शोकांतिका टळली आहे. मी आयुष्यभर तुझा ऋणी राहीन.'

राजाने केलेल्या कौतुकामुळे लक्ष्मणाच्या मनात संकोच दाटला. तरीसुद्धा जनकाच्या भावना समजून घेत तो मार्दवाने म्हणाला, 'मी माझं कर्तव्य पार पाडलं. आपण आता एक कुटुंब आहोत. तेव्हा, एकमेकांची काळजी घेणं हे आपलं कर्तव्य आहे.' राजाची समजूत घालत त्याने राजाला नम्र अभिवादन केलं. त्यापूर्वी त्याने ऊर्मिलेकडे जळजळीत कटाक्ष टाकला. तिला संकोच वाटला. काही क्षणांपूर्वी तिने ज्या आवेगाने त्याला जखमी करण्याचा प्रयत्न केला होता, ते आठवताच तिची मान खाली गेली. तिने घाईने चुकीचा तर्क लढवला होता. लक्ष्मण भानावर नसता तर फार मोठी आपत्ती कोसळली असती. त्याच्या निर्णायक क्षमतेमुळे बिकट प्रसंग टळला होता.

गंभीरपणे राम म्हणाला, 'महाराज, या धमक्यांची कल्पना तुम्ही आम्हाला द्यायला हवी होती. इथून पुढे तुम्ही तुमच्या कन्यांची काळजी करण्याची आवश्यकता नाही. त्यांचं आणि त्यांच्या कुटुंबाचं रक्षण करणं ही आता आमची जबाबदारी आहे. आजपासून फक्त सीतेची नाही तर तुम्हा सर्वांची काळजी घेण्याचं वचन मी देत आहे.'

त्यांच्यात अशा प्रकारे वार्तालाप होत असताना बाणासुराने जीवाच्या कराराने दाट झाडीत झेप घेतली. लक्ष्मण त्याच्या मागे जाईल किंवा त्याला जखमी करेल किंवा पलायन करण्यापासून थोपवेल असं ऊर्मिलेला वाटलं होतं. मात्र, असं काहीही घडलं नाही. तिने तिच्याकडे प्रश्नार्थक नजरेने पाहत विचारलं, 'तू त्याला पलायन का करू दिलंस?'

'राजकुमारी, माझ्या मते, त्याला योग्य बोध मिळालेला आहे. संबंधित व्यक्तींना तो त्यानुसार जरूर सांगेल. अर्थात, काहींना मात्र...' जाणीवपूर्वक वाक्य अर्धवट सोडत लक्ष्मण सौम्यपणे म्हणाला.

त्याच्या स्वरात असलेला आरोप ऊर्मिलेला जाणवला. खाली वाकून गवतात पडलेली धारदार कट्यार उचलत लक्ष्मणाने ती कमरेतील म्यानामध्ये सारली. 'अहाहा! या लहानशा धारदार शस्त्राने तू मला संपवणार होतीस! कशासाठी? विचार करून ठेव!' भुवई उंचावत, फक्त तिला ऐकू जाईल अशा स्वरात बोलून तो तिथून निघून गेला.

मुठी घट्ट आवळत ती तशीच उभी राहिली. त्याच्या धसमुसळ्या मिठीतून बाहेर पडण्याचा प्रयत्न ती करत होती, त्या वेळी झालेला त्याचा उबदार स्पर्श आणि त्यातून जाणवलेली आश्वासकता ती विसरू शकत नव्हती. अचानक तिला लक्षात आलं की, त्याने तिच्या नावाचा 'मिला' असा अपभ्रंश केला होता. तिचं नाव उच्चारताना त्याच्या नजरेतली उत्कटता लपली नव्हती. 'मिला' तिने स्वतःशीच नाव उच्चारून पाहिलं.

त्याच्या बोलण्याचा अर्थ काय होता? तो तिला काय सांगू पाहत होता? स्वतःच्या बहिणीसाठी ती त्याला ठार करायला तयार होती असं तो सुचवत होता का? तिने त्याच्याऐवजी बहिणीची निवड केली होती का? हा एकच विचार तिला सतावू लागला.

मनगटावरच्या लाल खुणा कुणाला दिसू नयेत म्हणून ऊर्मिलेने अनेक सुवर्ग कंकणं हातात चढवली. सुदैवाने, तिच्या बहिणींच्या हे लक्षात आलं नाही. प्रत्येक वेळेस, लक्ष्मण नजरेस पडताच ती अनवधानाने त्या व्रणांना स्पर्श करत होती. त्याच्या हे लक्षात येताच त्याने तिच्याकडे तिरका कटाक्ष टाकला होता. त्या नजरेत प्रश्न होता. तिला स्वतःपासून दूर करत असताना

तो तिच्या भावनांनाही आव्हान देत होता. तो स्वतःला तिच्यापासून कितीही दूर ठेवत असला तरी त्याने तिच्याकडे टाकलेला चोरटा कटाक्ष तिच्याही नजरेतून सुटत नव्हता.

त्या घटनेनंतर सहा दिवसांनी अयोध्येचा निरोप घेऊन दूत तिथे पोहोचला. जनकाने आपल्या चारही कन्यांना चर्चेसाठी सत्वर बोलावून घेतलं. मिथिलानगरीत यात वावगं काही नव्हतं. राज्यासंदर्भात निर्णय घेताना जनक नेहमीच आपली पत्नी, मुली, धाकटा भाऊ आणि पुतण्यांशी चर्चा करत असे. परंपरेने चालत आलेल्या या निर्णयपद्धतीचा प्रत्येक जण सन्मान राखत असे.

राजकक्षात प्रवेश करताच ऊर्मिलेने ज्येष्ठांच्या चेहऱ्याकडे पाहत त्यांच्या प्रतिक्रिया जाणून घेण्याचा प्रयत्न केला. त्यांचे चेहरे फारसे गंभीर नव्हते. म्हणजेच, दूताने नक्कीच दुःखद वार्ता आणली नसणार. असं असूनही राणी सुनयना अस्वस्थ होती. याचाच अर्थ वार्ता फारशी सुखद नसणार.

'राम आणि सीता यांच्या होऊ घातलेल्या विवाहाबद्दल राजा दशरथाने आनंद व्यक्त केला आहे,' जनकाने बोलायला सुरुवात केली. पुढे बोलण्याआधी नेहमीप्रमाणे त्याने बराच वेळ मौन राखलं. त्याची ही सवय राणी सुनयनाला नेहमीप्रमाणे त्रासदायक वाटली.

'मात्र, राजा दशरथाने एक विनंती केली आहे. त्यामुळे माझा ऊर भरून आला असला तरी मी थोडा संभ्रमित झालो आहे...' पुन्हा एकदा जनक गप्प झाला. 'त्याच्या इतर तीन पुत्रांसाठी त्याने तुम्हा तिघींचा हात मागितला आहे. त्यानुसार लक्ष्मण आणि ऊर्मिला,' हे बोलताना त्याने ऊर्मिलेकडे कटाक्ष टाकला. तिचे गाल आरक्त झालेले पाहून त्याला तिच्या होकाराची कल्पना आली. तोही हसला. त्याचं प्रसन्न हसू पाहून ऊर्मिलेच्या लक्षात आलं की, आपल्या पित्याला लक्ष्मणाबद्दल असलेल्या आपल्या भावना लक्षात आल्या आहेत.

'...भरत आणि मांडवी, तसंच शत्रुघ्न आणि श्रुतकीर्ती यांच्यात विवाहयोग घडून यावा अशी राजा दशरथाची इच्छा आहे. आपल्यापैकी कुणीही त्या दोन राजपुत्रांना पाहिलं नसल्यामुळे राजाने त्या दोघांची तैलचित्रं दूताबरोबर धाडली आहेत. अर्थातच, तुम्ही त्यांचं अवलोकन करू शकता. प्रिय राजकन्यांनो, तुमचं यावर काय म्हणणं आहे?' त्याने प्रत्येकीकडे पाहत विचारलं. 'तुमचा अभिप्राय जाणून घेण्याची माझी इच्छा असल्यामुळे मी

दशरथ राजाला उत्तर दिलेलं नाही,' तो प्रेमाने बोलत असला तरी त्याच्या स्वरात ठामपणा होता. 'तुम्ही स्वतंत्रपणे निर्णय घेऊ शकता. तुमचा निर्णय मला सांगा. आमच्या इच्छांची पूर्तता तुम्ही केली पाहिजे असा आमचा आग्रह नाही.'

तितक्यात ऊर्मिलेने स्पष्टपणे विचारलं, 'या राजपुत्रांशी आम्ही विवाह करावा असं तुम्हाला वाटतं का?'

'प्रामाणिकपणे सांगायचं तर मी या प्रस्तावाला प्रतिकूल नाही. हे चारही राजपुत्र तरुण, शूर, दयाळू आणि उच्चकुलीन आहेत. लक्ष्मण तर माझ्या नजरेसमोर आहेच. खरं सांगायचं तर तुझ्यासाठी त्याच्याहून अधिक योग्य वर मिळणार नाही.' राजा जनक बोलू लागला. '...आणि माझ्या मते, त्याने आजवर सतत तुझी बाजू घेतली आहे...,' जनकाचा स्वर मिस्किल झाला होता. ते ऐकताच ऊर्मिला लाजली. 'तेव्हा, माझा जावई होण्याच्या दृष्टीने मला तो सर्वस्वी योग्य वाटतो. स्वयंवरमंडपात तुझं अपहरण करू पाहणाऱ्या इतर अनेक संतप्त राजकुमारांच्या तुलनेत लक्ष्मणाचा चांगुलपणा विलक्षण आहे. तेव्हा ऊर्मिला, लक्ष्मण तुझ्यासाठी सुयोग्य वर आहे या माझ्या मताशी तू सहमत आहेस का?'

राजा जनकाचा स्वर सहज असला तरी तो आपल्या कन्येच्या भावना जाणून घेण्याचा प्रयत्न करत तिला निवडीचं स्वातंत्र्य देत होता हे ऊर्मिलेच्या लक्षात आलं. अचानक तिचे शब्द घशात दाटले. कशीबशी मान डोलावत ती म्हणाली, 'तुमचा निर्णय मला मान्य आहे.' तिच्या मनात सहस्र कारंजी थुईथुई नाचत होती. तिच्या प्रेमाला मातापित्यांची मान्यता आणि तिच्या स्वतःच्या हृदयाची स्वीकृती मिळाली होती. याहून अधिक चांगलं काय असणार होतं?

'मांडवी आणि कीर्ती, तुमच्या दोघींचं काय?' ऊर्मिलेशेजारी उभ्या असलेल्या आपल्या पुतण्यांकडे पाहत राजाने मार्दवाने विचारलं.

समोर ठेवलेल्या नक्षीदार चौरंगाच्या दिशेने जात कीर्तीने शत्रुघ्नाचं तैलचित्र हातात उचलून घेतलं. बराच वेळ ते न्याहाळल्यावर पुन्हा चौरंगावर ठेवून तिने स्वतःचा होकार दर्शवला.

खंबीर स्वरात ती म्हणाली, 'रूपाच्या बाबतीत नाव ठेवायला जागा नाही. या राजपुत्राशी विवाह करणं मला स्वीकृत आहे.'

तिचं बोलणं मध्ये तोडत मांडवी पटकन म्हणाली, 'तुला खात्री आहे का? तू त्याला प्रत्यक्षात भेटलीही नाहीस.'

'आजवर कानावर आलेल्या वार्तांवरून असं लक्षात येतं की, अयोध्येचे चारही राजपुत्र शौर्य आणि बुद्धिमत्तेबाबत तोडीसतोड आहेत. मुख्य म्हणजे, ते दयाळू असून इतरांचा आदर करतात. याहून अधिक चांगलं विवाहस्थळ असेल असं मला वाटत नाही. म्हणूनच, मला हा प्रस्ताव स्वीकारार्ह आहे.'

मांडवीच्या स्वरात मात्र अनिश्चितता होती. ती म्हणाली, 'काकाश्री, मला इतक्या तडकाफडकी निर्णय घेणं कठीण आहे. मी थोडा वेळ मागून घेतला तर तो अनुचित नाही ना ठरणार? मी थोडी संभ्रमित आहे.'

'बाळा, काही हरकत नाही. आजचा दिवस तू विचार करू शकतेस,' तिच्या पित्याने, म्हणजेच राजा कुशध्वजाने आपल्या कन्येला शांतपणे सांगितलं. 'तू जो निर्णय घेशील तो आम्ही मान्य करू.'

जनक तत्परतेने म्हणाला, 'खरं आहे, निर्णय तू घ्यायचा आहेस. उद्या सकाळपर्यंत आम्हाला सांगितलंस तरी चालेल.'

इतका वेळ सुनयनाने चकार शब्दही उच्चारला नव्हता. तिच्या भुवया आक्रसल्या होत्या. प्रत्येक विषयावर तिची स्वतःची ठाम मतं असत. ती व्यक्त करायला सुनयना कधी कचरत नसे. राजा जनकही तिच्या मतांचा आदर करे. कित्येकदा तो तिच्या मतांचा स्वीकार करे. तिने चकार शब्दही उच्चारू नये याचं ऊर्मिलेला थोडं नवल आणि थोडी चिंता वाटली. घरातील वडीलधारी मंडळी आपल्यापासून काही लपवत असतील का, अशी शंका ऊर्मिलेला आली.

पुढे होत आपल्या मातेकडे रोखून पाहत ती म्हणाली, 'माता, माझ्या निर्णयाचा तुला आनंद नाही का झाला?'

सुनयनाच्या चिंताक्रांत चेहऱ्यावर हसू उमटलं. ती पटकन म्हणाली, 'तसं नाही! राम माझा जावई होणार याचा मला जितका अभिमान आहे तितकाच लक्ष्मणाचाही आहे. भरत आणि शत्रुघ्न अतिशय देखणे असून उपवर आहेत. त्यांच्यासारखे पात्र सहचर शोधूनही सापडणार नाहीत. त्यांना नाकारण्याचा वेडेपणा कोणा तरुणीने का करावा?'

हे ऐकताच मांडवीने ओठ घट्ट मिटून घेतले. सुनयनाचा किंचित उपरोध तिच्या लक्षात आला. 'असं असताना तुझ्या चेहऱ्यावर आनंद का नाही?' ऊर्मिलेने आपला हेका सोडला नाही.

'तुझ्या मनात अनिश्चितता आणि अस्वस्थता का आहे? माते, अशी साशंकता का?'

यावर सुनयनाने असहायतेने पाहिलं. ऊर्मिलेची शंका दृढ झाली. जनकाने मध्यस्थी करत म्हटलं, 'या प्रस्तावाबद्दल तुझ्या मातेच्या मनात थोडी धाकधूक आहे...' त्याचा स्वर गंभीर होता. 'चारही राजपुत्र, वैयक्तिक स्तरावर अत्त्युतम आहेत. तुमच्या प्रत्येकीच्या दृष्टीने योग्य आहेत परंतु, एकाच घरातल्या चार भावांशी तुम्हा चार बहिणींच्या विवाह करण्याला राणी फारशी खूश नाही. त्यामुळे तुम्हा बहिणींमध्ये आजवरच्या प्रेमामध्ये बाधा येईल असं तिला वाटतं. कदाचित, त्यापायी तुमच्या नवऱ्यांच्या नात्यामध्येही अडथळा येऊ शकतो.' आपल्या मातेची चिंता कशाबद्दल आहे, हे ऊर्मिलेच्या लक्षात आलं. स्वतःच्या बहिणीला वाचवण्याच्या नादात ती लक्ष्मणाला ठार करायला तयार होती हे लक्ष्मणाने तिच्या लक्षात आणून दिलं होतं. आपली माता सहसा भावनांच्या आहारी जात नाही. अत्यंत कठीण प्रसंगीदेखील स्थिर राहण्याचं कौशल्य तिच्यात आहे, हे ऊर्मिला जाणून होती. आता मात्र, मातेचे विचार तिला फारसे पटले नाहीत. सीतेलाही ते रुचले नाहीत.

संभाषणात भाग घेत सीतेने प्रश्न केला, 'माता, विवाहानंतर आम्ही एकाच कुटुंबात राहणं हे सर्वांच्या दृष्टीने किती चांगलं राहील! आजवर मी जे स्वप्न पाहत होते, ते अशा प्रकारे प्रत्यक्षात उतरेल. ज्याची भीती मला वाटत होती तसं होणार नाही. माझ्या नवीन कुटुंबासाठी मला माझ्या बहिणींना सोडावं लागणार नाही. माते, कोणत्याही कन्येला विवाहप्रसंगी माहेरचा निरोप घेणं अतिशय जड जातं. आपले पालक, आपलं घर यापासून ती नेहमीसाठी दूर जाते. माझं तसं होणार नाही. मी किती सुदैवी आहे! माझ्या बहिणी माझ्याबरोबर असतील. तुला आणि तातश्रींना सोडून जाण्याच्या निव्वळ विचाराने माझ्या जीवाची घालमेल होते आहे...' तिचा आवाज थरथरू लागला. क्षणभर थांबून ती पुढे म्हणाली, 'आम्ही चौघी एकत्र राहिल्याने आम्ही दुखावल्या कशा जाऊ? विवाहपश्चात आमच्यातील प्रेम कमी कसं होईल? नाही माते नाही; आम्ही एकमेकींना जितकं चांगलं ओळखतो तितकं कोणीही आम्हाला जाणत नाही. मी तुला खात्रीने सांगते की, एकत्र राहिल्याने आमच्यातील बंध दृढ होतील. फार प्रेम आहे आमचं एकमेकींवर. आमच्या दरम्यान काहीही येणार नाही!'

'आणि तुमच्या पतीदेवांचं काय?' सुनयनाचा स्वर तीक्ष्ण होता. 'समजा, तुमच्यावर कधीतरी, कुठेतरी निवड करण्याचा प्रसंग उभा राहिला तर तुम्ही आपल्या पतीची निवड करणार का बहिणीची?'

सीता गोंधळली. 'असं का होईल माते? माझ्या भगिनींप्रति माझं प्रेम आणि रामाप्रति असलेली प्रीती कधीही समोरासमोर उभी ठाकणार नाही. माझ्या आयुष्यात त्या सर्वांचं स्थान काय आहे हे मी जितकं जाणते, तितकंच ते सर्वही जाणतात. मी त्यांच्यावर विनाशर्त प्रेम करते याची कल्पना असल्यामुळे इतरांना दुखावण्याआधी ते पुन्हा विचार करतील. परक्या कुटुंबातून येणाऱ्या जावांऐवजी मी माझ्या चुलत बहिणींच्या वागण्याची खात्री देऊ शकते. माते, बहीणच जाऊ म्हणून मिळणं हा आशीर्वाद आहे. इथून पुढे कधीही आमची काळजी करू नकोस. मी खात्रीने सांगते की, आम्ही एकमेकींची व्यवस्थित काळजी घेऊ. तसं वचन देते मी तुला.'

सुनयना हसून म्हणाली, 'मला तुझी वचनं नकोत. तुमच्या एकमेकींवरच्या प्रेमाची शंका मी नाही घेत. उलट, माझ्या मते, पती की बहीण असा निर्णय घेण्याची वेळ जर तुमच्यावर आलीच, तर तुम्ही त्या दोघांपेक्षाही स्वतःला योग्य न्याय देऊ शकाल का, याची मला शंका आहे.'

सीता आवेगाने म्हणाली, 'माते, फक्त आशीर्वचनं दे. दुःचिन्हांची भीती दाखवू नकोस. न घडणाऱ्या घटनेला असं रंगवू नकोस. मी खात्रीने सांगते आम्ही कोणीही असं काहीही घडू देणार नाही. ऊर्मि, काहीतरी बोल ना गं!' सीतेने विनवणीच्या स्वरात म्हटलं.

ऊर्मिलेचे शब्द जणू काही हरवले होते. तिला खूप काही बोलायचं होतं. तिच्या मनात भावनांना उधाण आलं होतं. तिला माता आणि सीता या दोघींचंही म्हणणं पटत होतं. सीतेप्रमाणे तिलाही बहिणींवरच्या प्रेमाची ठाम खात्री होती आणि तरीही मातेच्या स्वरात असलेली गर्भित सूचना तिला पटली होती. मातेला वाटणारी भीती अनाठायी नाही हे ती समजू शकत होती. ही त्यांची निव्वळ सकारात्मकता होती का, त्या आदर्शवाद जोपासू पाहत होत्या का, वेळ येताच त्यांचे पुरुष त्यांना सन्माननीय वागणूक देणार होते का, त्या भावांमध्ये एक अनाकलनीय बंध होता तसा तो या बहिणींमध्ये असणार होता का, त्यांचंही एकमेकांवर मनस्वी प्रेम होतं का? एकमेकांच्या बाजूने पाय रोवून उभे राहत ते आपल्या पत्नीकडे दुर्लक्ष करणार होते का? की मग ते आपल्या पत्नीच्या बाजूने उभे राहणार होते?

त्यांच्या पत्नी म्हणून वावरताना या बहिणींना अधिकाराच्या नवीन ध्रुवांशी जुळवून घ्यावं लागणार होतं का? ऊर्मिलेच्या मनात विचारांचं वादळ घोंघावू लागलं. तिला जाणवलं की, लक्ष्मणावर विश्वास न ठेवता तिचा कल सीतेकडे होता. त्या एका क्षणी तिच्या मनात त्याच्या हेतूबद्दल अत्यंत खालच्या स्तराचा विचार आला होता. तिची माता जी शंका बोलून दाखवत होती, ती तिच्या मनात तेव्हा आल्यामुळेच खंजीर हातात घेत लक्ष्मणाला संपवण्याचा प्रयत्न ती करत होती. तिच्या मातेच्या सूचनेतील दडलेला अर्थ तिच्या लक्षात आला. तिला तो आवडला नाही.

'जे होणार आहे ते होईलच,' निःश्वास सोडत ती बोलू लागली. 'हेतू निश्चित नसेल तर जीवनाला आपण दिशा देऊ शकत नाही. माझ्या मते, आपण वर्तमानाचा विचार करावा. एकमेकांवरील प्रेमाची शंका घेऊ नये. समजा, विपरीत परिस्थिती निर्माण झाली, तर योग्य निर्णय घेण्याचं धैर्य आणि सद्‌बुद्धी आपल्याला प्राप्त होवो अशी मी प्रार्थना करते. त्याच्या परिणामांना सामोरं जाण्याचं धाडस आपल्यात असो.'

तिच्या मातेने तिच्याकडे विचित्र नजरेने पाहिलं. ऊर्मिलेला त्यात किंचित खिन्नताही जाणवली. सुनयना रुक्षपणे म्हणाली, 'एक माता म्हणून मला असं वाटतं की, भविष्यात काय वाढून ठेवलं असेल हे नाही सांगता येत. आजवरच्या आयुष्यात मी नात्यांचे अनेक रंग बदलताना पाहिलं आहे. त्यातून नात्याची परिमाणंही बदलतात. मुलींनो, मी तुम्हाला जन्मापासून ओळखते. तुम्ही भावनाप्रधान आणि संवेदनशील आहात. मला तुमचा अभिमान आहे. योग्य वेळी योग्य निर्णय घेऊन प्रेमपूर्वक जीवन जगण्याइतकं धैर्य तुमच्यात आहे याची मला खात्री आहे.'

मातेने कितीही समजूत घातली तरी आपल्या आणि आपल्या बहिणींच्या भविष्यात काय मांडून ठेवलं असेल, हा प्रश्न ऊर्मिलेच्या मनात आल्याशिवाय राहिला नाही.

नकार

मांडवीने कितीही मानभावीपणा केला तरी समोरच्या तैलचित्रावरून नजर बाजूला घेणं तिला शक्य झालं नाही.

ऊर्मिलेच्या नजरेतून त्या तैलचित्राचं मूल्य चित्र म्हणून कदाचित फारसं नव्हतं परंतु त्यात रेखाटलेला चेहरा विलक्षण देखणा होता. कीर्तीला भावलेल्या शत्रुघ्नाच्या तैलचित्राकडे कटाक्ष टाकल्यानंतर ऊर्मिला या निष्कर्षाला आली की चारही भावांमध्ये भरत सर्वाधिक देखणा आहे. रुंद कपाळपट्टी, समोरच्याचा वेध घेऊ पाहणारी अथांग नजर, तरतरीत नाक आणि पातळ जिवणी; या सर्वांमुळे भरताचं देखणेपण खुलून दिसत होतं. कोणत्याही तरुणीला त्याचा मोह वाटणं स्वाभाविक होतं. अर्थातच, मांडवी तरी त्याला अपवाद कशी असणार? हा विवाह प्रस्ताव ती स्वीकारेल याविषयी ऊर्मिलेला शंका उरली नाही. राजदूताबरोबर निरोप आणि आपल्या इतर दोन मुलांची तैलचित्रं पाठवण्यातून आपण काय साध्य करणार आहोत, याची राजा दशरथाला अचूक कल्पना होती. त्याचबरोबर, जनक राजाच्या वळणदार अक्षरात आपल्याला कोणतं उत्तर मिळणार आहे, हेही दशरथ जाणून होता. कोसला नगरीचे चार राजपुत्र विदेह नगरीच्या चार राजकन्यांशी ठरलेल्या शुभमुहूर्तावर विवाहबद्ध होणार होते यात संदेह नव्हता. जेमतेम सप्ताह उरला होता. दोन्ही राज्यांत प्रजाजनांच्या उत्साहाला उधाण आलं.

एकंदरीत घटनांनी जे वळण घेतलं ते पाहून ऊर्मिला अचंबित झाली. अवघ्या काही दिवसांपूर्वी ती आपल्या बहिणीच्या विवाहाची तयारी करत होती. आता मात्र ती स्वतःच वधूवेशात सजणार होती. कालपर्यंत नववधूच्या

साजशृंगारासाठी धडपड करणाऱ्या त्या तिघी बहिणी स्वतःच नववधूचा शृंगार करणार होत्या. त्या निमित्ताने त्या चौघी बहिणींचे विशेष लाड आणि कौतुक होऊ लागलं. या सगळ्याची ऊर्मिलेला मजा वाटली. तिच्या दृष्टीने या सर्वांत एकच न्यून होतं. ज्या लक्ष्मणाशी तिचा विवाह होणार होता, तो मात्र तिच्या नजरेस पडत नव्हता. तिला त्याच्याशी वैयक्तिकरीत्या संवाद साधायची इच्छा होती. या विवाहाबद्दल त्याचे विचार जाणून घेण्याची उत्सुकता होती परंतु, विवाहपूर्व विधींमुळे तिला क्षणाचीही उसंत किंवा एकान्त मिळत नव्हता. मुख्य म्हणजे तिला भेटण्याचा कुठलाही प्रयत्न लक्ष्मणाने एकदाही केला नव्हता. त्यामुळे ती किंचित नाउमेद झाली. परंतु, नववधूला अशी अनिश्चितता वाटू शकते असा विचार करत तिने स्वतःला शांत करायचा प्रयत्न केला.

त्या दिवशी सकाळी त्या चौघींनी विश्वामित्र ऋषींचा आशीर्वाद घेऊन यावं असं राजा जनकाने सांगितलं. या चारही विवाहांमध्ये ऋषींचा हात असावा. आपलं ईप्सित त्यांनी अतिशय सौम्यपणे साध्य केलं होतं. त्यांच्यासमोर नतमस्तक होताना ऊर्मिलेला अनेक गोष्टी पहिल्यांदा जाणवल्या. ते विलक्षण देखणे होते परंतु, त्यांच्या डोळ्यांतील जरबेमुळे ते देखणेपण झाकलं जात होतं- अगदी लक्ष्मणासारखं, ऊर्मिलेच्या मनात आलं. ऋषी उंच होते. त्यांची शरीरयष्टी पीळदार होती, नजर अत्यंत वेधक आणि बोलकी होती. सहसा त्यांच्या नजरेत शांत भाव असत. क्वचित कधीतरी मिस्कील छटा आणि फारच क्वचित संतापाची धग त्यात जाणवे. त्यांनी अत्यंत चलाखीने ऊर्मिला आणि लक्ष्मणाच्या भेटीत शृंगार निर्माण केला होता, हे लक्षात येताच ऊर्मिलेला त्यांची मेनकेसोबतची प्रेमकथा आठवली. देवेंद्राने विश्वामित्रांचा तपोभंग करण्यासाठी स्वर्गलोकीच्या विलक्षण सौंदर्यवती मेनकेला पृथ्वीवर पाठवलं होतं. स्वर्ग, पृथ्वी आणि पाताळ या त्रिलोकाला विश्वामित्रांच्या तपामुळे धोका निर्माण झाला होता. त्यांचा तपोभंग करताना मेनका स्वतःच त्यांच्या प्रेमात आकंठ बुडाली होती. एकमेकांवरील प्रगाढ प्रेमातून ते दोघं विवाहबद्धदेखील झाले होते. दुर्दैवाने त्यांचं वैवाहिक जीवन चिरकाल टिकू शकलं नाही.

ते सारं पूर्वी! या क्षणी समोर उभ्या असलेल्या विश्वामित्रांच्या वागण्याबोलण्यात अथवा पेहरावात कुठेही प्रेमाचा लवलेश जाणवत नव्हता. इतर बहिणींचं अनुकरण करत तिने त्यांना चरणस्पर्श केला. 'परशुराम ऋषींकडून ज्या पद्धतीने तू आशीर्वाद प्राप्त केलास, ते लक्षात घेता

मला अगदी तोलून मापून शब्द उच्चारावे लागतील,' विश्वामित्र गालातल्या गालात हसत म्हणाले.

त्याबरोबर ऊर्मिलेचा चेहरा आरक्त झाला. आजकाल आपण किती पटकन लाजतो या विचाराने तिला स्वतःचा संतापही आला. किती तथ्य होतं विश्वामित्रांच्या म्हणण्यात! त्यांच्या शब्दांसरशी स्वयंवराचा प्रसंग तिच्या नजरेसमोर उभा राहिला. आशा-निराशा, भय आणि आनंद अशा टोकाच्या भावना तिने त्या क्षणात अनुभवल्या होत्या. तितक्यात विश्वामित्रांचे शब्द तिच्या कानावर पडल्यामुळे ती भानावर आली.

'तू अतिशय शूर आहेस. तुला ज्याची इच्छा आहे ते सर्व तू प्राप्त करशील कारण तेवढं धैर्य तुझ्यात आहे. तरीसुद्धा एक लक्षात ठेव, पुढचा प्रवास सोपा नसेल. तुम्हा चौघा बहिणींत तू सर्वाधिक खंबीर आहेस. तू जे पेरशील ते तुला प्राप्त न होता तुला जे प्राप्त होणार आहे तेच तू पेरशील.'

ऊर्मिलेला त्यांच्या बोलण्याचा अर्थ उमगला नाही. ती त्यांना स्पष्टीकरण विचारण्याआधी ते पुढे म्हणाले, 'मी मिथिलानगरीत आलो त्यामागे, तसंच माझ्या इथल्या वास्तव्यामागे विशिष्ट कारण होतं. अयोध्येच्या चार राजपुत्रांशी तुम्हा चार बहिणींचा विवाह व्हावा या माझ्या योजनेमागेदेखील तसंच विशिष्ट कारण आहे. योग्य वेळ येताच सर्वांना ते समजेल.' पुन्हा एकदा त्यांच्या शब्दात गूढता होती. जणू काळ आणि दैवाऐवजी त्यांच्या हातात घटनाक्रम होता. ऊर्मिला किंचित त्रासली. हा त्यांचा आशीर्वाद म्हणायचा की, घडू पाहणाऱ्या घटनांची नांदी?

तिने खांदे किंचित उडवले. स्वभावतः ती अंधश्रद्धाळू किंवा रूढीपरंपरांवर अनाठायी विश्वास ठेवणारी नव्हती. तिच्या पित्याने तिला तत्त्वज्ञानाची ओळख करून दिली होती. तिच्या मनात आलं, कुठल्यातरी संतप्त देवाला प्रसन्न करण्यासाठी तिला एखादा यज्ञ करावा लागणार आहे का? तिचं मन वाचल्यागत ऋषी तिला हळुवारपणे म्हणाले, 'बाळा, तू यज्ञकांडात रमणार नाहीस, पण धर्म कधीच सोडणार नाहीस. स्वतःची नातीगोती तू कशी जपतेस आणि कर्म कशी पार पाडतेस, यावर तुझं पुढचं जीवन अवलंबून आहे. सरतेशेवटी तुझ्यामुळे सर्वांना सौख्य आणि आनंद प्राप्त होणार आहे. तुझ्या प्रेमाचा शेवटी विजय होईल.' हे बोलताना त्यांच्या नजरेत चमकून गेलेली दुःखद भावना ऊर्मिलेला दिसली. त्यांना आपल्या गमावलेल्या प्रेमाची आठवण येत होती का?

त्यांच्या या संदिग्ध आणि अगम्य विधानांमुळे आपण गोंधळलो आहोत की घाबरलो आहोत, हे ऊर्मिलेला ठरवता येईना. तरीसुद्धा, त्यांच्या चेहऱ्यावरील कणव पाहून तिला कुठेतरी शांतही वाटलं. ऋषींचा निरोप घेऊन प्रासादाकडे परत जाताना चारही बहिणींनी सुटकेचा निःश्वास टाकला. त्या अक्षरशः राजवाड्याकडे धावल्या.

कीर्ती खुदकन हसून म्हणाली. 'थोडे भीतीदायकच आहेत ते, नाही का?'

किंचित कठोर स्वरात सीता म्हणाली, 'त्यांचा अनादर करू नकोस.'

'मी अनादर नाही करत पण मला खरंच त्यांची भीती वाटली. आता मला वाटतं आहे की आजवर कधीही न भेटणाऱ्या पुरुषाशी विवाह करण्यात माझं काही चुकत तर नाही ना. सारं काही सहजतेने, अतिसहजतेने घडत आहे. त्यामुळे माझ्या मनात थोडी आशंका निर्माण झाली आहे.'

'आणि त्यांचे शब्द ऐकून खात्री वाटण्याऐवजी आपल्या मनात शंका निर्माण झाली. ते आपल्याला येणाऱ्या प्रसंगांची सूचना देऊ पाहत होते का? पण मग त्यांनी स्वतःच हे विवाह का आयोजित केले?' मांडवीने साशंकतेने विचारलं.

'मुलींनो, जरा शांत व्हा पाहू. आपण मुनींचे आभार मानले पाहिजेत. त्यांनी आपल्याला जन्माचे जोडीदार दिले आहेत. त्यायोगे विवाहपश्चात देखील आपण चौघी एकत्र राहणार आहोत हे लक्षात घ्या,' सीता आनंदाने म्हणाली. तिच्या बोलण्यामुळे इतरांच्या मनातील शंका आणि उद्वेगजनक विचार क्षणार्धात विरले.

विचारांच्या नादात त्या प्रासादापाशी पोहोचल्या. तितक्यात कोणाचे तरी रागीट शब्द त्यांच्या कानावर पडल्यामुळे इतक्या वेळची शांतता भंग पावली.

'... हा आपल्या सर्वांवर अन्याय आहे! त्यांच्या लक्षात का येत नाही हे?'

कुणा पुरुषाचा आवाज होता तो. तो लक्ष्मण आहे हे ऊर्मिलेच्या आतुर कानांना तत्क्षणी उमगलं.

'लक्ष्मणा, शांत हो पाहू!' रामाची विनवणी त्यांच्या कानावर पडली. तो आपल्या अस्वस्थ भावाला शांत करायचा प्रयत्न करत होता. त्या

दोघांमध्ये जोरदार वाद सुरू होता. तिथून जाणाऱ्या या चौघींच्या कानावर ते शब्द अचूक पडले. शिष्टाचाराला अनुसरून त्यांनी तिथून तत्परतेने निघून जायला हवं होतं. परंतु, लक्ष्मणाचं उत्तर ऐकताच ऊर्मिलेचे पाय तिथेच खिळले.

'मला विवाह करायचा 'नाही' हे मी पुन्हा पुन्हा सांगत आलो आहे. माझ्यावर हा विवाह लादला जात आहे. असं असताना मी शांत कसा राहू?' लक्ष्मणाने त्वेषाने म्हटलं.

'तू विवाह केला नाहीस तर आपल्या सर्वांची लाजिरवाणी अवस्था होईल. तू असा हेकटपणा का करत आहेस?'

ते दोघं ऊर्मिलेबद्दलचं बोलत होते हे लक्षात येताच ती जागच्या जागी गोठली. लक्ष्मणाच्या प्रत्येक शब्दासरशी तिचं हृदय अधिकाधिक जड होऊ लागलं.

'माझा विवाह एक असत्य ठरेल, एक मोहक असत्य!' लक्ष्मणाचे शब्द तिच्या कानांवर पडू लागले. 'मी विवाह न करणं सर्वाधिक योग्य आहे. निदान त्यामुळे इतरांची हृदयं भंग तरी पावणार नाहीत. बंधू, तुझ्या लक्षात का येत नाही हे सर्व?'

'असं असेल तर तिला जाऊन सांग. कदाचित, ती तुला समजून घेऊ शकेल...' राम असमाधानाने म्हणाला.

'मी तिच्याशी विवाह करू शकत नाही हे तिला कसं सांगू मी?' त्याच्या स्वरात नैराश्य होतं.

ऊर्मिलेला हे सारं असह्य झालं. त्याच्या प्रत्येक शब्दासरशी तिचं हृदय विद्ध होत होतं. त्याच्या शब्दच्छलापासून दूर निघून जाण्याची इच्छा तिला झाली. त्या हेतूने ती वळली. तिच्या पायाखालच्या शुष्क पानांचा आवाज झाला. क्षणभर दोन्ही भाऊ गप्प झाले. लक्ष्मणाने गवाक्षातून वाकून पाहिलं. त्याच्या चेहऱ्यावर अविश्वसनीयतेच्या जोडीने औदासीन्य होतं. आणि... अजूनही एक भावना होती. मात्र, तिने ती जाणून घेण्याचा प्रयत्न केला नाही. गर्रकन वळून शक्य तितक्या झपाट्याने तिने चालायला सुरुवात केली. मांडवी तिच्या मागे जाऊ लागताच ऊर्मिलेने मानेने ठाम नकार दिला. ती कसंबसं म्हणाली, 'कृपा करून मला एकटीला राहू दे.'

गवाक्षातून डोकावणाऱ्या लक्ष्मणाने तिला साद घातली, 'मिला, थांब!'

त्याचे शब्द कानावर पडताच तिने चालण्याची गती वाढवली. ती आवेगाने दाट झाडीच्या दिशेने निघाली. लहानपणापासून आजपर्यंत जेव्हा जेव्हा तिला शांतता आणि एकान्त हवा होता, तेव्हा तेव्हा याच झाडीने तिला सामावून घेतलं होतं. ती अतिशय अस्वस्थ होती. या क्षणाला आपली अवस्था कोणाच्याही – बहिणींच्यासुद्धा – लक्षात येऊ नये अशी तिची इच्छा होती. दुःखाने ती वेडीपिशी झाली होती. तिच्या डोळ्यांतून घळाघळा अश्रू वाहत होते. तिचं हृदय भग्न झालं होतं. तिच्या मनातील वेदना काही केल्या कमी होत नव्हत्या. किती चुकीचा विचार केला होता तिने आजवर. त्याचं तिच्यावर कधीही प्रेम नव्हतं. त्याला ती नकोशी होती. त्याला तिच्याशी विवाह करायचा नव्हता. हा नकार पचवणं तिला जड जात होतं. त्यातून तिच्याप्रति त्याने दर्शवलेला परकेपणा तिला अधिक त्रासदायक होता. त्याच्या या त्रयस्थ वागण्यामुळे तिचं मन, आत्मा आणि अस्तित्व अंतर्बाह्य ढवळलं होतं. कुणीतरी आपल्याला अत्यंत तिरस्काराने फेकून दिलं आहे असंच तिला वाटतं होतं.

इथली पाऊलवाट तिच्या परिचयाची असल्यामुळे मनाला येईल तशी ती झाडीच्या दिशेने पळत होती. घनदाट जंगलात असलेल्या धोक्यांबद्दल तिला तिच्या मातेने समजावलं होतं तरी तिला मात्र या दाट झाडीत अभूतपूर्व शांतता लाभत असे. आताही ती इथे मन मोकळं करू शकणार होती. शरीरातल्या प्रत्येक रंध्रातून तिचा उत्साह आता ओसरू लागला. कोरड्या हुंदक्यांनी तिचं शरीर थरथरू लागलं. ती तशीच कोसळली. त्याचा नकार, तिचं हरवलेलं प्रेम, छिन्नविच्छिन्न झालेला तिचा विश्वास, तिच्या वेदना की तिचा अपमान; नक्की कशाचं दुःख सर्वाधिक आहे, हे तिला ठरवता येईना. त्याच्या प्रेमात पडण्याचा मूर्खपणा तिच्या हातून का घडला होता? त्याच्यावर विश्वास ठेवावा, त्याला जपावं, आयुष्यभर त्याची सोबत करावी असं तिला का वाटलं होतं? तो तिला मिळणार नव्हता हे सत्य पचवणं तिला कठीण होतं. त्याहून महत्त्वाचं म्हणजे त्यालाच ती नको होती ही भावना तिला मुळापासून उद्ध्वस्त करत होती. गेले काही दिवस मनात फुललेल्या भ्रमातून ती अशी अचानक वास्तवात आली होती. स्वतःची कीव करणारे हे अश्रू तिला नको होते. त्याग केल्याची ही विमनस्क भावना तिला नको होती. आजवर असा एकटेपणा तिने कधीच अनुभवला नव्हता.

किती वेळ गेला हे तिला कळलं नाही. सूर्य माथ्यावर आला होता. आपल्या अनुपस्थितीमुळे प्रासादात गोंधळ निर्माण होण्याआधी आपल्याला परतलं पाहिजे हे तिला समजत होतं; पण, लक्ष्मणाशी आपण विवाहबद्ध होणार नाही हे मातापित्यांना सांगण्याची कल्पनादेखील तिला असह्य होत होती. मुळात जे तिलाच उमगलं नव्हतं, ते ती त्यांना कसं समजावून सांगणार होती?

तितक्यात झाडांत काहीतरी धसफस झाली. एखादा प्राणी असेल का? स्वसंरक्षणार्थ आपल्या हातात शस्त्र नाही हे तिच्या लक्षात आलं. येणाऱ्या प्राण्यावर भिरकावण्यासाठी एखादा दगड किंवा झाडाची शुष्क फांदी दिसते का, हे ती पाहू लागली. कुणीतरी धावत येत आहे हे लक्षात येताच तिने उठून पळण्याचा पवित्रा घेण्याआधी अचानक लक्ष्मण तिच्यासमोर अवतीर्ण झाला. किती धिप्पाड दिसत होता तो! त्याने तिच्याकडे संभ्रमित नजरेने पाहिलं.

दोघांनाही धक्का बसला होता. कुणीच काही बोलत नव्हतं. त्याच्या चेहऱ्यावर आधी भीती आणि ती नजरेस पडताच सुटकेची भावना दिसत होती. पटकन पुढे होऊन तिला घट्ट मिठीत घेण्याची अनावर इच्छा त्याने कशीबशी दाबली. काही वेळापूर्वी आपण आपल्या भावाशी काय बोललो हे त्याला आठवलं. खरं तर ते शब्द तिच्यासाठी नव्हतेच पण दुर्दैवाने तिने ते ऐकले होते. तिच्या चेहऱ्यावरची विषण्णता त्याला दिसली होती. तो भाव त्याला कधीच विसरता येणार नव्हता. पुढच्या क्षणी एखाद्या विद्ध पक्ष्याप्रमाणे ती तिथून निघून गेली होती. घनदाट झाडीत दिसेनाशी झाली होती. अविचाराने उच्चारलेल्या त्याच्या शब्दांनी तिला जखमा झाल्या होत्या. रामाशी बोलण्याआधी आपण तिच्याशी संवाद साधायला हवा होता असं त्याला कितीही वाटलं, तरी त्याच्या तोंडून निघालेले शब्द कधीच परत घेता येणार नव्हते.

तो इतका समीप उभा होता की, त्याच्या हृदयाची धडधड तिला ऐकू येत होती. त्याला समोर पाहताच तिला अचानक शांत वाटलं. पुढच्या क्षणी आपण कुठे आणि का आहोत, हे तिला आठवलं. आपल्या वेड्या स्वप्नाचा पाठपुरावा ती आता पुन्हा करणार नव्हती. आतल्या आत स्वतःच्या वेदनेशी लढत तिने मनातील कोमल विचार दूर ढकलले. किंचित शांत झालेली वेदना आणि संताप पुन्हा उसळून आले. तिच्या गालांवर ओघळलेल्या अश्रूंच्या खुणा दिसत होत्या. नजरेतील दुःख लपत नव्हतं. त्याही अवस्थेत

ती पराकोटीची सुंदर दिसत होती. तिच्या नैराश्याला आपण जबाबदार आहोत यासाठी लक्ष्मणाने स्वतःला दूषणं दिली.

'तुला इथली वाट कशी सापडली?' तिच्या तोंडून मूढासारखा प्रश्न बाहेर पडला.

'तुला शोधण्यासाठी मी आकाशपाताळ एक केलं असतं, मिला!' स्वतःला सावरत तो म्हणाला. 'मि-ला' या हाकेत जाणवणारी माया तिला सहन झाली नाही.

एक क्षणही न दवडता ती आवेगाने म्हणाली, 'नाही, तू मला ही हाक मारता कामा नये. तुला तो हक्क नाही! हे धाडस कसं केलंस तू!' तिचा संताप विकोपाला गेला होता. 'असं ढोंग करण्याची तुला गरज नाही. तू भेकड आहेस. मला स्पष्टपणे सांगण्याचं धाडस तू दाखवू शकला नाहीस! काय म्हणाला होतास तू? हं, आठवलं. तू म्हणाला होतास, 'माझा विवाह एक असत्य ठरेल, एक मोहक असत्य! तितकाच असत्य तूसुद्धा आहेस. तू स्वतः अनादरणीय आहेस. तुझे हेतू अनादरणीय आहेत.' संतापाने तिचा कंठ दाटला. तिला बोलता येईना.

त्याच्या चेहऱ्यावर सौम्य भाव उमटले. तो मार्दवाने म्हणाला, 'तुला दुखावण्याचा माझा हेतू नव्हता, एवढंच मी जाणतो. तुला वाटतं तसं नाही. तू जे ऐकलंस त्यामागे बरंच मोठं वास्तव आहे. तुला सत्य सांगण्याची माझी उत्कट इच्छा होती. पण...'

'पण काय? तुझ्यात तेवढं अवसान नव्हतं,' तिने तिरस्काराने म्हटलं. 'आणि खरं सांगू का? मला आता तुझी तमा नाही. कुठलंही स्पष्टीकरण मला नको आहे. तू जसा आहेस तसाच आहेस. माझी नजर मात्र विपरीत पाहत होती. तुझ्या आरपार न पाहू शकणारी मी मूढ होते!'

तो उद्वेगाने म्हणाला, 'खरा मूढ तर मी होतो. मी अवसान गमावलं नाही. मी गमावलं ते माझं हृदय. ते मी तुला देऊ केलं. आणि त्यामुळेच पुढचं सारं कठीण झालं. माझं तुझ्यावर आत्यंतिक प्रेम जडलं आहे. मला तू मनापासून हवी आहेस. तरीसुद्धा, तुला प्राप्त करण्याचा विचार मी करू शकत नाही...'

ऊर्मिला कडवटपणे हसत म्हणाली, 'बस कर हे सगळं. तू आता मला अधिक मूढ नाही बनवू शकणार. तुझं बोलणं मी स्वतःच्या कानांनी

ऐकलं आहे. तुला मीच नको आहे आणि म्हणून तुला माझ्याशी विवाह करायचा नाही.'

'त्याबाबत मनात कधीही शंका घेऊ नकोस!' त्याचा स्वर जडावला होता. 'मिला, माझं तुझ्यावर प्रेम आहे हे सांगायला मी आता घाबरत नाही. तुला गमावण्याची भीती मला वाटत होती. केवळ त्यापायी मी हे शब्द उच्चारू धजत नव्हतो. तू इतकी विलक्षण सुंदर आहेस की, तू माझ्या प्रेमाचा स्वीकार का करावा, असं मला वाटत होतं. पूजेचं तबक हातात घेतलेल्या तुला उपवनात पाहिल्या क्षणापासून तुझ्या त्या गर्विष्ठ नजरेच्या प्रेमात मी पडलो होतो. त्या क्षणापासून माझं जीवन आमूलाग्र बदललं आहे. मी, माझी मनःशांती, माझी तत्त्वं, माझी वचनं... पूर्वीचं काही उरलं नाही. माझं मन, हृदय, स्वाभिमान; सारं तू हिरावून घेतलंस. मी मात्र तुला केवळ दुःख आणि वेदना दिल्या. तुला आनंद देण्याचं कुठलंही वचन मी देऊ शकत नाही. आणि म्हणूनच, मी तुझ्याशी विवाह करू शकत नाही. मी तो करता कामा नये. हेच मी रामाला सांगत होतो.' तिच्या चेहऱ्यावरचा तिरस्कार आणि जिभेवरचे कडवट शब्द तसेच गोठले. समोर उभा असलेला लक्ष्मण मन आणि बुद्धी, भावना आणि विचार, प्रेम आणि तत्त्व या मनस्वी तिढ्यात पिळवटला जात होता.

'याच पेचात मी पडलो आहे. माझं तुझ्यावर अफाट प्रेम जडलं आहे. त्यापायी मी विचलित झालो आहे. तथापि, तुझ्याशी विवाह करण्याचं धारिष्ट्य मी दाखवू शकत नाही. मिला, मी उद्ध्वस्त आहे गं. आजन्म अविवाहित राहण्याचं मी ठरवलं होतं. अष्टौप्रहर माझ्या भावाबरोबर राहणं हेच माझं जीवन आहे. तो माझं सर्वस्व आहे. सखा, गुरू, जीवन, इतकंच नाही तर तो माझा आत्मा आहे. त्याच्याशिवाय माझं अस्तित्वच नाही. आजवर मी याच पद्धतीने वाढलो आणि घडलोही...' आवेगाने मान हलवत तो म्हणाला. त्याच्या स्वरात आता किंचित अविश्वास डोकावत होता, 'माझी माता राणी सुमित्रा इतरांप्रमाणे राजघराण्याची वंशज नाही. तिचं घराणं दासींचं आहे म्हणूनच मी रामाची इतकी सेवा करतो असं सर्व म्हणतात. मला स्वतःला या प्रवादांशी देणंघेणं नाही. माझ्या मातेइतकी हुशार स्त्री माझ्या पाहण्यात नाही. राम माझा ईश्वर आहे, त्याची सेवा आणि संरक्षण हाच माझ्या अस्तित्वाचा अर्थ आहे; हे बाळकडू तिने मला जन्मापासून पाजलं. काहींच्या मते, मी रामाचा दास आहे. मला त्यांच्या विचारसरणीचं

काही वाटत नाही. माझ्यासाठी राम हेच एकमेव अस्तित्वाचं कारण आहे. मोठ्या बंधूप्रति स्वतःला संपूर्णपणे समर्पित केलेला धाकटा भाऊ असं मी स्वतःला समजतो. आजवर हेच माझ्या आयुष्याचं ध्येय होतं. आणि, अचानक तू माझ्या आयुष्यात आलीस.' त्याचा स्वर घोगरा झाला होता.

त्याने तिच्याकडे आर्जवाने पाहिलं. ती विरघळू लागली. 'कुठल्याही स्त्रीकडे मी आकर्षित होणार नाही असा माझा ठाम समज होता. त्यामुळे आजन्म अविवाहित राहण्याचा निर्णय मला सोपा वाटला. प्रेमात पडण्याची शक्यता मी गृहीत धरली नव्हती. असं असूनही मी प्रेमात पडलो... नुसता पडलो नाही तर आकंठ बुडालो!'

आकंठ बुडालो! प्रेमाचं वर्णन असं असतं का? काय बोलावं आणि कशावर विश्वास ठेवावा हे न समजून ऊर्मिला गप्प राहिली.

'सौंदर्य, बुद्धिमत्ता, मिस्किलपणा, हुशारी, कणखरता आणि सर्वांत महत्त्वाचं म्हणजे बहिणींप्रति समर्पण हे सर्व गुण तुझ्या अंगी होते. एखादी स्त्री इतकी सर्वगुणसंपन्न असेल असं वाटलं नव्हतं मला. माझ्याप्रमाणे तुझ्या बहिणी तुझा जीवनाधार आहेत हे लक्षात येताच माझ्या मनात तुझ्याबद्दल ओढ निर्माण झाली. आपल्या बहिणींना जपण्याचा तुझा स्वभाव, आव्हान समोर उभं राहताच तुझ्या डोळ्यांत दिसणारी चमक, तुझं हसणं, विचार करताना कपाळाला आठ्या घालणं, आपली नजरानजर होताच तुझे गाल आरक्त होणं; या प्रत्येक गोष्टीमुळे मी तुझ्या अधिकाधिक प्रेमात पडत होतो. खरं सांगायचं तर प्रेमप्रवाहात मी गटांगळ्या खात होतो. नेमकी त्याच वेळेस माझ्या मनात विचित्र भीती निर्माण झाली. प्रेमाच्या या अनिवार ओढीमुळे मी कर्तव्यच्युत झालो तर? भावाच्या सेवेतून माझं चित्त विचलित झालं तर?'

'तुझ्या वागण्यात दिसणाऱ्या कटुतेचं हे रहस्य होतं का?' तिने नवलाने विचारलं. 'खरं तर, हो, प्रत्येक वेळेस तू दृष्टीस पडताच मी वेडावत होतो. मला तू पूर्णपणे हवी होतीस. त्याचवेळेस मला प्रकर्षाने जाणवत होत की, मी स्वतःला पूर्णपणे देऊ शकत नव्हतो. रावणाने तुझ्याकडे बघण्याचं धारिष्ट्य केलं, तेव्हा माझा संताप झाला होता. त्याला तिथल्या तिथे ठार करण्याची माझी इच्छा होती. स्वयंवराला उपस्थित इतर राजपुत्रांनी तुझं पाणिग्रहण करण्यासाठी जो अपमानास्पद गोंधळ घातला. तेव्हा ईर्ष्या आणि असूयेने माझ्या मनाचा ताबा घेतला होता. तुला गमावण्याची भीती मला वाटत होती. रावण आणि इतर राजपुत्रांपासून तुझं संरक्षण करण्याची मनीषा माझ्या मनात

बळावली होती. त्यामुळेच तर माझ्या लक्षात आलं की, मी तुझ्यात प्रेमात पडलो आहे. परंतु, शब्द आणि कृतीत प्रेमाची ग्वाही देण्याचा अधिकार मला नाही हेही माझ्या लक्षात आलं.' हे ऐकताच ती अस्वस्थ झाली. तो पुढे म्हणाला, 'या नैराश्यामुळे मी स्वतःला तुझ्यापासून दूर ठेवू लागलो. तू कधीच माझी होऊ शकणार नाहीस हे माझ्या लक्षात आलं होतं.'

'चुकतंय तुझं, मी तुझीच आहे,' स्वतःच्या भावना न लपवता ती संथपणे म्हणाली. 'तू मात्र माझा नाहीस.'

'आहे, आहे! इतक्या उत्कटतेने, आंधळेपणाने आणि अविचाराने मी आजवर कुणावरही प्रेम केलं नाही,' खोल श्वास घेत तो म्हणाला. 'मिला, मी जेव्हा म्हणतो की, माझं तुझ्यावर प्रेम आहे तेव्हा मला तुझी खात्री असते पण स्वतःची मात्र नसते. तो जो 'मी' आहे तो मला वास्तवाची जाणीव करून देतो. मी सर्वस्वाने खरोखर प्रेम करू शकणार आहे का? तुझ्या प्रेमाला निखळ प्रतिसाद देण्याइतका मी खंबीर आहे का? प्रेम करणं आणि करून घेणं यासाठी मी सक्षम आहे का? मी तुला आयुष्यात कधी सुख देऊ शकेन का? तुझ्या प्रेमाला मी पात्र आहे का? या प्रश्नांची उत्तरं शोधताना मला स्वतःचं खुजेपण वाटतं. मी माझ्यातच बंदिस्त झालो आहे गं!'

त्याच्या प्रतिपादनामुळे विचलित न होता ती हळुवारपणे म्हणाली, 'स्वतःच्या अपेक्षा आणि मर्यादांमध्ये तू बंदिस्त झाला आहेस.' तिचा राग आणि दुखावल्याची भावना अचानक नाहीशी झाली. 'प्रेम म्हणजे देणं. तू स्वतःला मला देऊ करायला तयार नाहीस. मला तुझं संपूर्ण समर्पण नको आहे हे तुझ्या लक्षात येत नाही का? मी तुझ्यावर प्रेम करत असले तरी तू तुझ्या श्रद्धा आणि तुझ्या निष्ठा माझ्या अंकित कराव्यात असं मला वाटत नाही. तुझे भाऊ आणि कुटुंब याबद्दल तुला वाटणाऱ्या निष्ठेआड मी कधीही येणार नाही याची ग्वाही देते. त्याचप्रमाणे, तुझ्या प्रेमापोटी मी स्वतःला माझे पालक आणि बहिणींपासून दुरावू देणार नाही हेही ठामपणे सांगते. तुझ्यावर प्रेम करण्याने माझं त्यांच्यावरचं प्रेम जसं आटणार नाही, तसंच तुझंही आटू नये.'

लक्ष्मण अधिरतेने म्हणाला, 'कधी ना कधी संघर्ष होऊ शकतो. ती आपली कुटुंबं आहेत.'

मातेबरोबर झालेला काही दिवसांपूर्वीचा संवाद आठवताच ऊर्मिलेला जाणवलं की, तो आता तिच्या मातेसारखं बोलत होता. त्या दोघांच्याही मनावर भीती आणि आशंकेचं नकोसं ओझं होतं.

ती त्वेषाने म्हणाली, 'पण म्हणून एकासाठी दुसऱ्यावर प्रेम करणं थांबवायला हवं किंवा त्याचा त्याग करावा असं नक्कीच नाही. अशा त्यागाला अर्थही नाही.'

'माझ्या आयुष्यात अशी द्विधावस्था निर्माण झाली तर मी असंच करेन, मी असाच वागेन हीच भीती मला आहे. प्रत्येक वेळेस मी माझ्या भावाची निवड करेन.'

हे ऐकताच ती चमकली. ते लक्षात येऊनही तो पुढे बोलू लागला, 'याच विषयावर मला तुझ्याशी सविस्तर बोलायचं होतं. जर आपला विवाह झाला तर मी तुझ्याकडे संपूर्ण लक्ष देणं अपेक्षित असेल. मी तुला आनंदही द्यायला हवा. परंतु, मी तसं करू शकणार नाही. माझ्याकडून तुझ्यावर अन्याय होईल. तू दुखावली जाशील. आपल्या आयुष्यात निवडीची वेळ येऊन ठेपेल त्या वेळेस निःसंदिग्धपणे मी तुझ्याऐवजी माझ्या भावाची निवड करेन. माझ्या आयुष्यात अग्रक्रम असेल तो त्याला, तुला नाही. म्हणूनच, मी तुझ्याशी विवाह करू शकत नाही. तसा मी करता कामा नये.'

तो अतिशय कठोरपणे आणि तरीही प्रामाणिकपणे तिला सत्य सांगत होता. त्याच्या या स्पष्टवक्ततेचं कौतुक करावं की त्याचा तिरस्कार करावा, हे तिला समजत नव्हतं. तिने कोणतंही नाव दिलं तरी सत्य बदलणार नव्हतं. त्याने तिच्यावर कितीही प्रेम केलं तरी एका मर्यादेबाहेर तो कधीच जाऊ शकणार नव्हता–जाणार नव्हता. स्वतःचं आयुष्य भावाला समर्पित केल्यामुळे तो तिला सामावून घेऊ शकत नव्हता. याला नकार म्हणायचा की सहनशीलता? की स्व–धिक्कारातून तिच्या आदराला प्राप्त होत तिला जिंकण्याचा त्याचा तो प्रयत्न होता? की, असहायतेपोटी सारं सोडून देण्याऐवजी तिला अजूनही किंचितशी आशा होती? या पुरुषावर ती वेड्यासारखं प्रेम करत होती. मात्र त्याने नुकत्याच कथन केलेल्या सत्याच्या पार्श्वभूमीवर विवाह करण्याइतकी ती वेडी होती का?

तो अस्वस्थपणे बोलू लागला, 'हे सर्व मी तुला समजावून सांगणार होतो. परंतु, तातांकडून आलेल्या निरोपामुळे सगळा गोंधळ झाला. मी विवाह करेन असं त्यांनी गृहीत धरलं आहे. म्हणूनच, आपला विवाह होईल असं त्यांनी घोषित केलं. या परिस्थितीतून बाहेर कसं यावं हे मला समजत नाही.' कसनुसं हसत तो पुढे म्हणाला, 'पण तो अन्याय आहे. विशेषतः

तुझ्यावर अन्याय आहे. मी तुझ्याशी असं नाही वागू शकणार. तो माझा अक्षम्य अपराध असेल.'

ऊर्मिला आवेगाने म्हणाली, 'नेमकं तेच तू करत आहेस. तू मला या क्षणी तुझ्या आयुष्यातून बहिष्कृत करत आहेस. तुझी द्विधा अवस्था समजते मला. पण, जगाचं काय? तुझ्या पित्याचं काय? त्यांना तू कसं समजवणार?'

तो घोगऱ्या स्वरात म्हणाला, 'मी तुला कधीही अपमानित करणार नाही, दुखावणार नाही. त्याऐवजी मी स्वतःला संपवेन. सत्य काय आहे हे मी तातांना सांगेन.'

'काय सांगणार? तुम्हा दोन भावांच्या मध्ये मी येऊ शकते या भीतीपोटी तू माझा त्याग करायला तयार आहेस?'

तिच्या तोंडून हे वाक्य इतकं हास्यास्पद वाटलं की लक्ष्मणाच्या चेहऱ्यावरदेखील स्मित उमटलं. मान डोलावत तो म्हणाला, 'हे मोहक रमणी, तू अगदी नावाप्रमाणे आहेस. मी तुझा अंकित आहे. त्यातून तू मला तुझ्या शब्दांनी आणि बुद्धीने अधिक भुरळ पाडते आहेस.' खोल निःश्वास टाकत तो पुढे म्हणाला, 'तुझ्या प्रेमाला मी पात्र नसल्यामुळे तुझ्याशी विवाह करू शकत नाही अशी मान्यता तुझ्या पित्यासमोर देण्याचं धाडस आणि इच्छाशक्ती माझ्यात नाही असं मला वाटतं. तरीसुद्धा, मला ते करावंच लागेल. मला विश्वास आहे की, ते मला समजून घेतील. कदाचित, जग माझ्याकडे बोट दाखवेल. तेही मी स्वीकारेन. परंतु, मिला, माझ्या तत्त्वांपायी मी तुझा आनंद पायदळी नाही तुडवू शकतं.'

'यातून काय निष्पन्न होईल?'

'स्त्रिया आपल्या पतीच्या महत्त्वाकांक्षेला स्वतःची महत्त्वाकांक्षा मानतात. अनेकदा स्वतःचं भाग्य पायदळी तुडवत त्या पतीमागून जातात,' तो किंचित कठोरपणे सांगू लागला. 'त्यातून एखाद्या राजकुमारीला राणी होण्याची इच्छा असते. माझ्याशी विवाह केलास तर तू कधीच राणी होऊ शकणार नाहीस. तू कुणी सामान्य राजकन्या नाहीस. तू जनक राजाची कन्या आहेस. बुद्धी, चातुर्य आणि पांडित्यात तुझा कुणी हात धरू शकणार नाही. मी कधीच राजा होऊ शकणार नाही. उलट, मी नेहमीच राजाचा–माझा भावाचा, रामाचा आधार म्हणून वावरेन.'

'तू सामान्य राजकुमार आहेस असं तुला वाटतं का?' तिने उपहासाने विचारलं. 'तसं असेल तर तू स्वतःबद्दल साशंक आहेस किंवा तुला माझ्याबद्दल शंका आहे. या दोन्हीमुळे माझ्या स्वाभिमानाला ठेच लागते आहे. किंवा मग माझं मन वळवण्याचा हा अजून एखादा प्रयत्न आहे का?'

'मिला, तुझ्याबद्दल मी कधीही शंका घेऊ शकत नाही पण माझ्याशी विवाह केल्यामुळे तुझ्या सामाजिक स्थानाची घसरण होऊ शकते. मी तुझ्या योग्य नाही.'

'मला तसं वाटत नाही. माझ्यामते तूच माझ्यासाठी योग्य आहेस. आणि आता तुझी अनिच्छा असली तर... निवड 'तुझ्या' हातात आहे. एकतर आपला विवाह मोडून मला माझ्या नशिबावर सोडून दे किंवा मग तुझ्या भावाप्रति असलेला तुझा समर्पण भाव कायम ठेवत माझ्याशी विवाह कर. पती म्हणून मी तुझा स्वीकार करते. तुला मी स्वीकारार्ह आहे का?'

'मिला, असा अविचार करू नकोस. तुला माहीत आहे की, तुला तुझ्या नशिबावर सोडून मी निघून जाऊ शकत नाही. मात्र, तुझ्याशी विवाहबद्ध होऊन मी तुला सुखी करू शकतो का?' असं म्हणत त्याने हाताच्या ओंजळीत तिचा चेहरा उचलला. किती जवळीक वाटली तिला त्या क्षणी. जाणीवपूर्वक केलेला तो त्याचा पहिला अलवार स्पर्श होता. त्या स्पर्शासरशी तिच्या शरीरातून उत्कट सौख्याचे तरंग उमटू लागले. 'तू काय बोलत आहेस हे तुझ्या लक्षात येत नाही. माझं तुझ्यावर प्रेम आहे. मी स्वतःपायी तुला कायमचं गमावून बसेन अशी भीती मला वाटते.'

विमनस्क स्वरात ती कसंबसं म्हणाली, 'माझ्याशी विवाह केला नाहीस तर मात्र तू मला गमावून बसशील. अरे लक्ष्मणा, भविष्यात काहीतरी अघटित घडू शकतं या भीतीपोटी तू आत्ताच मला गमावतो आहेस, हे तुला कळत नाही का?' तिने त्याच्या हातावर अलगद हात ठेवला. तिचा हात हातात घेत त्याने तिच्या मनगटावरून अंगठा फिरवायला सुरुवात केली. त्याच्या त्या कृतीपायी ती किंचित बेभान झाली. आपण काय बोलत आहोत याचं भान ती क्षणभर विसरली. 'जी घटका अजून समोर आलेलीच नाही, त्याची प्रचंड भीती बाळगत तू हातात असलेला सुंदर क्षण गमवायला तयार आहेस. भविष्याचा दाखला देत तू वर्तमानापासून आपल्याला वंचित करत आहेस. आपल्या दोघांना एखादी संधीही देणार नाहीस का तू? तुझं माझ्यावर प्रेम आहे हे मी जाणते. माझंही तुझ्यावर तितकंच प्रेम आहे. तू जो

आणि जसा आहेस, त्यावर मी प्रेम करते. तू कसा असावास या आशेभोवती माझं प्रेम केंद्रित नाही. तू नेहमीच रामाशी एकनिष्ठ राहशील हे मी जाणते. मी तुला त्याच्यापासून कधीही हिरावून घेणार नाही. तुम्हा दोघांच्या निस्सीम प्रेमाच्या आणि स्नेहाच्या गोष्टी मी ऐकल्या आहेत. एकमेकांपासून प्रेम आणि सामर्थ्य प्राप्त करणारे तुम्ही नर आणि नारायणासारखे आहात. मी या सत्याचा स्वीकार करते. मला तू जर हवा असशील तर मला हा स्वीकार करावाच लागेल. मी तुला वचन देते की, तुम्हा दोघा भावांमध्ये मी कधीही येणार नाही. मी हेही जाणते की, सीतासुद्धा तुम्हा दोघा भावांमध्ये कधीच येणार नाही. अगदी साधी गोष्ट आहे ही.'

'नाही, ती साधी नाही. मिला, तुझ्या शब्दांनी त्याला साधं रूप दिलं आहे,' त्याने आपला मुद्दा मांडला. 'शिवाय, तू हे सर्व इतक्या सुंदर प्रकारे मांडलंस की त्याला विरोध करणंही कठीण आहे.'

'माझ्या सांगण्यात तथ्य आहे,' ती मोहकपणे हसत म्हणाली. 'तशी वेळ येऊन ठेपली तर योग्य कृती करत मी सिद्ध करेन की, माझं सांगणं योग्य आहे. अयोध्येच्या राजकुमारा, या क्षणी मिथिलेच्या राजकन्येशी विवाह करण्यावाचून तुझ्यासमोर दुसरा कुठलाही पर्याय नाही. त्यानंतर आपण आनंदाने कालक्रमण करू.'

ऊर्मिलेला स्वतःच्या शब्दप्रभुत्वाची जाणीव होती. मात्र, या सामर्थ्यावर आपण एखाद्या पुरुषाला तो आदर्श पती किंवा ती आदर्श पत्नी कशी होऊ शकेल, हे समजावून सांगू शकतो; असा विचारही तिने आजवर केला नव्हता. तिला किंचित हसू आलं. प्रासादात परत येताच तिला मांडवीची जळजळीत नजर जाणवली. पुन्हा एकदा आपल्या शब्दप्रभुत्वाची कसोटी लागणार आहे हे ऊर्मिलेच्या लक्षात आलं. तिच्याप्रमाणे त्या तिघींनीही सारं ऐकलं होतं. त्यांच्या मनात टोकाचे विचार येत होते. आपण योग्य निर्णय घेतला आहे हे तिला आता त्या तिघींना पटवून द्यावं लागणार होतं. तिने स्वतःच्या कक्षात पाऊल टाकताच तिघींनी तिच्यावर प्रश्नांचा भडिमार केला.

'तू आता ठीक आहेस का?' सीतेने काळजीने विचारलं.

'तू त्याला भेटलीस का?' मांडवीने चौकसपणे विचारलं.

तिचे हात हातात घेत कीर्तीने तिला मंचकावर बसवत सांगितलं, 'तू तिथून वेगाने जाताच तोही तुझ्या पाठोपाठ निघाला. त्याची अवस्था फार बिकट होती. तुमच्या दोघांत सारं काही ठीक आहे ना?'

आपल्या तीनही बहिणींच्या चेहऱ्यांवर असलेले चिंताक्रांत भाव पाहून ऊर्मिला मनोमन हेलावली. या तिच्या बहिणी होत्या. ती त्यांच्याशी खोटं बोलू शकणार नव्हती. त्यांच्या समोर सत्य कथन करणं तिला भाग होतं. अर्थात, प्रत्येक गोष्ट ती सांगणार नव्हतीच. निव्वळ विचाराने तिच्या गालांवर लाली आली. तिला हसू आलं.

'तू पुन्हा हसते आहेस. याचाच अर्थ सारं काही ठीक आहे असा होतो,' मांडवीच्या स्वरात सुटकेची भावना होती. 'पण नेमकं झालं तरी काय? त्याला तुझ्याशी विवाह का करायचा नाही? तो जे बोलला आणि ज्याप्रकारे त्याने तुला दुखावलं, ते पाहून मी तर त्याचा वध करायला तयार होते.'

तिचा हात हातात घेत ऊर्मिलेने तिला विश्वास दिला. वरपांगी मांडवीने अलिप्ततेचा मुखवटा धारण केला तरी ती आक्रमक होती. स्वतःच्या बहिणींबाबत ती अतिशय दक्ष होती. संधी मिळाली असती तर तिने लक्ष्मणाचे डोळे उपसून काढले असते. म्हणूनच, सर्व अपसमज त्वरित दूर करायला हवे होते. लक्ष्मणाचा गमावलेला आदर त्याला पुन्हा प्राप्त करून देणं ही आता ऊर्मिलेची जबाबदारी होती.

ती शांतपणे सांगू लागली, 'तुमच्याप्रमाणे माझ्याही मनात अगदी टोकाचे विचार आले. त्याचं माझ्यावर प्रेम आहे. मलाही त्याबद्दल शंका नाही. परंतु, माझं मन विदीर्ण होऊ नये आणि कुठल्याही भ्रमात राहू नये म्हणून त्याला माझ्याशी विवाह करायचा नाही...'

तिचं बोलणं पूर्ण होण्याआधी मांडवी तीव्रपणे म्हणाली, 'भ्रम...?'

'त्याला भीती आहे की, तो मला त्याचं सर्वस्व देऊ शकत नाही. तो आणि राम या दरम्यान काहीही किंवा कुणीही आलेलं त्याला नको आहे; मग ते प्रेम असो की विवाह.'

हे ऐकताच सीतेने श्वास रोखल्याचं तिला जाणवलं. त्याकडे दुर्लक्ष करत ती म्हणाली, 'त्याला प्रत्येक गोष्ट स्पष्ट करायची होती. त्याच्या आयुष्यात माझं स्थान नेमकं काय असेल, याबद्दलचं सत्य तो सांगू इच्छित होता. अन्यथा, हा विवाह न करणं हाच पर्याय होता. मी अधिक दुखावली जाऊ नये म्हणून त्याने या पर्यायाची निवड केली होती.'

हे ऐकताच बराच वेळ कुणी काही बोललं नाही. मांडवी संतापून उभी राहिली.

'स्वतःच्या भावनांना महत्त्व देण्याच्या नादात तो तुला नेहमी दुय्यम स्थानी ठेवणार असाच याचा अर्थ होतो ना? आणि तू त्याचा स्वीकार केलास?' मांडवीच्या चेहऱ्यावरचा राग लपत नव्हता.

तोल न ढळू देता ऊर्मिला शांतपणे म्हणाली, 'खरं आहे! मी त्याच्यावर अतिशय प्रेम करते. म्हणूनच मी त्याला जाऊ देऊ शकत नाही. त्या प्रेमापोटी मला त्याची प्रत्येक अट मान्य आहे. त्याच्याशिवाय जगण्याची बिकट अवस्था मी स्वतःवर पुन्हा येऊ देणार नाही. कारण, माझं स्वतःवरही अतिशय प्रेम आहे. त्याच्यावाचून माझ्या जीवनाला अर्थ नाही. म्हणूनच, माझ्या वाट्याला जे आणि जितकं येईल त्याचा स्वीकार करण्याची माझी तयारी आहे. त्याने माझा त्याग केला आहे असं मला ज्या क्षणी वाटलं, तो माझ्या आयुष्यातील सर्वाधिक भयावह क्षण होता. त्या क्षणाला पुन्हा सामोरं जाण्याची माझी तयारी नाही. त्यापायी वाट्टेल तो त्याग करेन मी. स्वतःला त्याच्या अंकितही करेन. हृदयभंग होणं किती त्रासदायक आहे हे अनुभवलं आहे मी...' त्या दुःखाच्या आठवणीने तिचे डोळे पाणावले. 'तसं झालं तर मनातली आशा, अभिमान, प्रतिष्ठा, इच्छा, श्रद्धा अशी प्रत्येक गोष्ट आपण गमावून बसतो. त्या जागी उरते ती निव्वळ जीवघेणी वेदना. मी त्याच्याशिवाय जगू शकत नाही. मी त्याचा त्याग करू शकत नाही,' असं म्हणत तिने स्वतःचा पराभव मान्य केला.

कीर्ती म्हणाली, 'ऊर्मि, तू स्वाभिमानी स्त्री आहेस. या प्रेमामुळे तुझ्या स्वप्रतिष्ठेला आणि स्वाभिमानाला ठेच नाही का पोहोचणार? तुला स्वतःबरोबर जगता येईल का? ज्याने दुसऱ्यासाठी स्वतःचा त्याग केला आहे, त्याचा स्वीकार तू कसा करू शकशील? त्याच्या आयुष्यात तुला काय स्थान असेल?'

त्या प्रश्नांच्या सरबत्तीवर ऊर्मिलेकडे एकच उत्तर होतं.

'काहीही नाही. ज्याच्यावर मी प्रेम करते तो पुरुष तेवढा माझ्याकडे असेल, पण तो माझा नसेल. प्रेमापोटी आपल्यातील उत्तम ते समोर येतं असं मानलं तर मला पुढे काहीही सांगायचं नाही.'

मांडवी गप्प बसणाऱ्यातील नव्हती. ती उपहासाने म्हणाली, 'स्व-सन्मानाची किंमत देऊन? त्याच्या जीवनात असलेलं दुय्यम स्थान तू कशी स्वीकारू शकशील?'

'दुय्यम स्थान काय असतं हे चांगलंच ठाऊक आहे मला. आयुष्यभर तेच वाट्याला आलं आहे माझ्या!' संतापून ऊर्मिला म्हणाली खरी, पण तोंडातून शब्द निघताच तिला तिच्या बोलण्याचा पश्चात्ताप झाला. तिचे शब्द ऐकताच सीतेचा चेहरा पांढरा पडला होता. तिच्या शब्दांनी सीता चांगलीच दुखावली गेली होती.

'सीते, मला क्षमा कर. माझ्या बोलण्याचा हा अर्थ नव्हता. मी फक्त समजावण्याचा प्रयत्न करत होते की...' ऊर्मिला बोलताना अडखळली.

'...दुय्यम स्थान काय असतं हे सांगण्याचा तू प्रयत्न करत होतीस.' सीतेने तिचं वाक्य पूर्ण केलं. जन्मापासून आजपर्यंत माझ्याकरता वाट सुकर व्हावी म्हणून तुला सातत्याने बाजूला टाकण्यात आलं आहे. या कालावधीत तुझी अवस्था कशी असेल त्याची जाणीव आहे मला. माझ्यावर निष्कारण कौतुकाचा वर्षाव होत राहिला. मी अपात्र होते त्या साऱ्याला.'

'असं कधीच बोलू नकोस!' ऊर्मिलेने पटकन उत्तर दिलं. 'तुझ्या वाटेला आलेली माया आणि कौतुक मिळवायला तू पात्र आहेस. तू इतकी चांगली आहेस की, तुझ्या तुलनेत आम्ही कुठेच नाही. आम्हालाही त्याची कल्पना आहे. मला कधीही तुझी चीड आलेली नाही.'

'मीही ते जाणते. त्यामुळेच परिस्थिती अधिक कठीण होते. माझा तिरस्कार करण्याऐवजी तू माझ्यावर दुपटीने प्रेम केलंस!' सीतेला आवेग असह्य झाला. 'मी माता-पिता आणि तुझ्यावर प्रेम करते पण, आपल्या चौघांच्या प्रेमाची योग्य वाटणी कधीच झाली नाही. तू त्यांची पोटची पोर असूनही त्यांनी नेहमीच माझ्यावर अधिक प्रेम केलं. तू एकदाही त्यावर आक्षेप घेतला नाही. माझ्या मात्र मनात त्यामुळे सतत अपराधी भावना असते.'

ऊर्मिला अवाक् झाली. हे ती काय करून बसली होती! एखाद्यावर अति प्रेम करणं अयोग्य असतं का?

सीतेला विरोध करत ती म्हणाली, 'सीते, नको बोलूस असं! जे तू केलंच नाही त्याबद्दल तू स्वतःला का जबाबदार धरते आहेस? मुळात, जे कधी प्रत्यक्षात घडलंच नाही त्याला तू जबाबदार कशी? तुझा चांगुलपणा आणि तुझे गुणसमुच्चय यामुळे तुझं कौतुक झालं. तुझा जन्म आधी झाला किंवा तुला दत्तक घेतलं म्हणून तुझं कोडकौतुक झालं असं नाही.' आपल्या बहिणीला नेमका याच गोष्टीचा त्रास होत आहे असं लक्षात घेऊन तिने

पुस्ती जोडली. 'कुठल्याही प्रकारे माझ्याकडे दुर्लक्ष झालेलं नाही. माझ्या म्हणण्याचा अर्थ 'दुसरा क्रम' असा होता.'

'नाही!' जोरात मान हलवत सीता बोलू लागली. 'दुसरा क्रम म्हणजे दुय्यम स्थान. आधी आपल्या पालकांनी ते तुला दिलं आणि आता लक्ष्मण तुला तेच देऊ करतो आहे. हे अन्याय्य आहे.'

ऊर्मिला हसून म्हणाली, 'हे बघ, आता मात्र तू गोंधळ घालते आहेस. आपल्या ज्येष्ठ भ्रात्याप्रति असलेली निष्ठा लक्ष्मणाने माझ्यासमोर उघडपणे मांडली. त्यांचं नात मी समजून घ्यावं हा त्याचा प्रयत्न होता. त्याचा स्वीकार करणं मला स्वतःला लाभदायक आहे.'

'नाही. मी तुला ओळखते. तू जाणीवपूर्वक आणि तारतम्याने प्रेमाचे वेगवेगळे कक्ष तयार करशील. एका कक्षाला दुसऱ्यावर मुजोरी करू देणार नाहीस.' सीता आपला मुद्दा सोडत नव्हती.

मांडवी उद्गारली, 'प्रेमाला असं श्रेणीत बांधणं मला तरी अगदीच किळसवाणं वाटतं. माझ्या मते ही नीचता आहे.'

'नाही! मी तर याला वास्तविकतेचा स्वीकार म्हणेन. आपण कुठे आणि कसे उभे आहोत, हे त्यामुळे स्पष्टपणे समजतं' खांदे उडवत ऊर्मिला म्हणाली. 'लक्ष्मणाला ज्या गोष्टीची इतकी खात्री आहे तेच मला समजवण्याचा प्रयत्न माता करत होती. त्यामुळे आपण प्रेमाची श्रेणी ठरवत नाही. इथे परिस्थिती महत्त्वाची ठरते. ज्यांच्यावर आपण प्रेम करतो, त्यांच्यासाठी प्रत्येक क्षणी आपल्याला अशी निवड करावी लागते. हा संघर्ष सातत्याने चालतो. पण म्हणजे समोरच्यावर आपलं कमी प्रेम आहे असा अर्थ त्यातून कुणी काढू नये.'

कीर्ती सौम्यपणे म्हणाली, 'ऊर्मि, तुझ्या बोलण्याचा अर्थ समजतो आहे मला. त्याला कायमच गमावण्याऐवजी तो जसा आहे आणि जे देऊ शकतो तसा आणि तितकाच त्याचा स्वीकार करायला तू तयार आहेस. शब्दच्छल न करता प्रामाणिकपणे त्याने तुझ्यासमोर स्वतःची बाजू मांडली. त्याच्या या धाडसाचं मला कौतुक वाटतं. काहींच्या मते ही कठोरता असेल पण माझ्या मते हा निखळ प्रामाणिकपणा आहे. त्याने तुझ्या मनात चुकीच्या अपेक्षा निर्माण केल्या किंवा तुझी दिशाभूल केली असं कुणालाही म्हणता येणार नाही. त्याचा हेतू सन्माननीय आहे परंतु प्रत्येक वेळेस सद्हेतू पुरेसा नसतो. असो! आता नेमकी कशाची अपेक्षा ठेवायची हे तुलाही कळून चुकलं आहे.'

तिच्या शेवटच्या वाक्यात ऊर्मिलेला गूढ अर्थ जाणवला. त्या चौघी बहिणींत कीर्ती सर्वांत धाकटी असली तरी वयाच्या मानाने तिची प्रगल्भता सर्वाधिक होती.

'कशाची अपेक्षा?' मांडवीने प्रश्न केला. 'ऊर्मि, तो जे बोलला ते फक्त तुलाच नाहीतर आपल्या सर्वांना लागू होत आहे असं मला वाटतं.' प्रत्येक शब्दावर जोर देत कीर्ती विचारपूर्वक म्हणाली.

'ते कसं?' मांडवीने अधीरतेने विचारलं.

'त्या भावांमध्ये विलक्षण दृढ बंध आहे. सहसा असं पाहायला मिळत नाही. आपण बहिणी जशा एकमेकींवाचून राहू शकत नाही तशीच काहीशी त्यांची अवस्था आहे,' कीर्ती सांगू लागली. 'म्हणून तर विश्वामित्रांनी राजा दशरथाला त्याच्या चार मुलांसाठी आपण चार बहिणी अगदी योग्य आहोत असं सुचवलं नसेल ना? मला तरी हे असंच असावं असं वाटत आहे. त्यांचा आशीर्वाद आपल्याला कोड्यासारखा वाटला होता. भविष्यात कदाचित आपणा सर्वांना सारख्याच परिस्थितीला तोंड द्यावं लागेल.

'कीर्ती, नेमकं काय म्हणायचं तुला? मला तर बाई भीतीच वाटू लागली आहे,' मांडवी उत्तेजित होत म्हणाली.

'त्या चार भावांमधलं प्रेम, असीम समर्पणाच्या पायावर उभं आहे. विशेषतः रामाप्रति त्याच्या धाकट्या भावांचा बंधुभाव वाखाणण्याजोगा आहे,' कीर्ती म्हणाली. 'त्याच्यासाठी ते वाट्टेल ते करतील. तोही वेगळा नाही. लक्ष्मण स्वतःचा समर्पण भाव अधिक उघडपणे व्यक्त करतो. त्याच्यासाठी बंधुप्रेम हेच एक प्रतीक आहे. वेळ आली तर इतर भाऊ त्याची री ओढतील याची मला खात्री आहे. ते एका अदृश्य धाग्याने एकत्र बांधले आहेत. आज फक्त लक्ष्मणाने जरी ऊर्मिलेला परिस्थितीची जाणीव करून दिली असली, तरी आपल्यालाही ती तशीच लागू होऊ शकते असं मला वाटतं, मांडवी. भाऊ की पत्नी अशी निवड करण्याची वेळ यदाकदाचित त्यांच्यापैकी कोणावर किंवा प्रत्येकावर आली तर ते आपल्या भावाला प्राधान्य देतील. त्यांची पत्नी होण्याची इच्छा असलेल्या आपण सर्वांनी हे लक्षात ठेवावं असं मला वाटतं.'

या सत्याचा स्वीकार करणं प्रत्येकीला भाग होतं. कोणीच काही बोललं नाही.

चार विवाह

कीर्तीच्या बोलण्यात वास्तविकता होती. ऊर्मिलेला त्यात नवा अर्थ गवसला. तिच्या मनात धास्ती निर्माण झाली. नववधू म्हटलं की सौख्य, आनंद आणि उत्साहाला उधाण येतं परंतु या चार नववधूंच्या जीवनात एकामागून एक गोंधळ तेवढा दिसत होता. कसंबसं ऊर्मिलेने स्वतःला सावरलं. तिला काय माहीत की सीतेचं भवितव्य कठीण होतं.

परीराज्यात शोभावा अशा त्यांच्या विवाहसोहळ्याचं सगळ्यांना कौतुक वाटत असताना अचानक राजपुरोहित शतानंद राजा समोर आले. त्यांनी आणलेली वार्ता चिंताजनक होती. चार राजपुत्र आणि चार राजकन्यांच्या पत्रिकांचा बारकाईने अभ्यास केल्यावर त्यांच्या लक्षात आलं होतं की, इतरांच्या पत्रिका अगदी व्यवस्थित जुळत असल्या तरी रामाच्या पत्रिकेत मंगळ दोष होता. विवाहाच्या दृष्टीने तो खडतर योग होता. हा विवाह रद्द करणं अधिक योग्य ठरेल असं त्या वयोवृद्ध राजगुरूने स्पष्टपणे सांगितलं. त्यांनी हेही ऐकवलं की, या विवाहामुळे सीतेच्या जीवनात अधिकतर दुःखच येईल. त्यांचे शब्द ऐकताच राजकुटुंबात एकच काहुर माजलं.

जनकाची सर्वांत कठीण अवस्था झाली. ऊर्मिलेने आपल्या पित्याला आजवर अशा मनःस्थितीत पाहिलं नव्हतं. राजपुरोहिताप्रति राजाला आत्यंतिक आदर होता. त्यांच्या भविष्यवाणीवर राजाची दृढ श्रद्धा होती. तरीसुद्धा, त्याचा स्वतःच्या कानांवर विश्वास बसेना. त्यातून, रामाने रुद्र धनुष्याला प्रत्यंचा चढवली होती हे तो विसरू शकत नव्हता. राम आणि सीतेची जोडी निश्चित आहे ही त्याची खात्री होती. मात्र, अचानक ग्रह

नक्षत्र राम आणि सीतेच्या विरुद्ध गेले असावेत, असं ऊर्मिलेच्या मनात आलं. हा विवाह रद्द करावा असं सुनयनाचं स्पष्ट मत होतं. जनकाची परिस्थिती कठीण होती. वराकडची मंडळी दुसऱ्या दिवशी सकाळी मिथिला नगरीला पोहोचणार होती. अशा परिस्थितीत राजा दशरथ आणि त्याच्या इतर पुत्रांना राजा जनक कसा सामोरा जाणार होता?

'ऋषी शतानंदांनी जे भाकित वर्तवलं आहे ते लक्षात घेता मी माझ्या मुलीच्या भविष्याशी खेळू इच्छित नाही,' सुनयनाने राजाला ठासून सांगितलं. तिने आपली पातळ जिवणी घट्ट आवळून घेतली होती. स्वतःची नाखुशी दर्शवण्याची तिची ही सवय तिच्या लेकीने उचलली होती. 'सत्य काय आहे ते आपण दशरथ राजाला सांगायला हवं. मी खात्रीने सांगते की, ते आपल्याला समजून घेतील. त्यांच्या पुत्रांचं भलं व्हावं अशीच त्यांचीही इच्छा असणार.'

'प्रिये, रामासाठी सीता सर्वाधिक सुयोग्य आहे,' स्वतःची त्रेधा लपवत तिच्या पतीने उत्तर दिलं. 'तू लक्षात का घेत नाहीस की शिवधनुष्य हा त्याचा मूर्तिमंत पुरावा आहे? त्या धनुष्याने दोघांना एकत्र आणलं आहे. ते धनुष्य उचलण्याचा, त्याला प्रत्यंचा जोडण्याचा प्रयत्न कित्येक तरुणांनी केला. परंतु, केवळ रामाला यश प्राप्त झालं. ते दोघं एकत्र येणार हेच खरं.'

'म्हणजे मग ज्योतिष चुकीचं आहे असं म्हणायचं का? आपल्या राजपुरोहितांवर तुमचा विश्वास उरला नाही का? आजवर त्यांचं भाकित कधीच खोटं ठरलं नाही. अशी जोखीम तुम्ही कशी घेऊ शकता?' सुनयनाने कळवळून विचारलं.

'सीतेच्या स्वयंवरात जर एखादी अट ठेवली तर मंगळाचा दोष आपला प्रभाव गमावून बसेल असं राजपुरोहितांनी सांगितलं आहे. तेव्हा प्रिये, चिंता करू नकोस,' चतुर राजा जनकाने आपल्या त्रस्त पत्नीची समजूत घालण्याचा प्रयत्न केला.

सुनयना जात्याच विवेकी होती परंतु भीतीने मनात ठाण मांडली की कितीही तर्कसंगत व्यक्ती असली तरी काही उपयोग होत नाही. मिथिलेची राणी त्याला अपवाद कशी असणार? अवास्तव भयापोटी ती आपल्या लेकीला भविष्यातील दुःखापासून वाचवू पाहत होती. प्रश्न सीतेचा होता. म्हणूनच, कुणाच्याही विनंती, आग्रह, तर्क अथवा कारणमीमांसा या बाबी सुनयनाच्या लेखी दुर्लक्षित करण्याजोग्या होत्या. गंमत म्हणजे तिच्या निर्णयाला सर्वाधिक विरोध केला तो सीतेने.

'इतर कुणाशी विवाहबद्ध होण्याचा विचारही माझ्या मनात येऊ शकत नाही. मी रामाला माझा पती, जन्मोजन्मीचा सहचर म्हणून स्वीकारला आहे,' अत्यंत शांत स्वरात सीतेने आपलं म्हणणं मांडलं. मात्र, त्यामागचा निग्रह स्पष्ट होता. तिला कुठलाही वाद अथवा तडजोड नको होती.

ते पाहून ऊर्मिलेला हसू आलं. थोडक्यात पण निर्णायक बोलणं हाच सीतेचा स्वभाव होता. वरकरणी दिसणारं तिचं रूप फसवं आहे हेही ऊर्मिला जाणून होती. वरून एखाद्या फळासारखी मृदू मुलायम भासणारी सीता मनाने अतिशय खंबीर होती. त्याच निश्चयाने सीता पुढे म्हणाली, 'मी रामाशी विवाह करू नये असा तुमचा हट्ट असेल तर मी आजन्म अविवाहित राहीन.'

सीतेचा स्वर इतका ठाम होता की, त्यानंतर कुणी कितीही सांगितलं असतं तरी तिने ऐकलं नसतं हे सहज लक्षात येत होतं. तिची माता अवाक् होऊन तिच्याकडे पाहत राहिली. सीता तिच्या अभिमानाचा विषय होती, पण सीतेबाबत राणी अतिशय हळवी होती. सीता परिपूर्ण होती. तिच्या हातून कुठली चूक किंवा अपराध होऊ शकत नव्हता. तिच्यात कुठलाही दोष नव्हता.

भानावर येत राणीने विचारलं, 'परंतु, राजपुरोहितांचं भाकित खरं ठरलं तर? तू राजकन्या असूनही वैवाहिक जीवनाचा अधिकांश भाग तुला अरण्यात घालवावा लागेल असंही त्यांनी सूचित केलं आहे. त्याचं काय? रामाशी विवाहबद्ध होऊन तुला दुःखी वैवाहिक जीवन कंठायचं आहे का? सोसत राहायचं आहे का?'

'माझं त्याच्यावर नितांत प्रेम आहे,' सीतेने साधंसं उत्तर दिलं. जणू काही तिच्या या उत्तराने तिच्या मातेच्या मनातील सर्व आशंका दूर होणार होत्या. 'त्याच्याबरोबर नसले तर मी दुःखी होईन. अकल्पनीय यातना मला सहन कराव्या लागतील. स्वतःला सुखी करण्यासाठी मला त्याच्याशी विवाह करायचा आहे.'

आपल्या बहिणीचे हे शब्द ऐकताच ऊर्मिला थक्क झाली. तिला ते परिचित वाटले. लक्ष्मणाशी विवाह करण्याच्या निर्णयाच्या समर्थनार्थ तिने आपल्या बहिणींना असंच काहीसं सांगितलं होतं. त्या दोघी बहिणी ज्या तरुणांच्या प्रेमात पडल्या होत्या, त्यांच्याशीच त्यांना विवाह करायचा होता. त्यांची निवड चुकीची होती का?

प्रेमात आकंठ बुडण्यापेक्षा प्रेमात पडणं अधिक सोपं होतं. ऊर्मिलेला तिचे प्रेमात पडल्याचे दिवस आठवले. इथून पुढे त्या प्रेमाच्या नात्यात वावरणं हा यशापयशाचा लढा ठरणार होता का?

लक्ष्मणाशी झालेलं संभाषण ऊर्मिलेने सुनयनाच्या कानांवर घातलं नव्हतं. आपल्या मातेची काय प्रतिक्रिया होईल, याचा अदमास तिला होता. आपल्या लेकीच्या सौख्य आणि स्वास्थ्यासाठी सुनयनाने रूढीपरंपरांना मोडीत काढत विवाह मोडला असता. सामाजिक परंपरांना धरून चालावं किंवा त्यांच्या जोखडाखाली वावरावं यावर सुनयनाचा विश्वास नव्हता. वैयक्तिक विकास, स्वातंत्र्य आणि निवड यावर आधारित तिचं स्वतःचं वेगळं तत्त्वज्ञान होतं. सीतेने नेमका याच मुद्द्याचा चतुराईने वापर केला होता. आता सुनयना माघार घेऊ शकत नव्हती.

कसंबसं हसत सुनयना म्हणाली, 'शेवटी हा तुझा निर्णय आहे.' तिला आता उत्तराची अपेक्षा नव्हती. उदासपणे ती पुढे म्हणाली, 'तसंच होऊ दे. तू जे बोलली आहेस त्याचा अचूक अर्थ तुला मनोमन जाणवू दे, त्यानुसार वागण्याचं सामर्थ्य तुझ्या ठायी येऊ दे!'

राणीने जरी सीतेला आशीर्वाद दिला होता, तरी ऊर्मिलेने तो स्वतःसाठीदेखील ग्राह्य धरला. सीतेला उद्देशून मातेने केलेला उपदेश आपल्यालाही तंतोतंत लागू आहे, हे ती जाणून होती.

दुसऱ्या दिवशी भल्या पहाटे दशरथ राजा त्याच्या दोन धाकट्या पुत्रांसह मिथिला नगरीत पोहोचला. नेहमीप्रमाणे देवीदर्शनासाठी निघालेल्या मांडवी आणि कीर्तीच्या मनाची घालमेल झाली. अजून एक दिवसानी ज्या राजपुत्रांशी त्या विवाहबद्ध होणार होत्या, त्यांना एकदा प्रत्यक्षात पाहावं अशी ओढ त्यांना लागली होती. त्यांच्या प्रार्थनेला उत्तर मिळालं. काही दिवसांपूर्वी सीता आणि ऊर्मिला यांना त्यांचे आत्मसखा ज्या जागी भेटले होते, नेमक्या त्याच स्थानावर या दोघींना भरत आणि शत्रुघ्नाचं दर्शन झालं.

रोजची पूजा आटोपून चौघी बहिणी परत येत असताना उपवनात फिरणारे चार राजपुत्र त्यांच्या नजरेस पडले. ते पाहताच सीता खिदळत

म्हणाली, 'आपल्या चौघींचे प्रियकर भेटण्याचं हे स्थान सुनिश्चित झालं आहे असं मला वाटत आहे.'

पूजेसाठी फुलं खुडण्याच्या निमित्ताने ते चौघं पुष्पवाटिकेत फिरत होते. राजा दशरथ जनक राजासमवेत प्रासादात होता. ही संधी साधत भरत आणि शत्रुघ्न आपल्या मोठ्या भावांना मदत करण्याच्या निमित्ताने मुद्दाम तिथे उपस्थित होते.

राजकन्यांना उशीर होत होता. आज त्यांच्या सर्वांगाला हळद लिंपण्याचा विधी संपन्न होणार होता. त्यामुळे आपल्या वाग्दत्त वरांकडे जेमतेम कटाक्ष टाकण्याव्यतिरिक्त त्या काहीही करू शकल्या नाही.

नेहमीप्रमाणे ऊर्मिलेची नजर लक्ष्मणाचा वेध घेत होती, त्यामुळे भरत शत्रुघ्नाकडे तिने पाहिलं नाही. लक्ष्मणासमवेत त्याचे तीन भाऊ आणि .... एक स्त्री होती. ती हसून काहीतरी बोलत होती. इतक्या अंतरावरूनही तिचं सौंदर्य लपत नव्हतं. लक्ष्मणासमवेत ती मोकळेपणाने वावरत होती. कोण होती ती? ऊर्मिलेने बारकाईने पाहिलं. एकमेकांकडे हसून पाहणाऱ्या त्या दोघांना पाहताच ऊर्मिलेच्या मनात असूयेची कळ उमटली. आपण नेमकं कसं वागावं, हे तिला कळेना. स्वतःच्या भावना दाबण्याच्या प्रयत्नात तिचा संताप वाढला. ती अधीर झाली.

कोण होती ती? ऊर्मिला स्वतःला पुन्हा पुन्हा विचारू लागली. ती स्त्री लक्ष्मणाची नातेवाईक असणार हे ऊर्मिलेच्या लक्षात आलं असलं तरी ती लक्ष्मणाशी वागताना जो आपलेपणा आणि आपुलकी दाखवत होती, ती ऊर्मिलेला सहन झाली नाही. त्या दोघांतील सहजता आणि हसणं सातत्याने ऊर्मिलेला सतावू लागलं. जागेपणी आणि झोपेतही ती त्यापायी त्रस्त झाली.

इकडे प्रासादात राजा दशरथ आणि वसिष्ठ मुनींनी राजा जनक, मुनी विश्वामित्र आणि राजगुरू शतानंद यांची भेट घेऊन मुहूर्त सुनिश्चित केला. उत्तरा फाल्गुनी नक्षत्र हा मुहूर्त चारही जोडप्यांसाठी अतिशय सुयोग्य असला तरी त्या मुहूर्तात निमिषाचाही फरक पडला तर ग्रह नक्षत्रांच्या स्थानात बदल होऊन जोडप्यांच्या भविष्यावर त्याचा विपरीत परिणाम होईल, याची जाणीव तिन्ही ऋषींनी दोन्ही राजांना करून दिली.

चारही वाग्दत्त वधूंना या प्रतिकूल भाकितांची जाणीव नव्हती. विवाहदिनी भल्या पहाटे त्या चौघी उठल्या. थंडीचा कडाका होता. सूर्योदय झाला असला तरी आकाशात चंद्र अजून रेंगाळत होता. सूर्याला आणि त्याच्यापासून मिळणाऱ्या उबेला ढगांनी अडवलं होतं. प्रत्येक नववधूचा वेष वेगळ्या रंगाचा होता. सीतेने तिच्या आवडीच्या चंदेरी निळ्या रंगाची वस्त्रं चढवली होती. ऊर्मिलेचा वधूवेष लालभडक, मांडवीचा हिरवाकंच आणि कीर्तीचा हळदी पिवळा होता. चारही रंग मंगलदायक आहेत हे पाहून ऋषी शतानंदांनी निःश्वास सोडला. निदान आज तरी राणीने परंपरा पाळली होती. या चारही वधूंनी सर्जनाचा रक्तवर्ण परिधान केला असता तर ऋषींना अधिक आवडलं असतं. त्यांच्या लाडक्या शिष्येने ऊर्मिलेने तेवढा लाल सोनेरी पोशाख परिधान केला होता. आजवर तिनेच सर्वाधिक चातुर्य आणि हुशारी दाखवली होती; गुरूंच्या मनात आलं. ते चारही राजपुत्र योग्य वर होते हे जरी निर्विवाद सत्य होतं, तरी शतानंदांच्या मनाला चुटपुट लागली होती. वैवाहिक जीवनाचं सौख्य अनुभवू पाहणाऱ्या त्या राजपुत्रांची नशिबं एकमेकांमध्ये गुंतलेली होती. ऋषींनी आकाशाकडे नजर टाकली. अजूनही सूर्याचा पत्ता नव्हता. ऋषींना वातावरणात खिन्नता जाणवत होती. विवाहविधी आता अंतिम टप्प्यात आले होते. ऋषींचे लक्ष तिकडेच होतं. चारही वधूंनी आपापल्या वाग्दत्त वरांच्या गळ्यात मोगरा आणि गुलाबाचा हार घातला. हा मुहूर्त गाठणं महत्त्वाचं होतं. पुढचं सारं सहजगत्या घडून येणार होतं.

ऊर्मिलेची ओळख तिच्या श्वशुराशी म्हणजेच राजा दशरथाशी करून देण्यात आली. प्रत्यक्षात राजा अधिक थकलेला आणि वयस्कर दिसत होता. प्रथमदर्शनी त्याचा मायाळू स्वभाव लक्षात येत होता. तो अतिशय उंच आणि देखणा होता. त्याच्या मस्तकावरच्या केसांमध्ये पांढऱ्या छटा दिसत होत्या. नजरेत माया जाणवत होती. त्याला पाहताच दुबळेपणाऐवजी त्याची कणखरता लक्षात येत होती. हे सामर्थ्य त्याच्या चेहऱ्यातूनही व्यक्त होत होतं. गरुडासारखं बाकदार नाक आणि जबड्याची विशिष्ट ठेवण यामुळे त्याचा अधिकार जाणवत होता. त्याचा स्वर मात्र सौम्य होता. त्याची रूपवती राणी कैकयी हिचा तो दास होता, अशी वदंता ऊर्मिलेपर्यंत पोहोचली असली तरी याक्षणी त्याला पाहून त्यावर विश्वास ठेवणं कठीण होतं. तो त्याच्या भूमीचा कणखर आणि सामर्थ्यशाली राजा त्याचप्रमाणे चार देखण्या पुत्रांचा स्वाभिमानी पिता म्हणून शोभून दिसत होता.

त्याचे चारही पुत्र देखणे होते. भरताचं दशरथाशी विलक्षण साम्य होतं. त्याच्या चेहऱ्यावरचे भाव रामापेक्षाही अधिक शांत होते. नजर स्वच्छ आणि पारदर्शक होती. त्यातून अधिकार जाणवत होता. लक्ष्मण आणि शत्रुघ्न जुळे भाऊ असूनही त्यांच्या रूपात साम्य नव्हतं. मात्र, त्यांच्या वृत्तीत आणि वागण्यात साम्य होतं. अर्थात, लक्ष्मणाच्या तुलनेत शत्रुघ्नाच्या कपाळावर कमी आठ्या होत्या आणि तो अधिक मोकळा व जास्त वेळा हसत होता. खरं सांगायचं तर त्याच्या डोळ्यांत मिस्किल छटा होती. तो आपल्या भावांची सहज थट्टामस्करी करत होता. शांत आणि गंभीर प्रवृत्तीच्या कीर्तीला त्याच्याशी जुळवून घ्यावं लागणार आहे या विचाराने ऊर्मिलेला मनोमन छान वाटलं.

तितक्यात शत्रुघ्नने चिडवलं, 'या एकत्रित विवाह सोहळ्यात आपण वयानुसार उभं राहणार आहोत की, उंची अथवा लोकप्रियतेनुसार? माझ्या मते उंची सोडली तर रामाचा प्रथम क्रमांक लागेल कारण, उंचीत आम्ही जुळे पुढे आहोत.'

लक्ष्मणाला कोपराने हलकंच ढोसत तो पुढे म्हणाला, 'बंधू, चल हो पुढे पटकन. आपणच आधी विवाहबद्ध होऊया.'

हे ऐकताच सर्वांना हसू आलं. विवाहसोहळा संपन्न होत असताना शत्रुघ्न सातत्याने सर्वांना हसवत होता. ऊर्मिलेला ते आवडत असलं तरी तिची नजर आदल्या दिवशी दिसलेल्या त्या सुंदर तरुणीवर खिळली होती. आज तिने गडद गुलाबी रंगाची रेशमी वस्त्रं परिधान केली होती. तिच्या कमनीय बांध्याला तो रंग शोभून दिसत होता. जवळून तिला पाहिल्यावर तिचं वय आणि सौंदर्य दोन्ही अधिक प्रकर्षाने ऊर्मिलेला जाणवलं. हातात चांदीचं तबक घेऊन ती उभी होती. त्यात निरांजनं पेटली होती. तिचा अधिकार जाणवत होता. नक्कीच ती कोणीतरी जवळची नातेवाईक असणार या विचाराने ऊर्मिलेला सुटकेची भावना जाणवली. तशीही ती दुसरी कोण असणार? ऊर्मिलेच्या मनात दाटलेल्या असूयेचा आणि अधिकारदर्शक भावनेचा तिला स्वतःलाच राग आला. ती सुंदर तरुणी त्या चौघांची बहीण आहे हे समजताच ऊर्मिला निवांत झाली. आपल्याला वाटणारी असूया हे मूढपणाचं लक्षण आहे हे लक्षात येताच आत्ता कुठे ती पहिल्यांदा मनापासून हसली. आनंदाने तिचा चेहरा उजळला. आपल्या नववधूकडे अभिमानाने पाहणारा लक्ष्मण श्वास घ्यायला विसरला. त्या क्षणी ऊर्मिला सर्वाधिक सुंदर आणि आनंदी दिसत होती.

ऊर्मिलेच्या डोळ्यांना खुपणारी ती सुंदर स्त्री, राजा दशरथ आणि राणी कौसल्येची मोठी मुलगी, रामाची मोठी बहीण शांता होती. मिथिलेच्या चारही राजकन्यांप्रमाणे तिचं जीवन सुखेनैव गेलं नव्हतं. अयोध्येची- निश्चितपणे सांगायचं तर कोसला नगरीची, राजकन्या म्हणून ती जन्माला आली असली तरी राणी कौसल्येच्या वर्शिणी या मोठ्या बहिणीने आणि तिचा पती, अंगदेश नरेश रोमपाद याने तिला दत्तक घेतलं होतं. राजा रोमपाद हा दशरथाचा जिवलग स्नेही होता. ते जोडपं निपुत्रिक होतं. थट्टामस्करी करत असताना वर्शिणीने आपल्या धाकट्या मेव्हण्याला विचारलं होतं की, तो जर इतका उदार असेल आणि वचनांचा पक्का असेल तर स्वतःची नुकतीच जन्मलेली कन्या तो वर्शिणीला नेहमीसाठी देऊ करेल का? रघुवंशात जन्मलेल्या क्षत्रिय दशरथाला दिलेल्या वचनाचं मूल्य ठाऊक होतं. आणि म्हणूनच त्याने आपली एकुलती एक कन्या आपल्या जिवलग स्नेह्याला आणि मेहुणीला देऊ केली. शांता तेव्हा अर्भक होती. त्या दिवसापासून कौसल राजकुमारी अयोध्येपासून दूर, आपल्या मातापित्यांपासून दूर, अंग देशाची राजकुमारी म्हणून वाढू लागली. तिने वेद, कला, कौशल्य आणि संगीताचा अभ्यास केला, पांडित्य प्राप्त केलं. अतिशय रूपवान शांताचा विवाह कुणा राजपुत्राशी न होता ऋषी ऋष्यशृंग यांच्याशी झाला. तिच्या राज्यावर कोसळलेल्या भयाण दुष्काळातून त्यांनी सर्वांची सोडवणूक केली होती.

शांताच्या पाठीवर कैक वर्षं राजा दशरथाला मूलबाळ झालं नाही. त्याने पुत्रकामेष्टी यज्ञ करण्याचं ठरवलं. त्यासाठी त्याने आपल्या जामाताला म्हणजेच ऋष्यशृंग ऋषींना पाचारण केलं. त्या यज्ञाचा प्रसाद म्हणून कोसला नगरीला राम, भरत, लक्ष्मण आणि शत्रुघ्न हे चार राजपुत्र प्राप्त झाले. लक्ष्मण आणि शत्रुघ्न जुळी भावंडं होती.

चार राजपुत्रांच्या विवाह सोहळ्यासाठी ऋषी ऋष्यशृंग मिथिला नगरीत उपस्थित होते. त्यांना भेटून राजा जनकाला आनंद झाला. राजाला पंडितांचा आदर वाटत असे. ऋष्यशृंग ऋषींची चण जरी सडपातळ असली तरी त्यांच्या नजरेतील ज्ञान आणि हुशारी लपत नव्हती. ते विरक्त होते. आता ते विश्वामित्रांशी गहन चर्चा करण्यात गढले होते. तितक्यात त्यांनी शांताला त्यांच्या दिशेने येताना पाहिले. त्या क्षणी त्यांच्या चेहऱ्यावरचे गंभीर भाव जाऊन तिथे मार्दव उमटलं. त्या दोघांची प्रेमकथा त्यांच्याप्रमाणेच चित्तवेधक होती.

शांताला भेटण्याआधी ऋषी ऋष्यशृंग एकांतवासात जीवन कंठत होते. त्यांचा जन्म झाल्यानंतर त्यांच्या जन्मदात्रीने म्हणजेच अप्सरा ऊर्वशीने त्यांना त्यांच्या पित्याच्या म्हणजेच ऋषी विभंदकांच्या सुपूर्द केलं होतं. त्यांचा तपभंग करण्यासाठी इंद्राने तिला पृथ्वीवर पाठवलं होतं. तिच्या या कृतीमुळे विभंदकांना विश्वासघात झाल्यासारखं वाटलं. ते दुखावले गेले. समस्त स्त्रीजाती प्रति त्यांच्या मनात तिरस्कार निर्माण झाला. हीच भावना त्यांनी आपल्या पुत्रात निर्माण केली. जन्मानंतर ऋष्यशृंगांनी स्त्रियांचं दर्शनही घेतलं नव्हतं. त्यांच्या पित्याने त्यांना घनदाट जंगलात एकांतात ध्यानधारणेची दीक्षा दिली होती.

रोमपाद राजाच्या राज्यात अवर्षण आणि दुष्काळाचं संकट कोसळलं होतं. कठोर ब्रह्मचर्य पालन केलेल्या ब्राह्मण पंडिताकडून केवळ हे संकट दूर होऊ शकतं, असं त्याला सांगण्यात आलं होतं. ऋषी ऋष्यशृंगाशिवाय कुणीही ब्रह्मचर्य पालन केलेलं नव्हतं. घनदाट जंगलाच्या अंतर्भागात जाऊन त्यांना यज्ञासाठी पाचारण कोण करणार होतं? त्याहून महत्त्वाचं म्हणजे जंगलाच्या सुरक्षित परिसरातून ऋषी विभंदकांनी आपल्या पुत्राला बाहेर येऊ दिलं असतं का?

अशा अडचणीच्या प्रसंगी शांताने अप्रतिम शक्कल लढवली. राजवारांगनेला सोबत घेऊन तिने घनदाट अरण्याकडे प्रयाण केलं. सरपण गोळा करण्यासाठी ऋषी विभंदक कुटीपासून दूर जाताच तिने ऋषी ऋष्यशृंगाची भेट घेतली. विभंदक मुनी आपल्याला इथून घालवून देतील किंवा आपल्याला आणि आपल्या राज्याला शाप देतील अशी भीती तिला वाटत होती. अनपेक्षितपणे दोन सुंदर स्त्रिया समोर पाहताच ऋष्यशृंग बावरले. बघताक्षणी ते राजकुमारीच्या प्रेमात पडले. अग्निहोत्र पूजा करण्याकरता त्यांनी आपल्या राज्यात यावं अशी गळ शांताने त्यांना घातली. प्रेमाची गोडी पहिल्यांदाच अनुभवणाऱ्या ऋषीने तिला होकार दिला. आपल्या संतप्त पित्यापासून दूर जात ते शांताबरोबर अंगदेशात येऊन पोहोचले. तिथल्या रुक्ष भूमीवर पाऊस पाडण्यासाठी त्यांनी आपल्या शक्तींचा वापर केला. त्यांच्या पौरोहित्याखाली यज्ञाला प्रारंभ झाला. आभाळात ढगांची दाटी झाली. इकडे अरण्यात असलेल्या विभंदकांच्या मनात संतापाने घर केलं. आपल्या पुत्राला परत आणण्यासाठी ते तावातावाने अंगदेशी निघाले. ओथंबलेल्या काळ्याकभिन्न ढगांतून जोरदार वृष्टी होऊ

लागली. विभंदक राजधानीत येऊन पोहोचले. त्यांच्या पुत्राचा विवाह सुंदर राजकन्येशी होताना दिसला. त्यांनी मनोमन विचार केला, ते शांत झाले. आपल्या श्वशूराच्या संतापाला सामोरं जाण्यासाठी शांताने विचारपूर्वक भेटींची निवड केली होती. त्यांच्या पुत्राप्रति तिला वाटणाऱ्या प्रेमाची खोली आणि प्रामाणिकपणा त्यातून प्रकट होत होता. वृद्ध विभंदकाने आपल्या पुत्राला आणि स्नुषेला सौख्यपूर्ण फलदायी, आनंदी आणि दीर्घ वैवाहिक जीवन जगण्यासाठी आशीर्वाद दिला.

अशी होती शांता! सुळसुळीत रेशमी वस्त्रं आणि रत्नालंकारांनी सजलेली शांता रामामागे उभी होती. ऊर्मिलेने तिच्याकडे आदराने पाहिलं. विधी संपत आले. सीतेने रामाच्या गळ्यात वरमाला घातली. ऊर्मिलेने नजरेच्या कोपऱ्यातून ते पाहिलं. आता तिचा क्रमांक होता. त्यानंतर मांडवी आणि कीर्ती यांचा क्रमांक होता. पुढे होत तिने लक्ष्मणाच्या गळ्यात वरमाला घातली. तिचे हात थरथरत होते. ती सुगंधित वरमाला त्याच्या गळ्यात घालताना तिने त्याच्याकडे पाहिलं. तिचे डोळे दवबिंदूसारखे टवटवीत दिसत होते. वरमाला घालून घेण्यासाठी मान किंचित वाकवून लक्ष्मण तिला ऐकू येईल असं कुजबुजला, 'तू सर्वाधिक आनंदी नववधू दिसत आहेस. तुझ्या सौंदर्याने मी मोहित झालो आहे की मग, माझ्यामुळे तू इतकी सुंदर झाली आहेस?' त्याचा स्वर घोगरा झाला होता.

'नाही, तुझ्या बहिणीमुळे!' तिने पटकन उत्तर दिले.

त्याने आश्चर्याने भुवई उंचावली परंतु ती मनातले विचार त्याला सांगणार नव्हती. तितक्यात शांताचा उत्साही स्वर तिच्या कानावर पडला, 'प्रिय बंधू सौमित्र, ही तुझी ऊर्मिला आहे ना?'

शांताने लक्ष्मणाचा केलेला सौमित्र असा उल्लेख ऐकून ऊर्मिला चकित झाली. सुमित्रेचा मुलगा म्हणून सौमित्र. तिला विचार करायला वाव न देता शांता पुढे म्हणाली, 'गुरू परशुरामांच्या शापापासून तू सौमित्रला कसं वाचवलंस ते ऐकलं आहे मी. माझ्या संतप्त श्वशूरांचा राग मी कसा शांत केला होता तेच मला आठवलं.'

हे ऐकताच ऊर्मिलेला अतिशय संकोच वाटला. आपल्या आरक्त गालांचा तिला राग आला, पण शांताचं त्याकडे लक्ष नव्हतं.

ती मायेने पुढे म्हणाली, 'सौमित्र, इतकी आनंदात असलेली अशी सुंदर वधू आजवर माझ्या पाहण्यात आली नाही.' मग ऊर्मिलेकडे पाहत

ती म्हणाली, 'तू अतिशय सुंदर आहेस. प्रिये, तू नेहमीच अशीच आनंदात राहशील.'

'मिला, ही माझी बहीण शांता आहे. ताई, माझ्या नववधूच्या चेहऱ्यावर आलेल्या या तेजाला तू कारणीभूत आहेस.' ओळख करून देत लक्ष्मण म्हणाला. त्याने आता ऊर्मिलेचा हात उघडपणे हातात धरला होता. तिच्या मनगटावर त्याचा अंगठा हळुवार गोलाकार फिरत होता. त्या स्पर्शाने तिच्या मनात उत्कट भावना जागल्या. तिने हात सोडवण्याचा प्रयत्न केला नाही.

'मी?' शांताने न समजून विचारलं.

'हो ताई. माझ्या नववधूवर तू अशी कोणती जादू केली आहेस?' निरागसतेचा आव आणत लक्ष्मणाने विचारलं.

मनगटावरच्या त्याच्या स्पर्शाने ऊर्मिला सलज्ज झाली होती. त्यातून पुन्हा काल दिवसभर तिच्या मनात धुमसणाऱ्या असूयेची तिला लाज वाटत होती. कसंतरी हसत तिने आपल्या नणंदेला अभिवादन केले.

'प्रिय बंधू, मी नाही ती! तुझ्या मिलावर तूच जादू केली आहेस. तुम्ही एकमेकांच्या प्रेमात पडल्याचं स्पष्ट आहे,' त्यांच्या गुंफलेल्या हाताकडे कटाक्ष टाकत शांता म्हणाली. मग तिने हसून इतर भावजयांकडे मोर्चा वळवला. ती जाताच ऊर्मिला उसळली, 'कृपा करून मला डिवचणं थांबव.'

'काय झालं असेल याचा तर्क मी लढवू शकतो. तुझी कल्पनाशक्ती वेगाने कामाला लागली असणार!' लक्ष्मण पुन्हा कुजबुजला. त्याच्या नजरेतले मिस्किल भाव लपत नव्हते. 'ही सुंदर स्त्री काल सकाळी उपवनात माझ्याबरोबर दिसली होती....' त्याने बोलायला सुरुवात केली.

त्याला मध्येच अडवत ऊर्मिला म्हणाली, 'कृपा कर!' ऊर्मिलेचा चेहरा अंगावरील वस्त्रांप्रमाणे रक्तवर्णीय झाला होता.

'.... आणि ती शांता होती! मिला, ही असूया का?' त्याचा स्वर आता गंभीर झाला. 'हे बघ, हा अविवेक आहे. असुरक्षिततेच्या भावनेतून त्याचा उगम होतो. तुला माझी खात्री आहे ना? इथून पुढे तुला माझ्यामुळे कधीही असुरक्षित वाटणार नाही अशी मी आशा करतो. मी तुझाच आहे. नेहमीच!'

त्याच्या नजरेत डोकावून पाहताना ऊर्मिलेला भरून आलं. त्यांच्या विवाहदिनी तो तिला वचन देत होता. त्याच्या नजरेतील धगीपासून आणि

त्याच्या बोलण्यातील सच्चेपणापासून ती दूर जाऊ शकत नव्हती. तितक्यात हळुवारपणे तिच्या मनगटाला ओढ देत तो तिच्या माता-पित्यांच्या दिशेने पुढे झाला. स्वतःला सावरत ऊर्मिलेने पटकन त्या दोघांच्या चरणांना स्पर्श केला. तिच्या पाठोपाठ लक्ष्मणही खाली वाकला. त्याचा चेहरा पुन्हा नेहमीसारखा झाला होता.

अशा प्रकारे मिथिलेच्या चार राजकन्यांचा विवाह अयोध्येच्या चार राजपुत्रांशी झाला. नगरीत सगळीकडे उत्साहाला उधाण आलं होतं. अयोध्येत पोहोचताच नगरजन असाच आनंद सोहळा साजरा करतील असा विचार राजा दशरथाच्या मनात आला. तो थकला होता पण, त्याच्या आनंदाला पारावार नव्हता. आता अयोध्येला परत जाताना त्याच्या चार पुत्रांबरोबर चार लेकीही सोबत असणार होत्या.

तितक्यात त्याला खांद्याला स्पर्श जाणवला. त्याने वळून पाहिलं. राजा जनक, राणी सुनयना, वसिष्ठ, विश्वामित्र, शतानंद आणि ऋष्यशृंग गंभीर चेहऱ्याने समोर उभे होते.

'वार्ता चांगली नाही,' मिथिलानरेशाच्या चेहऱ्यावरची चिंता लपत नव्हती. 'कसा कोण जाणे पण उत्तरा फाल्गुनी नक्षत्राचा मुहूर्त चुकला आहे. मुळात, तो मुहूर्त काढतानाच चूक झाली आहे.'

हे ऐकताच दशरथ त्रस्त झाला. 'म्हणजे? तो अत्यंत शुभमुहूर्त आपण चुकवला असं तुमचं म्हणणं आहे का?' त्याला उत्तराची अपेक्षा नव्हती. समोर उभ्या असलेल्या ज्येष्ठांच्या चेहऱ्यावरील गंभीर भाव पाहून त्याला आपलं उत्तर मिळालं होतं. आता नियती बदलता येणार नव्हती. काहीतरी तोडगा काढता येईल या आशेने त्यांनी राजगुरू वसिष्ठांकडे पाहिलं मात्र त्यांनी मानेने नकार दिला.

वसिष्ठ म्हणाले, 'राम आणि सीता यांचा विवाह यशस्वी व्हावा हे ज्या नक्षत्रावर अवलंबून होतं ते देवांना स्वीकारार्ह नसावं असं वाटत आहे.'

'असं का?' गोंधळलेल्या दशरथाने प्रश्न केला. 'माझ्या पुत्राचं आणि स्नुषेचं वैवाहिक जीवन सुखाचं जाऊ नये असं कुणाला- त्यातून देवांना का वाटावं? या दोन तरुण निरागस जिवांनी आजवर कधी कुणाला दुखावलं

नाही. असं असताना त्यांच्या नवजीवनाच्या सुरुवातीला असा अपशकुन का व्हावा?' राजा क्रोधाने म्हणाला.

संतप्त झाल्यामुळे त्याचा आवाज चढला. नूतन विवाहित दांपत्यांच्या कानावर त्यांचा स्वर पडला. त्याबरोबर चारही नववधूंच्या चेहऱ्यावरचं हसू पुसलं गेलं. ते पाहून सुनयना त्रासली. तिच्या मनातली भीती पुन्हा जागी झाली. तिला सुरुवातीला वाटणारी धास्ती खरी ठरली होती. तिची अंतःप्रेरणा तिला सातत्याने जागं करत होती. तेव्हाच हा विवाह प्रस्ताव आपण फेटाळून लावायला हवा होता, असं तिला वाटलं परंतु आता ती वर्तमानकाळ बदलू शकत नव्हती. आपल्या मनातली भीती अनाठायी ठरो असं तिला कितीही प्रकर्षाने वाटत असलं तरी ज्या चार मुलींवर ती सर्वाधिक प्रेम करत होती, त्यांच्या सौख्यासाठी प्रार्थना करण्याव्यतिरिक्त तिच्या हातात काहीही नव्हतं.

'राम आणि सीतेचा विवाह उत्तरा फाल्गुनी नक्षत्रावर संपन्न झाला असता तर त्यांचं वैवाहिक जीवन निर्विघ्नपणे पार पडलं असतं. म्हणूनच देवांनी तो मुहूर्त चुकवला,' वसिष्ठ सांगू लागले. त्यांचा चेहरा गंभीर होता. आपलं बोलणं झाल्यावर सर्वांची प्रतिक्रिया काय होईल याची त्यांना जाणीव होती. तरीही ते सांगू लागले, 'कळलाव्या नारदांनी देवांना सुचवलं की, विवाह मुहूर्ताच्या आधी चंद्राला अप्सरेच्या रूपात पाठवावं. त्या वेषात आलेल्या चंद्रदेवाने इथं येऊन नर्तनाला प्रारंभ केला. आपलं लक्ष वेधून घेत त्याने आपल्याला मूढ बनवलं. तेवढ्या वेळात वातावरणात बदल झाला. ग्रहांनी आपल्या स्थानांमध्ये बदल केला. मुहूर्त चुकला. आखलेली योजना यशस्वी झाल्याचा आनंद देव साजरा करत आहेत.'

'पण का?' संभ्रमित झालेल्या दशरथाने संतापून विचारलं.

'कारण ही दैवगती आहे. त्यांची नियती निश्चित आहे,' ऋष्यशृंग शांतपणे समजावू लागले. 'राम आणि सीता सुखीसंपन्न वैवाहिक जीवन जगू लागले तर होऊ घातलेल्या घटना ठरलेल्या क्रमाने घडू शकणार नाहीत. येणाऱ्या काळात एक विशिष्ट आणि प्रदीर्घ योजना उलगडणार आहे. हे राजन, जे घडणार आहे ते टाळता येणार नाही. तूर्तास, आपण या वर्तमान क्षणाचा आनंद घेऊयात.'

चारही ऋषींची गंभीर मुद्रा पाहताच ऊर्मिलेच्या लक्षात आलं की अनेक गोष्टी त्यांनी सांगितलेल्या नाहीत. ती धास्तावली. त्या चार बहिणींच्या

नशिबात नेमकं काय होतं? त्यांच्या नियंत्रणात नसलेल्या परिस्थितीकडे त्या ढकलल्या जात होत्या का? तितक्यात तिला तिच्या पतीचा आश्वासक स्पर्श जाणवला. सुरक्षिततेची भावना तिच्या मनात निर्माण झाली. चिंता दूर होऊन आत्मविश्वास जागा झाला. ती आपल्या मातेकडे गेली. आपली माता चिंतित असली तरी चेहऱ्यावरती तसं न दाखवण्याचा आटोकाट प्रयत्न ती करत आहे हे ऊर्मिलेला जाणवलं.

मातेच्या खांद्याला हलकासा स्पर्श करत ऊर्मिला म्हणाली, 'माते, या सुखकर दिवसातून दुःखदायक भविष्य आकाराला येणार नाही. कदाचित, आम्हाला धिटाईने सामना करावा लागेल एवढंच.' तिचं बोलणं ऐकताच तिची माता कसंनुसं हसली. त्या दोघींचं आजवरचं नातं असंच होतं. शक्य तितकं ओझं पेलण्याची ऊर्मिलेची सवय होती. असह्य झालं की ती आपल्या मातेकडे धाव घेत असे. मातेच्या कुशीत तिला मायेची ऊब आणि डोळ्यांत अनुभवांचं साठलेलं संचित तिला गवसत असे. त्या बदल्यात ऊर्मिला आपल्या मातेला खंबीर आधार देत असे. खरं म्हणजे, त्या दोघी एकमेकींच्या आधार होत्या.

सुनयना पुटपुटली, 'हो, काय वाटेल ते झालं तरी तू निभावून नेशील.' तिच्या कपाळावर अलगद ओठ टेकवत राणी पुढे म्हणाली, 'माझी काळजी करू नकोस. तुम्हा बहिणींकडे लक्ष द्यायला मी आहे तुझ्याबरोबर. मला माझी चिंता नाही. मला तुझी काळजी वाटते. नवीन जीवनात पावलोपावली तुझी परीक्षा पाहिली जाईल. तू जशी आहेस तशीच राहा. बुद्धी काय सांगते ते ऐक. मन काय सांगतं, त्याचा पाठपुरावा कर. सरतेशेवटी, मन आणि बुद्धी एकच सत्य सांगतात. बाळा, सर्वांत महत्त्वाचं म्हणजे सीता आणि तुझ्या चुलत बहिणींकडे लक्ष दे. तुम्ही चौघी बहिणी आहातच, आता तुम्ही जावा झाल्या आहात. तुमच्या मनात एकमेकींप्रति असलेलं प्रेम आणि विश्वास कधीही भंग पावू देऊ नकोस. ऊर्मिला, तुला कदाचित माहीत नसेल पण तू त्या सर्वांचं सामर्थ्य आहेस, त्यांची मार्गदर्शक आहेस. तशीच तू माझ्यासाठी होतीस आणि राहशील. तू तुझ्या बहिणींचं मातृस्थान अनेकदा निभावलं आहेस. माझ्यासाठीही तू अनेकदा मातेची भूमिका पार पाडली आहेस. मला क्षणोक्षणी तुझी उणीव भासेल. परंतु, अशा कर्तृत्ववान कन्येची मी आई आहे हा अभिमानही मला वाटत आहे. बाळा, आता मागे वळून पाहू नकोस. इथून पुढे फक्त समोर पाहायचं. जा बेटा जा!'

ऊर्मिलेचा गळा दाटून आला. तिचे ओठ थरथरू लागले. मोठ्या कष्टाने स्वतःला सावरत ती मातेला विन्मुख झाली. तिच्या बहिणी तिच्यासाठी थांबल्या होत्या. इथून पुढे त्या तिच्या आयुष्यभराच्या सोबती होत्या. राजगुरूंनी सांगितलेल्या अनिष्टसूचक वार्तेचा सीतेवर काही परिणाम झालेला वाटत नव्हता. ती नेहमीप्रमाणे सस्मित मुद्रेने उभी होती. मांडवीचा चेहरा अधिक कठोर वाटत होता. कीर्तीच्या चेहऱ्यावरचं आश्चर्य लपत नव्हतं, त्याहीपेक्षा अधिक ती धास्तावली होती. प्रेम आणि प्रणयाच्या कल्पनांपायी त्या चारही बहिणींनी स्वतःचं आयुष्य पणाला लावलं होतं का? आजवरचं त्यांचं जीवन अतिशय सुखासमाधानात आणि शांततेत गेलं होतं. प्रेम आणि हास्याची त्यांना सतत सोबत होती. भविष्यात त्यांच्यापुढे काय वाढलं होतं? ते शुभ असणार होतं की.... ऊर्मिलेने निग्रहाने मान डोलावली. ती स्वतःला नाउमेद होऊ देणार नव्हती.

भविष्यात जे काही असेल त्याला तोंड देण्यासाठी चारही बंधू तयार होते. त्यांच्याजवळ अनुभवांचं संचित होतं. त्यांची मनःशांती चेहऱ्यावर झळकत होती. त्यांचा स्वतःवर दृढ विश्वास होता. एरवी सतत धुमसणारा लक्ष्मणसुद्धा भोवताली घडणाऱ्या घटनांमुळे विचलित झाला नव्हता. तिच्याकडे पाहत त्याने मान किंचित डोलावली. तिला दिलासा देण्याचा प्रयत्न केला. मार्ग सोपा नव्हता पण एकमेकांच्या संगतीने ते तो पार करणार होते असंच तर तो सांगत नसेल ना?

अयोध्यानगरी

अयोध्येच्या राजप्रासादांचे सोनेरी कळस तिला दुरून दिसले. फुललेल्या कमळासारखे ते चार कळस सूर्यप्रकाशात झळाळत होते. त्यांचा रथ प्रासादाजवळ येऊ लागला. इतका भव्य राजप्रासाद ऊर्मिला किंवा तिच्या बहिणींनी पाहिला नव्हता. त्या वास्तूच्या व्यापकतेने ऊर्मिला थक्क झाली. या भव्यतेची सवय व्हायला किती दिवस लागतील, असा विचार सहजच तिच्या मनात आला. या तुलनेत मिथिलेचा त्यांचा राजवाडा नक्कीच लहानसा ठरला असता. आजूबाजूला पसरलेल्या जंगलात एका टेकडीच्या माथ्यावर मिथिलेचा राजवाडा होता. गेले तीन दिवस सातत्याने प्रवास करून ती शिणली होती. त्यातून तिला मिथिलेचा विरह जाणवू लागला होता. या नवीन घरात तिला उपरेपणाची जाणीव झाली. या भव्यदिव्यतेपुढे आपण क्षुद्र पदार्थ आहोत असं तिच्या मनात आलं.

आपली अस्वस्थता या विचारांना कारणीभूत असणार अशी ऊर्मिलेने स्वतःच्या मनाची समजूत घातली. ती लक्ष्मणाच्या किंचित जवळ सरकली. तिच्या हाताचा स्पर्श होताच त्याने तिचा हात हातात घट्ट धरला. त्याच्या ऊबदार स्पर्शाने तिला आश्वस्त वाटलं. ऊर्मिलेने आपल्या बहिणींकडे पाहिलं. त्याही तिच्यासारख्या चिंतित होत्या का? त्या बरोबर असल्यामुळे तिची अस्वस्थता थोडी कमी झाली.

प्रासादाच्या भव्यतेला शोभेल असं त्यांचं स्वागत झालं. मात्र, ऊर्मिलेला त्यात औपचारिकतेचा अधिक भास झाला. अल्पावधीत तिन्ही राण्या त्यांना सामोऱ्या आल्या. प्रत्येकजण किती वेगळी होती! कैकयी पट्टराणी असल्यामुळे

अर्थातच ती सर्वप्रथम सामोरी आली. राजा दशरथ तिच्या आहारी गेल्याची वदंता ऊर्मिलेला पुन्हा आठवली. सौंदर्य आणि तारुण्य याचा मूर्तिमंत आविष्कार होती कैकयी. तिच्यावरून नजर काढणं कठीण होतं.

तिच्या सौंदर्यात एकच न्यून होतं. तिच्या उजव्या हाताची करंगळी वाकडी झाली होती. त्यामुळे तिच्या नाजूक रेखीव हाताच्या सौंदर्यात बाधा येत होती. त्यामागे प्रेम आणि शौर्याची गाथा होती. राजा शंभरासुरावर राजा दशरथ चालून गेला होता, तेव्हा कैकयीने दशरथाच्या रथाचं सारथ्य केलं होतं. सहसा कोणी स्त्री युद्धभूमीवर जात नसे. ऐन युद्धात शंभरासुराच्या बाणांनी दशरथाच्या रथचक्राचा छेद केला. त्याचा पुढचा बाण दशरथाच्या चिलखताला भेदत त्याच्या छातीत घुसला. जखमेतून भळाभळा रक्त वाहू लागलं. दशरथाचे प्राण धोक्यात आले होते. धीर न सोडता कैकयीने रथचक्र दुरुस्त केलं. एकीकडे रथ युद्धभूमीपासून दूर नेत तिने आपल्या करंगळीने रथचक्र तोलून धरलं. सुरक्षित अंतरावर येताच राजावर उपचार करून तिने त्याला पुन्हा युद्धभूमीवर आणलं. त्या भयंकर दिवसाची आठवण राणीला त्या वाकड्या झालेल्या करंगळीमुळे सदैव येत राहिली. त्या करंगळीची लाज वाटण्याऐवजी राणी ती अभिमानाने मिरवत असे.

परंपरेला अनुसरून राम आणि सीता पुढे झाले. पंचारतीने औक्षण करून त्यांचा गृहप्रवेश झाला. मात्र, रामाला औक्षण करताना कैकयीने जणू कटाक्षाने सीतेला टाळलं. तिचं सगळं प्रेम फक्त रामासाठी होतं. सीता दुर्लक्षित राहिली.

'राजपुत्र राम, तुझ्यावर सूर्य नेहमी झळकत राहो, मी तुझं स्वागत करते,' मोठ्या प्रेमाने कैकयीने रामाला म्हटलं. सीतेकडे तिने निर्विकारपणे पाहताच तिथलं वातावरण बदललं. सीतेच्या चेहऱ्यावरचं हसू लोपलं. तिच्या इतर बहिणी अवाक् झाल्या. पुढे काय होणार हे त्यांना समजेना.

असं स्वागत होईल याची सुतराम कल्पना नसल्यामुळे ऊर्मिला चकित झाली. बाजूला उभा असलेला लक्ष्मण ताठर झाला आहे हे तिच्या लक्षात आलं. त्याच्या आवळलेल्या मुठी पाहताच तिला जाणवलं की, हा तिच्या कल्पनेचा खेळ नसून खरोखरच प्रत्यक्षात घडत होतं. राणीने सीतेला नाकारलं होतं.

आता तिची पाळी होती. लक्ष्मणाने तिचा हात हातात घेत मनगटावरून अलगद अंगठा फिरवला. त्या स्पर्शातून तो तिला खात्री देऊ पाहत होता.

सीतेच्या वाट्याला जो निर्विकारपणा आला, तोच आपल्याही वाट्याला येणार; या कल्पनेने स्वतःला खंबीर करत ऊर्मिलेने आपल्या श्वश्रूला सामोरं जाण्यासाठी खांदे ताठ केले. तिने कैकयीच्या नजरेला नजर दिली. कैकयीच्या नजरेत स्वागत होतं.

'ऊर्मिला-मन जिथे आत्म्याला मिळतं-अगदी सार्थ आहे तुझं नाव. तुमचा जोडा किती शोभून दिसतो आहे!' कैकयी उत्साहाने बोलू लागली. 'भूलोकीची सर्वांत सुंदर राजकन्या आहेस तू हे मी ऐकलं होतं. किती खरं आहे ते. आमच्या सौमित्रासारखी तूही प्रखर आहेस हेही मी ऐकलं आहे,' असं म्हणत लक्ष्मणाकडे सावधानतेने पाहत तिने दोघांना मिठीत घेतलं. तिने जरी त्याला प्रेमाने सौमित्र म्हटलं होतं तरी तिच्या नजरेत तिरस्कार होता का? 'आणि मुली, एखाद्या राजकन्येला - नव्हे, एखाद्या राणीला अनुसरून तू सर्वगुणसंपन्न आहेस. जनक राजाची कन्या जानकी आणि मिथिला नगरीची राजकन्या मैथिली आहेस...'

'मी दोन्ही नाही,' ऊर्मिलेने पटकन सुधारणा केली. 'माता, सीता या दोन्ही नावांनी ओळखली जाते.' तिचा स्वर किंचित उद्धट होता.

'असेलही, पण या नावांवर तुझा हक्क आहे,' असं म्हणत कैकयीने मांडवीकडे मोर्चा वळवला. 'माझ्या भरताची वधू अगदी संगमरवरासारखी पांढरीशुभ्र, सुंदर आणि थंडगार आहे.'

तिच्या स्वरातील तुच्छता ऊर्मिलेच्या लक्षात आली. शब्दांनी फटकारण्याची राणीची ही सवय होती तर. मांडवीने निर्विकारपणे आपल्या श्वश्रूकडे पाहिलं. तिच्या चेहऱ्यावर हसू किंवा आनंद दिसत नव्हता. राणीकडून येणारे नकारात्मक तरंग तिच्याही लक्षात आले होते. त्यानंतर श्रुतकीर्तीचा क्रमांक आला. सीतेप्रमाणे तिलाही थंडगार वागणूक मिळाली. फरक इतकाच की, कैकयीने तिला सीतेप्रमाणे दुखावलं नाही. सीतेपेक्षा ऊर्मिलेचा संताप उफाळला होता. तिला एकटीला कैकयीने इतक्या प्रेमाने का वागवावं, हे तिला कळत नव्हतं. हा अन्याय होता. तिची मती गुंग झाली. त्या बहिणींमध्ये फूट पाडण्यासाठी कैकयीने ही खेळी खेळली होती का की स्वतःचं राजकीय वर्चस्व दाखवून देण्यासाठी ती अशी वागत होती?

हा स्वागत सोहळा सुरू असताना कैकयीच्या विक्षिप्त वागण्याबद्दल कुणीच काही बोललं नाही. दशरथ तर तिच्याकडे अगदी प्रेमाने पाहत होता. एकतर तिच्या वागण्यातली धूर्तता त्याला समजत नसावी किंवा

तो जाणीवपूर्वक दुर्लक्ष करत असावा. तटस्थ राहण्यातून न्यायबुद्धी दिसत नसते असं सुनयनाने ऊर्मिलेला शिकवलं होतं. एखाद्याला प्राधान्य देणं हे तर त्याहून वाईट होतं. अयोध्येचा राजा दशरथ नेमकं तेच करत होता. पुत्रांमध्ये राम आणि राण्यांमध्ये कैकयी त्याला विशेष प्रिय होती हे त्याच्या वर्तनावरून उघड होतं. तशीच वेळ आली तर कोणत्या पत्नी आणि पुत्राची त्याने निवड केली असती? अशी वेळ कधी येणारच नाही असं त्याला वाटत होतं का? या मधल्या राणीच्या हातून होणारा पक्षपात त्याच्या लक्षात येत नव्हता का? आपल्या पत्नीचा अपमान लक्षात घेऊन राम या क्षणी पुढे आला असता तर मोठी कठीण वेळ आली असती.

ऊर्मिला ज्याप्रमाणे लक्ष्मणाच्या कुटुंबाचं बारकाईने निरीक्षण करत होती, त्याप्रमाणे तिचंही निरीक्षण केलं जात आहे हे तिच्या लक्षात आलं. ती एक वृद्धा होती. तिचे केस कुरळे, डोळे लहान आणि नजर तीक्ष्ण होती. ती सतत कैकयीच्या बाजूला पिंगा घालत होती. ती राजघराण्याची सदस्या नव्हती हे उघड दिसत होतं. तरीही चारही राजपुत्र तिच्याशी मार्दवाने वागत होते. ती राणीची सर्वांत प्रिय दासी होती का? ज्या कठोरतेने ती इतर दासींसी बोलत होती, त्यावरून ती स्वतः दासींहून उच्च दर्जाची असावी असं ऊर्मिलेला वाटलं. तिच्या शब्दाला जसं वजन होतं, तसं शरीरालाही होतं; हे ऊर्मिलेच्या लक्षात आलं. पाहताक्षणी ती ऊर्मिलेच्या मनातून उतरली. तिचं नाव मंथरा आहे, हे ऊर्मिलेला लवकरच समजलं. पाठीला कुबड असल्यामुळे मंथरा वाकून आणि लंगडत चालत होती. ती आपल्या राणीसारखी उंच आणि गोरी होती. आणि राणीप्रमाणेच उद्धट आणि कोत्या मनाची होती.

धाकट्या राणीच्या वागण्याने दुखावली गेलेली मनं सावरण्याचा प्रयत्न कौसल्येने केला. तिने अतिशय प्रेमाने आणि मायेने चारही स्नुषांचं स्वागत केलं, तेव्हा कुठे त्या बहिणींना घरी आल्यासारखं वाटलं. धाकट्या राणीच्या तोऱ्याऐवजी राजघराण्याचा सुसंस्कृतपणा तिच्यात जाणवत होता. ती थोडी स्थूल आणि वयस्कर होती. कैकयीच्या सौंदर्यापुढे ती निष्प्रभ होती. तिलाही त्याची जाणीव होती. तरीही कौसल्येने आपला डौल सोडला नव्हता. सुंदर, तरुण आणि स्पर्धक असलेल्या कैकयीला तिने सस्मित मुद्रेने स्वीकारलं होतं.

दशरथाची सर्वांत धाकटी राणी म्हणजे सुमित्रा. तिला पाहताच ऊर्मिलेला आंतरिक ओढ जाणवली. तिने एक शब्दही उच्चारला नाही. ती अगदी शांत होती. तिच्यात कैकयीचं सौंदर्य किंवा कौसल्येचा मोकळेपणा

नव्हता. तरीसुद्धा तिच्या सखोल भावना सहज लक्षात येत होत्या. ती नाजूक आणि गोरी होती. तिची नजर शांत आणि समंजस होती. तिचे डोळे किंचित उतरते होते. गालांच्या उंच ठेवणीमुळे तिची पारदर्शकता आणि चातुर्य जाणवत होतं. अतिशय प्रेमाने तिने चारही राजकन्यांना मिठीत घेतलं. त्या स्पर्शाने ऊर्मिलेच्या मनात घरी आल्याची भावना जागली. आदर, माया आणि आपुलकीची भावना तिला त्यातून मिळाली.

घर! हा शब्द तिला या क्षणी पोकळ वाटत होता. तिच्या मनात काहूर माजलं. ती अस्वस्थ झाली. असं का व्हावं, हे तिला कळेना.

अयोध्या नगरीने चारही नववधूंचं जोरदार स्वागत केलं परंतु त्यांचा उत्साह ऊर्मिलेपर्यंत पोहोचू शकला नाही. वरकरणी ती हसत असली तरी प्रासादाच्या भिंती आपल्याला आणि आपल्या बहिणींना चिरडू पाहत आहेत अशी भावना तिच्या मनात आली. कैकयीने सीतेला ज्या निर्विकारपणे वागवलं होतं, त्याची तिला सर्वाधिक चिंता वाटत होती. पटकन सीतेला भेटावं असं तिला कितीही वाटलं तरी तशी संधी तिला मिळाली नव्हती. सीता रामाबरोबर आहे असं सांगून तिने मनाची समजूत घातली. लक्ष्मण जसं तिचं संरक्षण करणार होता, त्याप्रमाणे रामही सीतेचं संरक्षण करणार होता.

कैकयीने सीतेला अपमानित केल्यामुळे राम दुखावला होता हे लक्ष्मणाच्या लक्षात आलं होतं. तरीसुद्धा राम स्वतः शांत राहिला. त्याच्या नववधूकडून त्याची तीच अपेक्षा होती. परंतु, लक्ष्मणाची आपल्या नववधूकडून अशी काही अपेक्षा नव्हती. उलट, तो आणि ऊर्मिला कैकयीच्या वागण्यामुळे सारखेच संतप्त झाले होते. शब्दांऐवजी नजरेने ती दोघं एकदुसऱ्याला दिलासा देऊ पाहत होती. मुळात, ती दोघं उग्र होती. त्यातून कुटुंबाप्रति त्यांची निष्ठा वाखाणण्याजोगी होती. संयम आणि सहनशीलता या दोन गुणांनी ते कुटुंबाशी घट्ट बांधले होते. कुटुंबीयांपुढे त्यांना स्वतःचा विचार नव्हता. एकमेकांप्रति ते आता घट्ट जोडले गेले होते. ऊर्मिलेच्या बहिणीचा अपमान झाल्यामुळे तिच्या मनात काय येत असेल, हे तो समजू शकत होता. एकप्रकारे तो तिचाही अपमान होता याचं त्याला अधिक दुःख झालं होतं. त्याबद्दल तो स्वतःला अपराधी समजत होता. नवीन घरात तिने आज पहिलं पाऊल टाकलं होतं. हा प्रवेश तिच्यासाठी

सर्वाधिक आनंददायी ठरू नये याचं वैषम्य त्याला वाटत होतं. तिची उतरलेली चर्या पाहून त्याला मिथिला नगरीतील रक्तवर्णीय वस्त्रात नटलेली ऊर्मिला आठवली. त्या वेळेस तिच्या चेहऱ्यावर किती झळाळी होती! ती परत आणता आली तर? या क्षणी ती त्याच्याशी संवाद साधायला उतावीळ झाली होती हे त्याला कळत होतं. परंतु, ते शिष्टसंमत ठरलं नसतं.

संधी साधून ती पटकन त्याच्या कानात कुजबुजली, 'राणीमाता सीतेवर इतकी नाखूश का?'

'काळजी करू नकोस, होईल ती शांत,' असं म्हणत त्याने तिच्या हनुवटीला ओझरता स्पर्श केला. तितक्यात राजा दशरथाने लक्ष्मणाला हाक मारल्यामुळे तो तिकडे गेला. संध्याकाळ होत आली. ऊर्मिला आता रात्रीची वाट पाहत होती.

संध्याकाळी उशिरापर्यंत वेगवेगळे विधी सुरू होते. त्यानंतर दासी चौघींना त्यांच्या शयनकक्षात घेऊन गेल्या. छे! शयनकक्ष कुठले, स्वतंत्र प्रासाद होते ते; ऊर्मिलेच्या मनात आलं. मुख्य राजप्रासादाच्या आत प्रत्येक राणीसाठी आणि राजपुत्रासाठी वेगळा प्रासाद होता. विवाहानिमित्त सगळीकडे उत्तम सजावट केली होती. स्वतः शांताने त्यात लक्ष घातलं होतं. थुईथुई उडणारी कारंजी, नक्षीदार कमानी, वर्तुळाकार जिने आणि नक्षीकाम केलेले जाळीदार सज्जे प्रत्येक प्रासादात दिसून येत होते.

तिथल्या वास्तूच्या सौंदर्यात त्या क्षणी तरी ऊर्मिलेला स्वारस्य नव्हतं. तिचे डोळे केवळ लक्ष्मणाचा वेध घेत होते. दिवसभर तिला फारसे सुखद अनुभव आले नव्हते. निदान ही पहिली रात्र तरी अप्रतिम ठरावी, असं तिला वाटत होतं. तो बरोबर असावा, त्याचा स्पर्श मिळावा, त्याच्याशी बोलता यावं एवढीच तिची इच्छा होती. त्याची पूर्तता ती आता करणार होती. शयनकक्षात ते दोघंच होते. भव्य मंचकावर, पांढऱ्याशुभ्र रेशमी शय्येवर विखुरलेल्या गुलाब पाकळ्यांचा मंद सुवास नाकाला सुखावत होता. तिला हवी असलेली संधी समोर होती. तो तिचीच प्रतीक्षा करत होता. त्याने वर पाहताच धावत पुढे होत तिने स्वतःला त्याच्या बाहूत झोकून दिलं. तिचं हे वर्तन एखाद्या सलज्ज नववधूला न शोभेल असं होतं. तिने त्याला आवेगाने मिठी घातली. तिची बोटं त्याच्या रुंद पाठीत रुतली. त्याच्या काळ्या गहिऱ्या नजरेत पाहत तिने त्याच्यावर चुंबनांचा वर्षाव केला. त्याचे गाल, नाक, ओठ आणि तिरसट हसू तिने परतपरत चुंबिलं. किती ऊबदार होते

त्याचे ओठ! तिच्या आवेगाने तोही धुंदावला. पुढच्या क्षणी त्याचे हात तिच्या सर्वांगावरून फिरू लागले. तिच्या केसातील आकडे त्याने काढून टाकताच तिचे मोकळे केस खांद्यावरून खाली झेपावले.

'मला तू अशीच हवी आहेस!' तो आवेगाने म्हणाला.

'माझं तुझ्यावर प्रेम आहे, माझं तुझ्यावर प्रेम आहे, माझं तुझ्यावर प्रेम आहे... मला तुला पुन्हा पुन्हा सांगावंस वाटतं,' ती धुंद होत म्हणाली. 'माझं तुझ्यावर प्रेम आहे!'

'माझी प्रिय मिला, माझंही तुझ्यावर खूप प्रेम आहे,' असं म्हणत त्याने तिच्या नाजूक मानेवर ओठ टेकवले. तिच्या सर्वांगाच्या गंधामुळे तो वेडावला. तिच्या रेशमी केसांच्या दाट लडी त्याला आव्हान देऊ लागल्या. या तरुणीचा त्याने ध्यास घेतला होता. तो हिच्या प्रेमात पडला होता. ही त्याची मिला होती. एक क्षणही न दवडता त्याने तिला स्वतःकडे ओढून घेतलं. किती मादक होती ती! ती त्याची होती. आता ती त्याच्या मिठीत होती. त्याच्यावर चुंबनांचा वेड्यासारखा वर्षाव करत होती. तिचे ओठ अधाशी आणि स्पर्श उष्ण होता. ती त्याची नववधू होती. सरतेशेवटी ती त्याची पत्नी झाली होती. तिच्या नाजूक अंगावरून त्याने अधिकाराने हात फिरवला. अतिशय उत्कटतेने तो तिला स्पर्श करत जागवू लागला. आपल्या स्पर्शाने तिच्यावर कसा परिणाम होत आहे, हेही तो पाहत होता. पाहतापाहता दोघं एकमेकांच्या मिठीत विसावले. प्रणयाचा आवेग त्यांना आता असह्य झाला होता. पुढच्या क्षणी तिच्यात रिक्त होत त्याने स्वतःला अर्पण केलं. तिनेही तितक्याच उत्कटतेने त्याला साथ दिली.

काळ जणू थांबला होता. ती आता त्याच्याकडे रोखून पाहत होती. किती सुंदर होती ती! रेशमी शय्येवर केस विखुरलेल्या अवस्थेत ती शोभून दिसत होती. तिचे भरदार उरोज धपापत होते. ओठ सुजले होते. चेहऱ्यावर वेगळीच चमक आली होती. उत्कटता, उत्तेजना, कोमलता आणि एक वेगळीच भावना–ते नक्कीच प्रेम असावं–तिच्या चेहऱ्यावर एकवटलं होतं. त्याच्या भावना अनावर झाल्या. पुढे होत परत एकदा त्याने तिला मिठीत घेतलं. तिच्या रेशमी केसांतून आणि उघड्या पाठीवरून अलगद बोटं फिरवताना त्याच्या मनात आलं, 'ही माझी आहे. इतका आनंद मला आजवर झाला नव्हता!' आज पहिल्यांदाच त्याच्या मनात स्वामित्वाची भावना निर्माण झाली.

कितीतरी वेळ ती दोघं एकमेकांच्या कुशीत तशीच पडून राहिली. हळूहळू दोघं शांत झाले.

तिची हालचाल जाणवून त्याने तिच्याकडे पाहिलं. तिने सुस्तावलेल्या स्वरात विचारलं, 'राणीचं सीतेशी काय वाकडं आहे?'

त्याला हसू आलं. ती आपला मुद्दा सोडणार नाही हे त्याला माहीत होतं. त्याच्या मिठीतून स्वतःला सोडवत ती उठून बसली.

'सगळ्यांनाच सीता आवडते. ती प्रेमळ, सुस्वभावी आणि सहज वृत्तीची आहे. तिने असं काय केलं की, ज्यामुळे राणीने तिचा तिरस्कार करावा?' असं विचारत ऊर्मिलेने लक्ष्मणाच्या छातीवर हनुवटी टेकवली. चंद्राच्या प्रकाशात ती त्याच्याकडे रोखून पाहत होती.

डोळ्यावरून हात फिरवत त्याने सुस्कारा सोडला. मग तो सांगू लागला. 'तिचं तुझ्या बहिणीविरुद्ध वैयक्तिक भांडण नाही. परिस्थिती आणि माता कैकयीचं वर्तन यावरून मी असं म्हणेन की, तिच्या दृष्टीने तुम्ही चौघी बहिणी आमच्यासाठी सुयोग्य वधू नसाव्यात. तिने स्वतः तिच्या सुनांची निवड केली असती. गेले कित्येक दिवस ती त्याच प्रयत्नात होती. विशेषतः रामाकरता तिच्या मनात फार मोठ्या कल्पना होत्या. त्याला सर्वोत्तम ते मिळावं हा तिचा प्रयत्न...'

त्याचं वाक्य पूर्ण होऊ न देता ऊर्मिला उसळून म्हणाली, 'सीता सर्वोत्तम आहे!'

'पुन्हा सांगतो, माता कैकयीला मी ओळखतो. तू जशी मिथिलेची जन्मजात राजकुमारी आहेस, तशी सीता नाही. ती अनाथ आहे म्हणून माता कैकयीचा तिच्यावर रोष आहे. तसं पाहिलं तर तू माझ्यासाठी योग्य नसून रामासाठी अधिक योग्य आहेस. मी साधा राजपुत्र आहे, युवराज नाही. म्हणून तर ती तुझ्याशी बोलताना 'होऊ घातलेली राणी' असं म्हणाली.' त्याची नजर मिस्किल झाली होती.

'हे बघ, मला नाही राणी व्हायचं. मला फक्त तू हवा आहेस! हे सारं किती संताप आणणारं आहे.'

लक्ष्मणाचं बोलणं संपलं नव्हतं. तो पुढे म्हणाला, 'अंतिम निर्णयात तिला सहभागी करून घेण्याइतका वेळ आणि संधी तातांना मिळाली नसणार. तिला संताप आला असेल तो नेमका या गोष्टीचा. तिचं मत

विचारात घेतलं गेलं नाही पण तू नकोस काळजी करूस! विसरेल ती हे सगळं! ती पारदर्शक आहे. आपल्याला काय वाटतं हे समोरच्या प्रत्येकाला नीट समजलं पाहिजे असा तिचा आग्रह असतो. या क्षणी तिचा विरस झाला आहे. मला खात्री आहे की, तुझ्या बहिणी तिचं मन जिंकण्यात यशस्वी होतील. तू तर आधीच जिंकलं आहेस तिचं मन.' किंचित हसून तो पुढे म्हणाला, 'प्रिये, तू मला पुन्हा मोहवश करू शकतेस की मग, आपली पहिली रात्र वादविवादात संपवायची इच्छा आहे तुझी,' असं म्हणत त्याने तिला ओढून घेतलं. तिला बोलण्याची संधी न देता पुढच्या क्षणी त्याने तिच्या ओठांवर ओठ टेकवले.

मात्र, कैकयीच्या क्रोधाचा लक्ष्मणाला अंदाज आला नव्हता. दुसऱ्या दिवशी ती अधिक कठोर झाली. सातत्याने अपमान करू लागली. सीता ही रामाची पत्नी आहे हे स्वीकारायला तिने ठाम नकार दिला. त्या मागचं कारणं तिचं तिलाच ठाऊक! ताबडतोब दुसरी एखादी उपवर मुलगी शोधून रामाचा पुनर्विवाह करावा असा हट्ट तिने धरला. दशरथाने तिला होकार दिला.

हे समजताच ऊर्मिलेला काही सुचेना. तिने आपल्या बहिणीच्या कक्षाकडे धाव घेतली. त्या रीत्या कक्षासारखीच सीताही निश्चल होती. विचारविनिमय करण्यासाठी दशरथाने रामाला बोलावून घेतलं होतं. सीतेशी झालेला विवाह हाच विनिमयाचा विषय असणार असा योग्य तर्क ऊर्मिलेने केला.

आपल्या बहिणीचा उतरलेला चेहरा पाहून ऊर्मिलेचा संताप वाढला. ती चिडून म्हणाली, 'तुझ्याशी असं वागण्याचं त्यांचं धाडस तरी कसं झालं? सीते, तू आता गप्प बसायचं नाही. कालचे टोमणे अति होते. ते तिथेच थांबवायला हवे होते. त्यातून, तुला वगळून रामाच्या पुनर्विवाहाचा विचार करत आहेत ते सर्व. तू काय एखादं पारितोषिक आहेस का? तुला उचलून त्या जागी इतर कोणाला कसं ठेवता येईल? हे बघ सीते, मी हे सहन करणार नाही!'

'मीही करणार नाही,' सीता ठामपणे म्हणाली. 'मी रामाशी विवाह केला आहे. माझं त्याच्यावर प्रेम आहे. मी त्याला जाणते. तो माझा त्याग करणार नाही, कधीच नाही.'

ऊर्मिलेने तिच्याकडे अविश्वासाने पाहत म्हटलं, 'या क्षणी तो याच विषयावर त्याच्या मातापित्याशी चर्चा करत आहे. दुसरा विवाह करण्याच्या त्यांच्या आग्रहाला तो बळी पडला तर? या कुटुंबात तशी परंपरा आहेच!' तिने तीव्रपणे आठवण करून दिली. 'मूल होण्याच्या निमित्ताने आपल्या श्वशुराने पुनर्विवाह केला आहे. कौसल्येच्या पोटी शांताने जन्म घेतल्यावर सुमित्रा किंवा कैकयीशी विवाह करण्याची त्यांना आवश्यकता नव्हती. पण, केलाच ना त्यांनी? त्याच्या इतर राण्यांनी सवतींचा स्वीकारही केला.'

'बरोबर आहे तुझं म्हणणं! अनेक राजघराण्यात तसा पायंडा आहे परंतु, माझ्याबाबतीत तसं होणार नाही,' सीता निग्रहाने म्हणाली. 'मी तसं कधीच घडू देणार नाही, कधीच नाही!' तिच्या स्वराला निश्चयाची धार होती. 'राम आपल्या मातापित्याला काय उत्तर देईल ते मला माहीत आहे. त्यातून समजा त्याने होकार दिला तरी मी तसं घडू देणार नाही. त्यांच्या या वागण्याला कशाचा आधार आहे? ठरलेल्या सुमुहूर्तावर विवाह झाला नाही म्हणून? रामाला मंगळ दोष आहे म्हणून? तसे असेल तर त्याबाबत मी गाऱ्हाणं मांडायला हवं. त्या दिवशी त्या मुहूर्तावर चार विवाह संपन्न झाले. ते सर्व नाकारून आपल्या चौघी बहिणींना ते माहेरी धाडून देणार आहेत का? की आपल्या चौघींचे पती दुसरी वधू कशी आणतात ते आपण पाहणार आहोत?' सीता तिरस्काराने म्हणाली.

सहमती दर्शवत ऊर्मिला उसळली, 'त्यांची वाटेल ती आज्ञा पालन करायला आपण कणाहीन आहोत असं वाटलं का त्यांना? राजा जनक आणि सुनयनाच्या कन्या आहोत आपण. स्वतःचा अभिमान जपत असीम धैर्य दाखवण्याची दीक्षा आपल्याला मिळाली आहे. या राजघराण्यात मोठ्यांनी आज्ञा द्यावी आणि इतरांनी बिनबोभाटपणे त्याचं पालन करावं हा शिरस्ता रुजलेला दिसतो आहे. त्यांना कोणी काही विचारत नाही. चार राजकुमारींशी विवाह करा असं राजाने म्हणताच त्या विरुद्ध एक शब्दही न बोलता चौघे भाऊ आपल्याशी विवाहबद्ध झाले. आणि तोच राजा आता रामाला पुनर्विवाह करायला लावत आहे! किती हा अत्याचार!'

तितक्यात राम इथे येऊन पोहोचला. त्याच्या पाठोपाठ लक्ष्मणही होता. कक्षात येताच रामाला सारं काही लक्षात आलं. तो थोडाही अस्वस्थ नव्हता. त्याने सीतेच्या नजरेत नजर मिळवली. त्याच्या ओठांवरचं हसू पाहताच तिच्या मनातल्या शंका निमाल्या. त्या जोडप्याला एकान्त मिळावा म्हणून ऊर्मिला उठली.

तिला थोपवत राम म्हणाला, 'थांब ऊर्मिला. माझं म्हणणं ऐकून घे. तुला तुझ्या बहिणीची काळजी वाटली असेल. तसं पाहिलं तर आपल्या सर्वांची काळजी वाटली असेल. तेही बरोबरच आहे म्हणा,' रामाचा स्वर शांत होता. 'मला पुनर्विवाह करायचा आहे का, असं माझ्या पित्याने मला विचारताच मी त्यांना नकार दिला आहे. माझं सीतेवर प्रेम आहे त्यामुळे पुनर्विवाहाचा प्रश्नच येत नाही. मी तिचा त्याग कधीही करू शकत नाही. कोणा इतर स्त्रीसाठी नाही, कुठल्या गोष्टीसाठी नाही. मी तिचा आत्ता किंवा भविष्यात त्याग करेन असं तुला वाटतं का?'

ऊर्मिलेला अशा थेट प्रश्नाची अपेक्षा नव्हती. स्वतःला सावरत ती म्हणाली, 'पत्नीवर प्रेम करणारा पुरुष या भूमिकेतून तू तसं नक्कीच करणार नाहीस. परंतु, तू कुटुंबातील ज्येष्ठ पुत्र आणि कोसलनगरीचा राजपुत्र आहेस. कदाचित या सिंहासनाचा तूच वारस असशील. त्यामुळे त्यांनी तुला विचार बदलायला भाग पाडलं असतं.'

तिचं उत्तरही अगदी थेट होतं. रामाने हळुवारपणे मान हलवत त्या उत्तराचा स्वीकार केला. तो ठासून म्हणाला, 'मी सीतेचा पती आहे. तू म्हटलेल्या तिन्ही भूमिका मी स्वीकारतो. त्यातल्या एका भूमिकेबद्दल काही बोलता येणार नाही. पण लक्षात ठेव, मी सीतेचा त्याग करणार नाही. मी कधीच पुन्हा विवाह करणार नाही. मी ते करूच शकत नाही. एकापेक्षा अधिक पत्नी असणं पाप आहे, हे माता कैकयीने आमच्या मनात रुजवलेलं असताना मी तसं करूच शकत नाही. तो अपराध आहे. ज्याच्यावर आपण प्रेम करतो त्या जोडीदारावर तो अन्याय आहे. हे असमर्थनीय कृत्य आहे. स्त्रीचा आदर कसा करावा हे माता कैकयीने आम्हाला शिकवलं. या राजवाड्यात एकाहून अधिक पत्नी आणण्याचा विचारही करायचा नाही अशी तिची सक्त धमकी होती. भूतकाळात माझ्या पित्याने तसं केल्यामुळे त्याच्या तिन्ही पत्नींना खूप सोसावं लागलं आहे. सवत म्हणजे काय, हे आमच्या तीन मातांइतकं कोणाला ठाऊक असणार? त्यांच्या मूक वेदनांचे आम्ही मुलं साक्षीदार आहोत. राजप्रतिष्ठेचा अवमान होऊं नये म्हणून त्या सोसत राहिल्या. प्रेम, आदर आणि निष्ठा कशी राखावी हे आम्हाला माता कैकयीने शिकवलं, तेही विशेषतः सहचराबाबत.'

रामाच्या बोलण्याचं ऊर्मिलेला आश्चर्य वाटलं, पण तिची समजूत पटली नव्हती. 'असं असेल तर पुनर्विवाहाचा मुद्दा कसा उपस्थित झाला?

इतका तिरस्कार वाट्याला यावा असं सीतेने काय केलं आहे? तिचं स्वागत करण्याऐवजी तिच्या वाट्याला तुच्छता का आली?'

'कारण साधं आहे. माझ्या मंगळ दोषामुळे माता कैकयी चिंतित आहे. त्यातून आपला विवाहमुहूर्त चुकल्यामुळे माझ्यावर विपरीत परिणाम होईल, माझा शेवट होईल ही शंका तिच्या मनाला ग्रासते आहे. एकंदरीत सर्व घटना इतक्या वेगाने घडत गेल्या की, सुसंवाद साधता आला नाही. ऊर्मिला, तू काल पाहिलीस ती एक त्रस्त आणि चिंताक्रांत माता होती. तिच्याबद्दल मनात आकस धरू नकोस. सीतेवर संताप काढत तिने आपल्या भावनांना वाट करून दिली. सीतेमुळे सर्व समस्या निर्माण झाल्या असा तिने समज करून घेतला आहे. खरं सांगायचं तर या सर्व दुःखाला आणि तुम्हाला झालेल्या क्लेषांना मी कारणीभूत आहे. मी केवळ सीतेची नाही तर तुझी आणि इतर बहिणींची क्षमा मागायला इथे आलो आहे.'

'नाही! प्रिय पुत्रा, माझ्या वतीने तू क्षमा मागण्याची आवश्यकता नाही.' तितक्यात मागून कठोर स्वर आला. कैकयी प्रवेशद्वाराशी उभी होती. अतिशय सुंदर आणि डौलदार दिसत होती ती! तिच्या चेहऱ्यावर दिसणारा पश्चात्ताप पाहून ऊर्मिला चकित झाली. कैकयी बोलू लागली, 'अहंकार आणि संतापाच्या आहारी जात मी अनेक चुकीचे समज करून घेतले. कुटुंबातील एक ज्येष्ठ सदस्य, राणी आणि मातेच्या भूमिकेत वावरणाऱ्या मला हे शोभत नाही. माझ्या उद्धट आणि असंवेदनशील वागण्याचं रामाने जरी स्पष्टीकरण दिलं असलं तरी मी तुम्हाला कायमचं दुखावलं आहे हे माझ्या लक्षात आलं.' सीतेकडे वळून ती म्हणाली, 'माझ्या अविचारी वागण्याने मी तुला फार दुखवलं आहे. मला कितीही पश्चात्ताप वाटला किंवा मी कितीही क्षमायाचना केली तरी ही जखम भरून निघणार नाही. प्रिय मुली, तुला शक्य असेल तर या वयस्क स्त्रीला तिच्या या धसमुसळेपणाबद्दल क्षमा कर.'

असं म्हणत दोन्ही हात जोडून ती सीतेसमोर याचकाप्रमाणे उभी राहिली. सीता अस्वस्थ झाली. काय करावं हे ऊर्मिलेला समजेना. मोठा विचित्र होता तो क्षण. उगाचच लांबल्यासारखा वाटत होता.

सीतेच्या बोलण्याने शांतता भंग पावली. ती म्हणाली, 'आपलं मूल सुरक्षित, आनंदी आणि सर्व दुःखांपासून दूर असावं असं कुठल्याही आईला वाटेल; म्हणूनच तुम्ही रामाच्या पुनर्विवाहाचा विचार केला असेल. तुम्ही

आमची क्षमा मागण्याचा प्रश्नच येत नाही. तुम्ही जे केलं ते रामाच्या रक्षणासाठी केलं. कृपा करून मनातून सर्व विचार आता काढून टाका.'

ऊर्मिला चकित होऊन पाहत राहिली. तिच्या मनात कैकयीबद्दल नव्याने आदर निर्माण झाला. कैकयीने जर सीतेबद्दल पूर्वग्रह केला असेल तर ऊर्मिला अशी कोणती वेगळी वागत होती? तरुण सीतेची नम्रपणे क्षमा मागणाऱ्या कैकयीला पाहून ऊर्मिलेला स्वतःच्या मनात राम आणि कैकयीबद्दल आलेल्या भावनांची लाज वाटली. आता क्षमा मागायची तिची पाळी होती.

ते अचूक ओळखत राम पटकन म्हणाला, 'नाही ऊर्मिला! तसा विचारही करू नकोस. माझा उद्देश जाणून घेण्याचा तुला पूर्ण हक्क आहे. माझ्या मातेच्या उद्देशाबद्दल प्रश्न विचारण्याचा अधिकारही तुला आहे. तू स्वतःच्या बहिणीचं संरक्षण करत होतीस. त्यासाठी तू किती कमाल मर्यादा गाठू शकशील याची जाणीव मला आहे. लक्ष्मणाचा वध करण्यासाठी त्याची कट्यार तू कशी उपसून काढली होतीस, हे मी विसरू शकत नाही. तू जिथे त्यालाही सोडलं नाहीस तिथे मी कोण गं?' हे बोलताना रामाच्या नजरेतला मिस्किलपणा लपत नव्हता.

त्याच्या बोलण्याचा संदर्भ न लागल्यामुळे सीता आणि कैकयी विचारात पडल्या. मात्र, लक्ष्मणाला हसू आलं. ऊर्मिलेचा चेहरा लज्जित झालेला पाहून राणी पटकन म्हणाली, 'असं! ही रक्तपिपासू तलवारबहाद्दर योद्धादेखील आहे वाटतं. नेमकं काय झालं हे मी विचारणार नाही. पण ही तरुणी माझ्या सौमित्रला हसवू शकते ही माझ्यासाठी फार मोठी गोष्ट आहे. सहचर असाच हवा. आपल्या जोडीदाराच्या उत्तम गुणांना त्यांनी नेहमी वाव द्यावा.'

इतका वेळ जाणवणारा ताण नाहीसा होऊन सर्व हसू लागले. ऊर्मिलेकडे रोखून पाहत कैकयी मार्दवाने म्हणाली, 'ऊर्मिला, तुला पाहून मला माझं तारुण्य आठवलं. कदाचित तुला पटणार नाही पण, आपल्या दोघींत पुष्कळसं साम्य आहे. राजकुमारी, तुझ्या घरी तुझं पुन्हा एकदा स्वागत आहे.' राणी हसली तरी तिच्या नजरेत ते हसू पोहोचलं नाही.

तिचं बोलणं स्तुती समजायची की पश्चात्ताप हे ऊर्मिलेला समजलं नाही. ती विचारात पडली. या प्रश्नाचं उत्तर तिला चौदा वर्षांनी मिळणार होतं.

बहिणी

‘सर्वांना भरताऐवजी रामाचं इतकं कौतुक का?’ मांडवीने अचानक विचारलेल्या या थेट प्रश्नावर काय उत्तर द्यायचं हे तिच्या बहिणींना समजेना. आता त्या कोसलाच्या चार राजकुमारांबद्दल चर्चा करणाऱ्या चार बहिणी नसून दिरांबद्दल बोलणाऱ्या चार जावा होता. तरीसुद्धा, असा स्पष्टवक्तेपणा मांडवीबाबत नवीन नव्हता.

त्या चौघी ऊर्मिलेच्या प्रासादाबाहेरील मांडवात बसल्या होत्या. तिने आवडीने माहेरी होता तसाच बगिचा करून घेतला होता. मिथिला, तिथला राजप्रासाद आणि उपवनाची तिला सतत आठवण येत होती. तिच्या कक्षालगत असलेलं हे मोकळं अंगण त्या बहिणींचं भेटण्याचं ठिकाण झालं होतं. अगदी थोडा वेळ का होईना, पण त्या चौघी आवर्जून एकमेकींना भेटत. त्या मोकळ्या अंगणात त्यांना जवळीक जाणवे. इथे येण्याचा नेम न मोडण्याचं वचन त्यांनी दिलं होतं.

मांडवीच्या प्रश्नावर ऊर्मिलेने सावधपणे प्रश्न केला, ‘हे काय अचानक? आपल्याशी त्याचा काय संबंध? या संबंधात कुणी फार अधिक चर्चा करत आहे का?’

तिच्या स्वरातील सडेतोडपणा मांडवीच्या लक्षात आला. स्वतःला सावरून घेत ती म्हणाली, ‘नाही! तसं काही नाही. पण, इथे आल्या दिवसापासून मी पाहते आहे. जे जाणवलं ते बोलले. सगळीकडे त्याचंच कौतुक!’

'तो त्यासाठी पात्र आहे की अपात्र, असं तुला विचारायचं आहे का?' कीर्तीने धूर्तपणे विचारलं.

'तो पात्र आहेच-तो नेहमी मायेने बोलतो, दयाळू आहे, मित्रत्वाने वागतो आणि कर्तव्यदक्षही आहे,' प्रत्येक शब्दावर जोर देत मांडवी म्हणाली. तिच्या त्या बोलण्यात कीर्तीप्रमाणे ऊर्मिलेलाही मत्सर जाणवला. आपल्या पतीची स्तुती ऐकून सीता मात्र गालातल्या गालात हसत होती.

'आहेच तो सर्वांचा लाडका. त्याचे पिता, तिन्ही माता, त्याची बहीण, राजसभेतील मंत्रीगण, दासदासी, प्रजा... हं! प्रत्येकाचा तो लाडका आहे!'

'एक अपवाद वगळता,' ऊर्मिला चाणाक्षपणे म्हणाली. 'मंथरा! ती त्याचा तिरस्कार करते.' मांडवीने ओठ आवळून घेतलेले पाहताच ऊर्मिलेचा संशय दृढ झाला.

सीता पटकन म्हणाली, 'किती चांगली आहे मंथरा. ऊर्मि, अगं रामाचे आवडते पदार्थ करायला मला तिनेच शिकवलं. मला पाककृती करण्यात स्वारस्य आहे हे लक्षात येताच तिने मला तिच्या खास आणि हातखंडा पाककृती शिकवल्या आहेत. या मासाभरात माझाही त्यावर हात बसेल. ती अतिशय सुगरण आहे. रामाच्या आवडत्या पाककृती रोज रांधल्या जाव्यात याकडे तिचा कटाक्ष असतो. असं असताना ती रामाचा तिरस्कार करते असं तू का म्हणतेस?'

'आणि तेवढ्याने तू भाळलीस?' कीर्तीने नवलाने विचारलं. 'हे बघ सीता, तू एकतर अतिशय साधी आहेस किंवा निरागस. तुला दुसऱ्यामधलं वाईट कधी दिसतच नाही. हे योग्य नाही. निदान तुझ्यासाठी तरी ते अयोग्य आहे. ऊर्मिचं म्हणणं बरोबर आहे. माझ्या मते, मंथरा रामाचा तिरस्कार करते.'

'पुन्हा पुन्हा तेच तेच का म्हणता तुम्ही दोघी?' मांडवीने आग्रहाने विचारलं. 'किती गोड आहे ती. वय झालं आहे तिचं. फार बोलघेवडी आहे म्हणा. पण एकंदरीत चांगली आहे ती.'

'बोलघेवडी? मांडवी, ती फक्त लावालाव्या करते. त्यात तिचा कोणी हात धरू शकत नाही,' ऊर्मिलेने खरमरीत उत्तर दिलं. तिच्या कपाळावर आठ्या उमटल्या होत्या. 'ती निव्वळ पीडा आहे. ती म्हणजे त्रास हे लक्षात ठेवा.'

'तू आणि तुझी विचारशक्ती,' मांडवी थट्टेच्या सुरात म्हणाली. 'जरा अतिरेक करते आहेस तू.'

'नेमकं काय सांगितलं तिने तुला?' ऊर्मिलेने साशंकतेने विचारलं.

'काही नाही गं, उगाच आपलं इकडचंतिकडचं,' मांडवी वरवर म्हणाली. 'पण माझी अशी उलटतपासणी का?' तिने भांडणाचा पवित्रा घेतला.

ते जाणून ऊर्मिलेला जरी आश्चर्य वाटलं तरी तिने ते चेहऱ्यावर दाखवलं नाही. ती सहज स्वरात म्हणाली, 'आजकाल, माता कैकयीऐवजी ती सतत तुझ्याबरोबर असते. आता मला सांग, ती गोड वृद्धा तुझ्याशी काय काय बोलते? तसंही गेल्या कित्येक दिवसात आपल्या बहिणींच्या काही गप्पा झाल्याच नाहीत. नाही का?'

मांडवी जरा शांत होत म्हणाली, 'काही विशेष नाही गं. या चार भावांच्या बालपणीच्या गमतीजमती सांगते ती मला. त्यात भरताच्या गोष्टी अधिकतर असतात,' मांडवीच्या चेहऱ्यावर प्रसन्न हसू उमटलं. 'वयस्कर आहे ना ती! तिच्या पोतडीत खूप गमतीजमती आहेत. बोलताबोलता विषयांतर करायची, अवांतर बोलण्याची तिला सवय आहे. कितीतरी चुटके आणि लोककथा सांगते ती मला. रामाचे सगळे भाऊ त्याच्यावर इतकं प्रेम करतात तरी तो त्यांच्यावर कसं वर्चस्व गाजवतो, हे तिनेच सांगितलं आहे मला.'

'काय सांगतेस!' सीता आश्चर्याने उद्गारली. 'हे काम तर लक्ष्मणाचं असणार असं मला वाटत होतं. ऊर्मि, रागवू नकोस पण लक्ष्मण जरा तुसडा आणि आक्रमक आहे. माझ्या मते, स्वतःचं खरं रूप लपवण्यासाठी त्याने हा मुखवटा धारण केला आहे. पण त्यापायी तो दिसताच सगळे दबतात. त्याच्या माघारीदेखील त्याच्याबद्दल कोणी बोलत नाही. प्रासादातील प्रत्येकजण त्याला घाबरतो. तो आजूबाजूला असेल तर राणी कैकयीसुद्धा बोलताना दोनदा विचार करते.'

हे ऐकून ऊर्मिलेला हसू आलं. त्यांचा विवाह होऊन दोन मास झाले होते. ती लक्ष्मणाला ओळखू लागली होती. सर्वजण त्याला घाबरून राहत याची तिला मजा वाटत होती. तो मितभाषी होता पण त्याचे शब्द आसुडाच्या फटकाऱ्यासारखे वाटत. त्या दोघांमध्ये विलक्षण साम्य होतं. फरक इतकाच की ऊर्मिला आवश्यकतेनुसार मधाळ शब्दांमध्ये समोरच्याची

कानउघाडणी करत असे. राजदूत म्हणून लक्ष्मण अगदी अयशस्वी ठरेल असं तिच्या मनात आलं पण मित्र म्हणून तो जीव द्यायला मागेपुढे बघणार नाही हेही तिला ठाऊक होतं.

ती चारही जोडपी एकमेकांना पूरक होती. खरंतर खूपशी एकमेकांसारखी होती. सीता जशी रामासाठी सुयोग्य होती, तशीच मांडवी भरतासाठी होती. दोघंही नेहमी शांत असत. कित्येकदा ते सगळ्यांपासून विरक्त असल्यासारखे भासत. कीर्तीची परिपक्वता शत्रुघ्नाच्या स्वयंस्फूर्ततेला आवाक्यात ठेवत होती. तिच्या गांभीर्यामुळे त्याचा विदुषकीभाव कमी होत होता. दोघंही जण धाकटे असले तरी त्यांना इतरांची उत्तम पारख होती. वयाच्या मानाने त्यांना समजही जास्त होती.

लक्ष्मण आणि शत्रुघ्न जुळे असूनही कडवी एकनिष्ठता सोडली तरी त्या दोघांमध्ये पुष्कळ फरक होता. लक्ष्मण रामाप्रति तर शत्रुघ्न भरताप्रति एकनिष्ठ होता. जुळे असूनही ते दोघं मनाने एकमेकांऐवजी आपापल्या मोठ्या भावाच्या अधिक जवळ होते, याचं ऊर्मिलेला नवल वाटत होतं. दोन ज्येष्ठ राण्यांमध्ये फारसा स्नेहभाव नसला तरी राजपुत्रांना एकमेकांची तीव्र ओढ होती. त्यांचे बंध दृढ आणि सखोल होते. त्यांच्यातील एकीचा त्यांना अभिमान होता.

लक्ष्मणाबद्दल सीता जे बोलली त्याला उत्तर देत मांडवी म्हणाली, 'अगदी तसंच काही नाही. पण, लक्ष्मण नेतृत्व नाही करू शकत.' तिच्या स्वरात द्वेष होता. 'रामाच्या मागे जाणं आणि आज्ञापालन करणं एवढंच जमतं त्याला. शत्रुघ्न जशी भरताची सावली आहे तसा लक्ष्मणही रामाची सावली आहे. मोठ्या भावांमागे जायला दोघांना कसं आवडतं, हेच मला समजत नाही. त्यांना स्वतंत्र व्यक्तित्त्व आहे की नाही? राम आणि भरत जन्मजात नेते आहेत असं मी जे म्हणाले ते या कारणाने.'

ऊर्मिलेचा क्षोभ झाला. तिने ओठ घट्ट आवळून घेतले.

कीर्तीचा चेहरा लाल झाला होता. ती पटकन म्हणाली, 'ते दोघं अविभाज्य सहचर आहेत असं म्हणणं अधिक योग्य आणि नम्र वाटेल. तू सुचवू पाहते आहेस तसे ते सेवक नाहीत. ते मनाने अतिशय जवळ आहेत!'

सीतेने थोडं कठोरपणे विचारलं, 'मांडवी, तू सारखी राम आणि भरत यांचं तुणतुणं का वाजवतेस? तुझ्या म्हणण्याचा अर्थ काय?'

मनातल्या मनात धुमसत पण वरकरणी सौम्य स्वरात ऊर्मिला म्हणाली, 'मंथरा जे बाळकडू पाजते तेच उगाळते ती इथे येऊन!'

'भरतापेक्षा रामाचं कौतुक जास्त का, असं ती म्हणून विचारते आहे का?' कीर्ती संतापून म्हणाली. 'मंथरा तुला रोज नेमाने विषाची मात्रा उगाळून देते आहे. तिचं बोलणं गोड वाटत असलं तरी ते तसं नाही हे लक्षात घे.'

'तेवढं कळतं मला. पुरेशी हुशार आहे मी. मला माझं मन आहे. सत्य सांगितलं म्हणून झोंबलं वाटतं तुम्हाला?' मांडवीने त्यांना झिडकारलं.

आपल्या बहिणीचा हा विषारी आवेश पाहून ऊर्मिलेला धक्का बसला. नेहमीच्या भगिनीप्रेमाचा अंशही दिसत नव्हता. त्याऐवजी जाणवत होतं ते गूढ वैर. इतक्या वेळच्या साध्या गप्पांऐवजी प्रसंगाने गंभीर स्वरूप धारण केलं होतं. हे लक्षात येताच ऊर्मिलेला दहशत वाटली.

'कोणतं सत्य?' सीतेच्या चेहऱ्यावरचा रंग उतरला होता.

'राम आणि भरतात नक्कीच स्पर्धा आहे. तशीच वेळ आली तर लक्ष्मण रामाची निवड करेल. शत्रुघ्न मात्र भरतामागून जाईल.'

हे ऐकताच काय बोलावं ते सीतेला समजेना. ओठ घट्ट आवळत कीर्तीनेही संतापावर नियंत्रण ठेवण्याचा प्रयत्न केला.

ऊर्मिलेने चक्रावून विचारलं, 'पण ते भाऊ वेगळे का होतील? मांडवी, तू कोणत्या स्पर्धेबद्दल बोलते आहेस?' आलेल्या संतापाच्या आहारी जाऊ नये म्हणून ऊर्मिलेने स्वतःला सांभाळत सावकाश विचारलं. मांडवी मुद्दामच चीड आणण्यासारखं वर्तन करत होती. मुख्य म्हणजे, ती अप्रत्यक्षपणे काहीतरी सुचवत होती. ऊर्मिलेला राणी सुनयनाचा उपदेश आठवला. त्या बहिणींमधलं प्रेमाचं समीकरण बदलायला फारसा वेळ लागला नसता. मांडवी धुमसत म्हणाली, 'पुढील सप्ताहात चार भावांमध्ये होणाऱ्या धनुर्विद्या स्पर्धेबद्दल मी नाही बोलत आहे. राम आणि भरतामध्ये जे जन्मजात वैर आहे, ज्याबद्दल कोणी उघडपणे बोलत नाही, मान्य करत नाही, त्याबद्दल मी बोलते आहे.'

'आणि ते कसं काय? मुळात, राम आणि भरतचं का?' सीतेने उत्सुकतेने विचारलं.

'ते स्वाभाविक नाही का? ज्येष्ठ राणी कौसल्येचा पुत्र राम आणि लाडकी राणी कैकयीचा पुत्र भरत हे दोघंही सिंहासनाला पात्र आहेत,' मांडवी

समजावू लागली. 'जुळ्यांचा जन्म सर्वांत धाकट्या राणीच्या पोटी झाल्यामुळे ते कुठे खिजगणतीतही नाहीत. शिवाय, त्या दोघांना सिंहासनाशी फारसं देणघेणं नाही. ते सारं त्यांनी आपल्या दोन ज्येष्ठ बंधूंवर सोपवलं आहे.'

त्या चार राजपुत्रांच्या जन्माची कथा मांडवी सांगत असली तरी त्यामध्ये तिने मुद्दाम पीळ निर्माण केला होता. कौसल्येच्या पोटी शांता जन्माला आली. दशरथाने तिला त्याचा मित्र आणि मेहुणा रोमपाद याला दत्तक दिली. त्यानंतर कितीतरी वर्षं दशरथ अपत्यहीन होता. एक दिवस शिकारीला गेलं असताना त्याच्या नजरेस तरुण, सुंदर आणि आकर्षक कैकयी पडली. पाहताक्षणी तो तिच्या प्रेमात पडला. तिच्या पोटी जन्माला येणारा पहिला पुत्र अयोध्येचा राजा होईल या अटीवर तिने दशरथाशी विवाह केला. त्यांनाही मूल झालं नाही. पुत्र होण्याच्या मोहाने दशरथाने मगध राजकन्या सुमित्रा हिच्याशी विवाह केला. या तिसऱ्या राणीकडूनही त्याला अपत्यप्राप्ती झाली नाही. सरतेशेवटी त्याने वसिष्ठांच्या सल्ल्यावरून जावई ऋष्यशृंग याच्या मार्गदर्शनाखाली अश्वमेध आणि पुत्रकामेष्टी हे दोन यज्ञ पार पाडले. यज्ञाच्या शेवटी अग्निदेव यज्ञकुंडातून बाहेर आले. त्यांच्या हातात पायसाने भरलेला वाडगा होता. पायस सेवन केल्यावर दशरथाच्या तिन्ही राण्यांना पुत्रप्राप्ती होणार होती. ते पायस कौसल्या आणि कैकयीच्या हातात देत दशरथाने ते सुमित्रेलाही द्यायला सांगितलं. त्या दोघींनी सुमित्रेला आपल्यातील एकएक घास दिला. त्यामुळे तिच्या पोटी जुळे जन्माला आले. त्या आधी कौसल्येने रामाला आणि कैकयीने भरताला जन्म दिला. अशा प्रकारे चार भावांचा जन्म झाला.

'सिंहासन!' सीतेला धक्का बसला. 'त्या सिंहासनाची इच्छा मनात ठेवून हे भाऊ एकमेकांशी युद्ध करतील असं तुला म्हणायचं आहे का? अशक्य आहे हे. स्वप्नातही ते कधी असा विचार करणार नाहीत.'

'त्यांना स्वप्न पाहण्याची गरज नाही. ही वास्तविकता आहे. आज न उद्या ती सर्वांसमोर येणार,' मांडवी ताठरतेने म्हणाली. 'ते राजकुमार आहेत. त्यांच्यातील एक जण राजा होणारच. फक्त तो राम असेल की भरत इतकीच निवड बाकी आहे,' असं म्हणत तिने खांदे उडवले.

'असं! मघापासून हे मनात डाचत आहे तर! म्हणूनच, भरताच्या तुलनेत राम सर्वांना अधिक का आवडतो, असं तू आल्या आल्या विचारलंस तर,' कीर्तीने उघडपणे आरोप केला. 'थांब जरा, मी सांगते तुला. रामच

राजा व्हायला हवा. तो ज्येष्ठ राणीचा पुत्र आहे म्हणून नाही तर एक व्यक्ती, राजपुत्र आणि योद्धा म्हणूनसुद्धा तो सर्वोत्तम आहे. आणि म्हणूनच तो अधिक लोकप्रिय आहे. थोडं स्पष्टच सांगते, भरत त्याची जागा कधी घेऊ शकणार नाही. प्रिय भगिनी, लोकांना त्याच्या चांगुलपणाचादेखील कंटाळा येतो,' कोणतीही भीड न ठेवता कीर्ती म्हणाली.

हे ऐकताच मांडवीला संताप असह्य झाला. तो तिच्या नजरेत उतरला. अतिशय निर्विकार स्वरात ती म्हणाली, 'नाही प्रिये, भरतच राजा होणार. लक्ष्मण आणि तुझा पती तसेही दास्यत्वात इतके गुंग आहेत की, या स्पर्धेत ते नाहीतच. मंथरेच्या म्हणण्यानुसार तुझी श्वश्रू मगध राजकन्या नाहीच. ती कोणाचा वारसा चालवते हे संदिग्ध आहे,' ती उघडपणे बोलू लागली. तिच्या बहिणींच्या चेहऱ्यावर उमटलेल्या संतापाकडे तिने सरळ दुर्लक्ष केलं. ती पुढे म्हणाली, 'मी पुन्हा सांगते, भरतच राजा होणार. राम राजा होणार नाही. माता कैकयीचा मुलगा कोसल देशाचा राजा होईल या एकाच अटीवर तिच्या पित्याने राजा दशरथाला तिच्याशी विवाह करू दिला.' अत्यंत थंडपणे ती सांगत होती. 'दिलेला शब्द पाळण्याला रघुवंशामध्ये फार महत्त्व आहे. राजा दशरथ आपला शब्द मोडू शकत नाही. त्याला भरताला राजा म्हणून सिंहासनावर बसवावंच लागेल.'

'म्हणजे मग तू त्याची राणी होशील, नाही का?' अत्यंत संयतपणे ऊर्मिलेने विचारलं. तिला आपल्या आईची ताकीद आठवत होती. 'मांडवी, बरोबर आहे ना माझं म्हणणं? याच मुद्द्यावरून मंथराने तुला तिच्या बाजूला वळवून घेतलं आहे ना?'

आवाजात गोडवा आणत मांडवी म्हणाली, 'खरंच की! अगदी तसंच आहे. तुला मात्र असं व्हायला नको आहे, हो ना. तुझ्या चुलत बहिणीऐवजी तुझी लाडकी मोठी बहीण राणी झाली तर तुला जास्त आवडणार आहे. रक्त पाण्यापेक्षा घट्ट असतं असं म्हणतात पण तुझ्याबाबतीत तेही खोटं ठरलं आहे.' तिचा दांभिकपणा लपत नव्हता.

हे ऐकताच ऊर्मिला थक्क झाली. कुणीतरी तोंडात मारल्यासारखा सीतेचा चेहरा झाला होता. मांडवीकडून सत्य उगाळण्याच्या हेतूने ऊर्मिलेने संभाषण मुद्दाम या दिशेने नेलं होतं. तरीसुद्धा, मांडवीच्या मनात इतका कडवटपणा आणि विखार भरला असेल असं तिच्या मनातही आलं नव्हतं. मंथराने तिच्या बहिणीला चांगलंच कह्यात घेतलेलं दिसत होतं.

ती काही बोलण्याआधी कीर्ती संतापून म्हणाली, 'मांडवी, काय बोलते आहेस हे! गप्प बस अगदी. मघापासून पाहते आहे मी, तुझा तिरस्कार काही लपत नाही. आपल्या पतींबद्दल किती तुच्छतेने बोलते आहेस तू. आता मात्र कहर झाला! इतका नीचपणा कशी करू शकतेस तू?'

कीर्तीच्या बोलण्याला मांडवीने उत्तर देण्याआधी ऊर्मिलेने पटकन मध्यस्थी केली. ती आवेगाने म्हणाली, 'मुलींनो, कृपा करून थांबा. आपण चक्क भांडण करत आहोत.' तिचा संतप्त स्वर ऐकून त्या दोघी भानावर आल्या. 'या आधीही आपल्यात भांडणं झाली आहेत. पण त्यामध्ये अशी गलिच्छ सूडभावना कधीच नव्हती,' ती कळवळून म्हणाली. 'आणि हे भांडण तरी कशासाठी? राणी कोण होणार, ज्येष्ठ कोण आहे, कोण कोणाला वरचढ आहे... या सगळ्यांमुळे काय फरक पडणार आहे? आजवर असा विचार केला होता का आपण? आपण आजवर बहिणी म्हणून वाढलो. चुलत बहिणी, युवराज्ञी, राणी या आयामांनी आपल्या नात्यांना आजवर स्पर्श केला नव्हता. आज असं काय बिनसलं आहे?'

तिचा अगतिक स्वर ऐकून वाद तिथेच थांबला. मांडवी चांगलीच हादरली होती. सीता आणि कीर्तीची अवस्था काही वेगळी नव्हती. क्षणापूर्वी त्या सर्व एकमेकींना शब्दांनी फटकारत होत्या. किती घृणास्पद होता तो क्षण!

'मंथरा आपल्यामध्ये फूट पाडते आहे,' ऊर्मिलेचा स्वर आता सौम्य झाला होता. 'मांडवी, मी तुझ्यावर शंका घेत नव्हते. ती किती धोकादायक आहे हे तुझ्या नजरेस आणून देण्याचा माझा प्रयत्न होता. तिचे हेतू आणि पद्धती दोन्ही संशयास्पद आहेत. ती विषारी आहे. तिच्या त्या मधुर विषाने ती आपल्यातील खोलवर दडलेल्या सर्वाधिक वाईट भावना बाहेर काढते. आपल्याला वाटणारी असुरक्षितता, सुप्त भीती आणि असूयेचे लहानसहान कण तिच्या सान्निध्यात अक्राळविक्राळ रूप धारण करतात. ती आपल्यामध्ये जाणीवपूर्वक अविश्वास आणि दुष्ट बुद्धी निर्माण करते आहे. आजचाच प्रसंग पाहा ना. मला काळजी आहे ती याचीच. म्हणूनच मी तुला खोदून प्रश्न विचारत होते. मला आशा आहे की, मंथरेचं विष किती परिणामकारक ठरलं आहे हे तुमच्या एव्हाना लक्षात आलं असेल.'

मांडवी भानावर आली. तिचा चेहरा पिळवटला. सीतेकडे वळून ती म्हणाली, 'तू मुळातच अतिशय चांगली आहेस. त्यामुळे माझ्या हातून

आत्ता घडलेल्या प्रमादाला तू क्षमा करशील. मी मात्र स्वतःला कधीच क्षमा करू शकणार नाही. मी जे काही बोलले ते...'

सीता कळवळून म्हणाली, 'नाही, तसं नाही. तू ज्यावर विश्वास ठेवलास त्याने मी दुखावले गेले आहे. मांडवी, मला दत्तक घेतलं होतं म्हणून तू मला नेहमी परकं समजलीस का गं?'

ऊर्मिला मायेने म्हणाली, 'सीता, मांडवीप्रमाणे मंथरेने तुझ्याही मनात विष पेरलं आहे हे तुझ्या लक्षात येत नाही का? तुमच्या दोघींची मर्जी संपादन करत तिने तुम्हाला एकमेकींविरुद्ध भडकवलं आहे.'

उदासपणे हसत सीतेने मान्य केलं, 'स्वार्थी बहिणींबरोबर लहानाची मोठी झालेली माझ्यासारखी अनाथ मुलगी किती दुर्दैवी आहे, याची आठवण तिने सातत्याने जागृत ठेवली हे अगदी खरं आहे.'

सावकाश मान हलवत मांडवी म्हणाली, 'मी सर्वोत्तम पुरुषाशी विवाहबद्ध झाले आहे अशी भावना तिने माझ्या मनात निर्माण केली. त्यामुळेच, वाराणशीची युवराज्ञी ते कोसलाची राणी हा प्रवास माझ्यासाठी कसा उत्तम आणि योग्य आहे हे तिने माझ्या मनावर बिंबवलं. अहंकाराच्या आहारी जाण्याइतकी आंधळी मी कशी झाले?'

'राणी! तुला राणी व्हायचं होतं का?' कीर्तीने आश्चर्याने विचारलं.

खोल स्वरात मांडवीने मान्य केलं, 'हो! मी आयुष्यभर राजकन्या राहणार नाही. माझा विवाह एखाद्या राजाशी होईल आणि मी राणी होईन हेच स्वप्न मी आजवर जपलं होतं. म्हणूनच भरताशी विवाह करताना माझी द्विधा मनःस्थिती होती.'

'भरत राजा होण्याची शक्यता आहे याची खात्री झाल्यामुळे तू या संबंधाला होकार दिलास?' ऊर्मिलेचा स्वतःच्या बोलण्यावर विश्वास नव्हता. त्या चौघींमध्ये मांडवी सर्वाधिक महत्त्वाकांक्षी होती. तिची तीक्ष्ण बुद्धी आणि राजकीय धूर्तता सगळ्यांहून अधिक होती. तरीसुद्धा, मांडवी या स्तरावर लावालाव्या करेल आणि भौतिक प्रतिष्ठेच्या इतकी आहारी जाईल असा विचारही ऊर्मिलेच्या मनात आला नव्हता.

आपल्या बहिणीचं मन वाचत मांडवी प्रांजळपणे म्हणाली, 'मला पश्चात्ताप झाला आहेच. या क्षणी मला स्वतःचा अभिमानही वाटत नाही. पण, राणी व्हायचं माझं स्वप्न होतं. मात्र, त्यासाठी माझ्या बहिणींच्या

सौख्याला तिलांजली देण्याचा विचार मी कधीच केला नव्हता. तुमचा माझ्यावर विश्वास बसणार नाही हे माहीत आहे मला. पण मी आत्ता मनापासून बोलते आहे. माझं चुकलं. मला आशेच्या वाटेने नेण्यात आलं. मीही स्वतःच्या मनात ही आशा फुलवली. भरतपत्नी म्हणून मीच होऊ घातलेली राणी आहे हे मला मनोमन पटलं.'

आता बोलायची पाळी सीतेची होती. ती म्हणाली, 'मांडवी, आमचा तुझ्यावर विश्वास आहे. उगाचच स्वतःशी अशी कठोरपणे वागू नकोस. तुझ्याप्रमाणे मीही तर फसले ना? अनिष्टाचा विचार मीसुद्धा केला ना?'

मांडवीने तिच्याकडे काही क्षण रोखून पाहिलं. कुणाच्या काही लक्षात येण्याआधी गर्रकन वळून ती अंगणातून बाहेर पडली. सीतेने तिला हाका मारल्या तरी ती थांबली नाही.

'मी काय चुकीचं बोलले?' सीतेने आश्चर्याने विचारलं.

'तिला थोडा वेळ दे,' ऊर्मिला हळुवारपणे म्हणाली. 'ती अस्वस्थ झाली आहे. आपली अवस्था तरी कुठे वेगळी आहे?'

आता त्या तिघीच तिथे उरल्या. एकमेकींच्या उपस्थितीचा आधार त्यांना वाटत होता. बराच वेळ कुणी काही बोललं नाही. मंथरेच्या दुष्टबुद्धीमुळे त्या हादरल्या होत्या. तिच्याशी वैयक्तिक स्तरावर झालेल्या भेटीगाठींतून त्यांच्याही अंतर्मनातला दुष्टपणा उघडा पडला होता.

मंथरेच्या फसव्या शब्दांत आता कोण अडकणार होतं, हाच विचार ऊर्मिलेच्या मनात आला.

तिला फार वाट पाहावी लागली नाही. चार राजपुत्रांच्या शस्त्रकौशल्याची स्पर्धा आणि प्रदर्शन लवकरच होणार होतं. मंथरेसाठी ही सुयोग्य संधी होती. मात्र, या स्पर्धेत शक्तिप्रदर्शन करण्यासाठी भरताने स्पष्ट नकार दिला. भावांशी स्पर्धा करण्याची त्याची अनिच्छा त्याने व्यक्त केली. रामाने त्याचं मन वळवून त्याला तयार केल्यावर मोठ्या निरुपायाने त्याने स्पर्धेत भाग घेण्याचा आणि खिलाडूवृत्ती दाखवण्याचा निर्णय घेतला.

स्पर्धेचा दिवस उजाडला. आकाश निरभ्र होतं. स्पर्धेचा निकाल सुस्पष्ट होता. राम विजयी होणार ह्याची सर्वांना कल्पना होती. दशरथाच्या चेहऱ्यावरचा आनंद लपत नव्हता. त्याच्या बाजूला बसलेल्या तिन्ही राण्या कोसलनगरीच्या चारही राजपुत्रांकडे अभिमानाने पाहत होत्या. निदान

वरकरणी तरी तसंच दिसत होतं. आपला पुत्र आपल्या पदरी अपयश आणणार नाही, ही स्पर्धा तोच जिंकेल अशी आशा आणि अपेक्षा कौसल्येच्या डोळ्यांत होती. काय होणार याची पुरेपूर कल्पना असल्यामुळे सुमित्रा अगदी शांत होती. कैकयी चांगलीच उत्तेजित झाली होती. टाळ्या वाजवत ती स्पर्धेचा आनंद लुटत होती.

चौघी बहिणी एकत्र बसल्या होत्या. मांडवी ताठर वाटत होती. थोड्या वेळाने ती आपल्या श्वश्रूजवळ जाऊन बसली. या स्पर्धेमुळे तिला तिच्या कठोर शब्दांची आठवण होत होती का? त्या भयंकर दिवसानंतर ती आपल्या बहिणींशी एक शब्दही बोलली नव्हती. त्यांच्यातील अबोला सतत वाढत होता. ऊर्मिलेला त्याबद्दल चिंता वाटत होती. असं असूनही तिच्या चेहऱ्यावर नेहमीप्रमाणे तटस्थ भाव होते.

स्पर्धेचा निर्णय सर्वश्रुत होता. चारही भावांनी वरवर भाग घेतला. स्पर्धा सुरू होताच संपली. सौम्य भरताने प्रत्येक कौशल्यात अग्रक्रम प्राप्त केला. असं असूनही रामाला विजेता घोषित करण्यात आलं. उपस्थित आश्चर्यचकित झाले. वसिष्ठांनी त्या मागचं गमक सांगितलं. प्रत्यक्ष स्पर्धेव्यतिरिक्त राजपुत्रांची वेगळ्या प्रकारे परीक्षा घेतली गेली होती. ऐन स्पर्धेत एका याचकाने मदतीसाठी याचना केली होती. वसिष्ठांच्या एका शिष्याने मुद्दाम हे वेषांतर केलं होतं. याचकाला पाहताच स्पर्धेतून अंग काढून घेत राम त्याच्या साहाय्याला धावला होता. स्वाभाविकतः, प्रथम क्रमांक भरताला प्राप्त झाला होता. रामाच्या या कृतीने तो विजेता ठरला. आणि... सिंहासनाचा वारस...या विचाराने ऊर्मिलेला हसू आलं. उपस्थितांनी टाळ्यांच्या कडकडाटात या निर्णयाचं स्वागत केलं. मंथरेचा चेहरा मात्र नैराश्यग्रस्त झाला होता. हे असंच घडणार याची तिला भीती होती. ती संतापली.

त्या संध्याकाळी ऊर्मिलेला राहावलं नाही. स्पर्धेत लक्ष्मणाने केलेल्या सामान्य शक्तिप्रदर्शनाबद्दल तिने त्याला चिडवलं. तिने हसून विचारलं, 'अरेरे, किती तो लाजिरवाणा खेळ! तुम्ही चार भाऊ नक्की कोणाला मूढ बनवत होतात.'

तो हसून म्हणाला, 'आमच्या प्रिय पालकांना! हे शक्तिप्रदर्शन करण्यास आमचा – विशेषतः भरताचा, ठाम विरोध होता. परंतु, येनकेन प्रकारे मंथरेने आमच्या पित्याला त्यासाठी तयार केलं. आम्हा चौघांत कोण सर्वोत्तम आहे, हे अयोध्यावासीयांना समजावं अशी तिची इच्छा

असावी असं मला वाटतं. आणि तू म्हणतेस ते बरोबर आहे. मंथरा आणि आमच्या पालकांच्या हौसेसाठी ही स्पर्धा होती!' असं म्हणत त्याने तिच्या मानेवरचा अंबाडा हळूच सोडला. त्याची बोटं तिच्या केसांतून मुक्तपणे फिरू लागली. तो वरचेवर तिचे केस मोकळे सोडायचा. मानेवरचा अंबाडा सुटून ओघळताना तो तिच्याकडे अशा नजरेने पाह्यचा की, जणू तो तिला निर्वस्त्र करत आहे. त्याच्या या कृतीने ती सुखावली. पण मंथरेचा विचार तिच्या मनातून जाईना. मंथरेने उत्तम नियोजन केलं होतं तरी तिचा बेत तडीस गेला नव्हता.

तिचे विचार मनातून दूर सारत ऊर्मिलेने स्वतःला लक्ष्मणाच्या मिठीत झोकून दिलं. त्याच्या हातांच्या आणि ओठांच्या स्पर्शापुढे तिला कशाचीच जाणीव उरली नाही.

दुसऱ्या दिवशी सकाळी त्या म्हाताऱ्या कुबड्या स्त्रीला स्वतःच्या प्रासादातील बैठक कक्षात पाहून ऊर्मिला चकित झाली.

'राजकुमारी सीतेने स्वतः केलेलं मिष्टान्न तुला चाखता यावं म्हणून घेऊन आले आहे मी,' तिच्या समोर नतमस्तक होत मंथरा म्हणाली. 'सीता राजपाकगृहात अतिशय व्यग्र आहे. मी तिला शिकवलेला हा नवीन पदार्थ ती सगळ्यांना वाढते आहे. तरीसुद्धा तो ताबडतोब तुला खायला मिळावा म्हणून तिने मला पाठवलं. एक घास खाऊन तर बघ.'

तिने उत्साहाने विनंती केली.

'स्वादिष्ट!' छोटासा घास घेत ऊर्मिला पटकन म्हणाली. 'पण त्यात नवल काय? निसर्गतः सीता सुगृहिणी आहे!'

'हो! सांगितलेलं पटकन शिकते ती. शिवाय, किती संयम आहे तिच्यात!' ती म्हातारी दासी अभिमानाने म्हणाली. 'राजकुमारी, तू कधीच पाकगृहात का फिरकत नाहीस? तुलाही शिकवेन की मी.'

ऊर्मिला सहजतेने म्हणाली, 'कारण, मला रांधायला आवडत नाही. त्याऐवजी मी चित्र रंगवेन.'

'हे रंगांचे फराटे? नाही, म्हणजे, छान दिसतात ते. पण, पुरुषाला भूक लागली ना, की या रंगांमुळे तो आनंदी होत नाही. होतो का?' ती

मोठ्यांदा हसत म्हणाली. 'मी तर म्हणेन की, पुरुषाच्या हृदयाकडे जाणारा मार्ग पोटातून जातो. रामाच्या चेहऱ्यावरचा आनंद लक्षात आला की नाही तुझ्या? सीता त्याची रसना तृप्त करते. त्याला वेगवेगळे पदार्थ करून वाढते. किती बुद्धिमान आहे ती. त्यातून नम्र आणि गोड. आपल्या प्रिय रामाला अगदी योग्य जोडीदार आहे ती. अशी पत्नी मिळायला सुदैव लागतं. लवकरच राणी होणार आहे ती,' मंथराने पुस्ती जोडली.

ऊर्मिलेचं मौन ही मूकसंमती समजत मंथरा दात दाखवून हसत पुढे म्हणाली, 'किती नशीबवान आहे ती मुलगी! मिथिलेच्या राजाला ती सापडली. अनाथ असली तरी तुझ्यासारखी राजकन्या म्हणून वाढली. आता रामाशी विवाह झाल्यामुळे ती राणी होणार आहे. चतुर आहे ती! तुझ्यासारखं नाही बरं तिचं!'

मंथराचा कावेबाजपणा ऊर्मिलेच्या चांगलाच लक्षात आला होता. सीता संधिसाधू आहे आणि ऊर्मिलेला स्वतःसाठी योग्य वर शोधता आला नाही असा दुहेरी आघात तिच्या बोलण्याने केला होता. लक्ष्मण आणि राणी सुमित्रा स्वतःला कसे सेवेकरी समजतात हे मांडवीचं सांगणं ऊर्मिलेला त्या क्षणी आठवलं. तिचा संताप जागा झाला. तरीदेखील स्वतःला आवरत तिने मंथरेला तोडून टाकत म्हटलं, 'मंथरा, पुरे, धन्यवाद! निघ आता!'

तिच्या वागण्याचा अपेक्षित परिणाम झाला. हा तिचा छोटासा विजय होता. मंथरा संतापाने लाल झाले.

'हे तरुण मुली, माझ्याशी अशा प्रकारे बोलू नकोस!' मंथरा किंचाळली. 'मी राणीची मुख्य दासी आहे. राणी बाळ असल्यापासून मी तिची दूध माता आहे. तेव्हा, तू मला आदर दाखवावास हे बरं! तुझी आज्ञापालन करणाऱ्या इतर दासींसारखी मी नाही. काय गर्विष्ठ आहेस गं तू! हे उद्दाम राजकन्ये, सगळ्यांना तुझ्यापेक्षा सीता अधिक आवडते यात काय आश्चर्य? तू राजा जनकाची पोटची पोर असलीस तरी सीताच मिथिलेची अधिक लोकप्रिय आणि लाडकी राजकन्या आहे. मी तर असंही ऐकलं आहे की, तुझ्या पालकांचं तुझ्यापेक्षा सीतेवर जास्त प्रेम आहे!'

मंथरेच्या कडाडण्याने ऊर्मिला अवाक् झाली. तरीही तिने प्रतिक्रिया व्यक्त केली नाही. मंथरेच्या बोलण्याचा स्वतःवर परिणाम न होऊ देण्याचा ऊर्मिलेने कितीही निश्चय केला असला तरी त्या वृद्ध दासीचे शब्द तिला चांगलेच झोंबले. धूर्त मंथरेने ऊर्मिलेच्या मनातल्या हळव्या आणि

संवेदनशील जागेला हात घातला होता. म्हणजेच, अनभिज्ञ असुरक्षिततेला तीसुद्धा बळी पडणार होती का? तिला तिच्या मोठ्या बहिणीचा मनोमन द्वेष वाटत होता का?

मंथरेने दुखऱ्या नसेला स्पर्श केल्यामुळे ऊर्मिलेच्या नजरेसमोर क्षणार्धात अनेक प्रसंग झळकले. तिच्या पालकांनी प्रत्येक प्रसंगी तिच्याऐवजी सीतेची बाजू घेतली होती. गंमत म्हणजे ऊर्मिलेला सीतेचा राग कधीही आला नव्हता. तिला आपल्या पालकांचा राग येत असे. आपला संताप ती कधीच सीतेवर काढू शकत नसे. सीता चुळबुळ करत अस्वस्थपणे उभी राही, ते पाहताच ऊर्मिलेचा राग शांत होई. लहानपणी घडणाऱ्या अशा प्रत्येक प्रसंगानंतर पुढे होऊन सीता तिची क्षमा मागे, तिची समजूत घाले, तिला दिलासा देई. तिच्या या कृतींमुळे ऊर्मिलेचा त्रागा कमी होई. लहानपणीचं हे जग ऊर्मिला मागे सोडून आली होती. तिच्या मनाला विद्ध करणाऱ्या आठवणी ती मनःपटलावर येऊ देत नसे. ही वृद्धा मात्र निष्कारण तिला आयुष्याच्या त्याच भागाकडे परत धाडत होती.

मंथरेच्या रूपात आपण एक कायमस्वरूपी आणि अशांत शत्रू निर्माण करत आहोत हे ऊर्मिलेच्या लक्षात आलं. तसंही ती पाताळयंत्री स्त्री कुणाचीच सखी नव्हती. ती आणि तिचा स्वार्थ या पलीकडे तिला काहीही दिसत नसे.

ऊर्मिला अत्यंत थंडपणे तिला म्हणाली, 'मंथरा, तूही माझ्याशी अशा स्वरात बोलू शकत नाहीस. तू कोण आहेस ते तू मला अगदी छान समजावून सांगितलं आहेस. तू राणीची दासी आहेस. आता मी कोण आहे त्याची तुला आठवण करून देते – मी राजकन्या आहे. त्या जोडीने, या राजवाड्यातील ज्या राजकुमाराची सर्वांना सर्वाधिक भीती वाटते– त्याची मी पत्नी आहे. लक्षात ठेव, इथून पुढे माझ्या राजप्रासादात अनुमतीशिवाय पाऊल टाकण्याचं धाडस करू नकोस. आणि, मी मघाशीच तुला इथून जायला सांगितलं. तेव्हा ताबडतोब निघ इथून!'

क्रोधायमान झालेली मंथरा पाय आपटत तिथून बाहेर पडली. इथून पुढे ती कधी आपल्या वाट्याला जाणार नाही इतकीच आशा ऊर्मिला करू शकत होती. तिने निःश्वास टाकला. तेवढ्यात तिच्या कानांवर लक्ष्मणाचा संतप्त स्वर पडला, 'हे काय सुरू आहे? तू इथे काय करते आहेस? मंथरा, मी तुला या आधीदेखील सांगितलं आहे. आज पुन्हा सांगतो, माझ्या

प्रासाद किंवा माझ्या पत्नीच्या आसपासही तू फिरकता कामा नये. तुझी इथे येण्याची ही शेवटची खेप आहे अशी मी आशा करतो. आता निघ इथून!'

वारंवार क्षमायाचना करणाऱ्या आणि तिथे येण्याचा हेतू सांगण्याचा प्रयत्न करणाऱ्या मंथरेला पाहून ऊर्मिलेला नवल वाटलं. आपण इथे निरोप द्यायला आलो होतो हे कसंबसं सांगून मंथरेने घाईने तिथून पलायन केलं. अन्यथा, लक्ष्मण तिला काय बोलला असता याचा नेम नव्हता.

'ही आगलावी कपटी म्हातारी इथे कशाकरता आली होती, ऊर्मिला?' त्याने कठोर स्वरात विचारलं. आपल्याप्रमाणे त्यालाही ती मुळीच आवडत नाही हे माहीत असल्यामुळे ऊर्मिलेने त्याच्या कठोर स्वराचं वाईट वाटून घेतलं नाही. 'ती म्हणाली त्याप्रमाणे सीतेने केलेलं मिष्टान्न मला चाखायला घेऊन आली होती ती,' ऊर्मिलेने सहजतेने उत्तर दिलं.

'आणि?' त्याने धूर्तपणे विचारलं. 'एखादा निरोप किंवा मिष्टान्न घेऊन यायला मंथरा काही हरकामी दासी नाही. नक्कीच तिच्या मनात अजून काहीतरी असणार.'

'तिची जीभ!' त्याला सहमती दर्शवत ऊर्मिला हसून म्हणाली. 'तिच्या कावेबाजपणाला मी बळी पडले नाही हे पाहताच तिने तिची नखं बाहेर काढली. तू तिला इथून घालवून दिलंस तेव्हा खरंतर ती घाईने काढता पाय घेत होती. मोठं गमतीदार होतं ते दृश्य!' ऊर्मिलेला हसू आवरलं नाही.

'छान,' सुटकेचा निःश्वास टाकत लक्ष्मण म्हणाला. 'त्या कळलाव्या स्त्रीबद्दल तुला सावध करण्याचा विचार होता माझा पण तशी आवश्यकता नाही. फार चतुर आहेस तू. ती कशी आहे हे तुझ्या चांगलं लक्षात आलं आहे!' लक्ष्मणाच्या नजरेत ऊर्मिलेबद्दल अभिमान दिसत होता. तो पुढे म्हणाला, 'ऊर्मिला, मनापासून सांगतो, ती फार पातळयंत्री आहे. तिच्यापासून दूर राहा.'

'पण ती दूर नाही राहणार रे. ती सतत मध्ये मध्ये करेल, लावालाव्या करेल, इकडचं तिकडे करेल – म्हणून तर ती इतकी भीतीदायक आहे. काय वाटेल ते घडवून आणू शकते ती...' असं म्हणताना ऊर्मिला शहारली. लक्ष्मणाने तिला मिठीत घेतलं.

तिची समजूत काढत तो म्हणाला, 'शांत हो. ती तुला काहीही इजा करू शकत नाही.' हे ऐकताच ऊर्मिलेने त्याला आवेगाने मिठी मारली.

'मी तिला अगदी व्यवस्थित हाताळू शकते,' असं म्हणत तिने त्याच्याकडे पाहिलं. 'पण मला एक सांग, इतकी वर्षं ती इथे टिकलीच कशी?'

'कारण ती माता कैकयीच्या मातेसारखी आहे. तिनेचं तिचं संगोपन केलं.'

त्यानंतर लक्ष्मणाने ऊर्मिलेला कैकयीच्या जन्माची विचित्र कथा सांगितली. 'राणी कैकयीचं बालपण तिच्यासारखं गूढ आहे. सात भावांची एकटी बहीण आहे ती. मातेशिवाय ती वाढली. तिची काळजी घ्यायला मंथरा या दूध मातेची नेमणूक करण्यात आली. मंथरेने अत्यंत समर्पित वृत्तीने तिचं पालन केलं. कैकयीचा पिता राजा अश्वपती याने त्याच्या पत्नीला म्हणजेच कैकयीच्या आईला त्याच्या राज्यातून – केकय नगरीतून हद्दपार केलं होतं. असं पहिल्यांदाच घडत होतं.

'पक्ष्यांची भाषा समजण्याचं वरदान अश्वपतीला मिळालं होतं. मात्र, हे गुपित तो कोणाला सांगू शकत नव्हता. कारण, त्याने ते दुसऱ्या कोणाला सांगताच तत्काळ त्याचा मृत्यू झाला असता. एक दिवस राजा आणि राणी राजप्रासादातील उपवनात फिरत असताना प्रणयातूर राजहंसाच्या जोडीचं संभाषण अश्वपतीच्या कानावर पडलं. ते इतकं गमतीदार होतं की, त्याला हसू आवरलं नाही. तो एकटाच का हसतो आहे, हे जाणून घेण्याचा प्रयत्न त्याच्या चौकस पत्नीने केला. त्याने ते सांगितलं तर त्याचा तात्काळ मृत्यू होईल हे समजल्यावरही तिने आपला हेका सोडला नाही. तिच्या या पावित्र्यामुळे राजा दुखावला गेला. तिच्या असंवेदनशीलतेमुळे त्याचा पारा चढला. त्याने तिला प्रासाद आणि नगरीतून हद्दपार केलं. लहानग्या राजकन्येला आपली माता पुन्हा कधीच दिसली नाही. राजकन्या कैकयीकडे लक्ष द्यायला मंथरेची नियुक्ती करण्यात आली. विवाहपश्चात मंथरा तिच्याबरोबर अयोध्येला आली आणि इथेच राहू लागली.'

'अत्यंत अल्पावधीत मंथरेने सीता आणि मांडवीच्या मनात विष पेरण्यात यश मिळवलं आहे. मग, गेल्या कित्येक वर्षांत तिने इथे सगळ्यांना किती दुखवलं असेल याचा मी विचारही करू शकत नाही!' ऊर्मिलेने मत दिलं.

'कारण, तुम्ही बहिणी अजून नवख्या आहात. इथलं वातावरण तुमच्या परिचयाचं नाही. इथल्या प्रत्येकाला तिचा विश्वासघातकी आणि

दांभिक स्वभाव चांगलाच माहीत आहे. ती इथल्या कोणालाच फसवू शकत नाही. उलट, प्रत्येकजण तिचा तिरस्कार करतो. बिचारी! केवळ माता कैकयीमुळे सगळे तिला सहन करतात.'

राणी कैकयीवर मंथरेच्या सांगण्याचा अति पगडा होता. नक्कीच मंथरेने तिच्या मनात दुष्ट विचार पेरले असणार. अन्यथा, कौसल्येचं पट्टराणीपद द्वितीय पत्नी कैकयीला कसं काय प्राप्त झालं असणार? ती राजाची आवडती राणी कशी काय झाली असणार? गेल्या काही दिवसांत केलेल्या निरीक्षणावरून ऊर्मिलेच्या लक्षात आलं होतं की, दशरथाच्या राण्यांमध्ये अतिशय औपचारिक संबंध आहेत. त्यांच्यातील शत्रुत्व उघड होतं. त्यांचं नातं नासवण्यामागे मंथरेचा हात असणार हे निश्चित. ऊर्मिलेच्या मनात त्याबद्दल शंका उरली नाही.

मंथरेसारख्या व्यक्ती स्वस्थ बसत नाहीत. त्या एखाद्या बांडगुळासारख्या असतात. आपल्या यजमानाला वाटणारी भीती, चिंता आणि असुरक्षितता यांवर त्यांचं पोषण होतं. या प्रक्रियेत त्या यजमानाला शुष्क आणि नीरस करत त्याचा नाश करतात. मंथरेचा पुढचा बळी कोण असणार होतं?

युवराज

नक्षीदार व्हरांड्यातून ऊर्मिलेला राजप्रासादाभोवती पसरलेलं विस्तृत उपवन दिसत होतं. ती जे निसर्गचित्र रंगवत होती, तितकंच हे दृश्यही देखणं होतं. भोवताली काटेकोरपणे राखलेलं कुंपण, दुतर्फा वाढणाऱ्या वृक्षांच्या शिस्तबद्ध रांगा आणि या हिरव्याकंच परिसरात मधोमध उभा असलेला राजप्रासाद! तो वाटतो तितका आकर्षक नव्हता हे ऊर्मिलेला गेल्या काही मासांच्या वास्तव्यावरून लक्षात आलं होतं. या देखण्या वास्तूच्या दर्शनी भागाला गेलेले तडे तिला दिसले होते. खोलवर होते ते. वरपांगी वाटत होते तसे उथळ नव्हते ते. या सुंदर प्रासादात अनेक कुरूप गोष्टी दडल्या होत्या. त्यापैकी एक म्हणजे लबाड म्हातारी मंथरा. ती सर्वदूर विष पसरवत होती. राजा दशरथ आता वयोवृद्ध झाला होता. आताशा त्याला दुःस्वप्न पडू लागली होती. तो चिंतित होता. युवराज कोण होणार, यात चारही राजपुत्रांना मात्र स्वारस्य नव्हतं. ते नेहमीच्या सहजतेने वावरत होते. राजकीय कर्तव्य आणि राज्यकारभार पार पाडण्यासाठी पित्याला तत्परतेने साहाय्य करत होते. एकमेकांबद्दलच्या त्यांच्या प्रेमात कुठलाही बदल झाला नव्हता.

या राजप्रासादातील सर्वाधिक दुःखी व्यक्ती कौसल्या होती. स्वतःच्या दारुण अवस्थेबद्दल मोठ्यांदा तक्रार करण्याची एकही संधी ती सोडत नव्हती. स्वतः निर्माण केलेल्या अंधकारात पिळवटून निघणाऱ्या दुःखी जीवासारखी ती ऊर्मिलेला भासत होती. तिचा कक्षही अंधकारमय होता. गवाक्षांवर ओढलेल्या जाड पटलांमुळे सूर्यकिरणं क्वचितच आत येत. त्यांच्या अभावी तिथलं काळोखी वातावरण मृत भासे. तिचा पाळलेला पोपट तिच्या

मंचकाजवळ एका सुवर्ण पिंजऱ्यात बंदिस्त होता. पोपट असला तरी तो निर्दय वाटत होता. 'शत्रूचा धिक्कार असो!' एवढं एकच वाक्य तो वारंवार बोलत असे. कदाचित त्याने ते त्याच्या मालकिणीकडून उचललं असावं. कौसल्येच्या राजप्रासादात त्याचा कर्कश आवाज घुमत राही. त्याचा हा टोमणा स्वाभाविकतः कैकयीसाठी होता. कौसल्याची हाडवैरी कैकयी; स्वतःचं सौंदर्य आणि बुद्धी वापरून राजाच्या मनात आणि शय्येवर स्थान मिळवणारी कैकयी!

कौसल्येच्या प्रासादात येण्याचं ऊर्मिला टाळत असे. सुमित्रेच्या प्रासादात मात्र ती वारंवार जाई. तिथे जाताच ऊर्मिलेला सतत वाटणारी मातेची उणीव भरून निघे. लक्ष्मणाची ही माता मायाळू होती. कौसल्येप्रमाणे ती सतत रक्षकाच्या भूमिकेत नसे. ती मितभाषी होती. कृतीवर तिचा भर होता. ती शांत असली, तरी भित्री नक्कीच नव्हती. आवश्यकता असेल तेव्हा ती ठामपणा दाखवत असे. अशा वेळेस ती करारी वाटत असे. अगदी राणी सुनयनाप्रमाणे ती विद्वान होती आणि सुनयनाप्रमाणे तिची बुद्धिमत्ता मर्मभेदक होती. तिच्या या शांत परिपक्वतेकडे ऊर्मिला ओढली गेली.

पहिल्या भेटीत कैकयी जरी विचित्र वागली असली तरी दुसऱ्या दिवसापासून तिच्या वागण्यात वाखाणण्याजोगा बदल झाला. लक्ष्मणाने सांगितल्याप्रमाणे कैकयी खरोखरच प्रांजळ होती. तिची मतं स्वच्छ होती. कुठलाही आडपडदा न ठेवता किंवा संदिग्धता निर्माण न करता स्पष्टपणे बोलणं हा तिचा खाक्या होता. तिच्या वागण्यात अनौपचारिकता होती. राजशिष्टाचार आणि गुपितं यापासून ती दूर होती. त्यामुळेच, ती सर्वांची आवडती होती. केवळ राजप्रासादातच नाही तर प्रजाजनांमध्ये ती प्रिय होती. ती शीघ्रकोपी असली तरी उदार आणि न्याय्य होती. चारही राजपुत्रांवर तिचं एकसारखं प्रेम होतं. कौसल्येचं जग जरी फक्त रामाभोवती फिरत असलं, तरी कैकयी मात्र केवळ भरतावर प्रेमाचा वर्षाव करत नसे. तिच्या दृष्टीने चारही राजपुत्र तिच्या पतीचे पुत्र असल्यामुळे त्यांच्यावर ती सारखीच माया करत होती, प्रत्येकाचे गुण हेरून त्यानुसार त्यांच्याशी वागत होती. रामाबद्दल तिला अधिक ममत्व होतं; भरताहूनही अधिक लक्ष्मणाशी वागताना ती जपून असे. मात्र, रामाप्रति असलेल्या त्याच्या एकनिष्ठतेचा ती आदर करे. शांत आणि मृदुभाषी भरताशी ती मायेने वागे, त्याचं संरक्षण करण्याचा तिचा प्रयत्न असे. रामाप्रमाणे

शत्रुघ्नाशी ती औदार्याने वागे. त्याच्या विनोदबुद्धीला समर्पक उत्तर देऊन तीही त्याच्याबरोबर खळखळत हसे. परंतु, ऊर्मिलेच्या भेदक नजरेला कैकयीच्या प्रेमातला फरक जाणवला. कदाचित राम खरोखरच चारही भावांमध्ये अधिक लाडका असल्यामुळे तिचं त्याच्यावर जास्त प्रेम होतं. किंवा मग तिच्या पतीचं – दशरथाचं रामावर प्रेम आहे हे जाणून ती त्याच्यावर माया करत होती. रामाशिवाय जगण्याची कल्पना दशरथाला असह्य होती. कैकयीचं आपल्या पतीवर इतकं प्रगाढ प्रेम होतं की, तिने अत्यंत औदार्याने त्याचा संपूर्ण स्वीकार केला होता.

दशरथ कैकयीच्या आहारी गेला होता असं म्हटलं तर तीही त्याच्यावर अतिशय आसक्त झाली होती. तिने दशरथाला त्याच्या इतर पत्नींपासून दूर नेल्यामुळे कौसल्या तिला कधीही क्षमा करू शकत नव्हती. कैकयी जरी दशरथाची लाडकी राणी असली, तरी पुत्रांमध्ये राम अधिक लाडका असल्याचा दावा कौसल्या वरचेवर करत असे. खरंतर यामुळे राण्यांमधील असमतोल नाहीसा व्हायला हवा होता. परंतु, त्यांच्यातील कलह कधीच कमी झाला नाही. त्याऐवजी, अंतःकरणात धुमसत राहणाऱ्या आगीच्या आहारी जाऊन कैकयीने एकच इच्छा मनात बाळगली होती, तिचा भरत राजा व्हावा.

आताशा मांडवी अंतर राखून असल्यामुळे चार बहिणींमध्ये पूर्वीसारखी सहजता नव्हती. ऊर्मिलेने कैकदा तिच्याशी बोलायचा प्रयत्न केला. पण मांडवीने औपचारिकता बाळगणं थांबवलं नव्हतं. त्या दिवसानंतर ती कधीही त्या तिघींना भेटायला ऊर्मिलेच्या अंगणात आली नाही. शक्य तितक्या लवकर आपल्या नात्यात आलेली कटुता दूर करायची या कल्पनेने ऊर्मिला प्रेरित झाली होती. प्रसंग अलीकडचा असला तरी भावना खोलवर रुजल्या होत्या. असे अपसमज होणं नात्याच्या दृष्टीने विखारी होतं. हा द्वेष पसरला तर एखादीचं मन पालटायला वेळ लागला नसता. एकमेकींवरच्या प्रेमात उणीव आली असती. हे सगळं थांबवण्याचा प्रयत्न ऊर्मिला करत असली तरी मांडवी तिला दाद देत नव्हती. एखाद्या अभेद्य भिंतीप्रमाणे ती वावरत होती. तिच्या जगात या तिघींना प्रवेश नव्हता.

चार राजपुत्रांबरोबर त्या चौघींची तुलना करायचा मोह ऊर्मिलेला होणं स्वाभाविक होतं. त्या चार राजपुत्रांत नक्कीच कधीतरी गैरसमज निर्माण झाले असतील, त्यातून ते कसे बाहेर आले असतील? नात्यातील घनिष्ठता कशी

जपली असेल? त्यांनी न दिलेलं उत्तर तिला ठाऊक होतं. परस्परांवरचा विश्वास! तो खोलवर रुजला होता. प्रेमाच्या नात्यात ते घट्ट बांधलेले होतेच; त्या जोडीने विश्वास आणि आदर त्या नात्याला अधिक दृढ करत होता. या चार बहिणी त्या संदर्भात अपयशी ठरल्या होत्या का? ऊर्मिला अतिशय अस्वस्थ होती. ती आणि मांडवी एकमेकींना खूप जवळच्या होत्या. असं असताना अहंकारापायी झालेल्या भांडणामुळे त्यांच्या नात्यातील सहजबंध का तुटावेत? त्यांच्यामध्ये उभ्या असलेल्या भिंती केवळ अहंकाराच्या नव्हत्या. नेमकं काय असावं? विचारांच्या नादात हरवलेली ऊर्मिला तिच्या वरच्या कक्षात रंगकामात गर्क होती. केकय देशातून आलेला दूत तिला दिसला नाही.

ती तिच्या विवाहाचा सोहळा रंगवत होती. तो विवाह जसा भव्यदिव्य झाला होता, तसं हे चित्र देखील देखणं करण्याचा तिचा मानस होता. मात्र, तिचं मन स्वस्थ नसल्यामुळे तिला हवं तसं चित्र आकाराला येत नव्हतं. अनेकांसाठी चित्रकला ही दैनंदिन जीवनाच्या त्रासातून काढलेली पळवाट होती. ऊर्मिलेचं मात्र तसं नव्हतं. ती त्रस्त असेल तर चित्र रंगवू शकत नसे. आत्ताही ती कितीतरी वेळ सुन्न उभी होती. तिचा चित्रफलक तसाच रिकामा होता.

'तू इतकी गंभीर का?' तिचा पती कक्षात आल्याचं तिच्या लक्षात आलं नव्हतं. तिने चमकून पाहिलं.

लक्ष्मणाने काळजीने विचारलं. 'ती दुःखद वार्ता तू ऐकलीस वाटतं?'

'कोणती दुःखद वार्ता?' न समजून तिने विचारलं.

'माता कैकयीचे पिता राजा अश्वपती यांची प्रकृती गंभीर आहे. ते विवाहाला उपस्थित राहू शकले नाहीत. भरत आणि शत्रुघ्न यांच्यासह नववधूंना भेटण्याची त्यांची इच्छा आहे,' लक्ष्मण सांगू लागला. 'दुर्दैवाने केकय देशावर शत्रूने आक्रमण केलं असून भरताचा मातुल युवराज युद्धजीत याने आपल्या भाच्याकडे मदतीची अपेक्षा केली आहे. ती चौघं ताबडतोब रवाना होत आहेत. मी आत्ता येताना भरताला भेट...'

'मला न भेटता मांडवी आणि श्रुतकीर्ती कशा जातील?' ती उद्गारली.

'तेवढा अवधी नव्हता. सगळं अनाकलनीय आणि अनपेक्षित होतं. एव्हाना ते सर्व रवाना झाले असतील.'

'नाही! मला त्यांना भेटायलाच हवं! मला गेलंच पाहिजे! मला भेटल्याशिवाय त्या जाता कामा नयेत,' असं म्हणत ती अस्वस्थपणे उठली. त्या बरोबर तिच्या हातातील कुंचले उधळले गेले.

'मिला, थांब!'

तोवर ती कक्षातून बाहेर पडली होती. धडाधड सोपान उतरत ती प्रासादाच्या डाव्या भागात पोहोचली. हे मांडवीचं निवासस्थान होतं. तिला असं धावताना पाहून दासदासी चकित झाले. तिच्या बहिणीच्या प्रासादापर्यंत जाणारा रस्ता तिला अचानक प्रदीर्घ वाटू लागला. केकय देशासाठी मांडवी रवाना होण्याआधी तिची भेट होणं आवश्यक होतं. तो देश अयोध्येपासून सहस्र कोस दूर होता. इथून पुढे अनेक मास तिला तिच्या बहिणी भेटल्या नसत्या. भरताच्या प्रासादाच्या अंगणात ती पोहोचली तेव्हा चांगलीच दमली होती. आसपास कुणीच दिसत नव्हतं. सगळे निघून गेले होते का? तिला फार उशीर झाला होता का?

तिने कावऱ्याबावऱ्या नजरेने आजूबाजूला पाहिलं. प्रधानमंत्री सुमंत तिच्या नजरेस पडले. 'दोन्ही धाकटे राजपुत्र नुकतेच केकयनगरीला रवाना झाले आहेत. सर्वाधिक चपळ अश्वांवर ते आरूढ झाले आहेत,' नम्रतेने त्यांनी माहिती पुरवली.

तिने आशेने विचारलं, 'आणि दोन राजकुमारी?'

'दोन्ही राजपुत्रांच्या पाठोपाठ त्याही रथांतून रवाना झाल्या, राजकुमारी.'

हे ऐकताच ती विषण्ण झाली. सारं संपलं होतं. ती वळून आपल्या कक्षाच्या दिशेने चालू लागली. अचानक जग तिला काळंकभिन्न भासू लागलं. नैराश्यामुळे तिला रडू येऊ लागलं. तिच्या चुलत बहिणी इथून जाण्याआधी ती त्यांच्याशी बोलू शकली नव्हती. ही संधी पुन्हा कधी येईल हेही तिला माहीत नव्हतं. हा विचार तिच्या मनात येताच तिच्या मनात औदासीन्य दाटलं. त्या दोघी वाराणशीला त्यांच्या पित्याला, तिच्या काकाश्रींना – राजा कुशध्वजाला भेटायला जात असत, पण ते जाणं वेगळं होतं. तिथे एकमेकींचा निरोप घ्यायला वेळ असे. आज मात्र, त्या निरोप न घेता निघून गेल्या होत्या. शेवटच्या भेटीत मांडवी आणि तिने उच्चारलेले कडवट शब्द आठवून तिला वाईट वाटलं. तिच्या डोळ्यांत कढत अश्रू उभे राहिले. त्यांच्या कक्षाबाहेर तिची गाठ लक्ष्मणाशी पडली.

'मिला, काय झालं?' तिचा उतरलेला चेहरा पाहून लक्ष्मणाने अचूक तर्क लढवला. तिला आपल्या बहिणींना निरोप देता आला नव्हता. त्याचंच तिला वाईट वाटत होतं.

त्याला पाहून आणि त्याच्या स्वरातील चिंता ऐकून ऊर्मिलेचा स्वतःवर ताबा राहिला नाही. गेल्या कित्येक दिवसांचा ताण अश्रूंच्या रूपातून तिच्या डोळ्यांतून ओघळू लागला. त्या भाराने तिचे खांदे वाकले. तसंच पुढे होत तिने त्याच्या छातीवर डोकं टेकवलं.

कितीतरी वेळ तो तिला कुशीत घेऊन उभा होता. तिचा चेहरा अश्रूंनी ओला झाला होता. नैराश्य किंवा संतापामुळे ऊर्मिलेच्या डोळ्यांत कधीतरी अश्रू येत परंतु, दुःखामुळे ती क्वचितच रडत असे. अतिशय वैयक्तिक असलेले हे क्षण सहसा सर्वांसमोर उघड होत नसत. तिच्या डोळ्यांतून ओघळणारे अबोल अश्रू पाहून त्याला मिथिला नगरीत, उपवनात ती रडत असल्याचा प्रसंग आठवला. त्याने निष्ठुरपणे तिला झिडकारल्यावर ती एकटीच अशी रडत होती. मात्र आत्ताचं तिचं रडणं वेगळं होतं. त्याला माहीत नसलेलं कुठलंतरी दुःख तिला छळत होतं. नक्कीच तिच्या बहिणींसंदर्भात असणार.

'काळजी करू नकोस. त्या लवकरच परत येतील. त्या नेहमीसाठी थोडी गेल्या आहेत?' हळुवारपणे असे म्हणत त्याने तिच्या केसातील आकडा काढला. तिच्या मोकळ्या केसांतून हात फिरवत तो म्हणाला, 'केकय देश इथून फार दूर आहे हे जरी खरं असलं तरी एखाद्या मासानंतर त्या परत येतील.'

'मला वाटतं, मी थोडी अतिरेकी प्रतिक्रिया देते आहे. आणि हे बघ, तू काय केलंस? मला पुन्हा केस बांधावे लागतील!' भानावर येत ती कुरकुरली. तिच्या चेहऱ्यावर संकोचही दिसत होता. 'तुला वाटतं तसं मी घायकुतीला आलेली नाही. काही दिवसांपूर्वी आमच्यात थोडी बोलाचाली झाली होती. त्यानंतर दिवसेंदिवस आमच्या नात्यात अधिकाधिक तेढ येत गेली. आता ती इतक्या दूर गेली आहे की, आमचं भांडण मिटवणंही मला कठीण आहे.'

'बोलाचाली?' त्याने आश्चर्याने विचारलं. 'मी तुला ओळखतो ऊर्मिला. तू सत्वर क्षमा मागितली असणार. कारण मुळात तू शांतीदूत आहेस. अंहं! मी तुझं कौतुक करत नाही, वास्तव सांगतो.'

यावर ती खिन्नपणे हसली.

'...असं असताना तुमच्यातलं भांडण मिटलं नसेल तर खरोखरच गंभीर मुद्दा आहे. त्याबद्दल बोलायची तुझी इच्छा आहे का?' त्याने सौम्यपणे विचारलं.

हो नाही करता करता तिने त्याला सर्व हकिकत सांगितली. ते ऐकून तोही खिन्न झाला.

'मागच्या वेळेस मी मंथराला इथेच पकडलं होतं. तेव्हा तू मला हे का सांगितलं नाहीस?'

'तू काय केलं असतं?' तिने असहायतेने विचारलं. 'माझ्या मते, तो आम्हा बहिणींमधला मतभेद होता. लवकरच मी तो मिटवणार होते. आमच्यातील लहानसहान भांडणात तुला गुंतवण्याची माझी इच्छा नव्हती.'

'ही फार गंभीर बाब आहे,' खेदाने मान हलवत तो म्हणाला. 'ती म्हातारी दासी पुन्हा एकदा तिच्या जुन्या वळणाने जाते आहे. तिने कल्पनेहून अधिक बिघाड निर्माण केला आहे. मी पाहतो काय करायचं ते परंतु, ताबडतोब संवाद साधून चुकीचे समज दूर केले गेले पाहिजेत.'

'कसं करणार ते? मांडवी तर आमच्याशी बोलायलाही तयार नाही. त्या दिवसापासून ती आम्हाला टाळते आहे.'

'एकतर ती अजूनही रागावलेली किंवा दुखावलेली असेल... किंवा तिला स्वतःची लाज वाटत असेल,' त्याने एक एक शब्द सावकाश उच्चारला.

'तिच्या मनात विष भरवल्यामुळे ती अशी वागली होती. नाहीतर ती असं करणारच नाही!'

'तेच म्हणतो मी! तिच्याही हे लक्षात आलं असणार. म्हणूनच तिला स्वतःचा तिरस्कार वाटला असणार. त्यामुळे तुम्हा सर्वांना तोंड दाखवण्याचं धाडस तिच्यात नसणार. ही शक्यता नाकारता येत नाही.'

त्याच्या चाणाक्षपणाने ती अवाक् झाली. तिच्या चेहऱ्यावर किंचितसं हसू उमटलं. मांडवीला नीट ओळखत नसला तरी त्याने परिस्थितीचा अचूक मागोवा घेतला होता. तिला आज त्याची नवी बाजू दिसली. प्रगाढ बुद्धीच्या जोरावर अंतर्दृष्टी आणि कुशाग्रता यातून योग्य तर्क काढण्याची कला त्याला अवगत होती. त्याच्या ऋजू स्वभावामुळे ती मनातील शंका आणि असुरक्षितता त्याच्यासमोर सहज व्यक्त करू शकत होती. आजवर कुणाच्याही लक्षात न आलेला तिचा कमकुवतपणा त्याला मात्र उमगला

होता. तिच्या पोटात खड्डा पडला. त्याच्यावरच्या प्रेमाची लख्ख जाणीव तिला झाली. त्याच्याशी असं प्रत्येक सुखदुःख वाटून घेताना ती त्याच्या अधिक समीप जात होती. त्यांचं नातं परिपूर्ण होत होतं.

'मिला, मी अशी आशा आणि प्रार्थना करतो की, तुझा पती कधीच राजा होणार नाही या गोष्टीचा तुला पश्चात्ताप होऊ नये,' तो हसून म्हणाला. तिला असं गंभीर पाहून त्याला दुःख झालं होतं. तिला पुन्हा हसवण्यासाठी त्याने विनोद केला.

'तुला माहीत आहे ना की, तू एखादा भटका याचक असतास तरी मी तुझ्यावर वेड्यासारखं प्रेम केलं असतं!' असं म्हणत तिने त्याच्या खांद्यावर लाडाने बुक्का मारला. 'आणि इतका वेळ तुझी योग्य टीका ऐकल्यावर माझ्या लक्षात आलं आहे की, न्यायदानाचा विभाग तू उत्तमप्रकारे सांभाळू शकशील. भावनांपेक्षा शब्दांशी तू अधिक चांगला खेळू शकतोस. प्रतिपक्षाला नामोहरम करण्याचं सामर्थ्य तुझ्यात आहे!' असं म्हणत ती हसू लागली. गेले कित्येक दिवस ज्या प्रश्नाचं उत्तर मिळवण्यासाठी ती आतुर झाली होती, तो प्रश्न तिने त्याला विचारला, 'तुम्हा भावांमध्ये मतभेद होतात का?'

खांदे उडवत तो म्हणाला, 'अर्थातच होतात! पण कितीही काही झालं तरी ते सारं आमच्यापुरतं मर्यादित राहतं. अगदी लहान असल्यापासून आमचं हे धोरण आहे. मी आणि शत्रुघ्न जुळी भावंडं असल्यामुळे कुठल्याही संकटाला संतापून प्रतिक्रिया देतो. आम्ही अधिक भावनाप्रधान आहोत. राम विचारी आहे. तो परिणामांचा आणि निष्कर्षांचा विचार करतो. तो न्याय्य आहे. कारणांचा विचार तो सहसा करत नाही. आम्हा चौघांत भरत सर्वांत शांत आणि कोमल आहे पण तो कधीच विसरत नाही आणि क्षमाही करत नाही. त्यामुळे त्याच्याशी वैर घेणं फार महागात पडतं. आम्ही चौघं प्रत्येक परिस्थितीकडे भिन्न पद्धतीने पाहत असलो तरी एकमेकांप्रति आमच्या मनात असलेला आदर आणि श्रद्धा आमच्यातील ताणतणाव दूर करते.'

परस्पर सामंजस्य, समजुतदारपणा, आकलन, विवेक आणि परानुभूती यावर आधारित विलक्षण तर्कसंगतीमुळे त्या चार भावांतील बंध दृढ झाला होता, हे ऊर्मिलेच्या लक्षात आलं. लक्ष्मण हा रामाचा अविभाज्य आणि शाश्वत सोबती आहे ते स्वीकारायला ती शिकली होती. त्या दोघा भावांना एकत्र पाहून तिने आणि सीतेने हेही जाणलं होतं की, राम लक्ष्मणावाचून

जगू शकत नाही. लक्ष्मण हा रामाचा विस्तारित भाग होता. तो त्याचा बंधू, सखा, विश्वस्त आणि जिवलग होता. रामाचं लक्ष्मणावर सर्वाधिक प्रेम आणि विश्वास होता, अगदी सीतेहून अधिक; अशी ऊर्मिलेला शंका होती. तिच्याप्रमाणे सीतेलाही हे समजून चुकलं होतं. मोठ्या डौलाने तिने या सत्याचा स्वीकार केला होता.

लक्ष्मण गंभीरपणे बोलू लागला, 'माझ्या मते, ते बरेचदा परिस्थितीवर अवलंबून असतं. आमच्या परिस्थितीने आम्हाला एकत्र आणलं. ज्या गोष्टीमुळे आमच्या कुटुंबात छेद निर्माण झाला असता, नेमक्या त्याच गोष्टीमुळे आम्ही अधिक घनिष्ठपणे बांधलो गेलो. त्या अनेक गोष्टींपैकी एक म्हणजे मंथरा आणि तिचा पाताळयंत्रीपणा. आम्हा भावांत फूट पाडण्याचा तिने सातत्याने प्रयत्न केला पण आम्ही तिला दाद दिली नाही. आमच्या माता मात्र तितक्या सहजतेने हे सारं सांभाळू शकल्या नाहीत.'

अचानक वातावरणात सूक्ष्म बदल झाला. तो अधिक खिन्न झाला. त्याला पुढे बोलायचं होतं पण त्याची मनःस्थिती द्विधा होती हे ओळखून त्याचा हात हातात घेत ऊर्मिलेने विचारलं, 'मग?' ती पृच्छा नसून त्याने पुढे बोलायला उद्युक्त व्हावं म्हणून दिलेला आधार होता. तो काय बोलणार आहे याची कल्पना येऊनही ती गप्प राहिली. त्याच्या मनातली आजवरची घालमेल तो पहिल्यांदाच तिच्यासमोर उघड करत होता. तिचा हात हातात घेत त्याने सवयीने तिच्या मनगटावरून अंगठा फिरवायला सुरुवात केली.

'एकमेकींचा तिरस्कार करणाऱ्या मातांच्या सहवासात लहानाचं मोठं होणं फार कठीण गेलं आम्हाला,' मोठा सुस्कारा सोडत त्याने मान्य केलं. 'माता कौसल्या आणि माता कैकयी यांच्यातून विस्तव आडवा जात नव्हता. माझ्या मातेने त्या दोघींत समेट करण्याचा प्रयत्न केला पण तिला यश आलं नाही. ती ना धड इकडची राहिली ना तिकडची. त्यामुळे तिने तटस्थ राहण्याचं धोरण स्वीकारलं,' तो कोरडेपणाने सांगू लागला. 'सत्ता कोणाच्या हातात हवी, यावरून त्या दोन राण्यांमध्ये संघर्ष आहे. स्वाभाविकतः, राम आणि भरत त्यात ओढले गेले आहेत. नेमकं हेच मंथरा मांडवीच्या मनात भरत होती. दुर्दैवाने ते खरं आहे.'

'पण त्याचा त्या दोघांवर परिणाम नाही का होत?'

'नाही! कारण, हा संघर्ष त्यांच्या मनात नाही. तो त्यांच्या मातांच्या आणि कदाचित इतर काहींच्या मनात असेल. राम राजा व्हावा असं माता

कौसल्येला वाटतं. तातांनाही तेच वाटतं परंतु, त्यांनी अश्वपती राजाला जे वचन दिलं आहे त्यामुळे ते चिंतित आहेत. त्यातून माता कैकयी त्यांची लाडकी पत्नी आहे पण रामही तितकाच लाडका आहे. त्यांचं दोघांवरही अतोनात प्रेम आहे. निर्णय घेणं त्यांना कठीण जाणार आहे. म्हणूनच त्यांना आताशा रात्री दुःस्वप्नं पडत असतात. ते फार पेचात पडले आहेत परंतु, आम्ही बंधू कधीही – अगदी कधीच एकमेकांविरुद्ध जाणार नाही,' लक्ष्मण तळमळून म्हणाला. 'हा सवतीमत्सर आम्ही आमच्या मातांमध्ये पाहिला आहे. तो पुढे नेणं किंवा त्याला अनुसरून जगणं आमच्याकडून कधीच घडणार नाही.'

हे सांगत असताना त्याला तरी काय माहीत की, परिस्थिती अतिशय कठीण वळण घेणार आहे!

मांडवी आणि श्रुतकीर्ती यांनी केकय नगरीला प्रस्थान करून सप्ताह उलटला होता. ऊर्मिलेला त्यांची अनुपस्थिती तीव्रतेने जाणवत होती. सीतेचा अधिकांश वेळ पाकगृहात जात होता. कौसल्या तिला विविध पाककृती शिकवत असे. कधी ती तिला माहीत असलेले पदार्थ करे. कधी कैकयी आणि मंथरा तिला नवीन पाककृती शिकवत. ऊर्मिलेशी गप्पा मारायला तिला फारसा वेळ मिळ नसे. लक्ष्मण सातत्याने रामबरोबर व्यग्र राही. येऊ घातलेल्या राजसभेची तयारी तो करत होता. त्या सभेसाठी सर्व मंत्रिगणांव्यतिरिक्त शेजारील राजे आणि राजकीय स्नेही उपस्थित राहणार होते.

ऊर्मिला एकटी पडली होती. अभ्यास आणि चित्रकला या दोन छंदांसाठी तिच्याकडे भरपूर वेळ होता. राजपाकगृहात जाऊन सीतेला मदत करण्याचा तिचा मानस नव्हता. हातात डाव घेण्याऐवजी कुंचला घेणं तिला अधिक आवडत होतं. धगधगत्या चुलीसमोर बसून गप्पांचं चऱ्हाट वळण्यात तिला स्वारस्य नव्हतं. त्यातून जोडीला मंथरा असल्यामुळे गप्पांना चरचरीत फोडणी मिळणार होती. छे! किती भलतेच विचार तिच्या मनात येत होते. हातातल्या कामाकडे ती लक्ष देऊ शकत नव्हती. लक्ष्मण कक्षात येताच तिने कुंचला आनंदाने खाली ठेवला.

तिच्याजवळ येताच त्याने सवयीने तिच्या केसांतील आकडा काढून टाकला. तिचे रेशमी केस खांद्यावरून रुळू लागले. असं केल्यावर प्रत्येक वेळेस त्याची प्रणयोत्सुक नजर तिच्या केसांवरून फिरत असे. आकडा हातात घेत ती केसांचा अंबाडा बांधत वळत म्हणाली, 'मी अशा मोकळ्या केसांनी नाही वावरू शकत. बाहेर असं चालत नाही. माहीत आहे ना तुला?'

तिला अंबाडा वळू न देता तो म्हणाला, 'नको ना! दिवसभराच्या धामधुमीतून तू क्वचितच माझ्या नजरेस पडतेस. त्या वेळेस तुझे केस असे मोकळे पाहायला मला फार आवडतं. अशा वेळेस माझ्यासमोर जगाला परिचित असलेली ऊर्मिला नसते. ती असते फक्त माझी ऊर्मि!'

त्यावर ऊर्मिलेने वाद घातला नाही. तो हसून पुढे म्हणाला, 'नुकतंच तातांनी राजसभेत घोषित केलं आहे की, राम युवराज होईल. अर्थात, त्याला कोणीही विरोध केला नाही. युवराजपदाचा अभिषेक उद्या होणार आहे.'

'काय?' ऊर्मिलेने आश्चर्याने विचारलं. 'इतक्या त्वरेने? एवढी घाई का?' तिला वाटणारं आश्चर्य तिच्या चेहऱ्यावर झळकत होतं.

'तशी तातांची इच्छा आहे. हा समारंभ उद्याच व्हावा असा त्यांचा हट्ट आहे. सध्या चैत्र मास सुरू आहे. समारंभ अधिक पुढे ढकलण्याची त्यांची इच्छा नाही.'

'पण...भरत आणि शत्रुघ्न इथे नाहीत. शिवाय, अशा महत्त्वाच्या प्रसंगी राजा अश्वपती, माझे पिता आणि शांता यांना निमंत्रित नको का करायला? ही त्वरा का?' तिने हट्टाने विचारलं. 'की मग भरताच्या अनुपस्थितीचा असा लाभ करून घेण्याचा त्यांचा मानस आहे?' तिने चाणाक्षपणे अचूक मुद्दा मांडला.

'अहाहा! जशी काही वृद्ध राजाची प्रकृती त्याच्यामुळेच खालावली आहे ना!' लक्ष्मण खोचकपणे म्हणाला.

'हे बघ, उगाच माझ्याशी उपहासाने बोलू नकोस. काय होत आहे तेवढंच मला सांग!' ती संतापून म्हणाली.

'मिला, फारसा वेळ नाही. सगळं घाईत घडत आहे. त्यातून तू माझी उलटतपासणी सुरू केली आहेस. जणू काही मीच काहीतरी योजना आखली आहे!' तो चिडून म्हणाला. 'या समारंभासाठी तू सीतेला तयार

करावंस हे सांगायला मी इथे आलो होतो. राम आणि ती आज दिवसभर उपास करतील. उद्याच्या मुख्य विधीपूर्वी त्यांना आज अनेक उपविधी करावे लागतील.'

'ते सगळं मी पाहते,' तिने थोडंसं रागात उत्तर दिलं. 'तुला वाटतं की, ही वार्ता ऐकून मला आनंद झाला नाही, पण तसं काही नाही. एवढंच की, ज्या घाईने हे सगळं घडत आहे त्याबद्दल मला नवल वाटतं आहे.'

'गेले कित्येक सप्ताह तातांना जी दुःस्वप्नं पडत आहेत, त्यापायी ते त्रस्त आहेत.' लक्ष्मण अस्वस्थपणे म्हणाला. 'तुला वाटतं तशी ही थंड डोक्याने आखलेली योजना नाही. त्यांची प्रकृती अतिशय ढासळली आहे. कोणत्याही क्षणी मृत्यू आपल्याला कवेत घेईल अशी भीती त्यांना वाटते. काहीही करून त्या आधी रामाला राज्याभिषेक करण्याची त्यांची इच्छा आहे. मिला, हा कुठलाही व्यूह नाही. एका वयस्कर, त्रासलेल्या पित्याची भीती आहे ही. राम राजा व्हायला पात्र नाही असं तुला वाटतं का?'

तिने रागाने विचारलं, 'असं तुझ्या मनात तरी कसं आलं? ही घाई बघून मी भांबावले होते. एखाद्या त्रयस्थाला ही नक्कीच धूर्तपणे आखलेली योजना वाटेल. माता कैकयीला हे माहीत आहे का?'

'नाही. अजून तरी नाही. रामाने नुकतंच मला आणि कौसल्या मातेला सांगितलं. सीता आणि माझी माता नेमक्या तिथे उपस्थित होत्या. थोडी घाई होते आहे हे मान्य आहे पण कधी नव्हे ते आज मी तातांशी सहमत आहे. युवराज्याभिषेकाचा सोहळा शक्य तितक्या लवकर व्हायला हवा.'

'पण का? भरतावर तुझा विश्वास नाही का?'

'आहे ना, पण तो त्याच्या मातेचा पुत्र आहे. आणि मंथरेला विसरलीस वाटतं? गेली कित्येक वर्षं ती ज्याप्रमाणे माता कैकयीच्या मनात विष कालवत आली आहे तसंच ती आत्ताही करू शकते. तुझ्या लक्षात आलं असेल तर ती कधीही 'भरत' अशी हाक मारत नाही. ती त्याला सदैव 'युवराज' म्हणते. तो तरुण आहे. त्याच्या मनावर कोणाचाही पगडा बसू शकतो. मातामही किंवा मातेच्या प्रभावामुळे तो विचलित होऊ शकतो. तू अजून माता कैकयीचा हट्ट पाहिला नाहीस. तो तिच्या हट्टाला बळी पडू शकतो.'

'पण तिला तर राम राजा व्हायला हवा आहे, भरत नाही!' राणीच्या साहाय्यार्थ ऊर्मिला उत्स्फूर्तपणे म्हणाली.

'ते खरं आहे परंतु, मनातून तिला असं वाटतं का, हा एक प्रश्नच आहे. हे राजकारण आहे. सत्ता आणि स्थान यांचा हा संघर्ष आहे. त्याच्यावर पाणी सोडणं तिला कदाचित आवडणार नाही. त्याहून महत्त्वाचं म्हणजे, भरत उठाव करू शकतो, या निर्णयाला आव्हान देऊ शकतो. हा धोका हातभर अंतरावर ठेवण्याची तातांची इच्छा आहे. ते मनातून धास्तावलेले असल्यामुळे भरताच्या अनुपस्थितीचा असा लाभ करून घेत आहेत.'

'वरकरणी हा कपटी डाव नसला तरी दुरून पाहणाऱ्याला त्यात कपट जाणवेल. हे वागणं न्याय्य नाही. भरत परतल्यावर तुम्ही त्याची समजूत कशी काढणार आहात? तो दुखावला नाही का जाणार? नेमकं कसं सांगावं हे मला कळत नाही, माझ्या भावनांची सरमिसळ झाली आहे. राम राजा होणार यात मला आनंदच आहे पण नक्कीच काहीतरी गोंधळ होणार आहे.'

'तेच म्हणतो आहे मी. तो गोंधळ टाळण्याचा आमचा प्रयत्न आहे. तेव्हा आता वेळ न घालवता त्वरा कर,' लक्ष्मण उतावीळपणे म्हणाला. 'तुझ्या बहिणीला शक्य तितक्या लवकर तयार कर. अल्पावधीत विधी सुरू होणार आहेत.'

किंचित त्रासून लक्ष्मण तिथून निघून गेला. ऊर्मिलेच्या मनात त्याहून मोठी समस्या होती. तिने स्वतःला अस्वस्थपणे सांगितलं, 'कैकयीने अजून ही वार्ता ऐकलेली नाही.' धास्तावलेल्या मनाने ती सीतेच्या कक्षाकडे निघाली. कैकयीचा पुत्र पुढे चालून राजगादीवर बसेल असं वचन दशरथाने कैकयीच्या पित्याला दिलं होतं. त्यामुळे या मुद्द्यावर त्याने आज तिच्याशी चर्चा करायला हवी होती. तिला न सांगता, न विचारता त्याने हा निर्णय का घेतला होता? चार राजपुत्रांसाठी वधू निवडताना त्याने तिला असंच डावललं होतं. त्या चौघींचं स्वागत करताना तिने दाखवलेला तोरा ऊर्मिला विसरली नव्हती. चारही नवविवाहित दांपत्यांच्या आणि राजप्रासादाच्या आनंदाला त्यामुळे दृष्ट लागली होती. आतापावेतो, वृद्ध राजाने किंवा रामाने कैकयीच्या कानी सगळी वार्ता नीट घातली असेल अशी आशा ऊर्मिलेने केली. ती वाटेत थबकली. अचानक ती शहारली. सगळा गोंधळ होणार होता.

ऊर्मिलेने कक्षात प्रवेश करताक्षणी सीतेने सुटकेचा निःश्वास टाकला. ती म्हणाली, 'काय करावं हेच मला समजत नाही. नुकतंच मला रामाने जे सांगितलं ते तुझ्या कानावर घालायला मी तुझ्याच कक्षाकडे येत होते. उद्या सकाळी त्याला युवराजपदाचा अभिषेक होणार आहे!' तिच्या स्वरात आनंद किंवा उत्साह नव्हता.

'कुठे आहे तो?'

'त्याच्या मातेबरोबर.'

'माता कैकयी?'

'नाही, माता कौसल्या,' सीतेने उत्तर दिलं.

अजूनही त्याने धाकट्या राणीला भेट का दिली नव्हती? ऊर्मिला अस्वस्थ झाली. त्याने स्वतः जाऊन ही वार्ता ऐकवली असती तर किती बरं झालं असतं! एक आनंदी पुत्र आपल्या अभिमानी मातेला ही वार्ता सांगतो आहे! हे ऐकताच कैकयीला अतिशय आनंद होईल याबद्दल ऊर्मिलेच्या मनात जराही शंका नव्हती. मात्र, ती वार्ता तिच्या कानावर घालण्यामध्ये जो वेळ घालवला जात होता, त्यामुळे निष्कारण त्याची गोपनीयता वाढत होती. मंथरेऐवजी पिता किंवा पुत्रांपैकी एकाने ती वार्ता कैकयीच्या कानावर घातलेली बरी, असं ऊर्मिलेला वाटलं. निव्वळ विचाराने तिचा थरकाप उडाला.

'थंडी वाजते का?' सीतेने काळजीने विचारलं. 'पण आजतर हवा गरम आहे. तू आलीस हे किती चांगलं झालं,' ती उत्साहाने पुढे म्हणाली. 'मी काय काय करायचं आहे याची भलीमोठी यादी कौसल्या मातेने मला दिली आहे. नेमकी कुठून सुरुवात करावी, हे मला कळेनासं झालं आहे.'

मोठ्या प्रेमाने ऊर्मिला तिला सांगू लागली, 'राज्याभिषेकापूर्वी तुम्हा दोघांना उपवास करायचा आहे. तेवढा तू कर, बाकीचं सगळं मी सांभाळते. आजची रात्र तुम्हाला दर्भशय्येवर निजायचं आहे. नारायण पूजा आता सुरू होईलच. त्यासाठी तुला तयार करायला हवं. कोणती साडी नेसणार आहेस? तुझा आवडता पिवळा रंग? तो रंग शुभसूचक आहे त्यामुळे काहीच हरकत नाही.'

'मला मांडवी आणि कीर्तीची उणीव भासते आहे,' तिचं बोलणं मध्येच थांबत सीता म्हणाली. 'त्या येईपर्यंत आपण थांबू शकतो, नव्हे, तसं थांबायलाच हवं...'

ऊर्मिला पटकन म्हणाली, 'आता तो विषय नको. गप्पांसाठी वेळ कुठे आहे आपल्याकडे? कितीतरी कामं करायची आहेत!'

'तेच म्हणते मी! अशी घाई का?' सीतेने ठासून विचारलं. 'हे सगळं समजून सांगायला रामाकडे वेळच नव्हता. पित्याची इच्छा पूर्ण करत आहे इतकंच तो म्हणाला. केवढी ही घाई! मांडवीचे शब्द आठवत आहेत मला. आपल्या श्वशुरांनी त्यांच्या श्वशुरांना दिलेल्या वचनानुसार कैकयीचा पुत्र भरत राजा व्हायला हवा. केवळ त्या अटीवर त्याने त्याच्या कन्येचा हात राजा दशरथाच्या हातात दिला होता. असं असताना भरताऐवजी रामाला युवराज्याभिषेक का केला जात आहे?'

'सीते, याचं उत्तर तुलाही माहीत आहे. राम आदर्श आहे. तो ज्येष्ठ पुत्र आहे. तो सर्वांचा लाडका आहे. तो दयाळू, सदाचारी, शूर आणि उमदा आहे. प्रजाजनांचं त्याच्यावर प्रेम आहे. मुख्य म्हणजे तो राजा व्हावा ही त्याच्या पित्याची इच्छा आहे. मंत्री, गुरू आणि प्रजाजनांनी राजाच्या जोडीने एकमुखाने निर्णय घेतला आहे. एक ना एक दिवस हे घडणारच होतं. तो दिवस उद्या आहे एवढंच,' ऊर्मिलेने समजूत घालण्याचा प्रयत्न केला. शब्दांचा पोकळपणा तिला जाणवत होता.

'ते सगळे इथे असते तर फार बरं झालं असत!' सीता पुन्हा म्हणाली. 'सगळ्या गोष्टींची नीट उकल झाली असती. मांडवी परतल्यावर मी तिच्यासमोर कोणत्या तोंडाने उभी राहणार आहे? मला फार अपराधी वाटतं आहे. तिला ज्या गोष्टीची महत्त्वाकांक्षा होती ती मी हिरावून घेते आहे.'

'काहीतरी काय बोलते आहेस?' ऊर्मिलेने तिला पटकन गप्प केलं. 'सीते, हे सगळं इतक्या झटपट होत असल्यामुळे तू भांबावली असशील हे मला मान्य आहे पण आता उगाच भलत्या विचारांमध्ये रमू नकोस. तू रामाची पत्नी आहेस. त्या अधिकाराने तू राणी होणार आहेस. किती साधी गोष्ट आहे ही!'

'आपल्या बहिणींत आता पूर्वीसारखा एकोपा राहिला नाही, नाही का?' सीतेच्या चेहऱ्यावर एकटेपणाची भावना दाटून आली होती. 'त्या दिवशी वाद झाल्यापासून आपल्या नात्यात फार मोठा बदल झाला. मांडवीने स्वतःला आपल्यापासून पूर्णपणे तोडून टाकलं. आपल्याला न सांगता, न कळवता ती आणि कीर्ती केकयकडे रवाना झाल्या. माझ्या जीवनातील या

अत्यंत महत्त्वाच्या प्रसंगी त्या दोघीही इथे नाहीत. ऊर्मि, त्या इथे असायला हव्या होत्या ग!'

'तो विचार मनातून काढून टाक बरं. मांडवीची काय इच्छा आहे किंवा तिचा कशावर विश्वास आहे, याचा आता कशाचाही संबंध नाही. आणि मुख्य म्हणजे ती जे काही बोलली ते तिचे शब्द नव्हतेच. आपल्या सगळ्यांनाच माहीत आहे की मंथराने तिला हळूहळू विषाची घुटी चाटवली होती.'

मंथरा! तिच्या स्मरणाने ऊर्मिला जागच्या जागी शहारली. कुठे होती ती? कारस्थानं करण्यासाठी तिला अगदी योग्य संधी होती आज.

सीतेच्या मनात शंका येऊ नये म्हणून ऊर्मिलेने सहजस्वरात विचारलं, 'मंथरेला पाहिलंस का? तिची मदत मिळाली तर बरं होईल. तिला सगळ्या रूढी परंपरा माहिती असतील!'

मान हलवत सीता म्हणाली, 'नाही, सकाळपासून दिसली नाही ती. बहुतेक माता कैकयीबरोबर असावी ती.'

तशी ती नसावी म्हणून ऊर्मिलेने मनोमन प्रार्थना केली.

वनवास

उजाडलं नव्हतं. अजून काळोख दाटला होता. प्रासादाच्या उंच गवाक्षातून ऊर्मिलेला उजळलेली अयोध्यानगरी दिसत होती. लोक लगबगीने प्रासादाकडे येऊ लागले होते. पदपथांवर गर्दी झाली होती. राज्याभिषेक सोहळा कधी सुरू होतो याची सर्वजण आतुरतेने वाट पाहत होते. तीही त्याला अपवाद नव्हती. राजा दशरथ अद्यापि त्याच्या कक्षातून बाहेर पडला नव्हता.

अभिषेकाची जय्यत तयारी झाली होती. पवित्र नद्यांचं जल, दही, दूध, मध, लोणी यांनी भरलेले सुवर्णाचे वाडगे, दूर्वांकुर आणि फुलं रचलेली सुवर्णाची तबकं, रजतपात्रात ठेवलेल्या मंगलाक्षता; कुठे काही उणं नव्हतं. सभामंडपाबाहेर अश्व, बैल आणि उंटांचे रथ सज्ज होते. त्यावर पांढरे ध्वज फडफडत होते. ढोल-ताशे आणि तुताऱ्यांचा निनाद होत होता. उपस्थित नगरजन आनंदोत्सुक होते. पहाटेच्या त्या मंगलसमयी सगळीकडे हर्ष आणि उल्हासाचं वातावरण होतं. विविधरंगी फुलांच्या हारांनी राजप्रासाद नटला होता. कोपऱ्याकोपऱ्यांतून तेलाचे दिवे उजळले होते. ठायीठायी सुबक रांगोळ्या घातल्या होत्या. दोन राण्यांच्या मदतीने ऊर्मिलेने रात्रभरात जय्यत तयारी केली होती. कुठे काही उणीव नव्हती. झोप न झाल्यामुळे तिचे डोळे जळजळत होते. तिच्या बरोबरीने राण्याही जाग्या होत्या.

प्रासादातील सर्वांची तयारी झाली होती. पांढरीशुभ्र रेशमी वस्त्र घातलेला राम शोभून दिसत होता. त्याच्या चेहऱ्यावर गांभीर्य होतं. सीता सुवर्णालंकारांनी झळकत होती. तिच्या अंगावरील गडद हळदी रंगाच्या रेशमी साडीमुळे त्या दागिन्यांना अधिक उठाव आला होता. तिने मनाविरुद्ध एवढे

अलंकार परिधान केले होते. सीतेची तयारी झाल्यावर ऊर्मिलेने स्वतःची तयारी करावी म्हणून सुमित्रेने तिला जबरदस्तीने तिथून पाठवून दिलं होतं. परिणामतः, ऊर्मिलेच्या अंगावर फिकट गुलाबी रंगाची कशिदाकारी केलेली रेशमी साडी होती.

वसिष्ठ त्यांच्या शिष्यगणांसह येऊन पोहोचले होते. महापुजा संपन्न करण्यासाठी त्यांनी सर्व पवित्र नद्यांचं जल सुवर्णकुंभांमधून आणलं होतं. मंत्रिगण, वरिष्ठ अधिकारी आणि सन्माननीय नागरिक राजसभेत उपस्थित झाले होते. कौसल्येच्या चेहऱ्यावरचा आनंद आणि अभिमान लपत नव्हता. सुमित्रा नेहमीसारखी गंभीर होती. दोघीही यज्ञकुंडापाशी बसल्या होत्या. राजा दशरथ अजूनही तिथे आला नव्हता. दोन्ही राण्यांच्या अंगावर प्रसंगोचित पांढरी सोनेरी रेशमी साडी होती... पण तिसरी राणी, ती अजून का आली नव्हती? ऊर्मिलेच्या मनात शंकेची पाल चुकचुकली. कैकयी अजून अवतीर्ण झाली नव्हती. मंथरासुद्धा कुठे दिसत नव्हती. ऊर्मिलेने आपल्या पतीकडे कटाक्ष टाकला. तो कसाबसा तयार झाला होता. अंगावरची रेशमी निळी वस्त्र त्याला खुलून दिसत होती. याच गंभीर आणि न हसणाऱ्या राजकुमाराच्या प्रेमात ती पडली होती. किती देखणा होता तो! तिच्याप्रमाणे तोही काळजीत होता हे तिच्या लक्षात आलं. राजा आणि राणी यायला इतका उशीर का होत होता?

राम आणि सीता राज्याभिषेकासाठी सज्ज होते. आपल्या पुत्राला आशीर्वाद मिळावा म्हणून कौसल्या मनोमन अग्नीची प्रार्थना करत तुपाची आहुती देत होती. मुख्यमंत्री सुमंतला हाक मारत वसिष्ठ म्हणाले, 'राज्याभिषेकाची सर्व तयारी झाली आहे. पवित्र अग्नी प्रज्वलित झाला आहे. कृपया जाऊन राजाला बोलावून आणा. सर्वांना त्यांची प्रतीक्षा आहे.'

काही क्षणात परत आलेल्या सुमंतचा उतरलेला चेहरा पाहून ऊर्मिला आणि इतर सर्वांना आश्चर्य वाटलं. तो एकटाच होता. स्वतः न येता राजाने रामासाठी संदेश पाठवला होता. त्यानुसार रामाला दशरथाच्या कक्षात जायचं होतं.

सुमंताच्या मागून राम आणि गंभीर चेहऱ्याचा लक्ष्मण राजाच्या कक्षाकडे निघाले. उपस्थितांपैकी कोणीच काही बोलत नव्हतं. नेमकं काय झालं असेल याबद्दल प्रत्येकाच्या मनात तर्कवितर्क येत होते पण प्रत्यक्ष बोलण्याची कोणाचीही तयारी नव्हती. सीतेने ऊर्मिलेच्या हातात हात

घातला. एकमेकींना घट्ट धरून त्या दोघी थांबल्या. त्यांच्या मनात संदिग्धता होती. नेमकं काय निष्पन्न होईल, हे त्यांना समजत नव्हतं. भीतीमुळे पोटात खोल खड्डा पडला होता. कौसल्या चिंतित झाली होती. तिच्या बाजूला सुमित्रा शांतपणे मंत्रपठण करत होती.

राज्याभिषेकाला उशीर का होत आहे, हे न समजल्यामुळे प्रासादाबाहेर जमलेले प्रजाजन अस्वस्थ होत होते. सर्व विधींना नेहमीपेक्षा अधिक वेळ लागणार होता का? हा अभिषेक अधिक प्रदीर्घ काळ चालणार होता का? प्रासादाच्या अंतर्गत कक्षात नेमकं काय घडत आहे, हे कोणालाच कळत नव्हतं.

सुमारे अर्ध्या घटकेनंतर राम परतला. त्याच्या अंगावर कोणतीही राजचिन्हं नाहीत हे ऊर्मिलेच्या तत्काळ लक्षात आलं. युवराजाच्या मस्तकावर धरावयाची पांढरी छत्रीसुद्धा नव्हती. त्याच्या चेहऱ्यावर अत्यंत शांत भाव होता पण नजर दुखावली होती. त्या उलट, तिचा पती संतापाने धुमसत होता. नक्कीच काहीतरी अनिष्ट घडलं असणार. तिच्या मनात काहूर माजलं.

सुटकेचा निःश्वास टाकत कौसल्या घाईने उठली. त्याचा हात धरून ती त्याला युवराजासाठी असलेल्या सिंहासनाकडे नेऊ लागली. तिला थांबवत तो स्पष्टपणे म्हणाला, 'माता, हे सिंहासन माझ्यासाठी फार उच्च आहे. त्यावर बसावं ही माझी गुणवत्ता नाही. हे सिंहासन भरताला देण्याची माझ्या पित्याची आज्ञा आहे. त्याचप्रमाणे मी ताबडतोब चौदा वर्षांकरता दंण्डकारण्यात राहायचं आहे. माता, इथून पुढे मी अभिषिक्त युवराज नाही. त्याऐवजी, मी एकांतात वनवास धारण करायचा आहे.' त्याच्या स्वरात कुठेही संताप नव्हता. अतिशय संयमाने तो पुढे म्हणाला, 'माता, हे सर्व तुझ्या कानावर घालण्यासाठी मी इथे आलो आहे. मला तुझा आशीर्वाद दे.'

काय बोलावं हे कौसल्येला समजेना. ती मूक झाली. दुःखावेगाने ती कोसळणार तेवढ्यात लक्ष्मण आणि रामाने तिला सावरलं. सुमित्रा, सीता आणि ऊर्मिलाही साहाय्यार्थ धावल्या. ठरलेल्या योजनेत बदल झाला असून उपस्थितांनी तिथून निघून जावं अशी नम्र विनंती लक्ष्मणाने केली. लवकरच त्या संदर्भात नव्याने दवंडी फिरवण्यात येईल, असं तो म्हणाला.

मोठ्या कष्टाने कौसल्या बोलू लागली, 'हे तू काय बोलत आहेस पुत्रा? असं काय घडलं आहे? तू आम्हाला सोडून कसा काय जाऊ शकतो? मी तुझ्याशिवाय कशी जगेन?'

'ही माझ्या पित्याची इच्छा आहे. मला तिचं पालन करावंच लागेल,' राम शांतपणे म्हणाला. त्याचा चेहरा निर्विकार होता. 'हे माझं कर्तव्य आहे, हाच माझा धर्म आहे असा मला विश्वास आहे. मी माझ्या पित्याचा शब्द कसा मोडू शकेन?'

राम आपल्या भावनांवर आटोकाट नियंत्रण ठेवून निर्विकारपणा दाखवत होता हे सीतेच्या लक्षात आलं. आपल्या मातेला अधिक यातना होऊ नयेत म्हणून तो असं करत होता का? वयस्कर आणि अशक्त मातेला तो मागे सोडून चालला होता. आजवरचं तिचं आयुष्य अंधकारमय होतं. एक ना एक दिवस राम राजा होईल आणि आपण राजमाता होऊ या आशेवर तिने दुःख आणि नैराश्य सहन केलं होतं. संताप आणि सूडाची भावना दाबून ठेवली होती. तितक्यात लक्ष्मणाचा उद्रेक झाला. तरीसुद्धा रामाने चेहऱ्यावर दुःख दिसू दिलं नाही.

'चौदा वर्षांचा वनवास!' लक्ष्मण क्रोधाने बोलू लागला. 'असा कोणता अपराध तू केला आहेस ज्यासाठी ही कठोर शिक्षा तुला ठोठावण्यात आली आहे? अत्यंत भयानक अपराधाला अशी शिक्षा देतात. भरताला राजमुकुट मिळावा म्हणून तुला मार्गातून बाजूला करण्यासाठी हा मार्ग नाही का?'

रामाने मान हलवत आपल्या भावाला शांत करण्याचा प्रयत्न केला पण लक्ष्मण आता ऐकणार नव्हता. तो तसाच पुढे बोलू लागला, 'माझा वृद्ध पिता तरुण पत्नीच्या नादी लागला आहे. त्यापायी तो आपली विचारशक्ती गमावून बसला आहे. त्याने जे केलं ते एखादी दुबळी व्यक्तीच करू शकते!' चिडून त्याने दातओठ आवळले. मग सुमित्रेकडे वळून तो म्हणाला, 'माते, त्यांनी अशी अचानक घोषणा का केली, हे माहीत आहे? शंभरासुराविरुद्ध युद्ध करत असताना कैकयीने त्यांची सुटका केली होती, त्या वेळेस त्यांनी तिला दोन वर दिले होते. त्या वचनांची पूर्ती त्यांना आज करावी लागली.'

प्रसंगाने अचानक घेतलेल्या कलाटणीमुळे ऊर्मिला जागच्या जागी थिजली. तिचा मेंदू काम करेनासा झाला. लक्ष्मण नेमकी कोणती घटना सांगतो आहे हे तिला कसंबसं उमजलं. त्या युद्धात राणी कैकयीने राजा दशरथाचे प्राण वाचवले म्हणून त्याने तिला दोन वर दिले होते. त्या क्षणी ते मागून न घेता मात्र तिने ते राखून ठेवले होते. आज तिने त्यांचा वापर केला होता. एका वराने भरताला सिंहासन आणि दुसऱ्या वराने रामाला वनवास; तिने अशक्यतेची मागणी केली होती.

लक्ष्मण काही समजून घ्यायला तयार नव्हता. तो उसळून म्हणाला, 'माझा पिता राजा आहे. आपला धर्म कसा विसरू शकतात ते? राजसभेच्या कामात पत्नीचं सांगणं कसं ऐकू शकतात ते? त्यांच्या वैयक्तिक निर्णयाचा परिणाम राजकीय घडामोडींवर होता कामा नये.' रामाकडे पाहत तो पुढे म्हणाला, 'राम, तू म्हणतो आहेस की, तू तुझं कर्तव्य पार पाडतो आहेस पण मी आपल्या पित्याला राजा म्हणून असलेली त्यांची भूमिका, त्यांचं श्रेष्ठत्व आणि हक्क याबद्दल प्रश्न करतो आहे. एखाद्या पतीला किंवा पित्याला उद्देशून तो प्रश्न नाही. कशाच्या बलावर ते तुला वनवासात धाडत आहेत? तू कुठला अपराध केलेला नाहीस. उलट, युवराज होण्याचा तुझा अधिकार नाकारून त्यांनी घोर अपराध केला आहे. एका निरपराध आणि निरागस व्यक्तीला – तुला – चौदा वर्षं वनवास पाठवण्याचा त्यांचा हा अपराध आहे. आपल्या पित्याने त्यांच्या पत्नीला दिलेलं वचन पाळण्याचं कुठलंही उत्तरदायित्व तुझ्यावर नाही. अयोध्या आणि कोसल साम्राज्याचा युवराज म्हणून, प्रजेचा आवडता राजपुत्र म्हणून, शूर, दयाळू आणि न्याय्य राजपुत्र म्हणून तुझं प्रजेप्रति कर्तव्य आहे. राजाच्या निर्णयाविरुद्ध तू उठाव करू शकतोस हे तुला माहीत आहे. प्रत्येकजण तुला पाठिंबा देईल. सरदार, मंत्रिगण, सेना आणि प्रजाजन तुझ्या पाठीशी उभे राहतील. तू फक्त हो म्हण. बाकीचं सर्व मी करतो.'

लक्ष्मण क्षणभर थांबला. त्याचा संताप कमी झाला नसला तरी आवाज सौम्य झाला होता. तो पुढे म्हणाला, 'तू करू शकतोस पण प्रिय बंधू, तू तसं करणार नाहीस, हो ना?' त्याने स्पष्टपणे विचारलं. 'त्याऐवजी तू अन्याय सहन करशील, चौदा वर्षं वनवासात जाशील. कारण तुझा पुत्रधर्म आणि त्याला अनुसरून आज्ञाधारकपणा. पित्याने दिलेलं वचन पायदळी तुडवायचं नाही ही आपल्या कुळाची परंपरा आहे!' त्याचा स्वर कडवट झाला होता. 'राणी कैकयी आणि भरताला हे ठाऊक आहे की, पित्याचा शब्द मोडण्याचा विचार तू स्वप्नातही करणार नाहीस. काय चतुर कल्पना होती त्यांची! ते जिंकले!'

लक्ष्मणाचं वाक्ताडन सुरू असताना राम शांतपणे उभा होता. लक्ष्मणाच्या शब्दाशब्दातून संताप, वेदना आणि दुःख बाहेर पडत होतं. तो किंचित शांत झाला आहे हे पाहून राम म्हणाला, 'हेच जर तुझ्याबाबतीत घडलं असतं तर तुला इतकाही राग किंवा वेदना झाल्या नसत्या. मी तुला

चांगलं ओळखतो. लक्ष्मणा, तू पित्याच्या आज्ञेचं निमूटपणे पालन केलं असतंस. माझ्याप्रति असलेल्या उत्कट प्रेमातून तुझा हा उद्वेग झाला आहे. मला त्रास व्हावा असं तुला वाटत नाही. प्रिय लक्ष्मणा, तू माझंच दुसरं रूप आहेस. माझा आत्मा तुझ्याही देहात आहे. मग, माझ्याहून तुझी प्रतिक्रिया वेगळी कशी? माझ्यावतीने हा अर्थहीन संताप आणि थयथयाट कशासाठी? सत्ता किंवा सिंहासन यांत मला स्वारस्य नाही. त्यांची आज्ञा माझ्यासाठी एक नवीन संधी आहे असं मी समजतो. राजा म्हणून नाही तर संन्यासी म्हणून अरण्यात जायची, सेवा करायची संधी मला मिळाली आहे.'

'मग तुझी माता, तुझी पत्नी आणि तुझ्या भावांचं काय? आम्ही कसं करणार?' थरथरत्या आवाजात कौसल्या म्हणाली. 'तुझ्याशिवाय जगणं कसं शक्य आहे आम्हाला? आणि का? माझ्या पतीने त्याच्या महत्त्वाकांक्षी पत्नीला दिलेल्या वचनात तो बांधला गेला आहे म्हणून?' ती उसळून पुढे म्हणाली, 'मी हे घडू देणार नाही. गेली कित्येक वर्षं मी फार सहन केलं आहे पण आता मी सहन करणार नाही. मी माझ्या पुत्रापासून विलग होणार नाही. आम्हाला सोडून जाण्याची अनुमती मी तुला देणार नाही. तू आपल्या मातेची अवज्ञा कशी काय करू शकशील?' हुंदके देत रामाला कुशीत घेत ती नैराश्याने रडू लागली. 'रामा, पुत्रा, माझी दया येऊ दे. ही म्हातारी माता तिच्या पुत्राशिवाय कशी राहू शकेल? मलाही तुझ्याबरोबर घेऊन चल!'

एक माता आपल्या पुत्राला घट्ट मिठीत घेऊन रडत होती. विवेक आणि भावनांना आव्हान देणारं ते दृश्य फार विदारक होतं. गर्भगळीत होऊन ऊर्मिलेने सीतेकडे वळून बघितलं. ती निर्विकार होती. तिचे डोळे कोरडे होते. मुठी घट्ट आवळून चकार शब्दही न उच्चारता ती उभी होती.

'माते, तुला तुझ्या पतीबरोबर म्हणजेच माझ्या पित्याबरोबर राहायला हवं. दुःख आणि विरहाच्या या क्षणी त्यांना तुझी अधिक आवश्यकता आहे,' असं म्हणत रामाने मातेच्या गालावरचे अश्रू टिपले. 'माते, त्यांच्याशी कणवेने वाग. त्यांच्यासमोर पर्याय नव्हता म्हणून त्यांनी हा निर्णय घेतला. मी पाहिलं आहे त्यांना. असहाय अवस्थेत मंचकावर कोसळले आहेत ते. शोकात बुडाले आहेत ते. त्यांचं सांत्वन करणं कठीण आहे. माते, माझ्यासाठी ते ईश्वर आहेत. मी त्यांची अवज्ञा कधीही करू शकत नाही. त्यांचे शब्द आणि आज्ञा मला माझ्या नियतीकडे नेत आहेत. माते, हेच

माझं नशीब आहे. अन्यथा, माता कैकयीसारख्या प्रेमळ स्त्रीने तिचे वर आत्ताच का मागून घ्यावेत? तू तिचाही तिरस्कार करू नकोस. नियती तिला जे करायला भाग पाडते आहे तेच ती करते...'

त्याला मध्येच तोडत लक्ष्मण कठोरपणे म्हणला, 'इतक्या सहजतेने नियतीवर ठपका ठेवू नकोस आणि नियती म्हटलं काय किंवा माता कैकयीचा मूढपणा म्हटला काय; आपण मुकाट्याने शरण जायचं का? अन्यायाकडे दुर्लक्ष करत त्यापुढे मान तुकवायची का? बंधू, अन्याय सहन करणं हादेखील अपराध आहे. आपण राजकुमार आणि योद्धे आहोत. दुष्टांचा नाश करून न्याय प्रस्थापित करणे हा आपला धर्म आहे. मी तेच करणार आहे. आपले खांदे धनुष्यबाण आणि तलवारी पेलण्याचा देखावा करण्यासाठी आहेत का? तुझ्या विरुद्ध कारस्थान करणाऱ्या प्रत्येकाशी मी दोन हात करेन. शस्त्र किंवा शब्दांनी त्यांना सामोरा जाईन. राजा आणि राणीला कोणीच काही विचारणार नाही का? त्यांचं अन्यायकारी सांगणं आपण का मनावर घेत आहोत?' नैराश्याच्या स्वरात लक्ष्मण पुढे म्हणाला, 'कुणी काहीच का बोलत नाही? त्या दोघांची इच्छा असेल तर भरताला राजा होऊ दे पण त्यांनी रामाला वनवासात पाठवू नये यासाठी मी एक शेवटचा प्रयत्न करणार आहे. मी जाऊन त्यांची याचना करतो, त्यांना गळ घालतो, गरज पडली तर त्यांच्या पायावर लोळण घेतो...'

कुणी थांबवण्याआधी लक्ष्मण त्वरेने त्या कक्षाबाहेर जाण्यासाठी निघाला. तितक्यात विलक्षण शांत स्वर त्याच्या कानावर पडल्यामुळे तो जागच्या जागी उभा राहिला.

'त्यामुळे काही फरक पडणार आहे का?' तो हळुवार आवाज सुमित्राचा होता. 'प्रिय पुत्रा, मला तुझा अभिमान आहे. मला सांग, माझा हा स्वाभिमानी पुत्र भावासाठी स्वतःचा अभिमान बाजूला ठेवत त्यांच्या चरणी दयेची भीक मागेल, पण त्यांना ती ऐकू येणार आहे का? आपल्या कोणाचं म्हणणं ते ऐकून घेणार आहेत का? रामाचं म्हणणं बरोबर आहे. या बदललेल्या घटना म्हणजे दैवाचा फेरा आहे. या क्षणी, तुला तुझ्या बंधूबद्दल दुःख होत आहे, संताप जाणवत आहे. परंतु यामागे खूप काही आहे. जो न्याय त्याला नाकारण्यात आला, तो मिळवून देण्यासाठी तू युद्ध करायला तयार आहेस. तुला त्याच्यासाठी काय हवं याऐवजी त्याला खरोखर काय हवं हे जाणून घेत त्याच्या बाजूने खंबीरपणे उभं राहून...'

ती बोलताबोलता थांबली. तिने वाक्य पूर्ण केलं नाही तरी तिला काय म्हणायचं आहे हे लक्ष्मणाच्या लक्षात आलं. अचानक त्याचा क्रोध शांत झाला. तो सौम्य स्वरात म्हणाला, 'माता, तू नेहमीच माझं मन वाचतेस.' त्याच्या चेहऱ्यावरचे भाव बदलले. रामाकडे पाहत तो म्हणाला, 'पित्याप्रति मी रागाने आणि अनादराने जे काही बोललो त्याबद्दल मी क्षमा मागतो. तू दुखावलेला मला सहन होत नाही पण आता माझ्या लक्षात येत आहे की, तू दुखावलेला नाहीस. उलट, एक नवीन जग बघण्याच्या या संधीचं तू स्वागत करत आहेस. तसं असेल तर या रम्य प्रवासात मला तुझ्यासोबत घेऊन चल. आजवर आपण नेहमीच बरोबर राहिलो आहोत. तू म्हटलंस त्याप्रमाणे आपल्या दोघांच्याही देहांत एकच आत्मा वास करतो. तेव्हा रामा, मला नकार देऊ नकोस. आणि, तू नकार दिलास तरी मी तुझ्या मागून येणारच. तू मला थांबवू शकत नाहीस.'

हे ऐकताच ऊर्मिला स्तब्ध झाली. त्याच्या शब्दांचा अर्थ तिला क्षणात उमगला. भावाबरोबर जाण्यासाठी तो तिला चौदा वर्षं सोडून जाणार होता.

रामाला आश्चर्य वाटलं नाही पण भावाचे शब्द त्याला पटले नाहीत. किंचित काळजीने त्याने आधी लक्ष्मणाकडे आणि मग ऊर्मिलेकडे पाहिलं. लक्ष्मण वळला नाही. त्याची तिच्याकडे पाठ होती. तो कठोरपणे ताठ उभा होता. तिला त्याचा संदेश लक्षात आला. तिने अनुमती देवो अथवा न देवो, तो रामाबरोबर वनवासात जाणार होता.

'नाही! तू माझ्याबरोबर येणार नाहीस,' रामाने आवेगाने सांगितलं. 'मी इथे नसताना तुला आणि सीतेला कुटुंबाकडे लक्ष द्यावं लागणार आहे. त्यांना तुझी गरज आहे. तुझं स्थान अरण्यात नसून या राजप्रासादात आहे. हा मला एकट्याला मिळालेला दंड आहे. तो मला एकट्यालाच भोगावा लागणार आहे.'

तितक्यात सीतेचा स्पष्ट स्वर त्याच्या कानावर पडला. 'धर्माचं अवलंबन करणाऱ्या महान अनुयाया, किती छान विचार मांडलेस तू. एक पत्नी म्हणून माझा धर्म काय आहे ते मी तुला सांगते. जिथे पती असेल तिथेच मी असायला हवं. तुझं प्रेम आणि आनंद यांत मी जशी वाटेकरी आहे, तशीच तुझं दुःख, कर्तव्यं आणि दुर्दैवातही मी बरोबरीने वाटेकरी आहे. मी प्रत्येक गोष्ट तुझ्याबरोबर वाटून घ्यायची आहे. पत्नी ही पतीची प्रमुख आणि सर्वप्रथम सहचरी असते. ती सतत त्याच्या बाजूला असते.

त्याच्यावर प्रेम करते, त्याला आधार देते, मार्गदर्शनही करते. तेव्हा, इथे चर्चेला वाव नाही. मी तुझ्याबरोबर वनवासात येणार. मी राजकन्या आहे आणि राजप्रासादातील विलास हेच माझं जग आहे असं सांगून माझा अपमान करू नकोस. इथून पुढे अरण्य माझा विलास असेल. तू माझा त्याग करू शकत नाहीस. तू करूच शकत नाहीस. मी तुझी पत्नी आहे. तू जाशील तिथे मी असेनच. तुझा विरह मृत्यूहून अधिक क्रूर असेल.'

तिच्या विधानात कुठेही याचना नव्हती. उलट, अत्यंत परखडपणे तिने आपलं मत व्यक्त केलं होतं. ऊर्मिला हादरली. सीता आणि अरण्यात! तिच्यामुळे त्या दोघांची जबाबदारी वाढेल. आणि मुख्य म्हणजे अनोळखी धोक्यांना ती नकळत सामोरी जाईल. ऊर्मिला तिला विरोध करणार होती पण अगदी शेवटच्या क्षणी तिने स्वतःला सावरलं. पति-पत्नीत तिने पडता कामा नव्हतं. हा निर्णय त्यांचा होता. तिने दोन्ही राण्यांकडे पाहिलं. त्या तरी तिला थांबवतील अशी तिला आशा होती.

कौसल्या मात्र सीतेचे बोल ऐकून आनंदली. ती अभिमानाने म्हणाली, 'कोणतीही चांगली पत्नी असाच निर्णय घेईल. जा मुली, तुला माझा आशीर्वाद आहे. त्याला त्याच्या या साहसात साहाय्य कर!'

वनवासात सीतेची काय मदत होणार, असा विचार ऊर्मिलेच्या मनात आला. तिच्यापायी त्या दोघांवर अडचणी आल्या तर? तिच्या रूपात जोखीम उचलावी लागली तर?

लक्ष्मण आणि सीतेने त्यांचे उद्देश स्पष्ट केले होते. ते रामाला सोबत करणार होते. वाद घालायला जागा नव्हती. लक्ष्मणाने तिच्याकडे दुर्लक्ष केलं होतं. सीता रामाबरोबर प्रासाद सोडून जाणार होती. ज्या दोन व्यक्तींवर ऊर्मिला सर्वाधिक प्रेम करत होती, त्यांनी मनात क्षणाचाही किंतू न आणता आपला निर्णय ऐकवला होता. तिला हे सारं असह्य झालं. अनेक भावनांचा कल्लोळ तिच्या मनात उमटला. आपली इथे कोणालाही आवश्यकता नाही अशी भावना तिच्या मनात निर्माण झाली. वियोगाची कल्पना तिला नकोशी वाटली. हलक्या पावलांनी ती तिथून निघून गेली पण तिला वाटलं त्याप्रमाणे अगदी कोणाच्याच ते लक्षात आलं नाही असं नाही.

आपल्या पती आणि बहिणीने नाकारल्याचं भयंकर दुःख ऊर्मिलेला झालं. त्या ओघात ती वाहवत गेली. त्यापाठोपाठ तिला संताप जाणवला. आपल्याला काय हवं, या नादात तिच्याकडे कोणी लक्षच दिलं नव्हतं. तिला विश्वासघात झाल्यासारखं वाटलं. अवहेलना, प्रतारणा या भावना तिच्या मनात दाटल्या. सीतेहून अधिक तिचा रोख लक्ष्मणाकडे होता. सीतेप्रति तिला असूया वाटत होती. तिच्यासाठी ही अनोळखी भावना होती. ऊर्मिला आपल्या पतीसोबत जाऊ शकणार नव्हती. वनवासात का होईना पण सीता पतीसमवेत असणार होती. ऊर्मिलेच्या पतीने हा पर्याय पूर्णतया धुडकावला होता. ज्यांच्यावर तिचा सर्वाधिक जीव होता त्यांच्याकडून अशी वागणूक वाट्याला यावी हेच तिच्या पचनी पडत नव्हतं. तिने असा विचार करायला नको होता पण तिच्या मनात दुःखाचा उद्रेक झाला. त्या ज्वालामुखीतून भसभस वाहणारा भावनांचा तप्त लाव्हारस तिच्या प्रत्येक रंध्रात शिरला. तिला तो दाह असह्य झाला. ज्या पुरुषावर ती प्रेम करत होती, त्याचा विरह चौदा वर्षं ती कसा सहन करणार होती? म्हणजेच, त्याचं तिच्यावर पुरेसं प्रेम नव्हतं. तो तिचा विश्वासघात करू शकत होता. तो तिला पुन्हा सोडून जाणार होता. त्याला तिची गरज नव्हती. तिचं हृदय पिळवटलं, मन आक्रंदू लागलं.

‘मिला, नको!’ त्याचा घोगरा स्वर तिच्या कानावर पडला. ‘माझा तिरस्कार करू नकोस!’

त्याचा प्रिय आवाज कानावर पडताच ती पटकन वळली. तिच्या नजरेतील वेदना लपत नव्हती. तो चपापला.

‘मी जे केलं त्यासाठी माझा तिरस्कार करू नकोस,’ त्याने पुन्हा म्हटलं. ‘तुला शक्य असेल तर मला क्षमा कर. मी तुला अपयश दिलं आहे याची मला जाणीव आहे.’

तिच्या गळ्यात आवंढा दाटून आल्यामुळे तिला बोलता येईना. तिला बोलायचंही नव्हतं. तिचा स्वतःवर विश्वास उरला नव्हता. त्याला न्याहाळणं तिला अतिप्रिय होतं. तो तिचा अमूल्य ठेवा होता. इथून पुढे त्याचं दर्शनही दुर्लभ होणार होतं. पुढची कित्येक वर्षं तो तिला दिसणार नव्हता. या क्षणी ती डोळ्यांनी त्याला टिपून घेत होती. तिच्या मनात राग किंवा अभिमानाला जागा नव्हती. तिने घाबरत हात पुढे केला. त्याला स्पर्श होण्याआधी तो नाहीसा होईल अशी भीती तिला वाटत होती. तिच्या थरथरत्या बोटांना

त्याच्या मुलायम त्वचेचा स्पर्श झाला. तिने त्याच्या नजरेत थेट पाहिलं. तिच्याप्रमाणे त्याच्याही डोळ्यांत अनंत यातना दिसत होत्या. भाऊ आणि पत्नी या दोन प्रिय नात्यांमध्ये त्याची घालमेल होत होती. आपल्या हातात फारसा वेळ नाही हे तिच्या लक्षात आलं. त्याची निघायची घटिका समीप येऊन ठेपली होती. राग किंवा द्वेष, दुःख किंवा पश्चात्ताप, तिरस्कार किंवा क्षमाशीलता या कशालाही तिच्याकडे अवधी नव्हता. ती फक्त त्याच्यावर प्रेम करू शकत होती.

तिने हळुवारपणे म्हटलं, 'मी तुझ्यावर प्रेम करते. जा तू!'

'हो, मला गेलंच पाहिजे. मात्र, तू माझ्याबद्दल अतिशय वाईट विचार करत असताना मी जाऊ शकत नाही. मिला, माझं प्रेम आहे तुझ्यावर. पण तुला वाटतं की, माझं प्रेम नाही,' नकळत तिच्या अंबाड्यातला आकडा काढत तो म्हणाला. तिचे केस मोकळे झाले. आकडा पायाशी पडला. 'मिला, असा विचार कधीच करू नकोस. तुझ्याबद्दलच्या माझ्या भावना मी सिद्ध करू शकत नाही. पण, म्हणून तू माझा तिरस्कार करू नकोस.' कसाबसा आवंढा गिळत तो म्हणाला, 'माझं मन, माझं अस्तित्व आणि माझ्या आत्म्याला तू कसं व्यापलं आहेस, हे तुला जाणवत नाही का? तू माझ्यात आहेस. पुढची चौदा वर्षं तुझ्याशिवाय काढताना माझ्या अंतरंगातल्या तुझीच सोबत मला असेल.'

'पण मग तू मला तुझ्यासवे का नेत नाहीस?' तिच्या नकळत तिच्या तोंडून अत्यंत दुःखाने प्रश्न बाहेर पडला. खरंतर त्याचं उत्तरही तिला ठाऊक होतं.

तिची ही विनंती निरर्थक होती. लक्ष्मण रामाबरोबर जाणार होता तो त्याच्या स्वतःच्या संकल्पानुसार. त्याला हद्दपार करण्यात आलं नव्हतं. आपल्या भावाचा अंगरक्षक, त्याचा सैनिक म्हणून जाणार होता. सैनिक युद्धभूमीवर आपल्या पत्नीला नेत नसतो. स्वतःसाठी आणि त्याच्याहीसाठी मनाला आवर घालायला हवा, मन घट्ट करायला हवं हे ऊर्मिलेला समजत होतं. गवाक्षातून तिने बाहेर नजर टाकली. काळोख दाटला होता. नवीन दिवस सुरू झाला असूनही उजेडाचं चिन्ह नव्हतं.

'माझं तुझ्यावर निरतिशय प्रेम आहे. म्हणूनच मी तुला नेऊ शकत नाही. तुला वाटतं त्याप्रमाणे इतकंसं प्रेम नाही करत मी तुझ्यावर,' अतिशय आर्जवाने असं म्हणत त्याने तिचं मनगट पकडून अभावितपणे त्यावरून

अंगठा फिरवायला सुरुवात केली. 'वनवास सोपा नाही. राम सीतेला बरोबर घेत आहे कारण तिचं रक्षण करण्यास तो समर्थ आहे. मी त्याचा रक्षक म्हणून जात आहे. मग मी तुझ्याकडे लक्ष कसं देऊ शकेन? तुझं रक्षण कसं करू शकेन? त्याहून महत्त्वाचं म्हणजे तू या राजप्रासादात सुरक्षित आहेस. अरण्य ही सुरक्षित जागा नाही. मी तिथल्या शारीरिक कष्टांबद्दल बोलत नाही. तू ते लीलया पेलशील याची मला खात्री आहे. पण दंण्डकारण्यात असुरांचा निवास आहे. तिथल्या ऋषींचा वध करून किंवा त्यांच्या तपश्चर्या भंग करत त्यांना तिथून घालवून देत असुरांनी दंण्डकारण्य त्यांच्या आधिपत्याखाली घेतलं आहे. मिला, ते किती धोकादायक असतात हे तू स्वतः पाहिलं आहेस. मिथिलेच्या राजवाड्यात येऊन त्यांनी घेतलेलं सीतेचं मायावी रूप आठवतं ना तुला? सगळे फसले होते, अगदी तूसुद्धा! अशा परिस्थितीत तुला तिथे नेऊन मी तुझा जीव धोक्यात कसा घालू शकतो?' त्याचा आवाज चढला होता. 'तुला इजा होण्याच्या कल्पनेनेसुद्धा मी वेडा होईन. नाही, मिला नाही! एक क्षणभरही तुला धोका होण्याऐवजी मी हा दीर्घ काळ तुझ्यापासून दूर राहणं स्वीकारेन. तुझा विरह सोसेन. कदाचित, राम म्हणाला त्याप्रमाणे अयोध्येच्या सिंहासनावर बसणं ही त्याची नियती नसून असुरांचा नायनाट करणं हीच आमची नियती असेल.'

त्याचा चेहरा पिळवटला होता. नजरेतील वेदना लपत नव्हती. त्याने तिच्याकडे पाहिलं. किती सुंदर दिसत होती ती; आणि किती एकटी. तिच्या मौनामुळे तो वेडावला. तिचं मन, तिचं गप्प बसणं, तिची याचना हे सारं त्याला जाणवत होतं. त्याचं मन विच्छिन्न होत होतं. घेतलेला निर्णय त्याला बदलावासा वाटत होता. 'स्वयंवराच्या वेळेस रावण आणि इतर राजकुमारांनी तुझ्याकडे कशा नजरेने पाहिलं ते मी कधीच विसरू शकत नाही. त्यांच्या त्या धाष्ट्यासाठी त्यांचा तिथल्या तिथे शिरच्छेद करावासा वाटला होता मला. अरण्याची भाषा वेगळी असते. स्त्रीचं संरक्षण झालं नाही तर तिच्यावर कोणीही अधिकार सांगतं. नियम, नीतिमत्ता आणि सामाजिक बंधनाच्या पल्याड असतं ते जगं. कसं नेणार मी तुला तिथे?'

त्याचा हात घट्ट धरत ती थरथरत्या स्वरात म्हणाली, 'जा लक्ष्मणा, मी तुला थांबवणार ना...' तिचा कंठ दाटला.

'मिला, तू इथे एकटी नाहीस,' त्याचा स्वर कोमल होता. तिला आणि स्वतःलाही खात्री देत तो म्हणाला, 'काही दिवसांत मांडवी आणि

कीर्ती येऊन पोहोचतील. शिवाय, तू खूप खंबीर आहेस. इतकी खंबीर स्त्री माझ्या पाहण्यात नाही. तू ऊर्मिला आहेस. तुझ्यापाशी मन जुळतात...' त्याचा स्वर अलवार झाला होता. 'तुझा संयम आणि चातुर्यामुळे तुम्ही चारही बहिणी आजवर एकत्र राहिला आहात. आज हेच काम माझ्यासाठी कर. माझ्या विस्कळीत कुटुंबाकडे लक्ष दे. आणि मला अरण्यात जाऊ दे. पती म्हणून मी तुझं तिथे संरक्षण करू शकेन का, याची मला शंका आहे. माझ्या भावाचं – अयोध्येच्या राजाचं आणि राणीचं रक्षण करणं हेच माझं एकमेव ध्येय असेल. अयोध्येच्या भवितव्याचं संरक्षण हे माझं कर्तव्य आहे. माझा जन्मच त्यासाठी...'

'पण माझ्या भवितव्याचं काय?' असं तिला संतापून किंचाळावंसं वाटलं पण त्याऐवजी ती कळवळून म्हणाली, 'तुझ्याशिवाय माझं कोणीच नाही रे लक्ष्मणा. मला तुझी गरज आहे!'

तिची असहायता तिच्या अश्रूभरल्या डोळ्यांत उतरली.

त्याला आता सहन होईना. तिला घट्ट मिठीत घेत त्याने तिच्या सर्वांगाला स्पर्श केला. तिच्या मानेवर डोकं टेकवलं. तिच्या दाट केसांचा गंध भरून घेत वेदनेने पिळवटलेला चेहरा त्यात खुपसला. जगापासून सुटका देणारं हेच एक स्थान होतं त्याच्यासाठी. ती नावाप्रमाणेच ऊर्मिला होती. त्याची ऊर्मिला. मनमोहिनी. त्याचं धडधडणारं हृदय.

तिने त्याला घट्ट धरून ठेवलं. त्याला कधीच सोडू नये असं तिला वाटत होतं. त्याच्या कणखर शरीराची आणि तप्त ओठांची धग तिच्या सर्वांगाला जाणवत होती. त्याचा पुरुषी गंध साठवत ती त्याला बिलगली. त्याचे ओठ, त्याचा चेहरा, त्याचं शरीर; तिने समरसून अनुभवलं. तो कष्टाने श्वास घेत होता. त्याचं स्वतःशी द्वंद्व सुरू होतं. आतल्या आत तो विव्हल झाला होता. स्वतःवर नियंत्रण ठेवण्याचा त्याचा आटोकाट प्रयत्न सुरू होता.

'मिला, आपल्या दोघांसाठी विरहाचा हा क्षण अतिशय कठीण आहे. तो सोपा कर गं, तो सोपा कर,' तिच्या ओठांशी तो कुजबुजला. 'तू माझं सामर्थ्य आहेस पण तुझ्यापुढे मी विकल होतो.'

त्या हृदयाची धडधड ऐकत ती तशीच उभी होती. त्याच्या बोलण्यातील व्याकुळतेमुळे तिला वास्तवाचं भान आलं. त्याला जायलाच हवं होतं. तिला त्याला सोडावं लागणार होतं. कठोर निश्चयाने तिने स्वतःला त्याच्या

मिठीतून बाजूला केलं. त्याचे हात कसेतरीच लोंबू लागले. त्याचा चेहरा विदीर्ण झाला. आता तिला पुढे व्हावं लागणार होतं. स्वतःसाठी आणि त्याच्यासाठीही तिला कणखर व्हायचं होतं. तिच्याकडून चुकीचा एक जरी शब्द बोलला गेला असता तरी त्यांचा आनंद नष्ट झाला असता.

'प्रेम हे तिरस्काराच्या खूप समीप असतं. प्रेमाचं रूपांतर तिरस्कारात व्हायला फारसा वेळ लागत नाही,' त्याच्या गडद नजरेला नजर देत ती निश्चलपणे बोलू लागली. 'माझं तुझ्यावर प्रेम आहे... पण इथून पुढे मी तुला ओळखत नाही. तू माझा त्याग करतो आहेस. मग मी तुझा तिरस्कार करण्याव्यतिरिक्त काय करणार? कोणा दुसऱ्यासाठी तू मला सोडून देत आहेस. माझ्यावर प्रेम आहे असं म्हणतोस पण राजप्रासादात माझ्याबरोबर राहू शकत नाहीस. त्याऐवजी, भावाबरोबर जायला तू तयार झाला आहेस. चौदा वर्षं.' प्रत्येक शब्दावर जोर देऊन ती बोलत होती.

'हद्दपार करण्यात आलं आहे ते त्याला, तुला नाही. मग तू त्याच्यासोबत का जायला हवंस? आणि सीता आहे ना त्याच्याबरोबर. अतिशय दयाळू आणि कर्तव्यनिष्ठ पत्नी आहे ती,' ती मुद्दाम म्हणाली. 'तो कणखर आहे, स्वतःकडे आणि सीतेकडे पाहण्याइतका सक्षम आहे. तुला त्याच्याबरोबर जाण्याची काय गरज?'

चकार शब्द न उच्चारता लक्ष्मण तसाच तिच्याकडे पाहत उभा राहिला. 'जेव्हा तू निर्णय घेतला आहेस तेव्हा ते सहजसोपं करणारी मी कोण?' ती निष्ठूरपणे बोलू लागली. 'माझा तर साधा विचारही केला नाहीस. केलास का? मी तुझ्या प्रेमात पडले, तुझ्याशी विवाह केला आणि इथे आले. तो सर्वकाळ मला हे माहीत होतं– तुझ्यासाठी भावाचं स्थान अग्रभागी आहे. वेळ येताच तू त्याच्यासाठी मला सोडशील हे ठाऊक होतं मला. तरीही मला सांग, मी तुझ्याकडे काही अशक्य मागणी करते आहे का? मला इथे एकटं सोडू नकोस एवढंच म्हणते आहे ना? तुझ्या वृद्ध मातापित्यांकडे पाहण्यासाठी मी राजप्रासादात राहणं गरजेचं आहे हे सांगू नकोस मला. त्यासाठी भरत, शत्रुघ्न, मांडवी आणि कीर्ती आहेत. एकतर तुझ्याबरोबर मला अरण्यात घेऊन जा नाही तर जाऊच नकोस. इथेच माझ्याबरोबर राहा.'

ती त्याच्याकडून अशक्य ते मागणं करत होती हे तिला ठाऊक होतं. त्याने खोलवर श्वास घेतलेला तिला ऐकू आला. 'मी हे दोन्ही करू शकत नाही हे तुला माहीत आहे.'

'तू पुन्हा मला नकार देणार हे मला माहीत होतं,' ती निर्विकारपणे म्हणाली. 'तुझं प्रेम असंच आहे – नाकारणारं, दुखावणारं. तू प्रेम करतच नाहीस. लक्ष्मणा, तू प्रेम करूच शकत नाहीस. तू म्हणालास ते बरोबर होत. तू कधी विवाहच करायला नको होतास. माझ्यावर तू कधीच प्रेम केलं नाहीस. आपला विवाह तुझ्यावर लादण्यात आला होता. इतर भावांशी इतर बहिणींचा विवाह ही एक सोय होती. मी मात्र काहीतरी वेगळाच विचार करत होते. किती हा मूढपणा. आणि का...तर प्रेमासाठी किंवा मग, त्या प्रेमातून जर काही उरलंसुरलं असेलच...' तिने मुद्दामच वाक्य अर्धवट सोडलं. त्या क्षणी तिलाही असं अपूर्ण झाल्यासारखं वाटत होतं. इथून पुढची वर्षं तिला कधीच परिपूर्ण वाटणार नव्हतं.

त्याच्या उतरलेल्या चेहऱ्यामुळे तिच्या अंतःकरणाचा क्षोभ झाला. ती पुढे म्हणाली, 'आणि तसंही माझ्या बहिणीने जे केलं ते मी करू शकले नसते. तुझ्या बरोबर जायचं नाही या कल्पनेने मी सुटकेचा निःश्वास टाकला आहे. तसं करायला मला तू सुचवलं नाही याबद्दल मी तुझे आभार मानते. लक्ष्मणा, अरे बघ तरी माझ्याकडे!' मुलायम रेशमी वस्त्रं आणि अलंकारांनी सजलेल्या स्वतःच्या देहाकडे निर्देश करत ती म्हणाली. 'मी राजकन्या आहे, आरामदायक जीवन आणि भरभराटीची मला सवय आहे. या सर्वांचा त्याग करून तुझ्या चुकीच्या साहस कृत्यात तुझ्या भावाबरोबर सहभागी होऊन जंगली कंदमुळं खायला मला आवडतील, असं वाटलं का तुला? अनवाणी पायांनी जंगलात हिंडून, वेळप्रसंगी मी चुलीवर तुमच्यासाठी स्वैपाक रांधेन असं वाटलं का तुला?' आपल्या स्वरात पुरेपूर तिरस्कार येईल याची काळजी घेत ती म्हणाली.

हे ऐकताच लक्ष्मण थक्क झालेला तिच्या लक्षात आला. त्याला दुखावण्याचा आपला प्रयत्न सफल झाला आहे, हे लक्षात येताच तिला दुःखाची तीव्र वेदना जाणवली. त्यानेही तिला असंच दुखवलं होतं! तिचं बोलून झालं नव्हतं. ती पुढे म्हणाली, 'पत्नीपेक्षा बंधू तुला अधिक मौल्यवान वाटतो म्हणून तू इथे राजप्रासादात राहू इच्छित नाहीस. आपल्या पत्नीचं ऐकणाऱ्या पतीसारखा तू नाहीस, आहेस का?' तिने टोमणा मारला. 'पत्नीचा त्याग करून भावाची सेवा करण्यामुळे तू अधिक उमदा ठरशील का? तसं असेल तर त्याच गोष्टीसाठी मी तुझा तिरस्कार करते. येत्या चौदा वर्षांसाठी मला तुझा तिरस्कार करू दे. आपल्या दोघांदरम्यान जी न संपणारी दरी तू निर्माण केली आहेस

त्यासाठी मला तुझा तिरस्कार करू दे. जितक्या मनापासून मी तुझ्यावर प्रेम केलं, तितक्याच मनापासून मला तुझा तिरस्कार करू दे. आणि आता इथून निघून जा!' असं म्हणत ती वळली. तिला आता बोलवत नव्हतं.

त्याचे शब्द तिच्या कानावर पडले. 'तू म्हणशील तसंच होईल, ऊर्मिला.' त्याने तिला नेहमीप्रमाने 'मिला' अशी हाक मारली नाही हे तिच्या लगेच लक्षात आलं. आज एकांतात पहिल्यांदाच त्याने तिचं पूर्ण नाव घेतलं होतं. ऊर्मिला – मनमोहिनी, जिथे मनं मिळतात. ऊर्मिला, उत्कटतेच्या लहरी. या क्षणी मात्र उत्कटता तिच्यातून कणाकणाने निघून जात असलेली तिला जाणवली. तिचं चैतन्य ओसरत होतं. तिच्या मनात केवळ वेदनेच्या लाटा धडकत होत्या. ती बधिर होऊ लागली. तिला कशाचीच जाणीव उरली नाही. तिचा आत्मा जणू तिच्या देहातून ओरबाडून बाहेर काढला होता. त्याला पाठमोरं उभं होतं ते तिचं चैतन्यहीन शरीर. एकटीच ताठ मानेने उभी होती ती.

तिचा हात खसकन धरून त्याने तिचा खाली पडलेला आकडा तिच्या मुठीत कोंबला. तिने चेहरा उचलला नाही. ती स्वतःची वेदना त्याच्या नजरेस पडू देणार नव्हती. तिने नजर जमिनीवर खिळवून ठेवली.

बाजूच्या कक्षात तो वस्त्र बदलू लागला. काही क्षणात तो तिच्यासमोर आला. त्याच्या अंगावर आता रेशमी वस्त्रं, अलंकार आणि मुकुट नव्हते. त्याच्या कमरेभोवती वल्कलं दिसत होती. त्याची छाती उघडी होती. याही क्षणी तो विलक्षण देखणा आणि राजबिंडा दिसत होता. आत्ताही तो राजपुत्रच होता. किती विरोधाभास होता या क्षणी त्या दोघांत! तिच्या अंगावर झळझळीत रेशमी वस्त्रं आणि अलंकार होते. तो मात्र संन्यस्त वेषात होता. त्याने जेमतेम तिच्याकडे कटाक्ष टाकला. तिने त्याला नजरेत साठवलं. चकार शब्दही न उच्चारता तो तिथून निघून गेला.

'मी आत्ता जे बोलले त्याबद्दल तू माझा तिरस्कार करू शकतोस. इथून निघणं मी तुझ्यासाठी थोडं सहज सोपं केलं असेल असं मला वाटतं,' तिच्या मनात आलं. खरंतर ते तिने दोघांसाठी सोपं केलं होतं. पुढची चौदा वर्षं एकमेकांच्या प्रेमात व्याकूळ होण्याऐवजी एकमेकांच्या तिरस्कारात काढणं अधिक सहज ठरलं असतं. प्रेम करण्याऐवजी तिरस्कार करणं सोपं जाणार होतं का?

निरोप

‘तू आपल्या पतीला निरोप द्यायला येणार नाहीस का? आणि तुझ्या बहिणीला?’ ऊर्मिलेच्या कानावर मधुर स्वर पडला.

निरुपायाने ती वळली. समोर सुमित्रा उभी होती.

‘पुत्री, हा प्रसंग अतिशय दुर्धर आहे याची मला जाणीव आहे. तरीसुद्धा माझ्याबरोबर कैकयीच्या प्रासादात चल. तिथेच ते तिघं राजाचा निरोप घ्यायला गेले आहेत,’ असं म्हणत सुमित्राने ऊर्मिलेला कुशीत घेतलं. ‘आपल्यामध्ये तेवढं बल हवंच!’

तिचा हात धरून सुमित्रा तिला घेऊन गेली. ऊर्मिलेची मनःस्थिती अत्यंत विचित्र असली तरी कैकयीच्या सहस्र खांबांच्या रत्नजडित कमलाकार प्रासादात दिसलेल्या दृश्याने ती अवाक् झाली. सुरुवातीला तिला काही दिसलं नाही. तिथल्या अंधुक प्रकाशाला नजर सरावल्यावर तिच्या लक्षात आलं की, गवाक्षावर ओढलेल्या जाडजूड पटलांमुळे सूर्यकिरणं अडवली होती. थोड्याफार तेलवातींचा उजेड तिथे होता.

वर्तुळाकार भव्य मंचकावर राजा गलितगात्र अवस्थेत झोपला होता. त्याचे डोळे खोल गेले होते. नैराश्याव्यतिरिक्त दुसरी कुठलीही भावना त्यात नव्हती. अभिमान, लज्जा इत्यादी भावना विसरून तो धाय मोकलून रडत होता. एक सामर्थ्यशाली राजा निष्प्रभ होऊन आपल्या पुत्राच्या कुशीत डोकं ठेवून रडत असल्याचं ते दृश्य पाहून कुणाचाही जीव गलबलला असता.

त्या उलट, कैकयी ठामपणे उभी होती. तिचं सौंदर्य, कणखरपणा आणि अभिमान जराही कमी झाला नव्हता. मात्र, तिच्या अंगावरील वस्त्रं

चुरगळली होती. केस मोकळे सुटले होते. अंगावर एकही अलंकार नव्हता. सुवर्ण आणि रत्नं अंगावर झळकत नसले तरी तिच्या सौंदर्यात कुठेही उणीव भासत नव्हती. तिचा चेहरा एका वेगळ्या तेजाने तळपत होता. एरवी ओठांवर खेळणारं छानसं हसू आणि डोळ्यांतील मिस्किल झाक अदृश्य झाली होती. ती ओळखू येत नव्हती.

आपल्या शोकमग्न पित्याचं सांत्वन करण्याचा प्रयत्न करताना रामाला त्रास होत होता. तरीसुद्धा पित्याला कुशीत घेऊन राम समजूत काढत होता. त्यानेसुद्धा लक्ष्मणाप्रमाणे वल्कलं परिधान केली होती. तरीही ती दोघं राजपुत्र आहेत हे सहज लक्षात येत होतं. त्यांच्या देखणेपणाभोवती असलेलं राजतेज कमी झालं नव्हतं.

वृद्ध राजाने कळवळून याचना केली, 'पुत्रा, नको जाऊस रे! माझ्या पाताळयंत्री पत्नीला मी अविचाराने दिलेलं वचन पाळणं तुला बंधनकारक नाही. ज्या स्त्रीला तू आजवर माता समजून तिच्यावर प्रेम केलंस, तिला सन्मान दिलास; ती त्याला जराही पात्र नाही!' कैकयीबद्दलचा तिरस्कार त्याच्या नजरेत दिसून येत होता. म्हणूनच तो तिला जिव्हारी लागेल असं बोलला. 'एक राजपुत्र म्हणून माझ्या आज्ञेला आव्हान देत तू राजसिंहासन बळकावू शकतोस. तसंच कर पुत्रा.'

हे ऐकताच कैकयी त्वेषाने म्हणाली, 'एक न्याय्य राजा आणि पित्याकडून काय अप्रतिम सल्ला मिळतो आहे. एका पुत्राला जपण्यासाठी दुसऱ्या पुत्रावर अन्याय करत त्याचे हक्क तू पायदळी तुडवत आहेस. आणि, कोणत्या अधिकारांबद्दल तू बोलतो आहेस? भरताच्या अनुपस्थितीत रामाने सत्ता हातात घेऊन आपल्या दोघांना अंधारकोठडीत टाकावं असं म्हणणं आहे का तुझं? रघुवंशाच्या देदीप्यमान इतिहासाला हे शौर्य आणि धैर्य शोभून दिसतं का?' ती कर्कशपणे हसू लागली.

लक्ष्मणाचा चेहरा लाल झाला. तो कठोरपणे म्हणाला, 'माते, आपण मर्यादेबद्दल न बोललेलं बरं. या सभ्यतेपोटी आम्ही तुला हवं ते बोलू आणि करू देत आहोत. राम आपल्या पित्याविरुद्ध कधीही जाणार नाही याची खात्री असल्यामुळेच तू त्याला वनवासात पाठवते आहेस. हा भेकडपणा तर आहेच पण अतिशय धूर्ततादेखील आहे. मी तुला बजावतो, या राजप्रासादातून आमचं पाऊल बाहेर पडताच क्षणी तुला तुझ्या करणीचं फळ मिळेल.'

हे ऐकताच कैकयीचा संताप झाला. 'असं बोलण्याचं तुझं धाडस तरी कसं झालं?' ती कडाडली. 'पण, बरोबरच आहे म्हणा, नेहमीप्रमाणे आपल्या भावाच्या तंत्राने चालतो आहेस तू. आत्ताही एखाद्या दासासारखा त्याच्या पाठोपाठ वनवासात निघाला आहेस तू,' अत्यंत तिरस्काराने ती म्हणाली. 'आणि हे काय! रामाची एकनिष्ठ पत्नीसुद्धा निघाली त्याच्या मागून? सीते, पण मग तू अजून राजवेषात का? तुझ्या पती आणि दिराने वल्कलं परिधान केलेली दिसली नाहीत का तुला? तुलाही तेच परिधान करावं लागेल!'

हे ऐकताच वृद्ध राण्यांना काय बोलावं ते सुचलं नाही पण ऊर्मिला गप्प बसणाऱ्यातली नव्हती. पटकन पुढे येत ती तुसडेपणाने म्हणाली, 'कोणतीही वस्त्रं परिधान केली तरी सीतेला त्याने फरक पडणार नाही. अरण्यातदेखील ती रामाची राणी असेल.' अचानक येऊन कोसळलेल्या या आपत्तीला कारणीभूत असलेल्या स्त्रीबद्दल तिच्या मनात अत्यंत क्रोध निर्माण झाला होता. तिच्यामुळेच ऊर्मिलेला आपल्या पतीपासून चौदा वर्षं दूर राहावं लागणार होतं. 'माता, आपण राजप्रासादात सुखंसुविधांमध्ये जगत असताना सीता अरण्यात काय परिधान करते यामुळे तिला काय फरक पडणार आहे? असा देखणा राजवाडा जिथे एक माता एका वृद्ध पित्याला त्याच्या पुत्रापासून तोडते आहे. ती पतिपत्नींचा वियोग घडवून आणते आहे. सीता कोणतीही वस्त्रं परिधान करो, ती आपल्या पतीबरोबर असेल. येणाऱ्या अडचणी हसतमुखाने सहन करेल. रामाचा बंधूही तेच करेल. याला कुणाच्या तंत्राने चालणं म्हणत नाहीत माते. यासाठी निस्सीम निष्ठा आणि उच्च कोटीच्या प्रेमाचं सामर्थ्य लागतं. राम अरण्यात चालला असला तरी त्याच्याबरोबर लक्ष्मण आणि सीता आहेत. मला सांगा, इथे राजप्रासादात इतकी संपत्ती आणि सत्ता असूनही आपल्या जोडीला कोण असणार आहे? तुमची एकनिष्ठ म्हातारी सेविका मंथरा.'

यावर कैकयी संतापून काही उत्तर देण्याआधी रामाने कठोरपणे सांगितलं, 'माता, सत्ता किंवा सिंहासन मिळवण्याची माझी इच्छा नाही. त्यासाठी वाद घालण्यात मला स्वारस्य नाही. मी तुम्हा सर्वांचा निरोप घेतो. मला फक्त पित्याचा आशीर्वाद हवा आहे. ऊर्मिला, कृपा करून सीतेला वल्कलं नेसव.'

मंथरा हातात वल्कलं धरून उभीच होती. तिच्याकडे जळजळीत कटाक्ष टाकत ऊर्मिलेने ती हिसकावून घेतली. किती खरखरीत आणि रूक्ष

होती ती वस्त्रं! इथून पुढे त्यांची आयुष्यंही तशीच असणार होती. सीतेने संकोचाने विचारलं, 'ही कशी नेसायची असतात? मला किंवा ऊर्मिलेला त्याबाबत ज्ञान नाही.'

तिची निरागसता इतकी मोहक होती की, रामाला हसू आलं. ऊर्मिलेच्या हातातून ते खरखरीत वस्त्र घेत त्याने ते कसं नेसायचं याचं प्रात्यक्षिक दाखवलं. सीतेला शेजारच्या कक्षात घेऊन जात ऊर्मिलेने तिला ते वस्त्र नेसवून रामाने दाखवल्याप्रमाणे सीतेच्या खांद्यावर त्याची गाठ मारली. अंगावर अलंकार नसले तरी सीतेचं सौंदर्य खुलून दिसत होतं. तिच्या चेहऱ्यावर उत्सुकता आणि अपेक्षा चमकत होती. गळ्यात सुवर्णालंकार नसल्यामुळे उंच मान नजरेत भरत होती. बाजूबंद, पाटल्या, बांगड्या इत्यादी अलंकारांशिवाय तिचे हात नाजूक आणि सुडौल दिसत होते. तिची पावलं निमुळती आणि मऊसुत होती. दंण्डकारण्याच्या कठीण भूमीवरून कशी काय चालणार होती ती?

ऊर्मिलेला मनोमन लाज वाटली. काही घटकांपूर्वी आपल्याला सीतेचा कसा तिरस्कार वाटला होता, हे आठवून तिच्या मनात अपराधी भावना जागली. सीतेबरोबर राम असणार होता. तिच्याबरोबर मात्र सीता किंवा लक्ष्मणही नव्हता. इथून पुढे ती दोघं तिला दिसणार नव्हती. तिच्या मनात भीती दाटली.

तिच्या चेहऱ्यावरील भावांचा चुकीचा अर्थ लावत सीतेने विचारलं, 'ऊर्मि, मी तुझी घोर निराशा केली ना? तुझ्या बाजूने उभं राहत तुला वनवासात घेऊन चलण्याचा आग्रह मी राम आणि लक्ष्मणासमोर धरायला हवा होता परंतु, रामाचं मन वळवण्यात आणि माझा मुद्दा मांडण्यात मी इतकी गर्क झाले होते की, मी तुझ्याकडे पूर्णपणे दुर्लक्ष केलं असेल हेही माझ्या लक्षात आलं नाही. तुझी मोठी बहीण म्हणून मी तुझी बाजू मांडायला हवी...'

दीर्घ निःश्वास सोडत ऊर्मिला क्लांतपणे म्हणाली, 'आता कशानेच काही फरक पडणार नाही. तसंही तुझ्या बोलण्याचा काही उपयोग झाला नसता. रामाबरोबर जाण्याचा तुझा जसा हट्ट आहे तसाच लक्ष्मणाचाही हट्ट आहे. ते दोघं अविभाज्य आहेत हे एव्हाना आपल्या दोघींच्याही लक्षात आलं आहे!' ओठांवर कसंबसं हसू आणत ऊर्मिला पुढे म्हणाली, 'तू काय किंवा मी काय; आपल्या हातात काहीच नाही! निदान मला तुझी चिंता तरी नाही. राम लक्ष्मण दोघंही तुझ्याकडे नीट लक्ष देतील.'

'आणि तुझं काय? हा एकच विचार मला भेडसावत आहे. अर्थात, काही दिवसांत मांडवी आणि कीर्ती परत येतीलच...'

'श्श्श! काळजी करणं थांबव. हा प्रासाद म्हणजे एखादं धोकादायक ठिकाण नाही,' ती हसून म्हणाली. 'सगळेच तर आहेत इथे!'

'लक्ष्मणाशिवाय...' सीता पटकन म्हणाली. 'हा एकच विचार मला त्रस्त करतो आहे. मी लक्ष्मणालाही थांबवू शकले नाही आणि तुलाही बरोबर घेऊ शकले नाही. तुझ्या मनातलं आक्रंदन माझ्यापासून लपवण्याचा कितीही प्रयत्न केलास तरी मी ते अचूक समजू शकते,' सीता असहायतेने म्हणाली. 'इतका कठोर निर्णय लक्ष्मण का घेऊ शकला हे तुला माहीत आहे का? कारण त्याचा तुझ्यावर विश्वास आहे. माझ्या मते, त्याचा स्वतःपेक्षा तुझ्यावर अधिक विश्वास आहे. आजवर आम्हा बहिणींना तुझा जसा खंबीर आधार होता, तसंच त्याच्यासाठी तू मूर्तिमंत सामर्थ्य आहेस. घरात सगळ्यात मोठी मी असले तरी आम्ही तिघी सदैव तुझ्यावर अवलंबून असायचो. लक्ष्मणही तेच करतो. वर्तमान स्थिती पाहता लक्ष्मण प्रासाद सोडण्याचा निर्णय घेऊ शकला नसता पण तुझ्यामुळे त्याला ते शक्य झालं. उद्भवलेल्या या परिस्थितीत निश्चलपणे उभं राहत तू आपल्या कुटुंबाला एक ना एक दिवस एकत्र...'

'नाही... तुम्ही परत येईपर्यंत ते शक्य नाही...' ऊर्मिलेने मान हलवत म्हटलं, '...तेव्हाच सारं काही पहिल्यासारखं होऊ शकेल. ही चौदा वर्षं आपल्या प्रत्येकाची परीक्षा असणार आहे. वेदना आणि दुःख तर होणारच पण आपल्या लेखी तेही अमूल्य असणार आहे. अनेक वेगळ्या पद्धतींनी आपण त्यातून काही शिकणार आहोत.' आता तिचा स्वर कोरडा झाला होता. 'आणि सीते, माझी तुला एक विनंती आहे. इथून पुढे लक्ष्मणासनोर माझा विषय कधीही काढू नकोस. त्याला माझी आठवण होईल असं काहीच करू नकोस,' ऊर्मिलेची नजर आणि स्वर स्थिर झाला होता. 'तुला आणि रामाला माझी ही नम्र विनंती आहे.'

सीता अचंबित झाली. ऊर्मिला जवळ जात तिचे हात घट्ट धरत ती गदगदलेल्या स्वरात म्हणाली, 'ऊर्मि, मला अधिक लाजवू नकोस. दर्पणातल्या स्वतःच्या प्रतिमेकडे पाह्यचीसुद्धा मला आता लाज वाटेल. तू जे करणार आहेस त्या तुलनेत माझा वनवास मला सहज वाटू लागला आहे. पुढची चौदा वर्षं तू आपल्या पतीपासून दूर तर राहणार आहेस पण त्याला तुझी

आठवणही येऊ नये असं तुला वाटतं. अन्यथा, बंधुसेवेच्या ध्येयापासून तो विचलित होईल. प्रिय भगिनी, मी आज तुझ्यासमोर नतमस्तक होते. माझ्या अरण्यातील वनवासापेक्षा तुझा राजप्रासादातील वनवास अधिक दुष्कर आहे. मला तुझं थोडं सामर्थ्य दे, म्हणजे मीही यशस्वी ठरेन.' इतकं बोलून सीतेने ऊर्मिलेला गच्च मिठी मारली. ऊर्मिलेच्या डोळ्यांत अश्रू तरारले. परंतु, या क्षणी तिला कोसळून चालणार नव्हतं. गेल्या अठरा वर्षांच्या काळात दोघी बहिणी पहिल्यांदाच वेगळ्या होणार होत्या. वियोगाचं दुःख आत्ता तरी अनाकलनीय होतं.

सीताभोवतीची मिठी घट्ट करत ऊर्मिला म्हणाली, 'सीते, स्वतःची नीट काळजी घे, नेहमीच! तू खूप साधी आहेस. कशावरही आणि कोणावरही विश्वास टाकतेस. वरच्या रूपाला भाळत जाऊ नकोस. अरण्यात अनेक मंथरा असतील. राम आणि लक्ष्मणाला मार्गात पुढे होऊ दे. तू शक्य तितक्या निकटपणे मागून चाल. अरण्याचं विश्व वेगळं असतं.

उत्तरादाखल सीतेने फक्त मान डोलावली. ऊर्मिलेने निरोपाचे शब्द उच्चारले, 'जा सीते! सुरक्षितपणे जा आणि तशीच सुरक्षित परत ये!'

राम आणि लक्ष्मण सीतेची वाट पाहत होते. लक्ष्मणाने ऊर्मिलेकडे विचित्रपणे पाहिलं. थोड्या वेळापूर्वी आपण त्याच्याशी किती कठोरपणे बोललो होतो ते आठवून ऊर्मिलेला संकोच वाटला.

'ऊर्मिला, मी तुझ्याप्रति कृतज्ञ आहे,' ऊर्मिलेने सीतेला रामाजवळ आणून उभं करताच राम म्हणाला. 'केवळ सीतेला तयार करण्यासाठी नाही,' किंचित हसून तो पुढे म्हणाला, 'माझ्या वृद्ध मातापित्यांना मी तुझ्या देखरेखीत सोडून जात आहे. तुझ्याइतकी माया कोणी करणार नाही. तू विलक्षण स्त्री आहेस. तुझं शौर्य आणि धैर्य यांना तोड नाही. मी मात्र तुला तुझ्या पतीपासून दूर करत आहे. त्याच्या सहवासाला वंचित करत आहे. हा माझा अक्षम्य अपराध आहे.'

रामाचे हे शब्द ऐकताच ऊर्मिलेला अतिशय संकोच वाटला. त्याने उल्लेख केलेलं सामर्थ्य होतं का तिच्यात? स्वतःला सावरत ती हसून म्हणाली, 'नाही, तसं नाही. तू माझ्या पतीला एका उच्च ध्येयासाठी घेऊन चालला आहेस. तुझ्या सुखाच्या क्षणी तो सदैव तुझ्याबरोबर राहीलच परंतु, दुःखाच्या क्षणीसुद्धा तो तुला सोडून जाणार नाही.' तिच्या नजरेतून न ओघळणारे अश्रू रामाला मात्र नेमके दिसले.

निरोप घ्यायची वेळ आली होती. आता चांगलंच उजाडलं होतं. नवीन दिवस नवा विरह घेऊन आला होता. राजप्रासादाभोवती जमा झालेले प्रजाजन अस्वस्थ झाले होते. त्यांच्या कानावर चित्रविचित्र वार्ता पडत होत्या. रामच त्यांचा युवराज होता. भरत नाही. त्यांच्या प्रिय युवराजाला अचानक चौदा वर्षांच्या वनवासात का पाठवण्यात येणार होतं?

वृद्ध राजा थरथरत म्हणाला, 'सुमंत, राजरथ सिद्ध करा. या तिघांना नगरीच्या सीमेपर्यंत न्या. पायदळ, अश्वदळ आणि गजदळ सज्ज करायला सेनापतींना सांगा. वनवासात कुठलीही उणीव येऊ नये म्हणून परिपूर्ण तयारी करा. धनाचे कोष रिते करा. हवे तितके दास दासी न्या.'

त्याचं बोलणं तोडत कैकयी धुमसत म्हणाली, 'माझ्या पुत्राला उजाड राज्य देण्याचा विचार आहे का तुझा? संरक्षण करायला सैन्य नाही. राज्य चालवायला प्रजाजन नाही. अशी नगरी काय कामाची? अरण्यात विहार करायला पाठवायचं आहे का?'

कैकयीच्या कठोर शब्दातील कटुता जाणून प्रत्येक उपस्थित संतप्त झाला. राजघराण्यातील सदस्य, ऋषिमुनी, मंत्रिगण इत्यादी सर्व अवाक् झाले. लक्ष्मणाच्या चेहऱ्यावर आत्यंतिक तिटकारा तर कौसल्येच्या चेहऱ्यावर घोर निराशा दिसू लागली.

नेहमीप्रमाणे विपरीत परिस्थिती हातात घेऊन सगळ्यांना शांत करण्याचं काम आत्ताही रामाने पार पाडलं. पित्याच्या सूचनेला ठामपणे नकार देत तो म्हणाला, 'या राजवैभवाची मला आता आवश्यकता नाही. मी राजसिंहासनाचा त्याग केला असल्यामुळे सत्ता किंवा संपत्ती किंवा आराम प्राप्त करण्याची माझी यत्किंचितही मनीषा नाही. मी वल्कलं धारण केली आहेत. ती धारण करणाऱ्या संन्याशाच्या जशा कमीत कमी गरजा असतात, तशीच माझी गत आहे. या वेषाला साजेसा आचार मी वनवासात ठेवेन. तात, तुमचा आशीर्वाद माझ्या डोक्यावर आहे. मला इतर कशाचीही आवश्यकता नाही. आता मी आपला निरोप घेतो. माझी माता कौसल्या, लक्ष्मणाची माता सुमित्रा आणि त्याची पत्नी ऊर्मिला यांना मी तुमच्या देखरेखीखाली ठेवत आहे. विरहाच्या तीव्र यातना सोसणाऱ्या या तीन निःस्वार्थी स्त्रिया आहेत. आमच्या अनुपस्थितीत त्यांच्याशी सौहार्दपूर्ण वर्तन ठेवा.'

इतकं बोलून रामाने आपल्या पित्याला चरणस्पर्श केला. त्या पाठोपाठ सीता आणि लक्ष्मणाने राजाला चरणस्पर्श करत त्याच्या पावलांवर कपाळ

टेकवलं. आता ते तिघं हृदयावर हात ठेवून नतमस्तक होऊन राजाच्या आशीर्वादाची प्रतीक्षा करू लागले.

मोठ्या कष्टाने राजाने बोलायला सुरुवात केली, 'माझ्या प्रिय रामा, मी खात्रीने सांगतो की, अरण्यातही तू आपल्या कुळाचं नाव उंचावशील. मोठ्या गौरवाने तू परत येशील. परंतु, इथून प्रस्थान करण्यापूर्वी आपल्या वयोवृद्ध पित्याने केलेल्या अपराधांना क्षमा कर. हे आदर्श पुत्रा, मी दिलेलं वचन पूर्ण करून तू आपल्या वंशाची कीर्ती उंचावली आहेस, परंपरा कायम राखली आहेस. माझं किंवा आधीच्या राजांचं नाव तू कधी कलंकित होऊ देणार नाहीस. पुत्रा, मला तुझा मनस्वी अभिमान आहे. तू मात्र या पित्याची लाज वाटून घेऊ नकोस.'

रामाने पटकन पुढे होत पित्याला मिठी मारली. त्यात प्रेमाहून अधिक समजूत घालण्याचा भाव होता. आपल्या पुत्राच्या नजरेत आपल्याबद्दल असलेला आदर तसाच अखंड राहावा हीच आता राजाची शेवटची इच्छा होती. पुत्राच्या नजरेत आपल्याप्रति लाज उमटलेली राजाला कदापि सहन झाली नसती. आदर्श रामाने पित्याच्या इच्छेचं पालन केलं. त्याच्या प्रत्येक हालचालीत प्रेम आणि आदर जाणवत होता. त्यांना निरोप देताना कौसल्येने त्यांना पंचारतीने ओवाळलं. त्यांनी सुरक्षित यावं म्हणून तिने मनोमन आशीर्वाद दिले. अचानक ती वृद्ध दिसू लागली होती. पतीप्रमाणे तिच्याही चेहऱ्यावर वेदनांचं काहूर उमटलं होतं. हुंदके देत ती कडवटपणे म्हणाली, 'अरे, इतकी कशी पाषाणहृदयी मी? तुम्हाला निरोप घेताना पाहूनही मी अजून जिवंत कशी? तथापि, तुझ्या पित्याने आज्ञा दिल्यानुसार तू आता रवाना हो. कीर्तिवंत होऊन परत ये. तू आमचा यशवंत पुत्र आहेसच!'

वल्कलं धारण केलेले राम आणि सीता कैकयीसमोर उभे राहिले. रामाच्या चेहऱ्यावर सौम्य भाव होते. तो शांतपणे म्हणाला, 'माते, मी तुझा निरोप घेतो. तुझी इच्छा पूर्ण करण्याचा आनंद मला आहे.' एवढं बोलून तिच्यासमोर नतमस्तक होत त्याने तिला चरणस्पर्श केला. धाकट्या राणी मातेने त्याच्या मस्तकाला स्पर्श करत आशीर्वचन पुटपुटलं. त्याच्या पाठोपाठ सीतेनेही कैकयीला वाकून नमस्कार केला. लक्ष्मण मात्र तसाच ताठ उभा राहिला. कैकयीसमोर नतमस्तक होण्याची त्याची तयारी नव्हती. तिच्याकडे पाठ करत त्याने इतर राण्यांना चरणस्पर्श केला. ते पाहताच कैकयीचा चेहरा

लाल झाला. रामाने केवळ नजरेचा इशारा करताच लक्ष्मणाने निरुपायाने कैकयीच्या चरणांना ओझरता स्पर्श केला.

पुत्रवियोगाचं दुःख सुमित्राला असह्य होत असलं तरी मोठ्या शौर्याने ती आल्या प्रसंगाला सामोरी गेली. मृदूभाषी, सौम्य सुमित्रा सकारात्मकतेचं मूर्तिमंत प्रतीक होती. प्रत्येकाला तिने सौम्य स्वरात समर्पक आशीर्वाद दिला.

'माते,' एवढा एकच शब्द उच्चारत लक्ष्मणाने तिला पदस्पर्श केला. त्या बरोबर त्याला उठवून तिने कुशीत घेतलं. त्याच्या कपाळावर ओठ टेकवत ती म्हणाली, 'पुत्रा, मला आजवर सदैव तुझा अभिमान वाटत आला आहे. पण, खरं सांगते; माझी मान आजच्या इतकी ताठ कधीच झाली नव्हती. तू जे करत आहेस ते आजवर कुणाही भावाने दुसऱ्या कोणासाठी केलं नाही. इथून पुढे बंधुभाव आणि निष्ठेचा महामेरू म्हणून तुझ्याकडे पाहिलं जाईल. येणाऱ्या कित्येक पिढ्या तुझा आदर्श समोर ठेवतील. पुत्रा, आपल्या भावाला सोबत करण्याचा निर्णय तू केवळ कर्तव्यापोटी घेतला नसून निर्व्याज प्रेमापोटी घेतला आहेस. प्रेम जेव्हा कर्तव्याला ओलांडून पुढे जातं, तेव्हा त्याला मुक्ती म्हणतात. तू तुझ्या कर्तव्याला आणि प्रेमाला तुझा धर्म केला आहेस. इथून पुढे डोळ्यांत तेल घालून राम आणि सीतेचं रक्षण कर. ते करण्यासाठी तुला यथोचित बल प्राप्त होवो. आजपासून राम तुझा पिता, सीता तुझी माता आणि दंण्डकारण्य हीच तुझी अयोध्यानगरी आहे. वनातील कुटी आता तुझा राजप्रासाद असेल. हे सौमित्रा, निश्चिंततेने पुढे हो. ईश्वर तुझं रक्षण करो!'

एक माता आपल्या पुत्राला ज्या प्रकारे निरोप देत होती, ते पाहून ऊर्मिलेला आपल्या संकुचितपणाची जाणीव झाली. मातापुत्राच्या या प्रेमाला अभिमान, सन्मान, त्याग आणि त्याहून वरचढ अशा सौख्याची जोड होती. कणव किंवा भावनाविवशतेचा स्पर्शही त्या निरोपाला नव्हता. होती ती हलकीशी काव्यमयता, अनुभव आणि अभिव्यक्ती.

पंचारतीने लक्ष्मणाचं औक्षण केल्यावर सुमित्रेने ते तबक ऊर्मिलेच्या हातात दिलं. तिने ते स्थिरपणे हातात घेतलं. तिचं मन कितीही अस्थिर असलं तरी स्वतःला सांभाळत तिने लक्ष्मणाच्या कपाळावर कुंकुमतिलक रेखत त्याला सुपारी आणि अंगठीने ओवाळून मग पंचारतीने औक्षण केलं. त्याच्या नजरेत आपल्याप्रति असलेला तिरस्कार आपण कसा सहन

करणार, असा प्रश्न तिला पडला होता. म्हणून ती त्याची नजर टाळत होती पण सरतेशेवटी तिला त्याच्याकडे पाहावंच लागलं. त्याची गडद नजर तिच्या काळजाचा वेध घेऊ पाहत होती. तिला वाटत होतं त्याप्रमाणे त्या नजरेत तिरस्कार नसून अलवारपणा होता; की मग, पंचारतीच्या थरथरत्या ज्योतींमुळे तिला त्याच्या चेहरावरचे भाव सौम्य झाल्यासारखे वाटत होते?

फक्त तिलाच ऐकू जाईल अशा स्वरात त्याने विचारलं, 'तू केलेल्या ढोंगाला मी बळी पडेन असं वाटलं होतं का तुला?' हे ऐकताच ती निःस्तब्ध झाली.

'मिला, आपण दोघं कधीही एकमेकांचा तिरस्कार करू शकत नाही. शिवाय, पुढची चौदा वर्षं एकमेकांच्या विरहात काढायची आहेत ती या तिरस्काराच्या बलावर नाही. आपल्या दोघांमधील प्रेम आपली शक्ती आहे, मिला. आपल्या या परिपूर्ण प्रेमाची स्मृती सातत्याने माझ्या मनात जागी राहील. तीच आपल्या दोघांना विरहाग्नीच्या दाहकतेतून सांभाळेल. आपल्याला कधी एकटं वाटणार नाही. मिला, जशी तू सतत माझ्याबरोबर असशील, तसाच मीही अष्टौप्रहर तुझ्याबरोबर असेन. माझी मिला, माझी ऊर्मिला, माझी मनमोहिनी; उत्कटता आणि निश्चलता यांचा अवीट संगम!'

त्याच्या त्या सौम्य नजरेची ऊब तिच्या रोमारोमांत भिनली. उत्तरादाखल ती फक्त हसली. तिला चकार शब्दही उच्चारायची आवश्यकता नव्हती. तिला जे म्हणायचं होतं ते तिच्या आणि त्याच्याही नजरेत स्पष्ट उमटलं होतं. आसमंतात तेच प्रेम दिसत होतं. पवित्र पंचारती प्रसंगी तिच्याशी बोलण्याचं धारिष्ट्य पाहून तिला हसू आलं.

'हेच ते सुंदर हसू. प्रत्येक वेळेस तू हसलीस की, हे जग आणि मी पुन्हा पुन्हा तुझ्या प्रेमात पडतो. माझ्या मनःपटलावर तुझी ही हसतमुख चर्या मी सदैव कोरून ठेवीन. आणि जोडीला तुझा स्वाभिमानी बाणादेखील!' त्याने हसून पुस्ती जोडली. 'मला वचन दे की, तू कधी अश्रू ढाळणार नाहीस. नेहमी हसत राहशील.'

तिने मान डोलावून म्हटलं, 'हे शूर वीरा, जसा युद्धातून विजयी होऊन परत येतोस तसाच परत ये.' तिच्या नजरेत प्रेम आणि अभिमान दिसत होता. औक्षण पूर्ण करत ती उद्गारली, '...सुरक्षित, अखंड, कीर्तिवंत आणि अजेय होऊन परत ये.'

दासीच्या हातात औक्षणाचं तबक देत ती त्याला पदस्पर्श करण्यासाठी वाकली परंतु, तिचा दंड घट्ट धरत त्याने तिला थोपवलं. 'इथून पुढे कधीच मला नमस्कार करू नकोस. मी त्याला पात्र नाही!' साऱ्यांना ऐकू जाईल अशा स्वरात तो म्हणाला. इतरांकडे वळत तो बोलू लागला, 'एक समर्पित बंधू असल्याबद्दल मी जरी सर्वांच्या कौतुकास प्राप्त असलो तरी पती म्हणून मी अयशस्वी ठरलो आहे. माझ्या नवपरिणीत वधूला मी मागे ठेवून जात आहे.' बोलणं थांबवत त्याने तिच्या नजरेला नजर दिली. तो उत्कटतेने पुढे म्हणाला, 'हे ऊर्मिला, इथून पुढे तू केलेल्या त्यागामुळे आणि तुला होणाऱ्या अंतर्वेदनेने जग तुला ओळखेल पण, लज्जा आणि कृतज्ञतेने जड झालेलं माझं मन...चकार शब्दही न उच्चारता तू काय साध्य करते आहेस ते फक्त या मनाला माहीत आहे. तुझ्या ओठांवर असलेलं धीरोदात्त हसू आणि तुझं औदार्य केवळ मी जाणतो. तुझा लक्ष्मण आजन्म तुझ्या ऋणात राहील. मला सदैव तुझा अभिमान वाटेल. मी आता निघतो. मी शरीराने जरी तुला एकटं सोडून जात असलो तरी माझं मन आणि आत्मा सदैव इथेच तुझ्यापाशी असेल.'

ऊर्मिलेला भावना अनावर झाल्या. गळ्यात आवंढा दाटून आल्यामुळे ती चकार शब्द बोलू शकत नव्हती. उपस्थितांकडे पाहत लक्ष्मण पुन्हा बोलू लागला, 'पती म्हणून मी तिची काळजी घ्यायला हवी होती, तिच्याकडे लक्ष द्यायला हवं होतं, तिच्या समवेत राहायला हवं होतं, तिचं रक्षण करायला हवं होतं. यापैकी काहीही न करता माझ्या वृद्ध मातापित्याला तिच्यावर सोपवून मी निघून जात आहे. आदर्श पुत्राप्रमाणे त्यांची काळजी घ्यायला मी असमर्थ आहे. केवळ पती म्हणून नाही तर पुत्र म्हणूनही मी कर्तव्यात चुकलो आहे. माझी माता आणि पत्नी यांच्यापुढे नतमस्तक होत मी त्यांची क्षमा मागतो. कर्तव्य आणि समर्पणभाव या दोन्हींत मी कमी पडलो आहे याची मला जाणीव आहे.'

ऊर्मिलेच्या मनात एकाच वेळेस सौख्य आणि दुःखाने ठाण मांडलं. तिची घुसमट होऊ लागली. सुमित्रेच्या चेहऱ्यावर निखळ आनंद आणि अभिमान दिसत होता. लक्ष्मणाच्या अभिनिवेशाने सर्व उपस्थित चकित झाले होते. टाळ्यांचा कडकडाट करत सर्वांनी त्याचं कौतुक केलं. त्या क्षणी त्याने तिचं मनगट पकडलं. एक निमिषभर त्याचा अंगठा तिच्या मनगटावरून फिरला. हा शेवटचा स्पर्श होता. जितक्या पटकन त्याने तिचा

हात हातात घेतला, तितक्या पटकन तो सोडला. पुढच्या क्षणी त्याने तिच्याकडे पाठ फिरवली. आता तो वळून पाहणार नव्हता. राम आणि सीता रथारूढ झाले. लक्ष्मणही रथात बसला. हा रथ त्यांना अयोध्येच्या सीमेवर दंण्डकारण्यापाशी नेऊन सोडणार होता. चौदा वर्षांच्या वनवासाला सुरुवात झाली होती.

कौसल्येने शिदोरीचं गाठोडं सीतेच्या हातात दिलं. तिने ते रथामध्ये धनुष्यबाणांमध्ये ठेवलं. तिने रामाला आश्चर्याने विचारलं, 'रामा, आपल्या हे धनुष्यबाण कशासाठी हवेत? आपण संन्यस्त म्हणून अरण्यात जाणार आहोत. योद्धे म्हणून नाही. अशा वेळेस हिंसेचा स्वीकार का करावा? हिंसा करणारी ही शस्त्रं आपण का बाळगायची? आपण वनात क्षत्रिय म्हणून जात आहोत की, वनवासी म्हणून?'

प्रवासाच्या सुरुवातीलाच सीतेने रामाला नैतिकतेच्या अनुषंगाने प्रश्न विचारला होता. ऊर्मिलेला आपल्या बहिणीचा अभिमान वाटला. हे शक्तिप्रदर्शन कशासाठी? ते न्याय्य होतं का? अहिंसा हा अधिक चांगला पर्याय नव्हता का?' मोठ्या कौतुकाने आपल्या पत्नीकडे पाहत राम म्हणाला, 'तुझं म्हणणं पटतं आहे मला परंतु, गरजूंचं संरक्षण करणं क्षत्रियाचं कर्तव्य आहे. आपण ज्या अरण्यात जात आहोत, तिथे अनेक ऋषी वास्तव्य करतात. असुरांच्या क्रूर वागण्यामुळे त्यांच्या दैनंदिन कार्यात विघ्नं निर्माण होत आहेत. त्यांचं संरक्षण करण्यासाठी ही शस्त्रास्त्रं आहेत. आवश्यकता भासली तर त्यामुळे आपलंही संरक्षण होईल.'

सारथ्याने रथ हाकायला सुरुवात केली. त्याबरोबर हजारो शोकाकुल अयोध्यावासी त्या मागून निघाले. ते सारथ्याला गयावया करू लागले. 'इतक्या जोरात रथ हाकू नकोस! थोडा हळू चालव! आमच्या लाडक्या युवराजाची छबी आम्हाला पुन्हा एकदा डोळे भरून पाहू दे.' रामाने सारथ्याला रथ थांबवायला सांगितलं. ते पाहून ऊर्मिला आनंदली. रामाने वनवासात जाण्याचा निर्णय बदलला की काय, असं तिला वाटलं. तेवढ्यात रामाचा खणखणीत स्वर तिच्या कानावर पडला. रथाला चहूबाजूंनी वेढणाऱ्या प्रजाजनांकडे पाहत राम स्पष्टपणे म्हणाला, 'मी, सीता आणि लक्ष्मण यांच्यासवे वनवासात जात आहे. ही माझ्या पित्याची आज्ञा आहे. माझ्या दृष्टीने पित्याचा शब्द

सर्वाधिक महत्त्वाचा आहे. तेव्हा, हे अयोध्यावासी जन हो! कृपा करून मला थांबवू नका.' त्याचा प्रत्येक शब्द निःसंदिग्ध होता. तो निश्चयाने म्हणाला, 'तुमच्या मनात माझ्यासाठी अपार प्रेम आहे ते मी जाणतो, त्याचा निःसंशय आदर करतो. हेच प्रेम आणि आदर तुम्ही इथून पुढे माझा बंधू भरत याला द्यावा अशी मी इच्छा करतो. तसं झालं तर मी आनंदी आणि कृतज्ञ होईन. इथून पुढे माझ्या पित्याने ठरवल्यानुसार भरत तुमचा राजा...' त्याला वाक्य पूर्ण न करू देता प्रजाजनांनी विरोध दर्शवायला सुरुवात केली. त्यांना शांत करत राम म्हणाला, 'तो धाकटा असला तरी अतिशय दयाळू, हुशार आणि चांगला आहे. एक उत्तम राजा होण्याच्या दृष्टीने आवश्यक असलेले सर्व गुण त्याच्यात आहेत. तो शूर आणि खंबीर आहे. तो नेहमी तुमचं रक्षण करेल. आता तोच तुमचा राजा आहे. तुमची निष्ठा आणि प्रेम त्याला अर्पण करा. तुमचे आशीर्वाद माझ्या पाठीशी आहेत. त्या जोरावर मी आता अरण्याकडे प्रस्थान करतो. मला जसा आशीर्वाद देत आहात, तसाच आशीर्वाद माझा बंधू भरत याला आणि माझ्या वयोवृद्ध दुःखी पित्यालादेखील द्या.'

इतकं बोलून होताच रामाने सुमंताला रथ हाकायला सांगितलं. जमलेली गर्दी आपल्या आवडत्या राजकुमाराला पुढे होऊ देत नव्हती. मोठ्या कौशल्याने सुमंताने रथ पुढे नेला. त्याच्या मागून प्रजाजन धावत होते. ऊर्मिला सज्जातून हे पाहत होती. हळूहळू रथाने गती पकडली. गर्दी मागेच राहिली. झाकोळून येणाऱ्या आभाळात जनमानसाचं दुःख आणि वियोगाची भावना दाटली. दूरवर जाणारा रथ एका ठिपक्यासारखा दिसू लागला होता. क्षितिजावर धुळीचा लोट तेवढा दिसत होता. तेवढ्यात ऊर्मिलेला प्रासादातून किंकाळी ऐकू आली.

दोन्ही हातांच्या ओंजळीत चेहरा लपवून तिचे श्वशुर खाली कोसळले होते. नुकताच झालेला प्रसंग पुन्हा पाहायची वेळ आपल्यावर येऊ नये म्हणून त्यांनी चेहरा झाकून घेतला होता. त्यांचा लाडका पुत्र त्यांना सोडून गेला होता. त्याला परत आणण्यासाठी ते काहीही करू शकत नव्हते. कोसळलेल्या राजाला मदत करायला कैकयी धावली.

'हे विखारी स्त्रिये! मला स्पर्शदेखील करू नकोस!' राजा संतापून उद्गारला. 'या क्षणापासून मी तुझा त्याग करतो. मी तुझा तिरस्कार करतो. मी तुझा आत्यंतिक तिरस्कार करतो. हे पापी चांडाळिणी, तू आजपासून माझी पत्नी नाहीस!'

हे ऐकताच कैकयी जागच्या जागी थबकली. जणू राजाने तिला चपराक लगावली होती. त्याला उचलू पाहणारे तिचे हात त्याच्या खांद्यांवरून घरंगळले. 'कौसल्या!' राजाने कळवळून हाक मारली. 'कुठे आहेस तू? मला हिच्या राजवाड्यातून दूर घेऊन जा.' त्याचा काकुळतीला आलेला स्वर ऐकताच कौसल्या समोर धावली. तिला पाहताच तो म्हणाला, 'मला तुझ्या कक्षात घेऊन चल. माझा मृत्युसमय जवळ आला आहे. मला तुझ्या कक्षात मृत्यू येऊ दे. कौसल्या! तू कुठे आहेस? राम, माझा राम; तू कुठे आहेस?' असं म्हणत तो वयोवृद्ध राजा ढसाढसा रडू लागला. त्याच्या ओघळलेल्या गालांवरून घळाघळा अश्रू वाहू लागले. याचना करत राजा बोलू लागला, 'हे जग मला इतकं अंधकारमय का भासत आहे? माझा राम इथे नाही म्हणून का? माझ्या जीवनातला प्रकाश नाहीसा झाला आहे म्हणून का?' तो चालताना अडखळू लागला.

तिथल्या संगमरवरी फरशीवर तो कोसळण्याआधी पटकन पुढे होत ऊर्मिलेने त्याला सावरलं. तिन्ही राण्यांच्या मदतीने तिने त्याला निजवलं. पण राजाची शुद्ध हरपली होती. त्याच्या सांगण्यानुसार त्याला कौसल्येच्या कक्षात नेण्यात आलं. पुढचे कित्येक प्रहर राजा शुद्धीवर येऊ शकला नाही.

अवघ्या काही प्रहरांच्या अवधीत कित्येक घडामोडी घडून गेल्या होत्या! ऊर्मिलेला सारं अविश्वसनीय वाटलं. त्या सकाळी ती सीतेला युवराज्ञीपदाच्या अभिषेकासाठी तयार करत होती. अवघ्या काही प्रहरांपूर्वी ती लक्ष्मणाच्या मिठीत होती... मोठ्या प्रयत्नांनी तिने डोळ्यांसमोरची प्रतिमा घालवली. डोळे गच्च मिटून घेत ती काही क्षण तशीच बसून राहिली. तिने पुन्हा डोळे उघडले तेव्हा तिच्यासमोर अंधकारमय नवीन जग उभं होतं. तसं म्हटलं तर सारं काही तसंच होतं पण सगळं कसं बदलून गेलं होतं! सीतेइतकी ती वारंवार कौसल्येच्या कक्षात येत नसे. कैकयीच्या कक्षासारखा तो कक्ष झळझळीत नसला तरी मिथिलेच्या राजप्रासादाहून कैकपटीने अधिक भव्य होता. एरवी तो गडद आणि गूढ दिसत असे. या क्षणी मात्र त्या कक्षावर पराभवाची दाट सावली दिसत होती. कौसल्येच्या पोपटाने मौन धारण केलं होतं. राजाची झोपमोड होऊ नये म्हणून त्याचा पिंजरा तिथून दुसरीकडे हलवण्यात आला. निजलेल्या राजाच्या शेजारी बसून राहिलेली कौसल्या उद्ध्वस्त झाल्यासारखी दिसत होती. तिचा चेहरा काळजीने व्याप्त होता. नजर दुःखाने गोठली होती.

कित्येक प्रहरांनी दशरथ जेमतेम शुद्धीवर आला. जाग येताच क्षणी, 'माझा राम कुठे आहे? कौसल्या, तू कुठे आहेस? मला काहीच दिसत नाही! मला तुझा हात धरू दे. तू कुठे आहेस?' असं दशरथाने विचारायला सुरुवात केली. त्याचे डोळे उघडे असले तरी तो दृष्टी गमावून बसला होता.

'हे परमेश्वरा! आता मी काय करू? राजा दशरथ आपली दृष्टी गमावून बसला आहे!' राजा दशरथाचा क्षीण हात हातात धरत कौसल्या आक्रंदन करू लागली. दुःखाच्या या क्षणी दोघंही पुन्हा एकदा एकमेकांच्या निकट आले होते, एकमेकांकडून बल मिळवू पाहत होते. राम जीवनातून गेल्यामुळेच राजा आपली दृष्टी गमावून बसला होता.

कौसल्या हुंदके देत म्हणाली, 'जिथे मी स्वतःचंच सांत्वन करू शकत नाही तिथे मी राजाचं सांत्वन कसं करू शकणार आहे? रामाशिवाय मी कशी जगणार आहे? माझ्या पतीला कोणत्या शब्दांनी मी शांत करू शकणार आहे?'

अशा प्रकारे विमनस्क अवस्थेत असलेल्या कौसल्येला सुमित्रेने सावरलं. तिने सौम्यपणे समजावलं, 'कौसल्या, तू का शोक करत आहेस? शोक करण्यासारखं काय आहे?' तिचा स्वर ठाम होता. 'आजवर तुला तुझ्या पुत्राचा नेहमीच अभिमान वाटत आला आहे. आजही तो तसाच वाटू दे. तोच नेहमी राजा असेल. आता नाही तर नंतर. आज तो अरण्यात गेला आहे. एका तपस्व्याचं जीवन जगणार आहे. कुठल्याही राजपुत्राने आजवर असं केलं नाही. यातून रामाचं वेगळेपण उठून दिसतं. रामाच्या हातून महान कार्य घडणार आहे ते लक्षात घे. अशा विलक्षण पुत्राला जन्म दिला म्हणून अभिमान बाळग. केवळ पित्याचा शब्द पाळण्यासाठी कुठला पुत्र राजमुकुटाचा त्याग करेल? राजाचा सन्मान जपण्यासाठी कुठला राजपुत्र राज्याचा त्याग करेल? राम महानायक आहे. त्याच्यासाठी शोक न करता त्याचा अभिमान बाळग. त्याच्या वाट्याला उत्कर्ष आणि महानता येणार आहे. त्याची मुक्ती उच्चस्तरीय आहे. हे लक्ष्मणाला दिसलं, म्हणूनच या नवीन कठीण मार्गावर त्याने रामाच्या पावलावर पाऊल टाकायचं ठरवलं. राम आणि सीतेला काहीही अपाय होणार नाही याची काळजी लक्ष्मण घेईल. माझ्या धैर्यवान पुत्राचा मला अभिमान आहे. त्याच्या विरहात मी दुःखाश्रू ढाळणार नाही. माझ्या शूर स्नुषेने – ऊर्मिलेने म्हटल्याप्रमाणे कीर्तिवंत आणि अजेय होऊन परतणाऱ्या माझ्या पुत्राची मी वाट पाहत

आहे. जरा ऊर्मिलेकडे नजर टाक. ती शोक करते आहे का? नवविवाहित आहे ती! तरीसुद्धा लक्ष्मणाचा विरह पुढची चौदा वर्षं तिला सहन करावा लागणार आहे. असं असूनही ती स्वतःची कीव करत नाही. तिची घालमेल तुला दिसत नाही का?'

सुमित्रेचं बोलणं ऐकून ऊर्मिलेला संकोच वाटला. शक्य तितक्या डौलाने आणि शांतपणे परिस्थितीचा स्वीकार करण्याचा प्रयत्न तिने केला होता. त्यात तिला तरी काही मोठेपणा जाणवला नाही.

सुमित्रा चतुर होती. कौसल्येची समजूत घालत ती पुढे म्हणाली, 'एका अद्वितीय पुत्राची आई आहेस तू. तेव्हा तसंच वाग. वयस्कर पतीला उभारी दे. प्रासादातील इतर स्त्रियांच्या पाठीशी उभी रहा. असं कोसळणं अयोध्येच्या राणीला शोभा देत नाही. महानायकाच्या मातेला तर ते मुळीच शोभून दिसत नाही.'

तो संपूर्ण दिवस राजा दशरथ पुन्हापुन्हा बेशुद्ध होत राहिला. त्याचं मन विषण्ण झालं होतं. त्याची इच्छाशक्ती नष्ट झाली होती, नजर गेली होती. परंतु, त्याच्या तरुण पत्नीप्रति त्याच्या मनात असलेला संताप आणि तिरस्कार शमत नव्हता. तिला भेटायला त्याने नकार दिला. अत्यंत कठोर शब्दांत तिची निर्भर्त्सना केली.

'दुष्ट चेटकीण, निघ इथून! माझा पुत्र आणि माझं कुटुंब तू उद्ध्वस्त केलं आहेस. तुझ्या धूर्ततेच्या प्रेमात मी कसा पडलो? नक्कीच मी मूढ असणार किंवा मग मद्याच्या अमलाखाली असणार. आजवर मला माझा हा मूढपणा कधीच उलगडला नाही. जग आता मला हसेल. तू राक्षसीण आहेस. दुष्ट चेटकीण आहेस. मायावी आहेस!' कैकयी त्याच्या डोक्याखालचे तक्के नीट करू पाहत असताना तिचा हात ढकलून देत तो म्हणाला. 'तुला फक्त तुझ्या पुत्रासाठी सिंहासन हवं आहे. माझी काळजी असल्याचं ढोंग करू नकोस. मी, राजाधिराज, अत्यंत गुणी पुत्राचा पिता! मी तुझ्या पायांवर लोळण घेतली. तुझ्या भयंकर इच्छा तू परत घ्याव्यास म्हणून विनवणी केली पण तू माझ्याकडे पाठ फिरवलीस. उलट, तू स्वतःचा जीव घेण्याची धमकी मला दिलीस. आता तू हळूहळू मला ठार करण्याच्या मागे आहेस. पहिल्यापासून तुझी हीच योजना होती का? एकदा माझा मृत्यू झाला की, तुला आणि तुझ्या पुत्राला राजमुकुट आणि सिंहासनाचा मनसोक्त उपभोग घेता येईल असं तुझ्या मनात होतं का?' त्याने विखारी स्वरात विचारलं. 'एका वृद्ध

पित्याला त्याच्या आयुष्याच्या शेवटच्या काळात तू अशी वागणूक कशी काय देऊ शकलीस? कौसल्या आणि सुमित्रेशी तू असं कसं काय वागू शकलीस? तू तुझ्या पुत्राबरोबर वैभव आणि कीर्ती उपभोगशील, त्या वेळेस त्या मात्र त्यांच्या पुत्रांच्या वियोगात तळमळत राहतील. एका नवविवाहित वधूला तिच्या तरुण पतीपासून तू दूर कसं काय केलंस? विशुद्ध प्रेमापोटी लक्ष्मण रामाबरोबर चौदा वर्षांसाठी वनवासात गेला. त्यामुळे त्याची आणि ऊर्मिलेची ताटातूट झाली. तुझ्या सभोवार असलेलं निर्व्याज प्रेम तुला दिसलं नाही का? माझं कुटुंब हे असं आहे. तूही तशीच होतीस ना? तू हे काय करून ठेवलंस? तुला किंवा त्याला मी कधीच क्षमा करणार नाही परंतु, मी भरताला यामध्ये का गोवतो आहे?' वृद्ध राजा आता ढसाढसा रडू लागला. 'मी भरताला चांगलं ओळखतो. तुझ्या दुष्ट हेतूमुळे आम्ही सर्वांनी तुला जसं झिडकारलं आहे तसाच तोही झिडकारेल याची मला खात्री आहे. तो तुझा तिरस्कार करेल. त्याला तुझी लाज वाटेल. हे मूढ स्त्रिये, तू जसं रामावर प्रेम करण्याचं ढोंग केलंस तसं त्याचं नाही. तो रामावर खरोखरच प्रेम करतो. तुझ्या इच्छा तो स्वीकारेल असं मला वाटत नाही. त्यातून त्याने त्या जर स्वीकारल्या तर, कौसल्या आणि सुमित्रा मी तुम्हाला बजावतो की, माझ्या चितेच्या आसपासही ही दोन दुष्ट माणसं उपस्थित राहता कामा नयेत. माझे अंतिम संस्कार त्याच्या हातून होऊ नयेत हीच माझी शेवटची इच्छा आहे. तसं जर त्याने केलं तर माझा आत्मा सदैव भरकटत राहील, अतृप्त राहील!' इतकं बोलून कैकयीच्या दिशेने मान वळवत दशरथाने शब्द उच्चारले, 'हे आनंदी विधवा स्त्री, माझ्या चितेपासून दूर रहा!'

दशरथाने कितीही निर्भर्त्सना केली तरी कैकयीने आत्मसंयम दाखवला.

शक्य तितक्या त्वरेने अयोध्येला परतावं असा निरोप भरताला पाठवण्याची तिने सुमंतला आज्ञा केली. ती स्वतः राज्याभिषेकाच्या तयारीला लागली. रामाचा राज्याभिषेक जरी घाईगडबडीत उरकण्यात येणार होता तरी भरताचा राज्याभिषेक थाटामाटात पार पडेल असंही सांगायला ती विसरली नाही.

संयम न सोडता ती म्हणाली, 'मी कशी आहे किंवा कशी असायला हवी याने काही फरक पडत नाही. तू काय करतोस त्याने मात्र फरक पडतो! तू मला दोन वर दिले होतेस. इतकी वर्षं ते माझ्या विस्मरणात गेले होते हा माझा मूढपणा आहे. महत्प्रयासाने मला ते वर प्राप्त झाले आहेत. ते

मिळवण्याच्या नादात तुझा संताप आणि तिरस्कार मला ओढवून घ्यावा लागला आहे.' खांदे उडवत कौसल्येकडे रोखून पाहत ती पुढे म्हणाली, 'सगळ्यांचाच तिरस्कार! असू दे. हे राजन, तू ज्याला दुष्टपणा किंवा धूर्तपणा म्हणतोस त्याला मी स्वसन्मान म्हणते. माझा पुत्र अयोध्येचा राजा होईल असं वचन तू माझ्या पित्याला दिलं असताना रामाला युवराज्याभिषेक कसा करू शकतोस? भरताला घाईने केकयनगरीला पाठवून त्याच्या अनुपस्थितीत रामाच्या राज्याभिषेकाची घोषणा कशी काय करू शकतोस? मला एका शब्दानेही काही न सांगता, गुप्तपणे तू त्याला राज्याभिषेक कसा करू शकतोस?' तिचे डोळे आग ओकत होते. 'महाराज, मी तुमचा विश्वासघात केला नसून तुम्ही माझा विश्वासघात केला आहे. तुमच्या या राजकीय खेळीपायी मी आणि माझा पुत्र बळी जाणार होतो. मी वेळीच सावध झाले म्हणून बरं झालं! विवेक आणि नीतिमत्तेच्या गोष्टी तुम्ही मला शिकवू नका!' तिच्या शब्दात तिरस्कार भरला होता. 'मी भरताची माता आहे. तुझं प्रेम आणि मायाळूपणा अप्पलपोटा आहे. त्यात आपपरभाव आहे. त्यामुळेच भरत त्याच्या जन्मसिद्ध हक्कापासून वंचित राहत होता. मी त्याच्या हक्कांचं रक्षण केलं आहे. अन्यायापासून त्याला वाचवलं आहे. हे करताना रामावर जर अन्याय झाला असेल तर तो योग्यच आहे.'

लक्ष्मणाच्या विरहात ऊर्मिला व्याकूळ झाली असली तरी राणीचा झालेला कायापालट तिच्या पचनी पडत नव्हता. कैकयी अनोळखी वाटू लागली होती. तिचं प्रेम आणि सचोटी त्याचबरोबर मायेची ऊब अचानक नाहीशी झाली होती. राजकीय सत्ता मिळवण्यासाठी इतकं परिवर्तन व्हावं का? तिला असं भ्रष्ट कोणी केलं होतं? मनातला प्रश्न पूर्ण होण्याआधीच ऊर्मिलेला उत्तर माहीत होतं. मनाने अत्यंत कनवाळू असलेल्या व्यक्तीला क्षणार्धात अत्यंत दुष्ट करण्याची नैसर्गिक क्षमता केवळ एकाच व्यक्तीत होती...मंथरा!

नैराश्य

मंथरेने कैकयीला असं काय सांगितलं असेल की, ज्यामुळे इतका अतर्क्य आणि अगम्य विचार तिने केला असावा? ती दुष्ट म्हातारी, वृद्ध आणि आजारी राजाच्या आसपास कुठेही दिसत नव्हती. गेले चार दिवस राजाने अन्नपाण्याचा त्याग केला होता. त्याची प्रकृती क्षणाक्षणाला खालावत होती. कैकयीला कक्षात येण्यास बंदी करण्यात आली होती. मंथरा कैकयीबरोबर होती. भरताच्या राज्याभिषेकाच्या तयारीत दोघी गढल्या होत्या. त्याला केकय नगरीतून आणण्यासाठी दूत रवाना झाले होते. भरताच्या कानावर घडल्या घटनांबद्दल एकही शब्द न जाऊ देण्याची कठोर सूचना त्यांना देण्यात आली होती.

लवकरच ऊर्मिला आणि मंथरा समोरासमोर आल्या. तसं पाहिलं तर मंथरेने येऊन ऊर्मिलेची मुद्दाम गाठ घेतली. 'राज्याभिषेक सोहळ्याच्या प्रसंगी होणाऱ्या पूजेची तयारी व्यवस्थित झाली आहे की नाही हे पाहण्यासाठी राणी कैकयीने तुला बोलावलं आहे,' मंथरा म्हणाली. 'नुकतंच रामासाठी हे सगळं तू केलं होतंस, त्यामुळे तुझा अनुभव अगदी ताजा आहे, नाही का?' तिने मानभावीपणे पुस्ती जोडली.

'मला प्रत्येक घटकेला महाराजांच्या औषधोपचाराकडे लक्ष द्यावं लागतं. तेव्हा महाराणींना सांग की, या तयारीत मी कुठल्याही प्रकारे मदत करू शकणार नाही,' ऊर्मिलेने झणझणीत उत्तर दिलं. 'शिवाय, कौसल्या मातेची प्रकृती स्थिर नसल्यामुळे मला तिच्याकडेही पाहावं लागतं. मंथरा, तू आता इथे आलीच आहेस तर मृगनयनी दासीला पाणी उकळवत ठेवायला

सांग. तिला म्हणावं रिकाम्या गप्पा मारत इकडेतिकडे भटकत खोटंनाटं पसरवू नकोस,' अत्यंत शांतपणे पण अधिकारवाणीने असं बोलून ऊर्मिलेने मुद्दाम त्या म्हातारीकडे पाठ फिरवली. मंथरेने जोरात श्वास घेतलेला तिला ऐकू आला. त्या म्हाताऱ्या दासीच्या अंगाचा तिळपापड झाला. ती संतापून म्हणाली, 'उद्धट मुली! माझ्याशी इतक्या उद्दामपणे बोलायचं धाडस तरी कसं झालं तुझं? तू आहेस तरी कोण? चढेल आणि उन्मत्त आहेस तू. राणी कैकयी आणि भरताच्या दयेला पात्र होण्यासाठी टाकून दिलेली पत्नी आहेस तू. तुला त्यांची आज्ञा पाळावीच लागेल. मरायला टेकलेल्या त्या राजाची सेवा करणाऱ्या तुझ्या त्या इतर सासवांचं काही एक ऐकण्याची गरज नाही. त्या तुझं संरक्षण करू शकणार नाहीत. ज्या पतीचा तुला वृथा अभिमान आहे, तोही तुझं संरक्षण करू शकणार नाही. आहे तरी कुठे तो? त्याने आपल्या भावासाठी तुझा त्याग केला आहे. या राजवाड्यात सर्वजण त्याला सर्वाधिक घाबरतात असा तुझा दावा होता ना? ह्यॅ! कुठे आहे तो आता? आपल्या प्रिय बंधूसाठी कंदमुळं शोधतो आहे का? की, त्याचे थकलेभागले पाय चेपतो आहे?' मंथरेच्या बोळक्यातून बाहेर पडणारा प्रत्येक शब्द आकसाने लडबडलेला होता.

ऊर्मिला अविचल होती. आपल्या बोलण्याने या मूढ म्हातारीचा तिळपापड झाला आहे याचा तिला मनस्वी आनंद झाला होता. त्यामुळेच तर मंथरा तिच्या नेहमीच्या मुत्सद्दीपणाच्या ढोंगातून बाहेर आली होती. ऊर्मिला अतिशय उन्मत्तपणे म्हणाली, 'माझ्या वैयक्तिक जीवनाची चर्चा यत्किंचित दासीशी करण्याची सवय मला नाही. इतकंच नाही तर तू ओकलेलं गरळ खरं मानायला मी माता कैकयीसारखी मूढही नाही. तू एक असंतुष्ट म्हातारी आहेस. दुसऱ्यांना दुःख देण्यात तुला सुख मिळतं. आनंदाला चूड कशी लावायची हे तुला अचूक उमजतं. मंथरा, निघ आता. आत्ताच्या आत्ता! तुझी हेर असलेली ती मृगनयनी – तिचीही ताबडतोब उचलबांगडी कर इथून. तू ठायीठायी तुझ्या हेर पेरल्या आहेत ना. मांडवीच्या प्रासादात कामिनी, माता कौसल्येच्या प्रासादात प्रांजली.... फार छान प्रशिक्षण दिलं आहेस तू त्यांना. त्या सगळ्या तुझ्यासारख्या कोपिष्ट आणि कुजक्या मनोवृत्तीच्या भ्रष्ट स्त्रिया आहेत.'

हे ऐकताच मंथरेचा चेहरा पांढराफटक पडला. तिचा धूर्तपणा उघडा पडला होता. तरीसुद्धा ती हार मानायला तयार नव्हती. संतापाने तिचा

थयथयाट झाला. तिच्या नजरेत रक्त उतरलं. वेडेवाकडे हातवारे करत ती किंचाळून म्हणाली, 'याच कक्षात तू आणि तुझ्या त्या उद्धट पतीने मला हाकलून दिलं होतं. आज तुला माझं बोलणं ऐकावंच लागेल. मांडवी, कीर्ती आणि सीतेला तू माझ्याबद्दल नेमकं काय सांगितलं की, त्या मला टाळू लागल्या? किती आदराने वागायच्या माझ्याशी. वागायलाच हवं होतं! पण तू... त्यांच्या डोक्यात काहीतरी विचार सोडलेस. तुला काय वाटतं की, तू फार हुशार आहेस. तुझ्या बहिणींचं नेतृत्व करते आहेस? लक्षात ठेव, तू कधीही माझ्यावर विजय मिळवू शकत नाहीस.' मंथरेचा चेहरा द्वेषाने काळानिळा झाला होता. 'माझे स्वतःचे काही खास मार्ग आहेत. तेच मी आता अनुसरले आहेत. पाहिलंस ना प्रासादात प्रत्येक गोष्ट कशी योग्य प्रकारे होत आहे? या तीन राण्यांमध्ये मी जसा द्वेष निर्माण केला, तसाच तुम्हा चार बहिणींमध्ये निर्माण करेन. येणाऱ्या काळात तुम्ही बहिणी सतत एकमेकींशी भांडत राहाल. मांडवी परतून आली की, तिच्या इच्छेनुसार ती राणी होईल. स्वाभाविकतः, तुझ्यापासून ती दूर होईल. सीता तर आधीच इथून निघून गेली आहे. राहता राहिली कीर्ती, तिला मी चुटकीसरशी तुझ्यापासून दूर करेन. काही झालं तरी ती मांडवीची सख्खी बहीण आहे, तुझी नाही. मग तू एकटीच राहशील बिच्चारी! तुला बोलायलाही कोणी नसेल, ना तुझ्या बहिणी ना तुझा तो पती! प्रिय मुली, मी सूड उगवेन!' हे बोलताना मंथरेची नजर तिरस्कार आणि आनंदाने चमकत होती.

स्वतःचा तोल न ढळू देता ऊर्मिला शांतपणे म्हणाली, 'कुठल्या सूडाच्या गोष्टी करते आहेस तू, मंथरा? आणि कुणाचा सूड उगवणार आहेस? आमचा की कैकयीचा? कारण तुझ्या वागण्याने सर्वाधिक तोटा तिचा झाला आहे. तू स्वतःला तिची हितचिंतक म्हणवतेस ना?' ऊर्मिलेच्या स्वरात आता उपहास होता. 'मी तर म्हणेन की, तू तिची सर्वांत मोठी वैरी आहेस. तुझा विजयोन्माद जेमतेम काही दिवस चालेल हे तुझ्या धूर्त मेंदूच्या अजूनही लक्षात आलं नाही का? ज्या दिवशी भरत परतून येईल, तो दिवस तुझ्यासाठी अत्यंत वाईट ठरेल. तो सिंहासनाचा कधीही स्वीकार करणार नाही. उलट, तुला तो या नगरीतून हाकलून लावेल. जे घडलं त्यासाठी तो आयुष्यभर त्याच्या मातेचा तिरस्कार करेल. भरत आपल्या मातेच्या म्हणण्यानुसार सिंहासनाचा स्वीकार करेल असं तुला जे वाटतं, त्यावरून सरळ दिसतं की, तू त्याला ओळखत नाहीस. तो तुझा कितीही लाडका

असला तरी त्याला तू नजरेसमोरही नको असतेस. केवळ माता कैकयीपायी सर्वजण तुला सहन करतात. भरतही त्याला अपवाद नाही. तुझं सुदैव समज की, तोही रामाप्रमाणे अत्यंत उदात्त असल्यामुळे त्याने तुला आजवर काही केलं नाही.' मंथरेला ताकीद देत ऊर्मिला म्हणाली, 'इथून पुढे काळजी घे पण, जाण्यापूर्वी माझ्या एका प्रश्नाचं उत्तर दे तू. राण्यांमध्ये तू फूट पाडलीस. आम्हा बहिणींमध्येही फूट पाडण्याचा विचार ऐकवलास. पण, भावांमध्ये तू वितुष्ट कसं काय आणू शकली नाहीस?'

मंथरा काय उत्तर देते हे ऐकायला ऊर्मिला थांबली. ती शुष्क म्हातारी अचानक गप्प झाली पण तिच्या नजरेत किंचित आशेचा किरण दिसत होता.

'तू तसं करूच शकत नाहीस. त्यात तुला संपूर्ण अपयश आलं आहे. तसा प्रयत्न तू अनेकदा केला असणार. म्हणून तर तू भरताला नेहमी झुकतं माप देतेस. तो माता कैकयीचा मुलगा आहेस म्हणून तू केवळ त्याच्याशी आपुलकीने बोलतेस असं नाही,' ऊर्मिला ठासून बोलू लागली. 'तुला त्याची आवश्यकता आहे. इतर राजकुमारांना दुखवण्यासाठी शस्त्र म्हणून तू त्याचा वापर करू इच्छितेस. त्याच्या गप्प बसण्याला तू मूक संमती समजलीस. तो मौन राहिला कारण तो तुझा आदर करतो. मंथरा, तो तुला मातामहीच्या जागी समजतो पण जसा तू माता कैकयीचा विश्वासघात केलास, तसाच तू त्याचाही केलास. तू तिला वरदान मागून घ्यायला लावलंस. राजा दशरथाने तिच्या पित्याला जे वचन दिलं होतं ते विस्मरणात गेलेलं असतानाही तू ते पुन्हा उकरून काढलंस.'

मंथराने वस्कटा मारला. 'पण राजाने आपलं वचन मोडलंच होतं. माझी कैकयी; देशातील सर्वांत सुंदर, तरुण, हुशार आणि शूर स्त्री होती. तिच्यासारखी कुणी राजकन्या नव्हतीच! एखाद्या म्हाताऱ्या राजाशी तिने विवाह का करावा? पण केला! मूर्खासारखी प्रेमात पडली त्याच्या. म्हणूनच मी तिच्या पित्याला तशी अट घालायला लावली. तिचं भलं पाहणं माझं काम होतं. तिला स्वतःला कशाचंही भान नव्हतं.'

'राजा अश्वपतीला तू फितवलंस!' ऊर्मिला म्हणाली. 'दशरथ राजाकडून वचन घ्यायला तू भाग पाडलंस. राजकुमारी कैकयीच्या पोटी पुत्र जन्माला येईल या आशेने दशरथ राजाने ते मान्य केलं.'

'हेच म्हणते आहे मी!' मंथरेच्या स्वरात विखार भरला होता. 'केवळ पुत्रप्राप्तीच्या आशेने त्याने तिच्याशी विवाह केला. जेव्हा तिला पुत्र झाला

नाही तेव्हा निष्ठूरपणे त्याने सुमित्रेला आपली तिसरी पत्नी केलं. बिचारी माझी राजकन्या! तिला हे सगळं कसं सहन होणार? नव्याने आलेल्या त्या तिसऱ्या राणीचं स्थान डळमळीत करणं मला भाग होतं. सुदैवाने, तिलाही मूल झालं नाही. ती सुमित्रा एखाद्या भित्र्या पिल्लासारखी होती. त्यामुळे, तिच्या वंशावळीबद्दल मी ज्या काही अफवा पसरवल्या, त्या कामी आल्या.' तुच्छतेने मंथरा म्हणाली, 'किती मूढ होती ती! थोरल्या राण्यांच्या सावलीसारखी वावरत राहिली आजवर. स्वतःचं भलं तर सोडाच, आपल्या मुलांच्या भल्याचाही विचार तिने कधी केला नाही. जशी ती राण्यांच्या मागेमागे होती, तसंच तिच्या मुलांनी राम आणि भरताच्या मागेमागे राहावं यासाठी ती प्रोत्साहन देत राहिली. किती हा मंदपणा!'

आलेला संताप आवरण्यासाठी ऊर्मिलेने मुठी घट्ट आवळल्या. समोर उभ्या असलेल्या या म्हातारीचा निर्घृणपणा तिला सहन होत नव्हता. तरीसुद्धा, ती अजून काय बोलते हे ऐकण्यासाठी ऊर्मिलेने स्वतःला आवरलं.

'कैकयीची खरी शत्रू कौसल्या होती. ती राजाची पट्टराणी होती. सुदैवाने, वैजयंतीनगरीच्या संबराशी युद्ध सुरू झालं. त्यामुळे कैकयीचा भाग्योदय झाला.' मंथराने स्मृतीला ताण दिला, 'कैकयी शूर योद्धा होती. मीच तिला युद्धभूमीवर जायला प्रवृत्त केलं. त्यायोगे ती राजाला जिंकून घेऊ शकली असती. युद्धभूमीवर पराक्रम दाखवत तिने राजाचा जीव वाचवला. त्या एका उपकाराने तिने आयुष्यभर त्याला आपला दास केला. कौसल्येला तिचं पट्टराणीपद सोडावं लागलं. माझ्या योजनेप्रमाणे कैकयी राजाची आवडती राणी झाली. सगळं कसं छानछान सुरू होतं आणि नेमका रामाचा जन्म झाला.'

राजाला चार पुत्र झाले पण राम त्याचा सर्वाधिक लाडका आहे याची चिंता मंथराला वाटली असणार. त्या असुरक्षिततेपोटी तिने सातत्याने रामाचा तिरस्कार केला. जसजशी वर्षं गेली, तसतसा तो तिरस्कार विकोपाला गेला. मंथरेने आजवर नीटपणे आखलेल्या योजनेवर पाणी ओतलं जात होतं.

दुःखाने हात उडवत मंथरा बोलू लागली पण तिच्या चेहऱ्यावर धूर्त भाव होते. 'प्रत्येकाचं रामावर प्रेम होतं. काहीतरी जादू होती त्याच्यात. त्या जादूला सगळे बळी पडत होते. मूढ कैकयीदेखील त्याला अपवाद नव्हती! ती त्याचे नेहमी लाड करत असे - अगदी नेहमी. आपला पुत्र भरत आहे याचा देखील तिला विसर पडला होता. तिचा पुत्र राजा होणार होता. तिच्या

पतीने तिच्या पित्याला दिलेल्या वचनाचासुद्धा तिला विसर पडला होता. राजाला तर काय बरंच झालं. त्याने सोयिस्कररीत्या आपल्या वचनाकडे दुर्लक्ष केलं. यात भरडला गेला तो बिचारा भरत. त्याची अयोध्येशी नाळ जुळायला नको या हेतूने राजा दशरथ त्याला वारंवार केकयनगरीला पाठवत असे. आपल्या पुत्राला सतत पित्याच्या घरी धाडण्याबद्दल मी कित्येकदा कैकयीची कानउघडणी केली आहे. ती आपल्या पोटच्या पोराकडे दुर्लक्ष करते आहे याचीही जाणीव मी तिला सतत देत राहिले परंतु, रामाला राजा करायला तिची काही आडकाठी नव्हती. तिच्या मते, त्याचा जन्म सर्वप्रथम झाल्यामुळे तोच सिंहासनाचा वारस होता. मूर्ख स्त्री! आधी पतीच्या प्रेमापोटी आणि नंतर पुत्राच्या प्रेमापोटी आंधळी झाली होती!'

म्हातारी मंथरा आवेशाने बोलत होती. आपलं षड्यंत्र उघडं पडतं आहे याची तिला यत्किंचितही तमा नव्हती. बोलताबोलता तिचा स्वर जड झाला, 'खूप विचार केला मी. तिच्या प्रेमात भेद कसा निर्माण करता येईल यावर उपाय शोधताना अचानक माझ्या लक्षात आलं की, पुरुष जातीवर तिचा फारसा विश्वास नाही. तिच्या वडिलांनी तिच्या आईला राज्याबाहेर घालवून दिल्यामुळे कैकयीच्या मनात आपल्या पतीच्या प्रेमाबद्दलदेखील शंका होती. नेमक्या ह्याच गोष्टीचा लाभ उठवत मी कौसल्या आणि सुमित्रा यांच्याविरुद्ध गरळ ओकलं,' मंथरा आढ्यतेने म्हणाली. 'योग्य क्षणी कैकयीच्या मनात संशयाचं बीज पेरणं इतकंच माझं काम होतं. त्यातून, तिच्या नकळत घाईने राज्याभिषेक सोहळ्याची तयारी सुरू झाल्यामुळे तिच्या मनातील संशयाला आणि असुरक्षिततेला धुमारे फुटायला वेळ लागला नाही.'

मंथरेने ज्या कुशलतेने सर्व योजना आखली होती, ते पाहून ऊर्मिलेच्या पोटात ढवळू लागलं.

मंथरेचं तिच्याकडे लक्ष नव्हतं. स्वतःच्या उन्मादात ती अजूनही बोलत होती. 'भावनिकदृष्ट्या कैकयी नेहमीच अस्थिर राहिली आहे. तिला फशी पाडणं कठीण नसतं पण रामावर तिचा पूर्ण विश्वास होता. तो विश्वास भंग करून त्या प्रेमात बिब्बा घालण्यासाठी मला तिच्या मनात भीती निर्माण करावी लागली. एकदा का राम राजा झाला की, मग राजमाता म्हणून कौसल्येच्या हातात सर्व सूत्रं जातील अशी भीती मी तिच्या मनात निर्माण केली. जी कौसल्या कैकयीचा तिरस्कार करत होती, ती संधी मिळताच इतक्या वर्षांचं

उट्टं काढत कैकयीवर सूड उगवेल ही भीती मी दाखवली. कौसल्या तिला आणि भरताला कारागृहात डांबेल किंवा शक्य झालं तर कैकयीला आपली दासी करेल असं दृश्य मी रंगवलं. निव्वळ विचाराने कैकयी हतबुद्ध झाली. त्यानंतर मी जे सांगेन ते करायला ती तयार झाली. कारण, मी तिच्या भल्यासाठी हे सर्व करत आहे याची तिला खात्री पटली होती.' असं म्हणत मंथरेने आपल्या हातातील सुवर्णमुठीची काठी सरळ केली.

'नेमकं भरताच्या अनुपस्थितीत रामाच्या राज्याभिषेक सोहळ्याची तयारी सुरू झाली. राजा दशरथाच्या या कृतीकडे लक्ष वेधत मी कैकयीच्या मनात त्याच्या हेतूबद्दल शंका निर्माण केली.' तिच्या चेहऱ्यावर कपटी भाव उमटले होते. 'त्यातून राजाने या राज्याभिषेक सोहळ्याची कल्पनादेखील तिला दिली नाही हे मी तिला सांगितलं. कौसल्या आणि राजाने मिळून तिला मूढ बनवत तिच्याविरुद्ध आणि भरताविरुद्ध धूर्त खेळी खेळल्याचं मी तिला समजावलं. त्या क्षणी राणी कैकयी पुन्हा एकदा लहानपणीच्या कैकयीप्रमाणे माझ्या मुठीत आली. आता मी तिला हवं तसं वाकवणार होते!' तिच्या चेहऱ्यावर प्रसन्न हसू होतं.

तिच्या सुरकुतलेल्या चेहऱ्यावर मूर्तिमंत कावेबाजपणा दिसत होता. 'चहुबाजूंनी आवळल्या जाणाऱ्या पाशांतून तिची सुटका करावी अशी तिने माझी विनवणी केली. या दुःस्वप्नातून बाहेर येण्याचा एकच मार्ग होता. तोच मी तिला दाखवला. कोणे एकेकाळी राजाने तिला दोन वर दिले होते. ते मागून घेण्याची वेळ आली होती.' खांदे उडवत ती पुढे म्हणाली, 'मीच तिला सांगितलं, जा, पुढे हो, त्रागा कर, स्वतःला जिवे मारण्याची धमकी दे, राजाने मान्य करावं म्हणून वाटेल ते नाटक कर परंतु, आपलं वरदान पदरात पाडून घे. अहाहा! काय सुरेख अभिनय वठवला माझ्या कैकयीने! त्याची निष्पत्ती... आम्हा दोघींना अपेक्षित तेच फळ मिळालं. अर्थात, रामाच्या मागून सीता आणि लक्ष्मणही जातील असं मला अपेक्षित नव्हतं. गेले ते एका परीने बरंच झालं. तू म्हणालीस तसं त्या लक्ष्मणाची मला फार भीती वाटते. त्याचा तो भयंकर संताप आणि एकनिष्ठा. काळजीपूर्वक नियोजन केलेल्या माझ्या योजनेची वाताहात लावली असती त्याने. राजा दशरथ, कैकयी आणि भरत यांच्याविरुद्ध बंड केलं असतं त्याने. रामाच्या मात्र मनातही कधी असं आलं नसतं. त्याच्या पाठोपाठ तोही गेला हे फार बरं झालं!'

मंथरेने ठरवल्याप्रमाणे प्रत्येक गोष्ट तशीच्या तशी घडली होती. आता एकच शंका होती, भरत! मंथरेच्या खेळीनुसार कैकयीच्या प्रस्तावाचा स्वीकार तो करणार होता का?

राजाची प्रकृती वेगाने ढासळू लागली. रामाने राजप्रासादाबाहेर पाऊल टाकल्यापासून राजा अत्यंत नैराश्यग्रस्त अवस्थेत होता. अर्धवट ग्लानीत तो सतत रामाला हाका मारत होता. त्याच्या अंगातला ज्वर कमी होण्याचं कुठलंही चिन्हं नव्हतं. सर्वजण चिंताक्रांत अवस्थेत होते. अशा वेळेस पुढे होत सुमित्रेने घाईने निर्णय घेतला. सुमंत अजूनही अरण्यातून परतला नव्हता, त्यामुळे सुमित्रेने वसिष्ठ मुनींना सांगितलं, 'शांताला सत्वर बोलावून घ्या. राजाची प्रकृती अस्थिर आहे. अशा वेळेस ती आपल्या पित्याबरोबर असलेली अधिक बरी.'

सुमंत सहा दिवसांनी अरण्यातून परत आला. संपूर्ण नगरी शोकाकूल अवस्थेत होती. परतणाऱ्या सुमंताबरोबर रामही परत येईल अशी अंधुकशी आशा प्रजाजनांना होती. मात्र, तो एकटाच परतला आहे हे पाहून प्रजाजन शोकाकूल झाले. राम खरोखरच निघून गेला होता. आता राजाची उरलीसुरली आशाही नष्ट झाली. त्याला जगण्याची इच्छा उरली नाही. तो निपचित अवस्थेत पडून राहिला. राम अयोध्येत असतानाचे आनंदाचे क्षण त्याच्या नजरेसमोर तरळू लागले.

त्याची अशी निःश्चेष्ट अवस्था पाहून कौसल्येचा धीर सुटला. ती दुःखाने वेडीपिशी झाली. संतापून तिने राजाला जाब विचारला, 'रामाला वनवासाची आज्ञा तुम्ही दिलीत. त्याच्याबरोबर सोबत म्हणून तुम्ही सुमंताला पाठवलंत. मग आता, 'काय झालं?' असं सुमंताला कशाला विचारता? माझा निरागस पुत्र – तुम्ही त्याला चौदा वर्षांच्या वनवासात पाठवलंत. एखाद्या अट्टल अपराध्याला जी शिक्षा होईल ती तुम्ही माझ्या पुत्राला दिलीत. तुमच्या पत्नीच्या इच्छा अत्यंत अन्यायकारक...आणि क्रौर्याचा परिपाक आहेत हे माहीत असूनही तुम्ही त्यांना मान्यता दिलीत. माझ्या पुत्राला माझ्यापासून तुम्ही हिरावलंत. तुम्हीच या सर्वाला...' तिला गदगदून आलं. कसंबसं स्वतःला सावरत ती पुन्हा उसळून म्हणाली,

'...आणि हे सर्व कशासाठी? तर तुमच्या प्रिय पत्नीवर असलेल्या मूढ प्रीतीपोटी! असे कसे राजे तुम्ही? ज्या वरदानामुळे तिचा पुत्र राजसिंहासन प्राप्त करतो आणि माझा पुत्र, जो खरोखरच त्या सिंहासनाला पात्र आहे त्याला मात्र राज्यातून हद्दपार केलं जातं, असं वरदान देणारे तुम्ही - असं कसं तुमचं राजेपण? एका महत्त्वाकांक्षी पत्नीला दिलेलं पोकळ वचन पूर्ण करण्याच्या नादात तुम्ही एका सुयोग्य राजाला आणि चांगल्या पुत्राला जाऊ दिलं आहेत. संपूर्ण जग आज तुम्हाला हसत आहे. ज्या पुत्राला मी गमावून बसले आहे, त्याच्या शोकात अश्रू ढाळण्याव्यतिरिक्त माझ्या हातात काहीही नाही. का? का मला हे सर्व सहन करावं लागत आहे?' तिने मनातील गरळ ओकलं.

कौसल्येच्या या वाक्ताडनामुळे ऊर्मिलेसह सर्व हादरले. कौसल्येच्या मनात हा संताप वर्षानुवर्षं साठला असणार. म्हणूनच, मृत्युपंथाला लागलेल्या दशरथाची तमा ती बाळगत नव्हती. तिच्या तोंडून बाहेर पडणारा क्रूर शब्दांचा ओघ थांबण्यासाठी सुमंत पुढे होणार तितक्यात राजा दशरथाने कौसल्येच्या दिशेने मान वळवली. त्याच्या भकास नजरेत अश्रू तरळले होते. मोठ्या कष्टाने तो बोलू लागला, 'प्रिये, माझ्या चुकीमुळे तुला या वेदना सोसाव्या लागत आहेत. माझी मूढता आणि माझी पापं... मला मिळालेला शाप खरा ठरणार आहे. माझ्यावर दया कर...'

त्याच्या थरथरत्या स्वराने राणी भानावर आली. त्याचे कृश हात हातात घेत ती पश्चात्तापदग्ध स्वरात बोलू लागली, 'मला क्षमा करा. माझ्या संतप्त शब्दांबद्दल मला क्षमा करा. तुम्ही कुठलंही पाप केलेलं नाहीत. ही तर सर्व त्या स्त्रीची करणी आहे. तिने आधी तुम्हाला आणि मग माझ्या पुत्राला माझ्यापासून हिरावून घेतलं!' कौसल्या ढसाढसा रडू लागली. त्या आवेगात ती म्हणाली, 'माझ्याजवळ आता काही उरलं नाही. ती बया तिच्या पुत्राबरोबर आणि राजमुकुटाबरोबर सुखेनैव कालक्रमण करेल. माझ्या हातात निव्वळ दुःखाव्यतिरिक्त काहीही नाही.'

तिच्या शोकाला सवतीमत्सराची धार होती.

खेदाने मान हलवत राजा बोलू लागला, 'नाही! यात कैकयीचाही काही दोष नाही. हा फक्त माझा दोष आहे. मी पाप केलं आहे. अन्यथा, कालपर्यंत रामावर पोटच्या पोरासारखी माया करणारी स्त्री अचानक अशी निष्ठुर कशी होईल? हा मला मिळालेल्या शापाचा परिणाम आहे.' राजाचा

स्वर घोगरा झाला. त्याला धाप लागली. तरीही तो नेटाने सांगू लागला, 'श्रावणच्या वृद्ध मातापित्याने दिलेला शाप आता खरा ठरतो...'

धास्तावून कौसल्याने विचारलं, 'कोणत्या शापाबद्दल तुम्ही बोलत आहात? कुठलं पाप?' अर्धवट शुद्धीत असलेला राजा काहीतरी बरळत असावा अशी शंका तिला आली.

'सांगतो! काळ आता माझ्या समीप येऊन ठेपला आहे. आयुष्याच्या या शेवटच्या टप्प्यावर हातून घडलेली पापं तेवढी मला स्मरत आहेत. तरुण, अप्रगल्भ आणि उद्धट होतो मी त्या वेळेस!, मोठ्या कष्टाने राजाने श्वास घेतला. 'केवळ आवाजाच्या रोखाने अंधारात दृष्टीस काही न पडता अचूक वेध घेण्याबद्दल माझी कीर्ती पसरली होती. अशाच एका संध्याकाळी, मुसळधार पाऊस पडत असताना नादवेधाचा सराव करायला मी शरयू तीरावर असलेल्या घनदाट अरण्यात शिरलो. तितक्यात मला पाणी पिण्याचा आवाज आला. त्या रोखाने मी बाण सोडला. माझा नेम अचूक होता पण माझं लक्ष्य चुकलं होतं. माझ्या बाणाने विद्ध झालेल्या प्राण्याचं रुदन कानावर पडण्याऐवजी मानवाचा आर्त स्वर माझ्या कानावर पडला. त्या निःस्तब्ध रात्री अकल्पित ऐकू आलेल्या त्या किंकाळीमुळे माझ्या आत्म्यावर चरे उमटले. आजही ती किंकाळी माझ्या कानात गुंजते आहे!' राजाने कसाबसा श्वास घेतला.

'माझ्या हातून कोणाचा वध झाला, हे पाहायला मी धाव घेतली. एखाद्या प्राण्याऐवजी एक तरुण शेवटचे आचके देत पडलेला मला दिसला. तो स्वतःच्या रक्तात भिजला होता. माझ्या अविचारी बाणाने त्याची छाती विद्ध झाली होती. ते विदारक दृश्य मी कधीही विसरू शकलो नाही. त्या दृश्याने मला आजवर झपाटून टाकलं आहे. त्या तरुणाच्या तोंडातून रक्तस्राव होऊ लागला होता. मी त्याच्या जवळ गेलो. त्याला साहाय्य करावं, त्याची क्षमा मागावी असा माझा प्रयास होता पण मला बोलू न देता त्याने कसंबसं सांगितलं की, जंगलात एका झाडाखाली विश्राम करत असलेल्या त्याच्या वृद्ध आणि अंध मातापित्याला प्यायला पाणी नेण्यासाठी तो तिथे आला होता. आता मी त्यांना पाणी नेऊन द्यावं असं त्याने मला सांगताच माझं लक्ष पालथ्या घागरीकडे गेलं. ते दोघं खूप तहानलेले असून त्यांना पाण्याची गरज आहे. मी सत्वर ते त्यांना नेऊन द्यावं असं पुन्हा पुन्हा सांगत त्याने माझ्या हातावर प्राण सोडले.'

राजाच्या दोन्ही डोळ्यांतून घळाघळा वाहणारे अश्रू त्याच्या खप्पड गालांवर ओघळत होते.

सुमित्रा हळुवारपणे म्हणाली, 'तो अपघात होता. त्या तरुणाला जिवे मारण्याचा तुमचा हेतू नव्हता.'

'प्रिय सुमित्रा, या शब्दांनी माझी समजूत नाही पटू शकणार. माझ्यासारख्या मरणोन्मुख माणसाचं सांत्वन करण्यासाठी तू हे म्हणते आहेस याची मला जाणीव आहे. पण...' अवंढा गिळण्यासाठी राजा क्षणभर थांबला. 'पण मी एका तरतरीत तरुणाचा वध केला होता. जेमतेम माझ्या रामाएवढं त्याचं वय होतं – त्याच्यासारखाच तोही मातृपितृभक्त होता... त्याच्या पालकांसमोर कसं जायचं, हा प्रश्न मला भेडसावत होता. पाण्याची घागर घेऊन त्यांच्यासमोर जाण्यावाचून पर्याय नव्हता. मी पलायन करू शकत नव्हतो. भयकंपित मनाने मी कसाबसा त्यांच्यासमोर गेलो. त्या तरुणाने म्हटल्याप्रमाणे ते खरोखरच झाडाखाली बसले होते. मी त्यांना प्यायला पाणी दिलं. तोंडातून चकार शब्द काढण्याचं धाडस माझ्यात नव्हतं पण असं करून चालणार नव्हतं. धीर एकवटत मी त्यांना माझ्या हातून घडलेल्या अपराधाची जाणीव करून दिली. फार घोर पाप घडलं होतं माझ्या हातून. ते क्षम्य नव्हतं. तरीही, त्यांनी क्षमा करावी म्हणून मी त्यांची याचना केली. दुःखावेगाने त्या वृद्ध मातापित्याला बोलायचं भान उरलं नाही. ती दोघं ओक्साबोक्शी रडू लागली. अचानक त्या वृद्ध दाम्पत्याने त्यांच्या मृत पुत्राच्या देहाजवळ घेऊन जाण्याची विनवणी मला केली....' भावनातिरेकाने राजा दशरथ थरथरत होता. वेदनामय भूतकाळ आठवून त्याचा थरकाप होत होता. स्वतःला सावरत तो पुढे म्हणाला, 'मी त्यांना हाताला धरून तिथे नेलं. त्याच्या कलेवरापाशी बसून त्या दोघांनी त्याचा देह चाचपडायला सुरुवात केली. त्यांचा शोक मला बघवेना. आपल्या तरुण पुत्राच्या मृतदेहापाशी बसून रडणारे दोन असहाय आणि वृद्ध पालक! निव्वळ ते दृश्य पाहून मला शिक्षा भोगल्यासारखं वाटत होतं. माझ्या मनात अपराधित्व दाटून आलं होतं. मी स्वतःचा तिरस्कार करू लागलो. ते वृद्ध पालक मला दंड करतील तर बरं, असं मला वाटू लागलं. माझ्या हातून घडलेल्या कृत्याचा मला अतिशय पश्चात्ताप होत होता. माझ्या साहाय्याने त्या दोघांनी त्यांच्या पुत्राचा अंत्यसंस्कार पार पाडला. त्यानंतर तो वृद्ध पिता मला म्हणाला, 'अज्ञानातून तुझ्या हातून हा अपराध घडला आहे हे जरी

खरं असलं तरी हा अपराधच आहे. तू आम्हाला दिलेलं दुःख असह्य आहे. आमच्या पुत्रावाचून आम्ही जगू शकत नाही. तू जगशील परंतु या क्षणी ज्या यातना तुझ्यापायी आम्हाला भोगाव्या लागत आहेत, त्याच यातना तुलाही सोसाव्या लागतील. प्रिय पुत्रापासून दुरावल्याचं दारुण दुःख तुलाही भोगावं लागेल आणि त्यातच तुझा अंत होईल.' त्यांच्या बोलण्याचा अर्थ मला उमगण्याच्या आत त्या वृद्धाने आणि त्याच्या पत्नीने धगधगत्या चितेत उडी मारून आपलं जीवन संपवलं. त्या शेवटच्या क्षणी त्यांना पुत्राजवळ असल्याचं सौख्य लाभलं. माझं तेच पापकर्म मला विळखा घालत आहे. त्यांचा शाप आता खरा ठरणार आहे. पुत्रशोक करत मला मरण पत्करावं लागणार आहे.'

त्या वृद्ध राजाच्या सुरकुतलेल्या चेहऱ्यावर अश्रूंचे डाग पडले होते. त्याला धाप लागली होती. एक एक शब्द उच्चारतानाही त्याला अतोनात कष्ट होत होते.

त्याच्या शुष्क ओठांना ओलावा मिळावा म्हणून त्याला थोडंसं पाणी पाजत सुमित्रा म्हणाली, 'हे राजन, आता अगदी बोलू नका. थोडी विश्रांती घ्या. तुम्ही का शोक करत आहात? राम कीर्तिवंत आणि यशवंत होऊन परत येईल. आपल्या आयुष्यात अभिमानाने मिरवण्याचा तो क्षण लवकरच येऊन ठेपेल. हे प्रिय राजन, स्वतःला दुःखात असं जाळू नका. त्या झगमगीत दिवसाची वाट पाहा. येत्या चौदा वर्षांत आपण जे क्लेष सहन करू, ते राम येताच क्षणार्धात दूर होतील.'

'चौदा वर्षं!' हसण्याचा असफल आणि केविलवाणा प्रयत्न करणाऱ्या दशरथाचा चेहरा वेदनेने पिळवटला होता. 'मी माझ्या रामाशिवाय एक दिवसही जगू शकत नाही. माझी दृष्टी गेली असली तरी मृत्यू माझ्या अवतीभोवती वावरत आहे हे मी पाहू शकत आहे. मी मृत्यूचं स्वागत करतो. रामावाचून जगण्याऐवजी मला मरण सुसह्य वाटतं. राम माझा आत्मा आहे, माझं जीवन आहे.'

ऊर्मिलेच्या घशात आवंढा दाटून आला. त्या विकल पित्यापासून दूर होत तिने मान फिरवली. कैकयी कुठेच दिसत नव्हती. अन्यथा, आपल्या शब्दांनी आणि कृतींनी आपण आपल्या पतीवर किती विपरीत वेळ आणली आहे हे तिला दिसलं असतं. त्या कक्षात पाऊल ठेवण्याची अनुमती तिला नव्हती. क्षणाचाही अवधी न गमावता ऊर्मिलेने कैकयीच्या कक्षाकडे धाव

घेतली. राज्याभिषेक सोहळ्यासाठी तिथे जय्यत तयारी सुरू होती. एखाददोन दिवसांत भरत येऊन पोहोचणार होता.

शिष्टाचार न पाळता ऊर्मिला कैकयीच्या अंतर्गत कक्षात जाऊन पोहोचली. कैकयीभोवती ताज्या केशरी झेंडूच्या अनेक दुरड्या भरून ठेवलेल्या होत्या.

कुठलीही भीडमुर्वत न बाळगता ऊर्मिला आवेगाने म्हणाली, 'तुझा पती मृत्युपंथाला लागलेला असताना तू इथे अशी सुखात कशी बसू शकतेस? हे निष्ठुर राणी, तुला फक्त मिष्टान्न आणि सजावट तेवढी सुचते आहे, कोणत्या हाडामांसाची बनली आहेस तू?' कक्षात हरीने मांडून ठेवलेल्या मिष्टान्नांकडे निर्देश करत ऊर्मिला म्हणाली. 'तिकडे तुझ्या पतीने अन्न आणि पाण्याचा त्याग करून सहा दिवस झाले आहेत. त्याचा मृत्यू समीप आला आहे. कोणत्याही क्षणी...' दुःखातिरेकाने तिला बोलवेना. पित्ताची कडवट चव तिला जाणवली. तशाही परिस्थितीत स्वतःला सावरत ती पुढे म्हणाली, 'हे दुःस्वप्न थांबवणं केवळ तुझ्या हातात आहे हे तूही जाणतेस. अजूनही रामाला परत आणण्याची आज्ञा तू सुमंतला देऊ शकतेस. केवळ त्या आशेवर राजा जिवंत राहील. माते, माझ्या या उद्धटपणाबद्दल हवं तर माझा तिरस्कार कर. पण घडणारं आक्रित टाळ. राजाला वाचव. रामाला परत आण. हवं तर भरतालाच राजा होऊ दे पण रामाला वनवासाहून परत आण.'

तिची विनंती धुडकावत कैकयी ताठ्याने म्हणाली, 'राजा बालिश आहे. फुरंगटण्याची सवयच आहे त्याला! माझ्यावर रागावला आहे हे दाखवण्याचा तो प्रयत्न करतो आहे. येईल तो भानावर!'

'तू त्याला अशात पाहिलं तरी आहेस का? त्याची प्रकृती अतिशय खालावली आहे... माते, कृपा कर. त्याच्या जवळ जा. रामाला वनातून परत आणण्यासाठी तू सुमंताला धाडते आहेस अशी खात्री त्याला दे. तसं झालं तर राजा नक्कीच जगेल असा माझा ठाम विश्वास आहे. माते, कृपा कर! हे संकट थोपव! आपलं कुटुंब उद्ध्वस्त होईल.' ऊर्मिला आवेगाने म्हणाली. ती आता दोन्ही हात जोडून राणी समोर नतमस्तक उभी होती. आजवर तिच्या मनात असलेला संताप जाऊन त्या जागी आत्यंतिक नैराश्य आलं होतं. राणीच्या चेहऱ्यावरची रेषाही हलली नाही. तिच्या नजरेत केवळ शत्रुत्व होतं. अत्यंत निर्विकार स्वरात तिने विचारलं, 'त्या दोन राण्यांनी तुला माझ्याकडे पाठवलं का?' तिच्या बोलण्याचा रोख लक्षात न

येऊन ऊर्मिलेने प्रश्न केला, 'राण्या?' मानेने नकार देत ती पुढे म्हणाली, 'त्या मला इथे का पाठवतील? त्यांचा पती मरणोन्मुख असल्यामुळे त्या अतिशय विकल अवस्थेत आहेत. माझ्या वेड्या मनाने मला इथे धाव घ्यायला भाग पाडलं. अजूनही, माझ्या मनात अंधुकशी आशा आहे की, तू जर...'

'की मग, तुझ्या पतीला परत मिळवण्यासाठी तुझा हा आटापिटा सुरू आहे?' उपरोधाने कैकयीने विचारलं.

हे ऐकताच ऊर्मिलेच्या मनातील संताप परत जागा झाला. ती क्रोधाने म्हणाली, 'तू असं कसं बोलू शकतेस? महत्त्वाकांक्षेने तुला अंध केलं आहे का? तुला जे दिसत नाही ते तुझ्या नजरेस पडावं अशी माझी धडपड आहे. आपल्या सगळ्यांना उद्ध्वस्त करू शकणारी आपत्ती टाळण्याचा प्रयत्न मी करते आहे. लक्ष्मणाचं त्याच्या बंधूवर प्रेम असल्यामुळे तो त्याच्या पावलावर पाऊल टाकून गेला. भरतही रामावर तसंच निर्व्याज प्रेम करतो. सिंहासनाचा स्वीकार तो कधीही करणार नाही. तू जे काही केलं आहेस, त्याबद्दल तो तुझा तिरस्कार करेल. स्वतःच्या पित्याच्या मृत्यूचा ठपका तो तुझ्यावर ठेवेल. पतीचा वध करणारी स्त्री म्हणून जग तुझ्याकडे बोट दाखवेल.'

'महाराणी, ती तुम्हाला निव्वळ भीती घालते आहे. इतक्या उद्धटपणे तुमच्याशी बोलण्याचं तिचं धाडस तरी कसं झालं?' मध्येच हटकत मंथरा घाईने म्हणाली. 'तिच्या शब्दावर विश्वास ठेवू नका. तसंही ती सुमित्रेची सून आणि लक्ष्मणाची पत्नी आहे. भरत आणि तुमच्याविरुद्ध सर्वांत आधी लक्ष्मण जाईल.' त्या वृद्ध दासीकडे वळून पाहत ऊर्मिला कडाडली, 'हे नीच स्त्रिये, तोंड बंद ठेव तुझं! मी रामाच्या मातेशी, राणी कैकयीशी बोलत आहे. राजशिष्टाचारानुसार कुणीही मध्ये बोलता कामा नये. तेव्हा, जरा गप्प बस!'

पुन्हा एकदा राणीकडे वळून ऊर्मिला याचना करू लागली, 'माते, मी इथे तुझ्याशी भांडायला आलेली नाही. आजवर मी केलेल्या प्रत्येक उर्मटपणाबद्दल मी तुझी क्षमा मागते. माते, या सगळ्याला काही अर्थ नाही ग! राम जर राजा झाला तर तुझ्या आणि भरताच्या जीवाला धोका आहे यावर तू कसा विश्वास ठेवू शकतेस? तू रामाला ओळखत नाहीस का? तुझ्याशी कोणी अनादराने बोललेलं – मग ती त्याची माता का असेना – तो कधी खपवून घेईल का? तुला नेमकी याचीच भीती वाटते, हो ना? एकदा

का राम राजा झाला की, मग कौसल्या राजमाता होईल याची तुला धास्ती आहे ना?' राणी कैकयीच्या निर्विकार चेहऱ्याचा अदमास घेत ऊर्मिलेने प्रश्न केला. 'या कुटुंबामध्ये राम कुठल्याही प्रकारचा अन्याय खपवून घेणार नाही हे तुलाही ठाऊक आहे. तो राम आहे. त्याच्या स्वभावाला अनुसरून तो आपल्यावर फक्त प्रेम करेल. आपलं रक्षण करेल. रामाविरुद्ध स्पर्धेत उभं राहायला भरत किती अनुत्सुक होता, ते तुला आठवत नाही का? असं असताना, जो राजमुकुट न्यायाने रामाचा आहे तो भरत कसा स्वीकारेल? तू असा विचार तरी कसा करू शकलीस? हे माता, या क्षणी राजाला वाचवण्याची गरज आहे. रामाशिवाय तो मृत्यू पावेल. पुढे होऊन त्याच्या कानात सांग की, तू रामाला परत बोलावलं आहेस. राजाला धीर दे. कृपा कर. फार उशीर होण्याआधी कृपा कर!' ऊर्मिलेने दोन्ही हात जोडत राणीला निग्रहाने शेवटची याचना केली.

त्यासरशी कैकयीने तिच्या दिशेने पाऊल उचललं. तिच्या कठोर चेहऱ्यावर किंचित भाव झळकले. ऊर्मिलेची आशा जागी झाली. तितक्यात कक्षाबाहेर आवाज झाला. दोघींनी वळून पाहिलं. एक दासी धापा टाकत येत होती. ओघळणाऱ्या अश्रूंनी तिचा चेहरा डबडबला होता. या दोन राजस्त्रियांना समोर पाहताच, 'राजाचा काळ झाला!' तिने कसंबसं सांगितलं.

गुप्त योजना

अयोध्यानगरी आणि प्रासादात अराजक माजण्याची भीती निर्माण झाली होती. राणी कौसल्या धाय मोकलून रडत होती. आपल्या मृत पतीबरोबर सती जाण्याचा तिचा हट्ट होता. कारण राजाचा अंत्यसंस्कार होणार तरी कसा? त्याचा एकही पुत्र तिथे उपस्थित नव्हता. अयोध्येला येण्यासाठी भरत आणि शत्रुघ्न एका सप्ताहापूर्वी केकय देशातून निघाले होते. त्या दिवशी किंवा दुसऱ्या दिवशी त्यांचं आगमन होणार होतं. राजाचा मृतदेह तेलात बुडवून ठेवण्यात आला.

लक्ष्मणाला जाऊन सप्ताह लोटला होता. त्याच्या विरहाचं दुःख करण्याइतका अवधी ऊर्मिलेला मिळाला नव्हता. ती भांबावली होती. एका वेळेस अनेक व्यवधानं तिला सांभाळावी लागत होती. तिचा अधिकतर काळ कौसल्येच्या प्रासादात व्यतीत होत होता – सुरुवातीला राजाच्या आजारपणामुळे आणि आता स्वतः कौसल्येने ठाव सोडल्यामुळे. आत्ताही कौसल्या शय्येवर निजली होती. ती अर्धवट शुद्धीत होती. जाग येताच तिचा विलाप सुरू होई. राम आणि दशरथाचा अखंड जप ती करू लागे. सुदैवाने, शांता अयोध्येत येऊन पोहोचली होती. ती आपल्या आजारी मातेकडे लक्ष देऊ शकणार होती. सुमित्रा आणि ऊर्मिला तिला सतत सोबत करत होत्या. कौसल्या पुन्हा कोसळली तर काय, अशी भीती त्यांना होती. कैकयीने स्वतःला तिच्या राजप्रासादात कोंडून घेतलं होतं. आपल्या पुत्राच्या येण्याची ती अधीरतेने वाट पाहत होती. तरीही, निदान भरताच्या राज्याभिषेक सोहळ्याची तयारी आता थांबली होती.

शांताने विचारलं, 'राजप्रासादाची इतकी सजावट कशासाठी? इथे मृत्यू झाला आहे! उत्सवाचं वातावरण का?'

सुमंत चाचरत म्हणाला, 'भरताचं स्वागत करण्यासाठी. त्याचा होऊ घातलेला राज्याभिषेक सोहळा...'

त्याचं वाक्य मध्येच तोडत शांता संतापून म्हणाली, 'त्याचं हे धाडस? माझ्या बंधूच्या सिंहासनावर तो कसा काय बसू शकतो?'

चिंताक्रांत वसिष्ठ मुनी म्हणाले, 'राज्याला कुणी राजा नाही. राम आणि लक्ष्मण वनवासात गेल्यामुळे प्रजा दुःखी आहे. त्यांना कोणी वाली नाही. अशा परिस्थितीत अराजक माजण्याची शक्यता आहे. राज्याच्या सीमेलगत शत्रूच्या हालचाली वाढत आहेत. आपली सद्यःस्थिती पाहता आपण विवश आहोत. आपल्यावर आक्रमण होऊ शकतं!'

मानेने दृढपणे नकार देत ऊर्मिला म्हणाली, 'भावनिक स्तरावर आपण विवश आहोत हे निर्विवाद सत्य आहे पण त्याचा अर्थ आपण युद्धसज्ज नाही असा नाही. आपल्याला निष्काळजीपणा करून चालणार नाही. सैन्य सज्ज ठेवा. जेमतेम एखाददोन दिवसांचा प्रश्न आहे. कोणत्याही क्षणी भरत परतून येईल. तो येताच सर्वप्रथम राजाचे अंत्यसंस्कार पार पाडले जातील. त्यानंतर तो या बाबींमध्ये लक्ष घालेल. तोवर आपण तयारीत राहूयात.'

अचानक त्यांच्या बोलण्यात व्यत्यय आला. कैकयीने उपहासाने विचारलं, 'राजाची विधवा हयात असताना मंत्री आणि राजपुरोहितांनी नवीन राजाच्या आणि राज्याच्या भवितव्याची चर्चा एखाद्या तरुणीबरोबर करावं हे थोडं विचित्र नाही का वाटत?' अंगावरच्या जरतारी पांढऱ्याशुभ्र वस्त्रांतही तिचं सौंदर्य खुलून दिसत होतं. तिच्या मर्मभेदक टोचणीने विचलित न होता राजगुरूंनी शांतपणे उत्तर दिलं, 'शोकमग्न विधवेवर ओझं न टाकण्याची परंपरा आहे. इतर राण्या शोकात आहेत. त्यामुळे, राजा जनकाची ज्ञानी कन्या – ऊर्मिला हीच एकमेव राजघराण्यातली व्यक्ती आत्ता आमच्याशी बोलू शकते. त्यातून ती राजस्नुषा असल्यामुळे राज्यातील घडामोडींची जाणीव तिला व्हायला हवी. महत्त्वाचं म्हणजे, राजाचे इतर पुत्र आणि त्यांच्या पत्नी अयोध्येत उपस्थित नसताना तिची जबाबदारी वाढते. शिवाय, तूर्तास तुम्ही शोकागृहात असणं अपेक्षित आहे.' वसिष्ठांच्या या स्पष्टवक्तेपणामुळे कैकयीच्या चेहऱ्यावर संकोच दाटला. उद्दामपणे राजसभेतून

बाहेर पडण्याआधी ती निर्विकार स्वरात म्हणाली, 'भरत या क्षणी कुठे आहे आणि तो अयोध्येला नेमका कधी पोहोचणार आहे ते मला ताबडतोब समजलं पाहिजे.'

ती निघून जाताच क्षणभर तिथे सुन्न करणारी शांतता पसरली. त्यानंतर स्वतःला सावरत सुमंत आणि राजसभेतील इतर मंत्रिगण पुन्हा ऊर्मिलेकडे वळले. जबाली, मार्कंडेय, गौतम, कश्यप आणि कात्यायन यांच्यासारखे विद्वानही त्यात होते. नतमस्तक होत सुमंत म्हणाला, 'ज्ञानी राजा जनक कन्या, आमच्यावर सत्ता बळकवण्याचा किंवा इतर कुठलाही आरोप होऊ नये म्हणून आम्ही विनंती करतो की, तुम्ही राजसभेतील कामकाजात लक्ष घालावं. सद्य परिस्थितीत काय घडत आहे आणि काय अपेक्षित आहे ते आम्ही वरचेवर तुमच्या कानावर घालू.'

हे ऐकताच ऊर्मिलेला वास्तवाची जाणीव झाली. केवळ राजप्रासाद नाही तर राजकीय घडमोडींकडे लक्ष देण्याचं कार्य तिच्यावर येऊन पडलं होतं. अशा परिस्थितीत ती फक्त शांताचं मार्गदर्शन घेऊ शकत होती परंतु, राजसभा किंवा कोसल देश याबाबत काहीही बोलण्यास शांताने नकार दिला. ती सातत्याने आपल्या मातेच्या सेवेत होती. पित्याप्रमाणे माताही अचानक मृत झाली तर काय, अशी भीती तिला वाटत होती. भरत आणि कैकयीबद्दल तिला वाटणारा राग ती उघडपणे दर्शवत होती.

'कुठलाही चुकीचा निष्कर्ष काढू नकोस. आधीच आपली परिस्थिती नाजूक आहे. सर्वांना कोसळायला वेळ लागणार नाही,' सुमित्रेने शांताला समजावलं.

अत्यंत कडवटपणे शांताने विचारलं, 'याहून अधिक वाईट काय होणार? जे घडायचं ते घडून गेलंच. परिस्थिती इतकी विकोपाला गेली आहे यावर माझा विश्वास बसू शकत नाही. माता कौसल्या आणि माता कैकयी या दोघींमध्ये फारसं प्रेम नाही हे मी जाणून होते पण हे असं अधःपतन? ती माझ्या भावाला राजप्रासाद आणि राज्यातून बाहेर कशी घालवू शकली?' शांताला क्रोध आवरत नव्हता.

विषण्ण अवस्थेत असलेल्या शांताला कौसल्येपाशी सोडून ऊर्मिला सावकाश आपल्या प्रासादाच्या दिशेने निघाली. अचानक तिला एकटेपणाची जाणीव झाली. तिला हेही जाणवलं की, गेले काही दिवस ती कौटुंबिक आणि राजकीय कर्तव्यं लीलया हाताळत होती. कदाचित, मिथिलेत

असताना पित्याशी राजकीय चर्चा करण्याची सवय तिला असल्यामुळे असेल. तिने राज्याच्या कामकाजात लक्ष घालावं यासाठी राजा जनक तिला नेहमी प्रोत्साहन देत असे पण त्यामुळे ती घरगुती कर्तव्याकडे दुर्लक्ष करू शकत नसे. तिच्या मातेने तिला सांगितलं होतं, 'तू जर आपलं घर चालवू शकलीस तर तू जग जिंकू शकशील.' मातेच्या आठवणीने ऊर्मिलेच्या चेहऱ्यावर हसू उमटलं. किती खरे होते ते बोल! तिने निःश्वास टाकला. तिला मातेची तीव्र आठवण झाली. तिने मान वर केली. तिचा डोळ्यांवर विश्वास बसेना. तिच्या कक्षात तिची माता तिच्यासमोर उभी होती. ऊर्मिला आवेगाने तिच्या दिशेने धावली. तिच्या चेहऱ्यावर हसू उमटलं. चकार शब्दही न उच्चारता तिने स्वतःला मातेच्या कुशीत झोकून दिलं. कितीतरी वेळ ती त्या कुशीत विसावली. तिला सुटकेची भावना जाणवत होती. हळुवारपणे तिच्याभोवतीची मिठी सोडत मातेने तिच्याकडे रोखून पाहिलं. ऊर्मिलेचा चेहरा कृश झाल्यामुळे रेखीव वाटत होता.

ऊर्मिलेने मायेने विचारलं, 'तू कधी आलीस? तात कुठे आहेत?'

'तुझे तात अंतिम कर्मापूर्वी येऊन पोहोचतील. रामाबरोबर सीता आणि लक्ष्मणही वनवासात गेले आहेत हे समजता क्षणी मी मिथिलेतून निघाले,' सुनयनाने शांतपणे उत्तर दिलं.

'भरत परत येईपर्यंत अंतिम कर्म होऊ शकणार नाही.'

तिची माता सहज स्वरात म्हणाली, 'मी तुझ्यासाठी आले आहे. अत्यंत विपरीत क्षणीसुद्धा तू काहीही सांगणार नाहीस याची मला खात्री होती. त्याऐवजी, तू मुकाट्याने सगळं मनात कोंडून ठेवशील. तुला पटत नसलं तरी असं करणं योग्य नाही हे लक्षात घे.'

'माता, यामध्ये तू कसं काय साहाय्य करू शकली असतीस? सीतेने स्वतःचा निर्णय घेतला आहे. त्यामुळे मलाही माझा निर्णय घेणं भाग पडलं.'

'सीता गेली ते रामाबरोबर राहण्यासाठी. तू नाही गेलीस. पुढची चौदा वर्षं तू इथे लक्ष्मणाशिवाय एकटी पडणार आहेस. अवघं आयुष्य संपेल तुझं. असा निर्णय तू का घेतलास, हे माता म्हणून मी विचारू शकते का?'

'माता आता तो इथे नाही, मग या चर्चेत काय अर्थ?'

'तसंही तुझ्याकडे बोलायला शब्द कुठे आहेत? भावाबरोबर जाण्यासाठी त्याने तुला इथे सोडून दिलं आहे.'

हे शब्द ऐकताच ऊर्मिला चमकली. ते शब्द तिच्या काळजात रुतले. रुद्ध कंठानी ती म्हणाली, 'माता, थांब! तू काय बोलत आहेस ते तुला समजत नाही!'

'मला पूर्ण समजतं आहे. आपल्या पत्नीचा त्याग करणाऱ्या दुर्बल पुरुषाशी विवाह करण्याची अनुमती मी तुला दिली याचा मला पश्चात्ताप होत आहे. तो तुला स्वतःबरोबर का घेऊन गेला नाही?' तिच्या मातेने आग्रहाने विचारलं. 'आणि तू... दुर्बलतेने स्वीकार कसा केलास तू?'

ऊर्मिला चिडून म्हणाली, 'माता, मी दुर्बल नाही हे तूही जाणतेस. मला स्वीकार करणं भाग पडलं.'

'भाग पडलं? एखाद्या दुर्बल स्नुषेसारखी वागलीस तू!' तिच्या डोळ्यांत रागाच्या जोडीने मुलीबद्दलची चिंता दाटून आली होती. 'तू आता त्याच्यापासून चौदा वर्षं दूर राहणार आहेस. तू हे कसं घडू दिलंस? आत्ता तू शांत आणि खंबीर आहेस – इतकी वर्षं वाट पाहायची तर अशी खंबिरता दाखवणं भाग आहे. वियोगाचं दुःख अतिशय तीव्र असतं. ते कधी संपेल असं वाटत नाही. तो जरी गेला असला तरी भावनांचा आवेग तुझ्या लक्षात तरी आला आहे का, मला याची शंका आहे. सीतेप्रमाणे वाद घालण्याचं सामर्थ्य तू का दाखवलं नाहीस? त्याच्याबरोबर का गेली नाहीस? किंवा त्याला परावृत्त का केलं नाहीस? त्याने हा निर्णय घेऊ नये म्हणून किती जणांनी प्रयत्न केला? बंधुप्रेमाच्या त्या उत्कट सोहळ्यात त्याला मार्गदर्शन करण्याचं इतरांना विस्मरण झालं होतं का? ऊर्मिला, तुझ्या बाजूने कोणी उभं तरी राहिलं का?

खेदाने हसत ऊर्मिला म्हणाली, 'माता, किती हे प्रश्न! तुला तर सगळ्यांची उत्तरंसुद्धा ठाऊक आहेत!'

माता सुनयना आवेगाने म्हणाली, 'मी तुला अशा विषण्ण मनःस्थितीत नाही पाहू शकत. तुझ्या वेदना, हे आयुष्य वाया जाणं, हा अन्याय... तू माझी लाडाची लेक आहेस. माझी शूरवीर राजकन्या आहेस पण मी तुला घडवलं ते या सगळ्यासाठी नाही. मुकाट्याने सहन करणं हे सक्षमतेचं लक्षण नसून दुबळेपणाचं लक्षण आहे. तुझ्या हक्कांप्रति तू ठामपणे का उभी राहिली नाहीस?'

'एक पत्नी म्हणून? राहिले होते. त्यातूनच मी त्याचा निर्णय स्वीकारला,' ऊर्मिलेने उत्तर दिलं. 'माते, असं मागे राहणं म्हणजे स्वतःचा हक्क सोडणं नाही गं! उलट, वास्तव आणि जबाबदारी या दोन्हीचा स्वीकार

आहे तो. सीता आणि मी, आम्ही दोघींनी समान तत्त्व आचरणात आणलं. त्याची निष्पत्ती आणि अनुभव मात्र वेगवेगळा आहे. आम्ही आमच्या धर्माचा पाठपुरावा केला. रामाला वनवासात जाणं भाग होतं. सीता त्याच्या पाठोपाठ गेली. बंधुसेवा हा धर्म लक्ष्मणाला योग्य वाटला म्हणून तो भावाच्या मागून गेला. मी इथेच राहायचं मान्य केलं. या निर्णयाने माझं चित्त कितीही का उद्विग्न होईना! माता, तू आणि तातांनी आम्हाला नेहमी हेच शिकवलं आहे की, आपल्या पतीला पाठिंबा द्या पण त्यात आंधळेपणा नसावा. ते योग्य असतील तेव्हा त्यांच्या बरोबर राहा. ते चुकत असतील तर त्यांना योग्य मार्गावर आणा, ही तुमचीच शिकवण आहे ना? नग मला सांग, लक्ष्मणाचं काही चुकलं का? स्वतःच्या भावाला वनवासात एकट्याला धाडून त्याने इथे माझ्याबरोबर राजप्रासादात राहायला हवं होतं का?' इतकं बोलून ऊर्मिलेने सुस्कारा सोडला.

मातेचा हात हातात घेत ती पुढे म्हणाली, 'मी माझ्या पतीच्या निर्णयात त्याच्या पाठीशी उभी राहिले. अशा परिस्थितीत मी त्याच्या मागे गेले असते तर ते एक प्रकारे लादणं ठरलं असतं. माझ्यामुळे त्याचं चित्त विचलित झालं असतं. त्याऐवजी, त्याच्या मनाने दाखवलेल्या मार्गावर जाऊ द्यायला मी त्याला साहाय्य केलं. त्याला त्यात त्याचं भलं वाटतं. पत्नी म्हणून राजप्रासादात मला त्याची जितकी आवश्यकता आहे, त्याहून अधिक आवश्यकता रामाला वनवासात आहे. निव्वळ कर्तव्याच्या भावनेत वाहावत जाऊन किंवा बंधुत्वाचं बंधन मानून त्याने हा निर्णय घेतला नाही. त्याने ते प्रेमाखातर केलं. त्या प्रेमाचा मी स्वीकार करते. त्या कारणासाठी मी त्याच्यावर अधिक प्रेम करत त्याचा अधिक आदर करते. हे त्याचं गुणवैशिष्ट्य आहे. माझ्यासाठी तर जणू काही तो त्याच्या भावाबरोबर युद्धावर गेला आहे. तो विजयी होऊन परत येईल आणि...'

'पण तुला असा विरह सहन करायला लावून का? तो तुलाही बरोबर घेऊन जाऊ शकला असता ना?'

हळुवारपणे मानेने नकार देत ऊर्मिला म्हणाली, 'त्यामुळे मूळ उद्देश सफल झाला नसता. माते, मला सांग, सैनिक युद्धभूमीवर सपत्निक जातो का? त्यातून महत्त्वाचं म्हणजे, माझ्या आततायीपणामुळे मी सगळ्यांना संकटात ढकलं असतं. माझ्यामुळे गोंधळ झाला असता. त्यातून तेही संभ्रमात पडले असते.' ऊर्मिला प्रामाणिकपणे बोलत होती. 'मला सांग,

धर्म म्हणजे काहीतरी देऊ करणंच ना? घेणं किंवा मागणी करणं हा धर्म कसा होईल? केवळ आपलं कुटुंब आणि आपले प्रियजन यांच्याप्रति आपलं कर्तव्य असतं का? मग, आपला समाज आणि देशाचं काय? जे वचन दिलं घेतलं गेलं, ते विचित्र होतं. त्यापायी रामाला राजप्रासादातील सुखासीन आयुष्याचा त्याग करावा लागून वनवासातील कठोर आयुष्य आणि आव्हानांचा स्वीकार करावा लागला. कदाचित कुठल्या तरी महान कार्याची योजना नियतीने त्याच्यासाठी केली असावी. ते कार्य कोणतं हे मला तरी माहीत नाही परंतु, लक्ष्मणाला ते जाणवलं आहे हे मला नक्कीच माहीत आहे. म्हणूनच, रामाला खरोखरच आवश्यकता असताना त्याच्या बरोबर असणं लक्ष्मणाला अधिक महत्त्वाचं वाटलं असणार. अशा प्रकारे प्रत्येकाने आपला धर्म पाळला आहे. मीही तेच केलं.'

हे ऐकून सुनयनाचं समाधान होऊ शकलं नाही. आपला मुद्दा रेटत ती म्हणाली, 'तुला इतकं दुःख भोगावं लागत आहे हे पाहून माझ्या जीवाची घालमेल होत आहे. माझं चुकलंच. मी तेव्हा खंबीर राहायला हवं होतं. लक्ष्मणाशी विवाह करायला तुला अनुमती द्यायला नको होती.'

'ते त्यालाही नको होतं,' ऊर्मिला अतिशय शांतपणे म्हणाली. 'माझ्याशी विवाह करण्याची त्याची इच्छाच नव्हती.'

हे ऐकताच मिथिलेची राणी अवाक् झाली. इतका वेळच्या मार्दवाची जागा संतापाने घेतली.

'त्याला माझ्याशी विवाह करायचा नव्हता. त्याला मुळी विवाहच करायचा नव्हता!' ऊर्मिलेने स्पष्टीकरण दिलं. 'तसं त्याने मला स्पष्टपणे सांगितलं होतं. त्याच्याशी विवाह करून माझ्या वाट्याला गुलाबपाकळ्या अंथरलेला सुकर मार्ग येणार नसून कंकर आणि कंटकांचा मार्ग येईल हे त्याने माझ्या लक्षात आणून दिलं होतं. या मार्गावर सुख आणि सौख्याची खात्री नव्हती. केवळ तडजोडीचा हा मार्ग कठीण आहे हेही त्याने माझ्या निदर्शनास आणून दिलं होतं.'

ऊर्मिलेच्या सांगण्यावर नेमकी काय प्रतिक्रिया द्यावी, हे सुनयनाला समजेना. तिच्या कन्येने विशद केलेली सत्य परिस्थिती समजून घेणं तिला कठीण जात होतं. इतक्या वेळ जामाताबद्दल वाटणाऱ्या संतापाची जागा आता अचानक आदराने घेतली. परिस्थितीचे बारकावे तिच्या लक्षात येऊ लागले. तरीसुद्धा अजून तिची द्विधावस्था संपत नव्हती.

तिने ठासून विचारलं, 'असं होतं तर तू मला त्याबद्दल का सांगितलं नाहीस? तो जर तुझ्याशी इतका प्रामाणिक होता तर तू माझ्याबाबत प्रामाणिकता का दाखवली नाहीस? आज मी त्याच्याबद्दल किंवा परिस्थितीबद्दल जी चुकीची मनोधारणा केली आहे ती तरी टळली असती!'

तिचा मुद्दा खोडून काढत ऊर्मिला म्हणाली, 'मी तुला सगळं सांगितलं असतं तर तू मला त्याच्याशी विवाह करण्यासाठी कधीच अनुमती दिली नसतीस. अशा व्यक्तीच्या प्रेमात मी का आणि कशी पडू शकते, हा प्रश्न तू मला विचारला असतास. मला परावृत्त करण्याचा प्रयत्न...'

'... नाही पुत्री, मी तसं कधीच केलं नसतं. उलटपक्षी...'

आता अवाक् होण्याची पाळी ऊर्मिलेची होती.

'तुम्ही दोघं एकमेकांसाठी सुयोग्य होता. त्यातून, तुम्हाला एकमेकांबद्दल किती प्रीती वाटते आहे हे मला सहज दिसत होतं. अशा प्रामाणिक आणि सन्माननीय पुरुषाशी विवाह करण्यापासून मी तुला का परावृत्त केलं असतं? पुत्री, तू जर मला आधी कल्पना दिली असतीस तर मी तुझ्याशी इतक्या कठोरपणे वागले नसते!' असं म्हणत सुनयनाने सुस्कारा सोडला.

पुढे होत आपल्या लेकीचा हात हातात घेत ती उदासवाणं हसत म्हणाली, 'तथापि, मी नेहमीच तुझ्याशी कठोरपणे वागत आले आहे, नाही का? कदाचित, माझी तुझ्याकडून अति अपेक्षा असेल. किंवा कदाचित, तू माझ्या रक्तमांसाचा अंश असल्यामुळे असेल. सीता माझी पोटची पोर नव्हती. मांडवी आणि कीर्ती यांची माता जीवित नव्हती. त्यामुळे त्या तिघींबाबत मी अधिक मवाळ होते. त्यांच्यावर माझा कुठलाही अधिकार नव्हता. तुझ्यावर मात्र माझा निर्विवाद अधिकार होता. म्हणून कदाचित मी तुझ्याबाबत मात्र कठोर झाले. त्यातून, तू खंबीर, सक्षम, चतुर आणि दयाळू होतीस. ह्या जगात निभाव लागण्यासाठी हे चार गुण अत्यावश्यक आहेत. ते तुझ्या ठायी असल्यामुळे तू नेहमीच स्वतःची योग्य काळजी घेऊ शकलीस. म्हणूनच, तू तुझ्या पद्धतीने त्या तिघींचीही काळजी घेतलीस. तू त्यांना कधीही उघडं पडू दिलं नाहीस.'

मातेच्या अनपेक्षित पण प्रांजळ शब्दांमुळे ऊर्मिला चकित झाली. तिच्यासाठी हे शब्द फार महत्त्वाचे होते. आपल्या मातेलाही ते तसेच महत्त्वाचे वाटत असणार अशी शंका तिला आली. ती मायेने म्हणाली, 'माते, मला ठाऊक आहे. मी लहान असताना तू अतिशय संयमाने आणि

निर्धाराने मला हे समजावून सांगितलं होतंस. त्याही वेळेस मला ते लक्षात आलं होतं. तुझ्या प्रेमाची शंका मला कधीही आली नाही.'

'हो, तू अगदी छान समजून घेतलं होतंस. आम्ही तुझ्याकडे लक्ष द्यावं किंवा केवळ तुझ्यावरच प्रेम करावं म्हणून तू कधीही प्रयत्न केला नाहीस. तुझ्यासाठी मी परिपूर्ण माता होऊ शकले नाही. अधिक दुबळ्या अपत्याकडे लक्ष देणं हा उत्क्रांतीचा भाग असतो का? म्हणूनच मी त्या तिघींप्रति विशेष दक्ष होते का? की माझ्या संगोपनात दोष होता? किंवा, हे सर्व एकत्रित खरं असेलं का?'

'माता, नको त्या विषयाचा तू निष्कारण विचार करते आहेस!'

मिथिलेची राणी हसून म्हणाली, 'विवाह होऊन तुम्ही सर्व गेल्यावर विचार करायला माझ्याजवळ पुष्कळ अवधी होता. मातेचं प्रेम अडथळा ठरू शकतं. प्रेमापोटी डोळ्यांवर कातडं ओढलं जाऊ शकतं. तू मला पारखलंस. मी मात्र तुला तुझ्या मूळ रूपात पाहू शकले नाही. तुझं वय जेमतेम मांडवीइतकं होतं. सीतेहून तू फक्त एक वर्षाने लहान होतीस. असं असूनही मी त्या तिघींची अधिक काळजी घेतली. तुला फारसा वेळ दिलेला मला आठवत नाही. तू याला अपराधी भावना म्हण किंवा संकोच म्हण, पण हे खरं की कधीकधी त्याचीच मदत होते. स्वरक्षणार्थ बांधलेल्या भिंती त्यामुळे कोसळून पडतात. तू अंतर्बाह्य प्रगल्भ असल्यामुळे माझ्याशी नको तितक्या कनवाळूपणे वागते आहेस. लहान असतानाही तू विलक्षण समजूतदार होतीस. ते असो! इथे जे घडलं त्याची वार्ता माझ्या कानावर येताच मी क्षणभरही थांबू शकले नाही. काळजीने माझा जीव अर्धा झाला होता. संतापाने मला काही सुचत नव्हतं. तुला माझ्याबरोबर मिथिलेला घेऊन जायचं असं ठरवूनच मी आले होते!' अतिशय प्रामाणिकपणे सुनयनाने मान्य केलं.

ऊर्मिलेला हसू आलं. 'माते! तू? जिने मला परिपूर्ण आणि समाधानी वृत्ती शिकवली, माझ्यात संवेदनक्षमता बाणवली, ती तू असं करणार होतीस?'

तिच्या मातेने निःश्वास टाकत म्हटलं, 'पण नेहमी कशाला अशी वृत्ती? तुझ्या पतीने तुझा त्याग केला आहे असा चुकीचा समज मी करून घेतला. तुझ्या वाट्याला येणाऱ्या भकास आणि एकांडे आयुष्य येईल हा विचारही मी करू शकत नव्हते. परंतु, तू मला सद्य परिस्थितीची जाणीव

करून दिली आहेस. माझा जामात किती सुविचारी आणि सुज्ञ आहे हे तुझ्यामुळे मी समजू शकले. मी आता मिथिलेला निर्घोर परत जाऊ शकते!' किंचित हसत ती पुढे म्हणाली, 'पण तू मला हे सर्व आधी सांगायला हवं होतंस असंच मी म्हणेन. त्याने तुझा त्याग केला आहे असं मी आता म्हणू शकत नाही. त्याच्यासमोर कर्तव्य होतं. त्याला जायलाच हवं होतं हे माझ्या लक्षात आलं आहे.' पुन्हा एकदा खोल सुस्कारा टाकत क्षणभर थबकून ती म्हणाली, 'आणि त्यामुळे मला काय पाहायला मिळालं? माझी चिमुरडी लेक आज एक उमदी स्त्री झाली आहे. दुःखाचा कडेलोट झाला असला तरी नैराश्य न येऊ देता ती खंबीरपणे उभी आहे. गडद काळोखाऐवजी तिला येऊ घातलेला प्रकाश दिसतो आहे. जे घडलं नाही त्याचा विचार करण्याऐवजी जी फक्त सद्य क्षणाचं कौतुक करते आहे.'

'हे बोलून तू मला लाजवते आहेस!' असं उद्‌गारत ऊर्मिलेने दोन्ही हात मातेच्या खांद्यावर ठेवले. 'माते, माझी चिंता करू नकोस. मी दुःखी नाही माते. तुझ्या चिंतेचं हेच कारण आहे हे मी जाणते. त्याच्याबरोबर काढलेल्या दोन मासांनी मला आनंदाची अखंड शिदोरी दिली आहे. त्यात मी समाधानी आहे. कुठलेही दुःखी विचार मनात आणून हा निखळ आनंद नासवण्याची माझी इच्छा नाही. त्याची उणीव मला जाणवणार हे निर्विवाद सत्य असलं तरी तो सदैव माझ्यासवे आहे. त्याच्या स्मृती आणि त्याचा आवाज सतत माझ्यासवे आहे, सतत!'

हे ऐकताच सुनयनाच्या डोळ्यांत अश्रू तरारले. तिला आपल्या लेकीचा अभिमान आणि स्वतःच्या कोत्या मनोवृत्तीचा संकोच वाटला.

दशरथाच्या अंतिम संस्कारानंतर मिथिला नगरीला परतण्याचा निर्णय सुनयनाने घेतला. भरत आणि शत्रुघ्न अयोध्येच्या अगदी समीप आल्यामुळे त्याच दिवशी अंत्यसंस्कार होणार होता. भरत राजप्रसादात कधी पोहोचतो याची साऱ्यांना प्रतीक्षा होती.

पित्याचा अचानक मृत्यू किंवा भावाचा वनवास अथवा त्या मागचं कारण भरताला ठाऊक नव्हतं. ते त्याला कोण सांगेल, असा विचार ऊर्मिलेच्या मनात आला.

सुमित्रा शांतपणे म्हणाली, 'ते त्याला त्याच्या मातेकडून समजलेलं बरं. आपण कुणीही त्या संदर्भात काही बोलू नये.'

शांताने अविश्वासाने विचारलं, 'तुला काय वाटतं? तुझ्या समजुतीनुसार तो अगदी निरागस असेल का? त्याच्या मातेने ज्या पद्धतीने सारं घडवून आणलं आहे ते पाहता तोदेखील ह्या योजनेत सामील असणार!'

हे ऐकताच सुमित्रा हादरली. तरीही स्वतःला सावरत तिने शांताला सांगितलं, 'मातेने केलेल्या अपराधाचं खापर पुत्रावर फोडू नकोस. मी भरताला ओळखते. तो निरागसच आहे. जे घडलं ते ऐकून तोही संतप्त होईल हे मी तुला खात्रीने सांगते.'

मानेला किंचित झटका देत ऊर्मिला म्हणाली, 'तो नुसता संतापणार नाही तर तो आपल्या मातेविरुद्ध बंड करेल.'

शांताच्या चेहऱ्यावर मात्र अविश्वास होता.

ऊर्मिलेने तिला सौम्य स्वरात आठवण करून दिली, 'शांता, तो तुझा भाऊ आहे. तू त्याला ओळखतेस. परिस्थिती बदलली आहे म्हणून तू त्याच्यावर आळ आणून त्याला अपराधी समजत आहेस. असा पराकोटीचा वाईट विचार तू का करते आहेस?'

शांता त्वेषाने म्हणाली, 'जशी माता तसा पुत्र! आपल्या कुटुंबात नुकतंच जे काही घडलं आहे, ते पाहता माझा तर कुणावरही विश्वास उरला नाही. माता कैकयी असं काही करेल हे आपल्याला वाटलं होतं का?'

तितक्यात हातवारे करत कौसल्या म्हणाली, 'शांता, मला इथून घेऊन चल. तो भरत कोणत्याही क्षणी येऊन ठेपेल. राजसिंहासनावर बसेल. त्याच्या आणि कैकयीच्या आश्रयाने जगण्याची वेळ माझ्यावर आली आहे. मी पराभूत आहे. त्या दोघांच्या क्रूर महत्त्वाकांक्षेपायी मी माझ्या पुत्राला आणि पतीला गमावून बसले आहे. इथून पुढे या राजप्रासादात माझ्या नशिबात काय वाढलं आहे कोण जाणे!'

सुमित्रेने गयावया करत म्हटलं, 'नाही भगिनी, भरत आपला पुत्र आहे. तो आपला विश्वासघात करेल असं तुझ्या मनात तरी कसं येतं?'

'कारण तो त्याच्या मातेचा पुत्र आहे,' कडवटपणे कौसल्येने उत्तर दिलं.

त्यांच्याशी वाद घालणं निरर्थक आहे हे लक्षात येताच ऊर्मिला तिथून बाहेर पडली. तिला थोडी मनःशांती हवी होती. हरवलेला विश्वास

पुन्हा प्राप्त करण्यासाठी शांता आणि राणी कौसल्येला थोडा अधिक वेळ लागणार होता.

दिवस सरताना भरत आणि शत्रुघ्नाचा नगरीत प्रवेश झाला. त्यांच्या स्वागतासाठी कुणीही सामोरं गेलं नाही. ते दोघं सत्वर दशरथाच्या प्रासादाच्या दिशेने गेलेले ऊर्मिलेने पाहिले. त्याच पावली माघारी फिरून ते कैकयीच्या प्रासादाकडे जाऊ लागले. जागोजागी मंगल तोरणांची अर्धवट सजावट दिसत होती. होऊ घातलेला राज्याभिषेक आणि झालेला अपमृत्यू त्यातून लक्षात येत होता.

'ऊर्मि, काय झालं आहे? सगळीकडे इतकी भयाण शांतता का?'

अचानक कानावर आलेल्या प्रश्नाने गवाक्षात उभी असलेली ऊर्मिला गर्रकन वळली. तिच्या कक्षाच्या द्वारात चकित झालेली कीर्ती होती. शत्रुघ्न तिच्या मागे उभा होता. ऊर्मिच्या प्रासादात राणी सुनयनाला पाहताच कीर्तीच्या आश्चर्यात भर पडली.

कीर्तीला पाहून ऊर्मिलेच्या मनात दबलेल्या भावना उफाळून आल्या. ही तिची भगिनी होती. तिच्याबद्दल तिला निरतिशय प्रेम होतं. कीर्ती आणि मांडवीला जाऊन एक मासही लोटला नव्हता तरी ऊर्मिलेला तो काळ युगांसारखा वाटला.

तिच्या कुशीत शिरायला कीर्ती धावली. अतिशय सौम्यपणे ऊर्मिलेनं विचारलं, 'मांडवी कुठे आहे?'

'भरताबरोबर. ती दोघं माता कैकयीला भेटण्यासाठी गेली आहेत,' कीर्तीने उत्तर दिलं. 'नेमकं काय झालं आहे? आम्ही नगरप्रवेश केला तरी आमच्या स्वागतासाठी कोणी आलं नाही. मार्गातून पुढे येताना जाणवलं की, नगर ओस पडलं आहे. त्यातून कुणी समोर आलं तरी आम्हाला पाहताच त्यांच्या नजरेत निर्भर्त्सना दाटत होती. विशेषतः, भरत आणि मांडवीला पाहून. रामाचा जयजयकार करणारे काही नगरजन आमच्या दृष्टीस पडले. कुठे आहे राम? कुठे आहे सीता? लक्ष्मण तुझ्याबरोबर का नाही?' तिचे डोळे आता अश्रूंनी डबडबले होते. तशाच अवस्थेत ती पुढे म्हणाली, 'प्रासादातही आमच्या स्वागतासाठी कुणी नव्हतं.'

त्यानंतर ऊर्मिलेने तिला थोडक्यात पण स्पष्टपणे आणि शक्य तितक्या शांततेत सर्व समजावून सांगितलं. ते ऐकताच कीर्ती निश्चल झाली.

शत्रुघ्नाचा चेहरा संतापाने पांढरा झाला. त्याच्या डोळ्यांत राग उतरला. त्याचं हे रूप पाहताच ऊर्मिलेला लक्ष्मणाची आठवण झाली.

'हे सगळं त्या मंथरापायी झालं! आहे कुठे ती उन्मत्त स्त्री? दडून बसली असेल!' शत्रुघ्नाच्या प्रत्येक शब्दातून तिरस्कार ओसंडून वाहत होता. 'मी तिला आत्ता शोधून काढतो. सोडणार नाही मी तिला!'

ऊर्मिला किंवा कीर्ती त्याला थांबवण्याआधी तो झपाट्याने तिथून नाहीसा झाला. त्या म्हाताऱ्या दासीबद्दल ऊर्मिलेच्या मनात कणव दाटून आली. आता मंथराचे या प्रासादातील दिवस संपल्यात जमा होते.

'ऊर्मि!'

शत्रुघ्नाच्या जाण्याने कक्षात पसरलेली क्षणभराची शांतता मांडवीच्या आर्त स्वराने भंग पावली. ती नेहमीसारखी स्वतःच्या तोऱ्यात नव्हती. तिच्या डोळ्यांतून घळाघळा अश्रू वाहत होते. ऊर्मिचा हात घाईने पकडून ती अतिशय व्याकूळ स्वरात म्हणाली, 'कृपा करून लवकर चल. भरत भान विसरला आहे! जे घडलं ते नुकतंच माता कैकयीने त्याला सांगितलं आहे...!' मांडवीला हुंदके आवरेनात. कैकयीच्या प्रासादात काय घडलं असेल याची कल्पना तिच्या विदीर्ण चेहऱ्याकडे पाहताच ऊर्मिलेला आली.

कैकयीच्या कक्षात तिने मांडवीबरोबर प्रवेश केला. तिथलं दृश्य पाहून तिचा थरकाप झाला. त्या संगमरवरी प्रासादात भरताने स्वतःला जमिनीवर झोकून दिलं होतं. ऊर्मिलेच्या हृदयाचा ठोका चुकला. ती भरताच्या दिशेने धावली. मांडवीने तिचं अनुकरण केलं.

ऊर्मिलेला तिथे पाहून कैकयीचा संताप विकोपाला गेला. ती कडाडली, 'तुम्हा दोघींचे इथे काय काम आहे? मी माझ्या पुत्राशी बोलते आहे. त्यात विघ्न आणण्याचं तुमचं धाडस कसं झालं? आत्ताच्या आत्ता इथून चालत्या व्हा!'

ऊर्मिलेने काळजीने विचारलं, 'माता, याला काय झालं?'

तिने पुन्हा भरताकडे नजर टाकली. त्याचे ओठ पांढरे पडले होते. तो आजारी दिसत होता. मांडवी त्याला उठायला मदत करू लागली.

कैकयी अडखळत म्हणाली, 'त्याला... शोक झाला आहे. मी नुकतीच त्याच्या कानावर ती वार्ता घातली आहे परंतु, तुम्हा दोघींना चिंता करण्याची आवश्यकता नाही. त्याच्याकडे कसं लक्ष द्यायचं ते मला समजतं. मी त्याची माता आहे.'

‘माता! नाही! तू वैरीण आहेस! तू हत्यारी आहेस!’ भरताच्या तोंडून कसेबसे शब्द बाहेर पडले. त्याच्या फिकुटल्या चेहऱ्यावर रंग परतून येऊ लागला. तो आवेगाने म्हणाला, ‘निर्दयी! तुला माता म्हणायची लाज वाटते मला. तू लांछन आहेस. आयुष्यभर हा कलंक मला मिरवावा लागेल. या मानखंडनेपायी माझा जीव जाईल! हे अत्याचारी स्त्री! हे काय करून बसलीस तू?’ असं विचारत त्याने आपल्या मातेच्या दिशेने पाऊल टाकलं. कैकयी अभावितपणे मागे सरकली. पुढच्या क्षणी ऊर्मिला त्या दोघांमध्ये येऊन उभी राहिली. मांडवीने भरताला दोन्ही हातांनी धरून ठेवलं.

तो आवेगाने ओरडला, ‘तुझ्या या पाताळयंत्री योजनेला मी बळी पडेन असं तुला वाटलं तरी कसं? मी रामाचं राज्य, सिंहासन आणि मुकुट स्वीकारेन असा विचार करून तू त्याला राज्यातून बहिष्कृत केलंस. तू स्वतः सत्तालोलुप आहेस. तुझ्या या वागण्याने तू मलाही खलनायक ठरवलं आहेस. आपल्या थोरल्या भावाचं सिंहासन हिरावणारा विश्वासघातकी भाऊ एवढीच आता माझी ओळख राहिली आहे. हे दुष्ट नारी, तू मलाही स्वतःसारखं दोषी केलं आहेस!’

त्याच्या तोंडून होणाऱ्या शब्दांच्या भडिमारामुळे कैकयी थक्क झाली. कठोर चर्या करत तिने खडसावलं, ‘पुत्रा, मला काय वाटेल ती दूषणं दे तू. परंतु तुझ्या विरुद्ध कटकारस्थान शिजत होतं. तुला तुझ्या हक्कांपासून वंचित ठेवण्यात येत होतं. हे सर्व मी तुझ्यासाठी केलं!’

‘माझ्यासाठी? मला न विचारता?’ त्याने विचारलं. ‘कोणत्या हक्कांबद्दल बोलते आहेस तू? तातांनी मातामहींना दिलेलं वचन? बदललेली परिस्थिती पाहता माझे मातामहीदेखील तशी मागणी आता करणार नाहीत. माझ्या तातांनी वचन दिलं, तेव्हा ते निपुत्रिक होते. त्यानंतर आम्हा चौघांचा जन्म झाला. वारसाहक्काने राम ज्येष्ठ असल्यामुळे राजसिंहासन त्याचंच होतं. तूही आजवर अतिशय आनंदाने या वास्तवाचा स्वीकार केला होता. मग अचानक तू आम्हा सर्वांविरुद्ध का गेलीस? कशाची एवढी हाव?’

कैकयीने त्वेषाने उत्तर दिलं, ‘योग्य वेळेस मी भानावर आले आहे. सारं काही क्षेमकुशल आहे या विचारात मीही इतरांप्रमाणे वाहवत गेले होते. पण ते तसं नव्हतं. म्हणूनच मी माझं वरदान मागून घेतलं. माझ्या पित्याकडे तुझी पाठवणी केल्यावर रामाला घाईने अभिषेक करण्याचं काय प्रयोजन

होतं? सारं इतक्या सत्वर का ठरवण्यात आलं? भरत, तुला हे विचित्र नाही वाटत का? मला त्याबाबत का सांगण्यात आलं नव्हतं?'

'तू तातांना एका शब्दाने जरी विचारलं असतंस तरी त्यांनी तुला साधं समर्पक उत्तर दिलं असतं. माता, ते धास्तावले होते. त्याचं वय झालं होतं. दुःस्वप्नं त्यांचा पाठपुरावा करत होती. कोणत्याही क्षणी मृत्यू आपल्यावर झडप घालेल ही एकच चिंता त्यांना पोखरत होती. म्हणूनच, जो निर्णय सर्वश्रुत होता, तो त्यांनी उत्कटतेने प्रत्यक्षात आणायचं ठरवलं. तू त्यांची पत्नी असून तू त्यांच्यावर अविश्वास कसा दर्शवलास! तुझी भेट होऊन तुझ्याशी विवाह होण्याच्या घडीचा त्यांना पश्चात्ताप झाला असणार. त्यांचा विश्वासघात केलास तू! त्यांचं हृदय शतशः विदीर्ण केलंस तू! त्यांचे शेवटचे दिवस भयाण अवस्थेत गेले ते तुझ्यामुळे! आपल्या पुत्राचा विरह असह्य होऊन ते मृत्युपंथाला लागले. तुझ्या एका निर्णयामुळे सर्वांची आयुष्यं उद्ध्वस्त झाली. तू माझी माता असूच शकत नाहीस!'

हे ऐकताच कैकयीला बोलायचंही भान उरलं नाही. ती नैराश्याने पांढरीफटक पडली.

भरताच्या अशा स्पष्ट नृशंस बोलण्यामुळे थक्क झालेली ऊर्मिला संतापून म्हणाली, 'भरत! तू आपल्या मातेशी इतक्या उद्धटपणे बोलू शकत नाहीस. ती तुझी माता आहे. तुला दुखापत व्हावी असा विचार करणारी शत्रू नाही ती.'

'तिने कलंक लावला आहे; माझं नाव, माझं व्यक्तित्व, माझी कीर्ती आणि माझ्या आदर्शांनाही!' भरत बोलू लागला. 'तिने मलाही स्वतःइतकं अपराधी केलं आहे. जगाला तोंड कसं दाखवणार मी? या स्त्रीमुळे ज्या दोघींनी आपले पुत्र गमावले आहेत, त्या दोघींना मी आता कोणत्या तोंडाने सामोरे जाऊ? माझी माता तिच्या पुत्रासमवेत सत्ता आणि ऐश्वर्य भोगू पाहताना मी त्या दोघींचं दुःख कसं कमी करू? इतकं सर्वांना दुःखी करून ही सुखी कशी होऊ शकते? या स्त्रीच्या अविचारी आणि स्वार्थी महत्त्वाकांक्षेपायी जिला आपल्या पतीचा विरह चौदा वर्षं सहन करावा लागणार आहे त्या तुझ्यासमोर तरी मी कसा उभा राहू? हे दुष्ट माते, बघ जरा हिच्याकडे! तिच्या वेदनांचा आनंद तू कसा उपभोगू शकतेस?'

आपल्या दिराच्या चेहऱ्यावरील विवशता पाहून ऊर्मिलेला अतीव दुःख झालं. मातेहून अधिक तो स्वतःचा तिरस्कार करत होता. द्वेषाच्या जाणिवेपायी तो असहाय झाला होता.

'तू माझ्या दोन बंधूंना नगरातून बहिष्कृत केल्यावर मी त्यांच्यावाचून बिनबोभाट हे राज्य करेन असं तुला वाटलंच कसं? ते दोघं तातांचे दोन बाहू होते. त्यांचे दोन नेत्र होते. तातांनाही त्यांची गरज भासत होती. ते अविभाज्य आहेत. हे राक्षसीण! तू रामाला बहिष्कृत केलंस त्याऐवजी तू केलेल्या विश्वासघातामुळे तुला बहिष्कृत करायला हवं होतं. मी माझ्या बंधूचा मुकुट बिनबोभाट धारण करेन असा विश्वास तुला वाटलाच कसा? हे कदापि शक्य नाही! लक्ष्मणाप्रमाणे मीसुद्धा रामामागून वनवासात जाणार...'

'नाही!' अतिशय भयभीत होत कैकयी किंचाळली. 'तू अयोध्या सोडू शकत नाहीस!'

अत्यंत निर्विकार स्वरात, एका एका शब्दावर जोर देत भरत म्हणाला, 'प्रिय माते, हो! मी जाऊ शकतो! आणि मी जाईनच. जे दुःख तू माझ्या कुटुंबीयांना भोगायला लावत आहेस, तेच मी तुला भोगायला लावेन. जी आर्तता सर्व मुकाट्याने सोसत आहेत तीच मी तुलाही सोसायला लावेन!'

त्याचा प्रत्येक शब्द तिच्या काळजाला चरे पाडत होता. तिचं शरीर थरथरत होतं. चेहऱ्यावरचं तेज झाकोळलं होतं. ती तशीच एकटी उभी होती. तिची तशी भयाण अवस्था ऊर्मिलेला सहन झाली नाही. आजवर शांत आणि संयमी असलेल्या सौम्य भरताचं पालटलेलं रूपही ऊर्मिला पेलू शकली नाही. त्या क्षणी तिच्यासमोर उभा असलेला पुरुष क्षमाशील नव्हता. तिरस्कार, वेदना आणि सूडाच्या कल्पनेने तो पेटला होता. एरवी शांत आणि मार्दवशील असलेला भरत संतापला तर किती निष्ठुर होऊ शकतो याबद्दल लक्ष्मणाने केलेली टिपणी तिला आठवली. या रूपातला भरत कधीही कोणालाही क्षमा करू शकला नसता.

ऊर्मिलेने आर्जवाने विचारलं, 'त्यामुळे कोणता उद्देश सफल होणार आहे? तू अयोध्या सोडून गेलास तर तुझे भाऊ परत येणार आहेत का? त्यातून आपल्या मातेला वेदना देण्याच्या नादात तू तुझ्या पत्नीलाही वेदना देत आहेस हे तुझ्या लक्षात येत नाही का? कृपा कर आणि जे माझ्या नशिबात आलं ते मांडवीच्या नशिबात येऊ देऊ नकोस.'

आपल्या चुलत बहिणीच्या पिळवटलेल्या चेहऱ्याकडे पाहत ती क्षणभर थबकली. मग स्वतःला सावरत ती म्हणाली, 'भरता, नको करूस असं. तुझ्या मातेचा असा तिरस्कार करू नकोस. तिला असं कठोर शासन करू नकोस. तिने जे केलं ते तुझं संरक्षण करण्याच्या आशेने केलं. त्यामागे

तिला मिळालेला चुकीचा सल्ला कारणीभूत आहे. तुझ्यावरच्या आत्यंतिक प्रेमापोटी तिने असं केलं.'

भरत पोटतिडकीने म्हणाला, 'ह्या प्रेमापोटी लक्ष्मणाने जे केलं, तेच मीही करणार आहे. आमच्या भावाला माझी नितांत आवश्यकता...'

ऊर्मिलेने हळुवारपणे प्रश्न केला, 'भरत, असं झालं तर अयोध्येवर राज्य कोण करणार? आधीच तर राज्यात अराजक माजण्याची भीती निर्माण झाली आहे. युवराज म्हणून तुझं पहिलं कर्तव्य या राज्याप्रति आहे. स्वदेशाला तू अनाथ करू शकत नाहीस. तू जर गेलास तर शत्रुघ्नही इथे थांबणार नाही. कोसलाचे चारही राजपुत्र अरण्यात संन्यस्त जीवन जगत असतील तर ह्या राज्याकडे लक्ष द्यायला कोणीही नसेल. शत्रूंची नजर वळल्याशिवाय राहणार नाही. सगळीकडे गोंधळ माजेल. भरत, तुझ्या पित्याने आज्ञा दिल्याप्रमाणे तुला इथेच राहून राज्यशकट चालवावा लागेल.'

तिचं हे बोलणं ऐकताच कैकयीने कृतज्ञतेने तिच्याकडे पाहिलं. भावनावेगाने तिचे ओठ थरथरत होते. स्वतः राजा, राणी कौसल्या आणि ऊर्मिलेचा अभिमानी पती लक्ष्मण या तिघांनी कैकयीची किती याचना केली होती त्याचं स्मरण ऊर्मिलेला झालं. ते तिघं कैकयीच्या पायावर लोळण घ्यायलादेखील तयार होते परंतु, तिच्या निष्ठुर मनावर त्याचा काही परिणाम झाला नव्हता. स्वतःच्या हातांनी तिने आपल्या पतीला यातनामय मरणाकडे ढकललं होतं. तिच्या या वागण्यामुळे आणि राजाच्या मृत्यूमुळे कौसल्या दुःखातिरेकाने वेडीपिशी झाली होती. सुमित्राने दुःखावेगाने स्वतःला मिटून घेतलं होतं. असं असूनही त्या क्षणी ऊर्मिला कैकयीचा तिरस्कार करू शकली नाही. उलट, तिला तिची कीव आली. पोटच्या पुत्राकडून तिरस्कार, नकार आणि धिक्कार वाट्याला आलेली कैकयी अगतिक दिसत होती. ज्या एका पुत्रासाठी तिने इतकं घृणास्पद कृत्य केलं होतं, तोच पुत्र तिची अवहेलना करत होता. एका पाताळयंत्री योजनेचा अशा प्रकारे नाश झाला होता. कैकयीच्या आत्ताच्या हुंदक्यांतून ऊर्मिलेला पराजयाची भावना जाणवली. निष्कारण केलेला अपराध आणि त्यासाठी कुटुंबाकडून मिळालेल्या दंडामुळे कैकयीच्या वाट्याला निव्वळ अपकीर्ती आली होती. राणी असूनही तिच्या मस्तकावर मुकुट नव्हता. माता असूनही तिचा पुत्र तिला नाकारत होता.

ऊर्मिलेचं बोलणं भरताने जरी शांतपणे ऐकून घेतलं तरी अंतर्यामी तो खवळलेला होता. असं असूनही, तिच्या म्हणण्यात तथ्य आहे हे

त्याला मान्य करावं लागलं. म्हणूनच स्वतःला सावरत तो संयमाने म्हणाला, 'माझ्या पित्याने मला या राज्यावर राज्य करण्याचा आदेश दिला. माझ्या बंधूला चौदा वर्षं वनवासात पाठवलं. मी आज्ञापालन करेन, परंतु माझ्या पद्धतीने. माझा अधिकार नसताना मी या राज्यावर राज्य करू शकत नाही. मी प्रजाजनांच्या तिरस्काराला पात्र ठरलो आहे. त्यांचा माझ्यावर विश्वास नाही, त्यांना माझा आदर वाटत नाही. अशा परिस्थितीत मी राजा कसा होऊ शकतो? मला तसा नैतिक अधिकार नाही आणि मी त्यासाठी सक्षमही नाही. इथले प्रजाजन आणि मंत्रिगण यांनी केवळ रामाला अधिकृत मान्यता दिली आहे. त्यामुळे तोच राजा होणं न्याय्य आहे. यासाठी एकच मार्ग आहे. रामाला वनवासातून परत आणून हे राज्य त्याच्या सुपूर्द करावं लागेल. माझ्या मृत पित्याचे अंतिम संस्कार पार पाडून त्यांची शेवटची इच्छा पूर्ण करण्यासाठी मी अरण्यात जाऊन रामाला परत आणेन. त्याचं सिंहासन त्याला परत करेन.'

हे ऐकताच ऊर्मिलेला नव्याने आशा जाणवली. तिच्या चेहऱ्यावर हसू उमटलं. ती आवेगाने म्हणाली, 'भरत, किती हा समंजसपणा! तुझ्या या कृतीमुळे आपलं कुटुंब आणि हे राज्य पुन्हा एकदा प्रेम आणि शांती प्राप्त करेल. प्रिय दिरा, जा! आम्हा सर्वांचे आशीर्वाद तुझ्या पाठीशी आहेत.'

तिच्याशी सहमती दर्शवत कैकयी म्हणाली, 'हो, प्रिय पुत्रा! हा सर्वोत्तम मार्ग ठरेल. त्यायोगे, तुझा गेलेला आदर आणि विश्वासही तुला प्रजाजनांकडून परत मिळेल. हे अगदी योग्य आहे.'

भरत उपहासाने म्हणाला, '...कैकयी, कमाल आहे तुझी! अशा अडचणीच्या प्रसंगीदेखील तुला राजकारण सुचतं आहे. गेलेला सन्मान मिळवण्याचा मी प्रयत्न करत नाही. शेकडो वर्षं प्रयत्न केले आणि शेकडो सत्कृत्यं केली तरीही मला तो परत मिळवता येणार नाही. केवळ माझं जगणं सुसह्य व्हावं म्हणून मी हे करत आहे. त्याला परत आणायला मी माझ्या मातांना सोबत...'

पटकन उठून उभं राहत कैकयी म्हणाली, 'पुत्रा, मीसुद्धा येते आहे तुझ्याबरोबर.'

तो संतापून म्हणाला, 'नाही! तू नाही यायचं! त्याला तिथे पाठवणारी तूच आहेस. कोणत्या तोंडाने त्याला सामोरं जाणार आहेस तू? इतरांचा आदर मिळवायचा आहे वाटतं की, ही पुढची राजकीय खेळी आहे?

आत्ता काही क्षणांपूर्वी तू माझ्या मनात त्याच्याविषयी विष भरवत होतीस. क्षणार्धात तुझं मतपरिवर्तन कसं होऊ शकतं? मी एकटाच जाईन. महाराणी कैकयी, तुमचा पुत्र म्हणून जन्माला येणं हे माझं दुर्दैव आहे. तुम्ही केलेल्या पापांचं प्रायश्चित्त घेण्यासाठी मलाच तपश्चर्या करायला हवी. त्याचबरोबर, हेही लक्षात ठेवा की, इथून पुढे तुम्हाला माझ्याकडून प्रेम, सन्मान किंवा विश्वास मिळणार नाही. आजनंतर ना मी तुमचा पुत्र आहे, ना तुम्ही माझी माता आहात! मी तुम्हाला नाकारतो!'

हे ऐकताच दोन्ही हातांनी चेहरा झाकून घेत माता कैकयी खाली कोसळली. ती हुंदके देऊन रडू लागली. तिचे अश्रू घळाघळा वाहू लागले. आजवर प्रबळ असणारी महाराणी कैकयी तिच्याच पुत्राच्या हातून उद्‌ध्वस्त झाली होती. तिचा सन्मान आणि स्वाभिमान त्याने हिरावून घेतला होता. फार विदारक दृश्य होतं ते.

भरताचं बोलून संपलं नव्हतं. 'तुझ्या या वागण्यामुळे तू तिरस्करणीय ठरली आहेस. इथून पुढे कुणीही आपल्या कन्येचं नाव कैकयी असं ठेवणार नाही,' त्याने निष्ठुरपणे शाप उच्चारला.

भरताचे हे कठोर शब्द कैकयीच्या कानात कढत विषारी तेलासारखे उतरले. तिचं हृदय कळवळलं. तिच्या नजरेत लाचारी उमटली.

'कौसल्या आणि सुमित्रा या मार्दवशील स्त्रिया माझ्या माता आहेत. त्यांच्यासमोर जाऊन मी क्षमायाचना करेन. मी दुर्दैवी पुत्र आहे. महाराणी कैकयी, स्वतःचा क्रूर उद्देश पूर्णत्वाला नेण्यासाठी तुम्ही जे प्रमाद केले आहेत, त्यातून मुक्ती मिळवण्यासाठी मी त्यांची प्रार्थना करेन. आता मी जाऊन माझ्या मातांना भेटतो, त्यांची क्षमा मागतो.'

इतकं बोलून भरत तिथून बाहेर पडला. त्याच्या गृहात जे काही चुकीचं घडलं होतं, ते पुन्हा मार्गावर आणायला तोच या क्षणी सुयोग्य होता. निदान आता तरी शांता पुन्हा एकदा आपल्या भावावर विश्वास टाकेल अशी आशा ऊर्मिलेला वाटली.

शोक

अचानक जोरात किंकाळी ऐकू आली म्हणून साऱ्यांनी वळून पाहिलं. ओरडण्याचा आवाज आला. ती मंथरा होती. तिच्या डोळ्यांतली भीती स्पष्ट होती. शक्य तितक्या वेगाने ती लंगडत येत होती. भरत समोर दिसताच तिने स्वतःला त्याच्या पायावर झोकून देत क्षमायाचना करायला सुरुवात केली. तिला समोर पाहताच शत्रुघ्नाने संतापून तिच्या दिशेने मोर्चा वळवला. त्याच्या नजरेत रक्त उतरलं होतं. तो त्या वृद्धेला चपराक लगवण्याआधीच भरताने त्याचे दोन्ही दंड धरून त्याला सावध करत म्हटलं, 'नाही! स्त्रीवर हात उगारू नये! हे अयोग्य आहे!'

'स्त्री! छे! सैतान आहे ती. वर्षानुवर्षं विश्वासू दायी म्हणून ती वावरली. पण तिनेच आपल्या मनात द्वेषाचं विष पेरलं – विशेषतः, रामाप्रति! तिनेच आपलं घर उद्ध्वस्त केलं.' संतापातिरेकाने त्याच्या कपाळावरची शीर थडथड उडत होती. 'भरत, आठवतो का तुला तो दिवस? आपण भावंडं अंगणात खेळत होतो. तितक्यात तुझ्यात आणि रामात थोडी धुसफूस झाली. त्याबरोबर मध्ये पडत ती रामाला रागावली. रामाने चिडून तिच्या कुबडावर लाकडी बाण सोडून 'कुरूप' असं म्हणत तिची संभावना केली. संतापलेल्या मंथरेने तातांकडे तक्रार केली. तिचं म्हणणं ग्राह्य धरून त्यांनी आपली पाठवणी गुरुकुलात केली. आपल्याला शिस्त लागावी म्हणून दंड करण्यात आला होता. तातांचा निर्णय रामाने सहजपणे मान्य केला. परंतु, तिच्या प्रतिक्रियेमुळे तो विचारप्रवृत्त झाला. आपल्या रागीट उद्गारामुळे त्या वृद्धेला इतका संताप येईल असं त्याला कधी वाटलं नव्हतं. त्या दिवसानंतर

कुणाहीबद्दल कठोर शब्द न उच्चारण्याची शपथ त्याने घेतली – जी त्याने आजवर पाळली आहे. त्या उलट या स्त्रीने काय केलं? तिने रामाचा सूड घेतला. ज्या सिंहासनाचा तो वारस होता, तेच त्याच्या अधिकारातून काढून घेतलं. त्याने कुठलाही अपराध केला नसतानाही हिने त्याला त्याच्याच राज्यातून बहिष्कृत केलं. या पाताळयंत्री योजनेमागे हिचंच डोकं आहे. भरता, हिला शिक्षा मिळायलाच हवी.'

'ती नक्कीच मिळेल. पण या क्षणी तरी तिला सोड. तू एका स्त्रीवर हात उगारला आहेस हे रामाला समजलं तर तो तुला कधीही क्षमा करणार नाही. शिवाय, तू हा अपराध करावास एवढी तिची पात्रता तरी आहे का?'

'माझा हात माझ्या तलवारीवर आहे. शक्य असतं तर या क्षणी मी तिचं मस्तक उडवलं असतं,' शत्रुघ्नाचा संताप कमी होत नव्हता.

व्याकूळ झालेल्या मंथरेने भरताचे पाय घट्ट पकडले होते. फार विचित्र दृश्य दिसत होतं ते! तरीसुद्धा कुणालाही मनात तिची कीव वाटली नाही. एकटी कैकयी तेवढी तिला उठवायला पुढे धावली पण भरताने तिला आधीच अडवलं.

'शत्रुघ्ना, असं करू नकोस. कृपा कर. ही वृद्धा माझी दाई आहे. ती मला मातेसमान आहे.'

'माता? कोणती माता आपल्या पुत्राला विषाची गुटी देऊन त्याचं रूपांतर सैतानात करते?' शत्रुघ्नाने उपहासाने विचारलं. 'तुझ्या कुटुंबाविरुद्ध ती जे अर्धसत्य, किंबहुना असत्य सांगत होती त्यावर तू विश्वास ठेवलास? आमच्यापेक्षाही तिच्यावर अधिक विश्वास होता का तुझा? आमच्यापेक्षा अधिक प्रेम तू तिच्यावर करत होतीस का? वा माता! तूच आमच्या जीवनात अशा यातना आणि आपत्ती आणावीस? रामाला बहिष्कृत करावंस? अरे भरता! खरंतर या मंथरेला आत्ताच्या आत्ता बहिष्कृत करायला हवं. तू ते करणार नसशील तर मी तिला इथेच संपवतो!'

कैकयीने मंथरेची बाजू घेत म्हटलं, 'भरत, या वृद्धेवर दया कर. आता या वयात कुठे जाईल ती? ती पश्चात्तापदग्ध आहे. तिला क्षमा कर. तिने तुझ्या जीवनात मातामहीची आणि माझ्या जीवनात मातेची भूमिका पार पाडली आहे. ती नसती तर ही नाती आपल्याला उमजली नसती. ती तुला किती प्रेमाने भरवायची हे आठवतं ना तुला?'

तिला मध्येच तोडत भरत तिरस्काराने म्हणाला, 'अगदी खरं आहे. पण मला आठवतं तूही रामाला मांडीवर बसवून प्रेमाने घास भरवायचीस. राणी कैकयी, ते प्रेम नव्हतं का?' त्याचा राग पुन्हा जागा झाला होता.

तरीदेखील कैकयीच्या बोलण्याचा त्याच्यावर परिणाम झाला होता. लहानपणी त्याचं संगोपन करणाऱ्या दाईबद्दल त्याच्या मनात अनुकंपा होती. त्याचं मन शुद्ध होतं. तिला शासन करण्याइतकी कठोरता तो धारण करू शकत नव्हता. मंथरेला हे अचूक ठाऊक असल्यामुळे क्षमा मागायला ती योग्य जागी आली होती.

ऊर्मिला कठोरतेने म्हणाली, 'भरता, तिला इथून बाहेर काढ! तारका स्त्री असून रामाने तिचा वध केला. कारण ती सैतान होती. तुझ्या चरणांवर कोसळून क्षमेची भीक मागणारी ही म्हातारीदेखील तशीच सैतान आहे. तिला दयामाया दाखवू नकोस. ती विषवल्ली आहे. आपल्यापैकी प्रत्येकाला ती हळूहळू भ्रष्ट करते आहे. त्यात ती यशस्वीदेखील होते आहे. तुझ्या मातेचं अंतःकरण तिनेच मलिन केलं. काही क्षणांपूर्वी तू तुझ्या मातेला उद्देशून जे कठोर शब्द बोललास, ते खरंतर हिला बोलायला हवे. या कारस्थानामागे हीच आहे. या प्रासादातील प्रत्येकाचं मन ही कित्येक काळापासून कलुषित करते आहे.'

मांडवीला राहावलं नाही. ती आवेगाने म्हणाली, 'हो भरता, हिला आत्ताच्या आत्ता इथून घालवून दे. वरकरणी गोड वाटत असली तरी अत्यंत विखारी आहे ही! मी भोगलं आहे ते. हिच्या आहारी जाऊन मी माझ्या बहिणींना वाटेल ते बोलले, त्यांच्याविरुद्ध दुराग्रह करून बसले. आता क्षणभरही हिला इथे राहू देऊ नकोस. हिच्या शब्दांवर विश्वास ठेवून स्वतःची फसगत करून घेण्याइतकी मी दुबळी झाले होते या विचारानेही माझ्या जीवाचं पाणी होतं. चेटकीण आहे ही! गोड बोलून, आपली बुद्धी भ्रष्ट करून ही आपल्याला कळसूत्री बाहुल्यांप्रमाणे नाचवते!'

तिला पुष्टी देत ऊर्मिला म्हणाली, 'हिने आम्हा तिघी बहिणींशी जे वर्तन केलं, तेच तुम्हा भावांशीही केलं होतं. त्या आधी हा प्रकार तीन राण्यांबाबत अवलंबला होता. आधीच नाजूक असलेलं त्यांचं नातं हिच्यापायी भंग पावलं. तुझी माता सर्वांत पहिला बळी ठरली. हिने तिचा वापर एखाद्या प्याद्यासारखा केला. तिच्या माध्यमातून रामाला दुखावलं.' मग कैकयीकडे वळत ऊर्मिलेने प्रश्न केला, 'माता कैकयी, तुमच्या हे कधीच लक्षात आलं नाही का? अजूनही तुम्हाला हे दिसत नाही का?

कुठली माता आपल्या कन्येशी अशा प्रकारे वागेल? स्वतःच्याच हाताने स्वतःचं कुटुंब उद्ध्वस्त करायला लावेल?' कैकयीचा चेहरा फिकुटला होता. काही क्षण कुणीच काही बोललं नाही. कैकयी शांतपणे मंथरेच्या दिशेने पुढे झाली. तिला खांद्याला धरून तिने उठवलं. मंथरेने तिच्याकडे कटाक्ष टाकला. तिच्या नजरेत आशा दिसू लागली.

तिला आपादमस्तक न्याहाळत कैकयी म्हणाली, 'सर्व जगाने तुझी संभावना कुरूप कुब्जा म्हणून केली. जग तुला हसत राहिलं, चिडवत राहिलं, तुझा उपहास करत राहिलं परंतु मी नेहमी तुझी बाजू घेतली. कारण माझं तुझ्यावर प्रेम होतं. मी अगदी लहान असल्यापासून तूच माझं संगोपन केलंस, माझी काळजी घेतलीस.' कैकयीचा स्वर हळुवार झाला होता, डोळे डबडबले होते. 'मातेचं प्रेम काय असतं, हे मला कसं कळणार होतं? माझ्या मातेने तर माझा त्याग केला होता. तू तिची जागा घेतलीस. मला तुझ्याकडून अपरंपार प्रेम मिळालं. तुझी मांडी हेच माझं छोटंसं जग होतं, स्वर्गसुख होतं. विवाहपश्चात मी तुला इथे घेऊन आले. कारण, तुझी उणीव मला भासली असती. तुझ्यावर माझं निरतिशय प्रेम होतं. तुझा सन्मान राखला जावा या माझ्या मागणीला राजासकट सर्वांनी मान्य केलं. या साऱ्याची परतफेड तू कशी केलीस? चुकीचा सल्ला, अपमान, तिरस्कार आणि अपकीर्ती! यांतलं काहीही मी आता पुसू शकणार नाही. माझ्या कपाळावर आता कायमचा कलंक लागला आहे. स्वतःच्या हातांनी मी माझा आनंद नासवला, कुटुंब उद्ध्वस्त केलं, माझ्या पतीने प्राणत्याग केला. हे सर्व कमी म्हणून की काय, माझा पुत्र माझ्याविरुद्ध गेला. तुझ्या बेडौल रूपात मी आजवर फक्त प्रेम पाहिलं. आज मात्र तुझं रूप माझ्यासमोर उघड झालं आहे. शरीराने तू जितकी कुरूप आहेस त्याहून अधिक मनाने घृणास्पद अशी कुब्जा आहेस तू!' कैकयीच्या डोळ्यांत तिरस्कार उतरला असला तरी ती दुखावली गेली होती. विश्वासघाताचं दुःख तिला सहन होत नव्हतं. त्याच उद्रेकात ती म्हणाली, 'तू माझी माता कधीच नव्हतीस. तू मला सदैव दुष्कृत्यं करायला भाग पाडलंस. हे चांडाळणी, तुझ्या रक्ताने माझे हात माखण्याआधी इथून चालती हो!'

ऊर्मिला सात्त्विक संतापाने म्हणाली, 'नाही माता कैकयी! इतक्या सहज तिची सुटका होता कामा नये. तसं पाहिलं तर तिला केवळ मृत्युदंड द्यायला हवा पण तरीसुद्धा तो तिला देता कामा नये. तिला इथून कुठे दूर

पाठवलं तर तिथेही ती लोकांची मनं नासवेल. त्यांच्या आनंदाला चूड लावून दुःख पसरवेल. तिच्यासाठी योग्य जागा एकच, अंधारकोठडी! तिथे कोळ्यांची जाळी आणि उंदीर-घुशींच्या सान्निध्यात हवी तेवढी कारस्थानं रचता येतील तिला. चौदा वर्षांनंतर राम परतला की, तो तिला क्षमा करेल याची मला खात्री आहे. मगच ती मुक्त होऊ शकते.'

हे ऐकताना मंथरेच्या सुरकुतलेल्या आणि भीतीने पांढऱ्याफटक पडलेल्या चेहऱ्यावरून घामाच्या धारा वाहू लागल्या. ती तळमळून म्हणाली, 'हे ईश्वरा, नको! अंधारकोठडी नको!' ऊर्मिलेच्या पायावर झोकून देत ती उद्वेगाने म्हणाली, 'आजवर केलेल्या सर्व चुकांसाठी मी क्षमा मागते. माझे शब्द क्रूर होते. माझ्या योजना निष्ठुर होत्या. मला क्षमा कर... कृपा करून माझे अपराध पोटात घाल!'

ऊर्मिला निर्विकारपणे म्हणाली, 'मी तुला मागेच सांगितलं होतं, हाताखालच्या सेवकांबरोबर रिकाम्या गप्पा मारण्यात मी वेळ गमावत नसते. रक्षक! उचला हिला इथून. तळघराच्या अंधारकोठडीतील सर्वांत लहान कक्षात तिची रवानगी करा. चौदा वर्षांतील प्रत्येक क्षण मोजत बसू दे तिला. आणि हे पाहा, तिच्या सोबतीने तिच्या हेरांची सेनादेखील जाऊ दे आतमध्ये. प्रत्येक प्रासादात त्यांनी शिरकाव करून घेतला होता. मृगनयनी, कामिनी, प्रांजली... आणि कोणकोण आहेत; त्या सगळ्यांना द्या पाठवून. काळजी करू नका, त्या एकमेकींची नावं पटापट सांगतील. घेऊन जा हिला इथून!'

ऊर्मिला किती कठोर होऊ शकते, याचा मांडवीला अंदाज असला तरी ते प्रत्यक्षात पाहण्याची तिची पहिलीच वेळ होती. ऊर्मिलेची कर्तव्यतत्परता पाहून तिथे उपस्थित असलेला प्रत्येकजण अवाक् झाला.

हुंदके देणाऱ्या मंथरेला रक्षक तिथून घेऊन गेले. गंभीरपणे उभ्या असलेल्या भरताकडे पाहून ऊर्मिला सहजस्वरात म्हणाली, 'भरत, तुझ्या मातांची भेट घे. त्या उत्कंठतेने तुझी वाट पाहत आहेत. तसेही खूप अडथळे आले आहेत. बराच वेळही गेला आहे. शत्रुघ्न, कृपा करून गुरू वसिष्ठांना निरोप पाठव, आजच अंतिम कर्म करायचं आहे. आता अजून उशीर होता कामा नये.'

मृत सम्राटाचे अंतिम विधी त्याच्या दोन कनिष्ठ पुत्रांनी पार पाडले. पित्याचा मृत्यू आणि बंधूंचा वनवास यामुळे त्या दोघांनाही दुःख आवरणं अतिशय कठीण झालं होतं. शांताने त्यांची समजूत घालण्याचा प्रयत्न केला. तिच्या कुशीत तोंड लपवून भरत ढसाढसा रडला. अशा रीतीने का होईना पण बहीण-भावातील कटुता नष्ट झालेली पाहून ऊर्मिलेने सुटकेचा निःश्वास टाकला. सिंहासनावरचा अधिकार नाकारून भरताने शांताच्या नजरेत आपलं नैतिक मूल्य वाढवलं. म्हणूनच मृत राजाचे अंत्यविधी पार पाडण्याची अनुमती तिने त्याला दिली. एका पुत्राने आपल्या पित्याला निराश न करता त्याच्या संत्रस्त आत्म्याला शांती प्राप्त करण्यास साहाय्य केलं.

भरताने राज्यकारभाराकडे लक्ष द्यायला सुरुवात केली तरी कैकयीला भेटायला तो तयार नव्हता. तिनेही स्वतःला तिच्या कक्षात कोंडून घेतलं होतं. कौसल्येची प्रकृती तोळामासा झाली होती. तिला सतत नैराश्याचे झटके येत होते. सुमित्रा तिची शक्यतोपरी काळजी घेत होती. प्रत्येक राणी स्वतःच्या दुःखात चूर होती. ऊर्मिलेची अवस्था फारशी वेगळी नव्हती. कित्येक घटका ती आपल्या चित्रफलकासमोर बसून असे. लक्ष्मण गेल्यापासून तिने कुंचला हातात घेतला नव्हता. लक्ष्मण! त्याच्या आठवणीसरशी तिने उसासा सोडला.

'ऊर्मि!'

त्या हाकेसरशी ऊर्मिला भानावर आली. मांडवी आणि कीर्ती तिच्या कक्षात आल्या होत्या. त्यांना पाहून तिला मनापासून आनंद झाला. त्यांच्यामुळे तिचं जीवन थोडं सुसह्य झालं होतं. त्यांच्या प्रेमाच्या वर्षावात तिच्या शुष्क मनाला आर्द्रता लाभत होती.

'या ना! कित्येक दिवसात आपल्या गप्पाच झाल्या नाहीत,' असं म्हणून ऊर्मिलेने हसतमुखाने त्यांना स्वतःजवळ बसवून घेतलं.

मांडवी अस्वस्थपणे बोटांशी चाळा करत म्हणाली, 'बोलायला विषय तरी कुठला आहे आता? जे घडून गेलं त्यावर अजूनही माझा विश्वास बसत नाही. किती अचानक झालं सगळं! भयप्रद आहे ते! मला तर काही उमजेनासं झालं आहे. सारं हरवल्यासारखं वाटत आहे!' मांडवीला आवेग असह्य झाला. 'तू नसतीस तर मी भरताला कसं सावरलं असतं, काय माहीत! तो अगदी उन्मळून पडला होता!'

त्यावर कीर्ती म्हणाली, 'स्वाभाविक आहे म्हणा! त्याचं जग उद्‌ध्वस्त झालं आहे. आपल्याला अशी माता आहे आणि तिचा पुत्र म्हणून आपण ओळखले जातो या भयंकर सत्याचा स्वीकार करणं त्याला फार कठीण गेलं!'

ऊर्मिला चपापली. राणी कैकयीविरुद्धचा संताप इतक्यात कमी होणार नव्हता. मांडवी किती भावनाप्रधान झाली आहे, हेही तिच्या लगेच लक्षात आलं.

मांडवी त्राग्याने म्हणाली, 'ऊर्मि, ती तुझ्याशी इतकी वाईट वागली तरी तू अशी शांत कशी? तुझी अवस्था किती बिकट झाली असेल? अगदी एकटी पडली होतीस तू. तो भयप्रद प्रसंग, ताण, धक्का आणि भीषणता कशी सहन केलीस तू? लक्ष्मण आणि सीता! ज्या दोघांवर तू सर्वाधिक प्रेम करतेस, त्यांचा विरह कसा काय स्वीकारलास तू? इतकं सर्व सोसून तू खंबीरपणे आणि शांतपणे उभी आहेस. कसं जमतं तुला ऊर्मि?'

'मलाही दुःख झालं आहे. अनेक प्रश्नांची उत्तरं मी शोधू पाहते आहे पण ती नेहमी मिळतातच असं नाही. आलेल्या परिस्थितीला तोंड देणं तेवढं आपल्या हातात असतं,' ऊर्मिला उद्विग्नपणे म्हणाली. 'आपण दुसऱ्या एखाद्या चांगल्या विषयावर बोलू यात का? तुम्ही दोघी काहीतरी हलक्याफुलक्या विषयावर बोलाल असं वाटलं होतं मला.' ऊर्मिलेने विषय बदलायचा प्रयत्न केला.

तिची विषण्णता लक्षात येऊनही, मांडवी स्वतःला थांबवू शकली नाही. तिचंही मन आक्रंदत होतं.

'सीतेला तर मी भेटूच शकले नाही. त्या दिवशी किती वाईट प्रकारे बोलले मी तिला आणि तुलाही. तुम्हा दोघींना तोंड दाखवण्याचा धीर झाला नाही मला. त्यातून आम्ही अगदी घाईने केकयनगरीकडे प्रयाण केलं. निघतानाही तुमच्या दोघींची भेट होऊ शकली नाही. तुमची क्षमा मागण्याचा अवधी मला मिळाला नाही. ऊर्मि... तू मला क्षमा करशील का गं?' मांडवी मनापासून म्हणाली.

तिच्या बोलण्याचा अर्थ लागायला ऊर्मिलेला थोडा वेळ लागला. त्यांच्यामध्ये झालेलं भांडण कित्येक काळापूर्वी झाल्यासारखं तिला वाटत होतं. त्यानंतर घडलेल्या वादळी घटनांनी सर्वांच्या आयुष्याला विचित्र कलाटणी मिळाली होती. म्हणूनच तिच्या मनातून ते भांडण निसटलं होतं.

मांडवीने उल्लेख केल्यानंतर तिच्या स्मृती जाग्या झाल्या. निरोपही न घेता मांडवी आणि कीर्ती केकयकडे निघून गेल्यावर आलेला रितेपणा तिला नव्याने आठवला. त्या प्रसंगी लक्ष्मणाने तिची समजूत काढली होती.

ती हसून म्हणाली, 'प्रिय मांडवी, मी तर विसरलेच होते तो प्रसंग! आणि त्यात क्षमा मागण्यासारखं काय आहे? तू एकटी त्याची लाज वाटून घेऊ नकोस. आम्हालासुद्धा तितकंच अपराधी वाटायला हवं. आपण सगळ्यांनीच एकमेकांची कठोर शब्दांत नालस्ती केली परंतु, त्यामागे कोणाचं डोकं होतं हे आलं ना आपल्या लक्षात? कडवट असला तरी योग्य धडा मिळाला आहे आपल्याला, नाही का?'

'खरं आहे तुझं. तथापि, ती मंथरा अशा प्रकारे विजयी होईल असा कोणी विचारही केला नसेल. आपल्याला दुखावण्यात ती नक्कीच यशस्वी झाली.' सुटकेचा निःश्वास टाकत कीर्ती पुढे म्हणाली, 'बरं झालं ती आता राजप्रासादात कुठेही नाही पण एक सांगू, तिने आपल्या सर्वांच्या जगण्यावर एक कायमचा व्रण उमटवला आहे. तो कधीच मिटणार नाही...'

'...उलट नेहमी स्मरणात राहील तो,' किंचित थरथरत मांडवी म्हणाली. 'आपल्या सर्वांच्या मनात दुष्टबुद्धी ठाण मांडून बसलेली असते हे सतत स्मरणात राहील आपल्या.'

ऊर्मिला ठामपणे म्हणाली, 'इथून पुढे ती कधीही आपल्याला त्रास देणार नाही. तूर्तास, आपल्यापुढे इतर चिंता आहेत. मांडवी भरतकडे नीट लक्ष दे. त्याला तुझी नितांत आवश्यकता आहे. त्याचा फार मोठा भ्रमनिरास झाला आहे.'

'तो माझ्याशी काही बोलतच नाही. एकटा बसून झुरत राहतो. एकतर तो संतापलेला तरी असतो किंवा खिन्न तरी. त्याचं हे रूप मी पहिल्यांदाच पाहते आहे. खूप धास्ती वाटते गं मला!'

'नेमकं हेच मला म्हणायचं आहे. हे बघ, माझी किंवा सीतेची काळजी करू नकोस. फक्त त्याच्याकडे लक्ष दे,' ऊर्मिला खंबीरपणे म्हणाली. 'या क्षणी त्याला तुझ्याशिवाय कोणीही नाही. रामाशिवाय फक्त मातेवर त्याची निष्ठा होती. नेमकं तिच्याकडून विश्वासघाताचं दुःख त्याच्या वाट्याला आलं आहे. राम त्याचा गुरू, पिता आणि ईश्वर होता. राम नसल्यामुळे त्याला दिशाहीन झाल्यासारखं वाटत असणार. पित्याचा अपमृत्यू आणि भावांचा वनवास या सर्वांसाठी तो स्वतःला दोषी धरत असणार. मातेने केलेल्या अपराधाचं

दायित्व त्याने स्वतःवर ओढवून घेतलं आहे. पश्चात्तापाच्या आगीत तो होरपळतो आहे. हा काळ त्याच्यासाठी अत्यंत कठीण आहे. तितकाच तो तुझ्यासाठीही कठीण आहे. त्याला यातून बाहेर काढण्यासाठी तुला स्वतःला अधिक खंबीर करावं लागेल. अन्यथा, तो उन्मळून पडायला वेळ लागणार नाही,' ऊर्मिलेने सुस्कारा सोडला. 'आपल्या सर्वांच्या कसोटीचा काळ आहे हा. शोक कालावधी संपताच अनेक बाबींकडे लक्ष द्यावं लागणार आहे...'

अशौचाचा चौदा दिवसांचा कालावधी सरला. शत्रुघ्नाच्या मदतीने ऊर्मिलेने राज्यकारभाराकडे लक्ष दिलं. शेवटच्या दिवशी तिने सर्व मंत्रिगण आणि गुरुजनांना राजसभेत पाचारण केलं. अत्यंत संयतपणे ती बोलू लागली, 'महाराज दशरथांच्या आदेशानुसार भरताने आता राज्यकारभाराची सूत्रं हातात घ्यावीत. राज्याभिषेकाची सिद्धता झाली आहे.' भरताकडे वळून ती म्हणाली, 'भरत, अयोध्याचे मंत्रिगण आणि गुरुवर्य तुझ्या राज्यारोहणाची प्रतीक्षा करत आहेत. राजाशिवाय राज्यशकट चालू शकत नाही. तुझ्या थोर पूर्वजांचा हा वारसा तुला जपायला हवा. तू अभिषिक्त राजा होणं हेच योग्य आहे.'

ऊर्मिलेच्या बोलण्याला सहमती दर्शवत वसिष्ठ म्हणाले, 'हे सिंहासन आणि राज्य तुला तुझ्या पूर्वजांनी, पित्याने आणि बंधू रामाने दिलं आहे. सर्वोत्तमरीत्या राज्यकारभार करणं हे तुझं आद्य कर्तव्य आहे.'

समोर ठेवलेल्या राजचिन्हांकित वस्त्रालंकारांकडे पाहत भरताने बराच काळ मौन धारण केलं. मग तो म्हणाला, 'मी हे परिधान करू शकत नाही. मी त्यासाठी पात्र नाही. जे सिंहासन माझं नाही ते स्वीकारण्याचा आग्रह मला करू नका. या आधीही मी ते नाकारलं आहे. आजही मी ते नाकारत आहे. माझ्या निष्पापतेवर तुमचा विश्वास नाही का? ज्या पापी राणी कैकयीने रामाला बहिष्कृत केलं, तिचा मी पुत्र असण्याचा हा परिणाम आहे का? केवळ त्यामुळे मी त्या कटाचा भाग होतो का? मी निरपराधी आहे हे तुम्हाला पुन्हा पुन्हा सांगू इच्छितो. मी माझ्या बंधूकडून राजसिंहासन हिसकावून घेतलं आहे असा नगरजनांचा आणि मंत्रिगणांचा विश्वास आहे. त्यांच्या मते हे षड्यंत्र मी रचलं आहे. मी विश्वासघातकी आणि वधोत्सुक बंधू आहे. माझ्या वृद्ध पित्याला त्याची योग्य वेळ येण्याआधी मी यमसदनास धाडलं असं सर्वांना वाटतं. मात्र, तसं नाही. तुम्हा सर्वांचा विश्वास जिंकून तुमचं प्रेम प्राप्त करणं मला महत्त्वाचं वाटतं. वनवासात गेलेल्या रामाला परत आणून त्याचा हक्क असलेल्या या सिंहासनावर त्याला बसवलं तरच मला

हे शक्य होईल. खरा पात्र राजा तो आहे, मी नाही. परंपरेनुसार सर्वांत ज्येष्ठ पुत्राने सिंहासनावर बसायचं असतं. म्हणूनच, राम त्यावर बसेल. तूर्तास, ही राजचिन्हांकित वस्त्राभूषणे बाजूला ठेवा. मी रामाला परत घेऊन आलो की, तो ती धारण करेल.'

हे ऐकताच सर्वांनी भरतावर स्तुती सुमनांचा वर्षाव केला. त्याच्या या वागण्याबोलण्याने त्याने मंत्रिगणांना जिंकलं आहे हे पाहून ऊर्मिलेने सुटकेचा निःश्वास सोडला. गेले काही सप्ताह राजघराण्यात घडणाऱ्या घटनांमुळे मंत्रिगण अवस्थ होते. भरताच्या आत्ताच्या प्रतिपादनात कुठेही खोटा अभिनिवेश नव्हता. तो जे बोलला ते अगदी मनापासून. त्यातूनच त्याची निरागसता सगळ्यांना पटली.

सुमंताकडे वळून भरत म्हणाला, 'आपण उद्याच प्रस्थान करू यात, त्या दृष्टीने तयारी करा. सर्व गुरुवर्यांनी आणि तुम्ही माझ्याबरोबर यावं अशी मी विनंती करतो. माझ्याबरोबर दोघी राजमाता असतील. त्यांच्यासाठी योग्य व्यवस्था करा. राणी कैकयी इथे राजप्रासादात थांबेल.' शेवटचं वाक्य त्याने निर्विकारपणे म्हटलं.

सर्व सूचना देऊन होताच सर्वांनी राजसभेचा निरोप घेतला. प्रत्येकाच्या मनात आशा पल्लवित झाली होती. ऊर्मिला तिच्या प्रासादाकडे निघाली. तितक्यात तिच्यासमोर येत भरत म्हणाला, 'मला आशा आहे की, तू आता निराश नाहीस.' त्याची नजर जमिनीवर खिळली होती.

त्याचा रोख जाणवून ऊर्मिला थक्क झाली. ती घाईने स्पष्टीकरण देऊ लागली, 'भरत, मी कधीच निराश नव्हते. तुझं असं मत झालं आहे का? तू किंवा तुझा उद्देश याबद्दल माझ्या मनात आजवर कधीही किंतू आलेला नाही. कृपा करून अपराधित्वाच्या अनावश्यक भावनेपायी स्वतःचा छळ करू नकोस. जे कारस्थान घडलं, त्यात तुझा हात नव्हता हे सत्य जसं मला माहीत आहे; तसंच ते लवकरच जगालाही माहीत होईल. तू अत्यंत शुद्ध, सात्त्विक मनाचा आहेस. कुमंगल विचारही तुझ्या मनात येणार नाहीत. रामाप्रति तुझी निष्ठा लक्षात घेता तू त्याला कधी दुखावणार नाहीस. मी तर म्हणेन की, तू कुणालाच दुखावू शकत नाही.'

'ऊर्मिला, या साऱ्यात तू फार जास्त दुखावली गेली आहेस, तेही माझ्या मातेकडून. मी हे कधीही विसरू शकत नाही. तिला त्यासाठी क्षमाही करू शकत नाही.'

'नाही भरत! रामाला वनवासात सोबत करण्याच्या लक्ष्मणाच्या निर्णयात माता कैकयीचा हात नाही. तो त्याचा स्वतःचा निर्णय होता. त्याचा दोष तिच्यावर का?'

तो क्षुब्ध होऊन म्हणाला, 'ती माझी माता नाही! तिने लक्ष्मणाला तसं थेट सांगितलं नसेलही परंतु, माझा बंधू आज तुझ्याबरोबर नाही हे वास्तव आहे ना. तिच्याविरुद्ध उभं राहणारा तो एकटाच होता. तो गेलेला पाहून तिला नक्कीच बरं वाटलं असणार. तो इथे असता तर सद्य परिस्थितीविरुद्ध उठाव करून राजमंत्र्यांना चिथावणी देऊन आणि झालेल्या अन्यायाविरुद्ध प्रजाजनांना आवाज उठवायला लावून त्याने रामाच्या हक्कांसाठी लढा दिला असता. रामाने हे काहीही केलं नसतं पण लक्ष्मणाने हे नक्की केलं असतं. तथापि, अरण्यात जायचा निर्णय घेऊन तोही तिच्या धूर्ततेला शरण गेला. ऊर्मिला, नाही, मी तिला कधीही क्षमा करू शकत नाही. प्रत्येक वेळेस तू किंवा कौसल्या माता किंवा सुमित्रा माता माझ्या नजरेस पडलात की, मला अपराधित्व जाणवू लागतं. तुम्हा सर्वांचा आनंद, शांती आणि प्रेम मी हिरावून घेतलं आहे. मी कसा काय आनंदी राहू? दुःखातिरेकाने कौसल्या माता वेडीपिशी झाली आहे. तिने आपला पती आणि पुत्र दोन्ही गमावले आहेत. तीच गत सुमित्रा मातेची झाली आहे. मात्र, ती धीरोदात्त असल्यामुळे झालेलं दुःख ती चेहऱ्यावर कधीच दिसू देणार नाही. ती माझ्याशी सर्वाधिक मायेने वागते. आणि त्यामुळेच माझं मन मला अधिकाधिक खातं. जमेल त्या रीतीने सारं पूर्वपदावर आणणं इतकंच माझ्या हातात आहे. हीच माझी तपश्चर्या आहे. राम आणि लक्ष्मणाला परत आणणं हे माझं एकमेव ध्येय आहे. त्यांनी यायला नकार दिला तर मी तिथेच तप करेन. त्यांच्याशिवाय मी या राजप्रासादात परतणार नाही.'

ज्या प्रकारे भरत स्वतःची अवहेलना करत होता ते पाहून ऊर्मिला कळवळली. 'भरत, स्वतःशी इतकं क्रूरतेने वागू नकोस. तू तपश्चर्या कशासाठी करायची? तू कुठलं पाप केलेलं नाहीस, कुठला अपराध केलेला ना...'

'तसा तो रामाने किंवा लक्ष्मणाने किंवा सीतेनेही केलेला नाही,' भरत उद्विग्न होऊन म्हणाला. 'कुणीतरी केलेल्या पापाचं मूल्य आपण सर्व चुकवत आहोत. अन्यथा, तुझा आणि तुझ्या पतीचा वियोग का व्हावा? राम आणि लक्ष्मणाच्या मातांना वियोग का व्हावा? रामाला परत आणून मी या साऱ्याची भरपाई करू शकतो. तू येणार ना आमच्याबरोबर?'

हे ऐकताच ऊर्मिलेच्या मनात आनंदाच्या लाटा उसळल्या. पुन्हा एकदा लक्ष्मणाचा चेहरा नजरेस पडेल या विचाराने तिच्या मनात प्रसन्नता दाटली. त्या भावनेच्या आहारी जाण्याआधी ती पटकन भानावर आली. तिच्यासाठी ते मृगजळ होतं. त्यामागे धावण्यात अर्थ नाही हे तिला ठाऊक होतं.

घशात दाटलेला आवंढा गिळत ती मोठ्या कष्टाने म्हणाली, 'नाही! मी तसं करणं हा लक्ष्मणावर आणि माझ्यावरही अन्याय आहे. तुला शक्य असेल तर तू त्या दोघांना परत आण. त्याकरता मी आयुष्यभर तुझी ऋणी राहीन.'

'अन्याय? तो का? आयुष्याने तुमच्या दोघांच्या पदरात विरहाचं दुःख टाकलं आहे. स्वतःच्या पत्नीला पाहून माझ्या भावाला आनंद नाही का होणार?'

'नक्कीच होईल! म्हणूनच, तू त्याला परत आणण्याचा प्रयत्न केला पाहिजेस. तुझ्याबरोबर चलण्याचा आग्रह मला मात्र करू नकोस,' तिने त्याला तोडून टाकत म्हटलं. पुढे बोलण्यासारखं भरताकडे काही नव्हतं पण तिचं बोलणं झालं नव्हतं. ती हळुवारपणे म्हणाली, '...भरत, कृपा करून माता कैकयीला तुझ्यासमवेत घेऊन जा. तू तिच्याशी फार निष्ठुरपणे वागतो आहेस. या सर्व आक्रिताला ती जबाबदार आहे हे जरी मला मान्य असलं, तरी ती फार मोठी दुर्घटना आहे हे आपण नाकारू शकत नाही. तिला त्याची जाणीव झाली आहे. तुझ्याप्रमाणे तीही पश्चात्तापाच्या आगीत होरपळते आहे. तिला एक संधी...'

तिला मध्येच तोडत भरत आवेगाने म्हणाला, '...अजून मोठ्या समस्या उभ्या करण्यासाठी? माझा तिच्यावर यत्किंचितही विश्वास उरला नाही.' तो खांदे उडवत म्हणाला, 'तिने रामाला बहिष्कृत केलेलं असताना मी तिला बरोबर कसं नेऊ शकतो?'

ऊर्मिला शांतपणे म्हणाली, 'घेऊन जा तिला. पश्चात्तापदग्ध व्यक्तीच्या अश्रूंइतकं हेलावून टाकणारं दुसरं काहीच नसतं. कदाचित, रामाचा कठोर निर्धार त्यामुळे गळून पडेल. कुणी सांगावं, केवळ तीच परत येण्यासाठी रामाचं मन वळवू शकेल.'

भरताच्या चेहऱ्यावरचे गोंधळलेले भाव पाहून ऊर्मिलेला हसू आलं. 'भरत, अयोध्येला परत येण्यासाठी रामाचं मन वळवणं फार सोपं आहे असं वाटलं का तुला? तू त्याची कितीही विनवणी केलीस तरी पित्याला दिलेला शब्द तो भावासाठी मोडणार नाही. त्याच्या पित्याने एक वचन दिलं. पुत्र

या नात्याने पित्याचा शब्द जपणं हाच रामाचा सन्मान आहे. तो त्यापासून कधीच विचलित होणार नाही.'

'पण हे सगळं का? यातून काय चांगलं साध्य होणार आहे? तात आता आपल्यात नाहीत. रामाला त्याची जाणीवही नाही. आपल्या सर्वांना तो परत हवा आहे. मी त्याला आग्रह करेन, गळ घालेन, गयावया करेन, विनवणी करेन, त्याच्या पायावर लोळण घेईन... आमरण उपोषण करेन,' भरत गंभीरपणे म्हणाला.

'काहीतरी मूढासारखं बोलू नकोस,' तिने तीव्रपणे म्हटलं. 'आपल्यावरील आपत्ती कमी झाल्या का? तू अजून आपत्ती का ओढवून आणतोस? मांडवीवर आणि स्वतःवर असा अन्याय करू नकोस.'

'त्याने परत येण्याचं मान्य करेपर्यंत मीही परतणार नाही!'

हे ऐकताच तिने प्रश्न केला, 'म्हणजे, मी आत्ता ज्या विरहवेदना भोगते आहे त्याच मांडवीनेही भोगायच्या का? भरत, सर्व कुटुंबाचं लक्ष आता तुझ्यावर केंद्रित झालं आहे. केवळ स्वतःचा विचार करणं, स्वतःची कीव करणं किंवा पश्चात्तापाच्या भावनेत तू स्वतःला गुंतवून ठेवणं योग्य नाही. तुला आता खंबीर आणि न्याय्य व्हायलाच पाहिजे.'

आपल्या बोलण्याचा भरतावर काही परिणाम होत आहे की नाही, याबद्दल ऊर्मिलेला खात्री नव्हती. तो जाणूनबुजून तिच्याकडे दुर्लक्ष करत असावा किंवा कदाचित त्याला चित्तभ्रम झाला असावा. यातून काय निष्पन्न होणार, याची काळजी तिला वाटू लागली. दोघंही भाऊ आपापल्या मुद्द्यावर ठाम राहणार होते. भरताच्या शब्दाला मान देऊन राम, सीता आणि लक्ष्मणाबरोबर परत यावा अशी मनोमन प्रार्थना तिने केली. काहीतरी करून हे असंच घडावं ही तिची इच्छा होती परंतु, तशी आशा मात्र ती बाळगू शकत नव्हती.

स्वतःला सावरत ती पुढे बोलू लागली, 'आणि म्हणूनच कृपा करून माता कैकयीला समवेत ने. कदाचित राम स्वतःच्या मातेचं काही ऐकणार नाही परंतु, माता कैकयीने अट समोर ठेवल्यामुळे तो तिचं ऐकेल.'

ऊर्मिलेच्या बोलण्यात असलेलं तथ्य लक्षात घेत भरताने संमती दर्शक मान हलवली. त्याला त्याच्या भावाचं मन वळवण्यासाठी अधिकाधिक नैतिक पाठिंब्याची आवश्यकता होती.

सर्वानुमते वसिष्ठ, सुमंत आणि तीन राण्यांनी भरत आणि शत्रुघ्न यांच्यासमवेत वनवासात जायचं निश्चित झालं. कौसल्येच्या आनंदाला उधाण आलं. समोर असलेला कठीण प्रवास करायला ती उत्साहाने तयार झाली. रामाला भेटायची अनुमती मिळाल्यामुळे कैकयीच्या मनात कृतज्ञता दाटून आली. तिच्याशी बोलायला भरताने नकार दिल्यामुळे ऊर्मिलेने ही वार्ता तिच्या कानावर घातली. ऊर्मिला सोबत येणार असेल तरच आपण जाऊ अशी अट सुमित्राने समोर ठेवली. ऊर्मिलेची द्विधावस्था झाली. त्यातून बाहेर पडण्याचा तिने आटोकाट प्रयत्न केला.

'इथे राजप्रासादात माझी आवश्यकता आहे. मांडवी आणि कीर्तीबरोबर मी इथेच थांबते. तुमच्या परतण्याची आम्ही वाट...' स्पष्टीकरण देण्याचा तिचा दुर्बळ प्रयत्न होता.

'पुत्री, उगाच कारणं देऊ नकोस. मी तुला आता चांगलं ओळखते. रामाने परतून यावं यासाठी आम्ही त्याचं मन वळवायला जात आहोत. आमच्याबरोबर न येण्याचं काय कारण आहे?' सुमित्रेने तिला स्पष्टपणे विचारलं.

ऊर्मिलेच्या मनात भावनांचं वादळ घोंघावत होतं. प्रश्न विचारणाऱ्या श्वश्रूसमोर मन मोकळं करण्याचं तिने ठरवलं. कसंबसं स्वतःला सावरत ती म्हणाली, 'कारण, माझा आता स्वतःच्या भावनांवर विश्वास उरला नाही. 'आशा' या शब्दाचा आणि भावनेचा मी तिरस्कार करते. ती तुम्हाला उंचावर घेऊन जाते आणि निर्दयपणे खाली ढकलून देते. पुन्हा एक निरोप मला सहन होणार नाही. पुन्हा एकवार त्याला निरोप घेण्याचं धैर्य माझ्यात नाही. नाहीच करू शकत मी ते!' स्वतःच्या मनातील नैराश्याला कसाबसा आवर घालत ती म्हणाली, 'मला त्या साऱ्यातून जायला भाग पाडू नका.'

'हा पुन्हा एक निरोप असेल असं तुला वाटत असेल तर केवळ त्याला भेटण्यासाठी तू गेलंच पाहिजेस. त्यातून तुझ्या वाट्याला समाधानाचे काही क्षण येतील,' ऊर्मिलेने घट्ट आवळलेली मूठ हळुवारपणे सोडवत सुमित्रा मार्दवाने म्हणाली. तिच्यासमोर उभी असलेली ती तरुणी अजूनही नववधू होती. तिच्या दुःखामुळे सुमित्रा विदीर्ण झाली. तिला रडू आवरेना. 'तुला वाटतं त्याप्रमाणे तू मोडून पडणार नाहीस. उलट, वियोगाचा अनेक वर्षांचा काळ सहन करण्याचं धैर्य तुझ्या ठायी येईल. माझं म्हणशील तर चौदा वर्षं फार प्रदीर्घ काळ वाटतो मला. तोवर मी जगेन की नाही याची

मला खात्री वाटत नाही. कदाचित, मला माझ्या सौमित्रला भेटण्याची ही शेवटची संधी असेल.'

ती निःश्वास टाकत पुढे म्हणाली, 'ज्यावर आपलं नियंत्रण नाही त्याचा शोक का करायचा? त्याऐवजी आलेला दिवस अधिक चांगला घडवण्यासाठी प्रत्येक संधीचा लाभ घ्यायला हवा. त्यामुळे आपण आणि आपलं जीवनही जास्त चांगलं होऊ शकेल. इथे राजप्रासादात त्याच्या आठवणींत झुरण्यापेक्षा त्याच्या भेटीने तुला आनंद नाही का होणार? या संधीमुळे तुला आयुष्याच्या पुढच्या टप्प्यावर अधिक खंबीरपणे उभं राहता येईल. त्यामुळेच तिच्याकडे नवजीवनदायिनी म्हणून पाहा. फार भोगलंस तू! स्वतःला सौख्याचे काही क्षण देऊ कर. या अंधकारमय कालावधीत स्वतःशी जरा ममत्वाने वाग. मी खात्रीने सांगते, ही भेट कितीही अल्पावधीची ठरली, तरी त्यातून तुला अपार आनंद मिळेल. पुढील काळासाठी तू तयार होशील. पुत्री, मी तुझ्यावर माझा निर्णय लादणार नाही पण एक लक्षात ठेव. आयुष्यात कधीही सुखापासून लपू नकोस, मग ते कितीही लहानमोठं किंवा वरवरचं अथवा सखोल असो!'

सुमित्राचे हे शब्द ऐकताच ऊर्मिला भानावर आली. क्षणैक किंवा क्षणभंगुर असला तरी समाधानाच्या हिश्श्यावर तिचाही पूर्ण अधिकार होता. येणाऱ्या आयुष्यासाठी ती खंबीरपणे उभी राहू शकणार होती.

त्याला भेटायला ती आता तयार होती.

भरतभेट

तो सगळ्यात आधी तिला दिसला. तिच्या मनात अनेक भावना उचंबळून आल्या. शाकारलेल्या कुटीबाहेर तो ताठ उभा होता. चित्रकूट पर्वतावर चढणाऱ्या लवाजम्याकडे तीक्ष्ण नजरेने पाहत त्याने हातातील धनुष्यबाण सज्ज ठेवलं होतं. इतक्या अंतरावरूनही त्याच्या चेहऱ्यावरच्या आठ्या ऊर्मिलेला अचूक लक्षात आल्या. तिला हसू आलं. तो नेहमीच रागावलेला किंवा क्रुद्ध असे. या क्षणी त्याला कशाचा राग आला असेल? तिला या प्रश्नाचं उत्तर ठाऊक होतं. लक्ष्मणाची विचारपद्धती ती जाणून होती. अश्वदल, गजदल, पददल, मेणे, अनेक रथ आणि अग्रभागी असलेल्या भरताच्या रथावर फडकणारा राजध्वज पाहताच लक्ष्मणाच्या मनात पराकोटीचा संशय आला असणार. वनवासात असलेल्या दोन भावांचा पाडाव करण्यासाठी भरताने वनावर आक्रमण केलं आहे हेच त्याच्या मनात आलं असणार. भरताला निष्कारण अपराधी मानण्यात आलं होतं. तीच पुनरावृत्ती आताही होत होती. ऊर्मिलेच्या मनात भीती दाटली. भावांमध्ये रक्तरंजित युद्ध होणार की काय, असा विचार तिच्या मनात डोकावला पण तिने तो ताबडतोब भिरकावून लावला. हे कदापि शक्य नव्हतं. रामाचे धाकटे बंधू त्याच्या शब्दाबाहेर कधीही जात नसत. रामाने असं युद्ध होऊ दिलं नसतं.

मेणे डोंगरमाथा चढले. भरत रथारूढ असल्यामुळे तो त्या आधीच येऊन पोहोचला. आश्रमातील ज्या कुटीत राम आणि सीतेचं वास्तव्य होतं त्या बाहेर येऊन तो उभा होता. सर्व राण्यांसह ऊर्मिला तिथे येऊन पोहोचली तेव्हा, भरत, वसिष्ठ, सुमंत आणि शत्रुघ्न यांनी कुटीत प्रवेश केला होता.

ऊर्मिला कुटीच्या दिशेने निघाली, तेव्हा लक्ष्मण तिच्या नजरेस पडला नाही. तोही आपल्या बंधूंबरोबर आत असणार.

त्या सर्वांनी कुटीत प्रवेश करताच तिला विचित्र शांतता जाणवली. पक्ष्यांची किलबिलदेखील थांबली होती हे तिच्या तीक्ष्ण कानांनी अचूक टिपलं. शोध घेणाऱ्या तिच्या अधीर नजरेला रामाच्या खांद्यावर हात ठेवून उभा असलेला लक्ष्मण दिसला. तो निःस्तब्ध होता. त्याचा चेहरा खिन्न आणि नजर पिळवटलेली दिसत होती. तो बहुधा रामाचं सांत्वन करत असावा. रामाच्या चेहऱ्यावर तीव्र दुःख उमटलं होतं. त्याची नजर डबडबलेली होती. भरताने राजाच्या मृत्यूची वार्ता त्यांच्या कानावर घातली असणार हे तिच्या लक्षात आलं. विधवेच्या वेषात समोर आलेल्या तिन्ही राण्यांना पाहताच सीता श्वास घ्यायला विसरली. समोर पुत्राला पाहताच कौसल्याचा शक्तिपात झाला. दोन्ही हात पसरून तिने रामाकडे धाव घेतली. लटपटत्या पायांनी येणारी कौसल्या भूमीवर कोसळण्याआधी रामाने तिला आपल्या बाहूत घेतलं. त्याच्या कणखर मिठीत ती धाय मोकलून रडू लागली.

एकही शब्द न उच्चारता लक्ष्मण आपल्या मातेकडे गेला. तिच्या चरणांना स्पर्श करून त्याने हळुवारपणे तिला कुशीत घेतलं. इतक्या दिवसात पहिल्यांदा सुमित्रा अश्रू ढाळू लागली. वेदना प्रकट करतानाही तिचा डौल कायम होता.

'राम, ज्येष्ठ पुत्र या नात्याने तुला मृत राजाचं श्राद्ध इथेच मंदाकिनी तीरी करावं लागेल,' वसिष्ठ म्हणाले.

'हो बंधू! आपल्या तातांचीही तीच शेवटची इच्छा असणार,' भरताने म्हटलं. 'दृष्टिहीन नजरेसमोर केवळ तुझी प्रतिमा ठेवून त्यांनी प्राण त्यागला. तू त्यांचं श्राद्ध केल्याने आता तरी त्यांच्या आत्म्याला शांतता लाभेल.'

त्यानंतर नदीकाठी जाऊन चारही भावांनी आपल्या मृत पित्याच्या आत्म्याच्या मुक्तीसाठी यथायोग्य विधी पार पाडले. या निमित्ताने का होईना, चारही भाऊ पुन्हा एकत्र होते. विधींची पूर्तता झाल्यावर ते कुटीत परतले. सर्व शोकाकूल होते.

ऊर्मिला सीतेजवळ गेली. वनवासातील वास्तव्याने सीता कृश झाली होती. तिची त्वचा काळवंडली असली तरी तिचं सौंदर्य कमी झालं नव्हतं. दोघी बहिणींनी एकमेकींना घट्ट मिठीत घेतलं. ऊर्मिलेच्या गालांवर

हळुवारपणे ओठ टेकवत सीता मायेने म्हणाली, 'माझी शूर धाकटी बहीण, किती एकटी पडली होतीस तू! तरीसुद्धा खंबीरपणे सगळ्यांना आधार दिलास, त्याबद्दल चकार शब्दही उच्चारला नाहीस. तुझ्या जागी मी असते तर प्रयत्न करूनही तुझी चेतना आणि इच्छाशक्ती मी दाखवू शकले नसते. ऊर्मि, मी तुझ्यासारखी खंबीर कधीच होऊ शकणार नाही. कृपा करून मला शिकव ना. तुझा कणखरपणा दे थोडा.'

खिन्नपणे हसत ऊर्मिला म्हणाली, 'पर्णकुटीतील कडक भूमीवर दर्भशय्येवर निजणारी राजकन्या हे बोलत आहे का? अनवाणी पायांनी जी वाटा तुडवते आहे, कुटीतील सदस्यांसाठी जी रोज रांधते आहे त्या लाडावलेल्या राजकन्येने सहनशीलतेबद्दल असं बोलावं?'

'ऊर्मि, मी तुझ्या आंतरिक सामर्थ्याबद्दल बोलते आहे. त्यामुळेच तू भावनांच्या वादळांचा असा निग्रही सामना करू शकते आहेस. माझं म्हणशील तर राम माझ्याकडे आवर्जून लक्ष देत आहे. लक्ष्मण मला श्रमाचं कुठलंही काम करू देत नाही. पाकसिद्धीसाठी सरपणही तोच गोळा करून आणतो. ही कुटी त्याने स्वतः बांधली आहे. ऊर्मि, या अरण्यात मी अत्यंत आनंदात आहे. तुझी मात्र मला काळजी वाटते. निष्कारण तुला विरहयातना भोगाव्या लागत आहेत.'

ऊर्मिला जरी सीतेजवळ उभी असली तरी तिची नजर लक्ष्मणावर खिळली होती. सुरुवातीच्या प्रणयी दिवसांसारखी तिची अवस्था होती परंतु, या वेळेस तिच्या मनात विचित्र भीती दाटली होती. लक्ष्मणाला पाहण्यासाठी वनात येण्यात तिने चूक केली होती का? रामाने अयोध्येत परतावं म्हणून त्याचं मन वळवण्याच्या हेतूने सर्वजण तिथे आले होते. ती मात्र केवळ लक्ष्मणाला पाहण्यासाठी आली होती.

शत्रुघ्नाशी बोलणाऱ्या लक्ष्मणाकडे तिने पाहिलं. त्याची त्वचाही रापली होती. राजप्रासादात असताना किंचित मांसल वाटणारं त्याचं शरीर आता कृश झालं होतं. तथापि, त्याचं बाहुबल अधिक वाढल्याचंही जाणवत होतं. नदीवरून पाणी भरून आणायचं, वृक्षांच्या फांद्या छाटायच्या, सरपण गोळा करायचं हा त्याचा नित्यक्रम होता. राम आणि सीतेची कुटी त्यानेच उभारली होती. तिथून थोड्या अंतरावर त्याची स्वतःची लहानशी कुटी होती. शब्दांपेक्षा कुऱ्हाडीचा वापर तो अधिक प्रमाणात करत होता, हे सहज लक्षात येत होतं.

त्याला बघून एका मासाहून अधिक दिवस लोटले होते. रथारूढ झाल्यावर त्याने तिच्याकडे वळूनही पाहिलं नव्हतं. तो त्याचा शेवटचा निरोप होता का? तिला भेटण्याची त्याची इच्छा नव्हती का? ती अरण्यात आलेलं त्याला आवडलं नव्हतं का? ती अस्वस्थ झाली पण मनातील वेदना सांगणार तरी कोणाला? गेले कित्येक दिवस भावनिक ताण सहन केल्यावर आता त्याची असंतुष्टता तिला सहन होणार नव्हती.

'...इतकं छान आहे ना इथे, ऊर्मि, खरंतर मला हे वातावरण फार आवडू लागलं आहे,' सीता उत्स्फूर्तपणे बोलत होती. 'राजप्रासादाची मला आठवणही येत नाही. अनवाणी पायाने चाललं की, मातीचा, ओल्या गवताचा, अगदी दगडांचा स्पर्शही सुखावतो. त्यातून मुक्तीची भावना जाणवते.'

'तुझं नावंच सीता आहे. भूमीकन्या सीता. निसर्ग तुझी काळजी घेत आहे सीता. तुला आनंदात पाहून मलाही छान वाटत आहे.'

'ऊर्मि, या लहानसहान गोष्टींचा मी भरभरून आनंद घेते आहे. हे अरण्य मला माझं गृह वाटू लागलं आहे. सगळ्यात महत्त्वाचं म्हणजे मला रामाची सतत सोबत...' आपण काय बोलत आहोत याची जाणीव होत सीता एकदम गप्प झाली. तिच्या चेहऱ्यावरचं हसू मावळलं. ती मनापासून म्हणाली, 'मला क्षमा कर. असं म्हणायचा माझा हेतू नव्हता.'

ऊर्मिलाने निःश्वास टाकला. ती दुःखी स्वरात म्हणाली, 'तू क्षमा मागण्याची आवश्यकता नाही. जे आहे ते आहे!'

'अहाहा! लक्ष्मण इकडेच येताना दिसतो आहे,' असं म्हणत सीता लगबगीने उठली. 'मी आता माता कैकयीची भेट घेते. तिने तशी इच्छा प्रकट केली आहे.'

सीता घाईने कुटीत गेली. लक्ष्मण अगदी समीप येऊन पोहोचला होता. त्याची नजर आता फक्त ऊर्मिलेचा वेध घेत होती. नेहमीप्रमाणे आत्ताही त्याच्या डोळ्याचं पातं लवत नव्हतं. ऊर्मिला थरथरू लागली. तिच्या मनात पुन्हा शंका डोकं वर काढू लागली. तिला इथे पाहून तो चिडला तर नसेल ना?

आपल्या खरखरीत हनुवटीवरून उन्हाने रापलेला हात फिरवत त्याने तिला हळुवारपणे विचारलं, 'मिला, अशी धास्तावून का पाहते आहेस? मी अचानक भीतीदायक दिसू लागलो आहे का?'

हे ऐकताच तिचे गाल क्षणार्धात आरक्त झाले. नेहमीप्रमाणे आत्ताही तिला स्वतःच्या प्रतिक्रियेचा राग आला.

'धास्तावले? नाही, पण हो! मी इथे आलेलं तुला आवडलं नसावं अशी भीती माझ्या मनात आहे,' ती प्रांजळपणे म्हणाली. त्याचं बोलणं ऐकून तिचं मन आभाळात गिरक्या घेऊ लागलं होतं. 'मी इथे यायला नको होतं का?'

'असं का म्हणतेस? तू आलीस म्हणून मला खूप आनंद झाला आहे. होणारच ना?' त्याने प्रसन्नपणे उत्तर दिलं. 'मिला, तुझ्या विचारांचे अश्व चौखूर उधळत असतात असं मी नेहमी म्हणतो ते याचसाठी पण मला एक प्रश्न पडला आहे, तुम्ही सर्व इथे का आला आहात? अल्पावधीत आम्ही गुरू वसिष्ठ आणि भरताची भेट घेणं अपेक्षित आहे... ते कशासाठी?'

'रामाला स्वगृही नेण्यासाठी! भरत तुमच्यावर आक्रमण करायला आला आहे अशी जी शंका तुला आली होती तसं काही नाही,' तिने खडसावलं.

'खरं आहे!' मनातल्या विचारांनी त्याला संकोच वाटला. 'परंतु आपल्या कुटुंबात जे काही घडून गेलं त्यानंतर कुणावरही विश्वास ठेवावासा मला वाटत नाही. तसंही मी नेहमीच शंकेखोर होतो. ती सवयच म्हण ना!'

'हो! माझ्याही लक्षात आलं आहे की, तू पटकन अनेकांचा तिरस्कार करतोस. तुझा स्पष्टवक्तेपणा समोरच्याला नाउमेद करतो. तरीसुद्धा अतिशय गोड बोलून तू आत्ता माझा अपेक्षाभंगही करतो आहेस,' तिने त्याला डिवचलं.

'माझ्याबद्दल तुझं प्रथमदर्शनी मत असं होतं का?' गालातल्या गालात हसत तो पुढे म्हणाला, 'मी मात्र तुला पहिल्यांदा पाहिलं तेव्हा तुझं सौंदर्य आणि आनंद मला जाणवला. या दोन्हींच्या माध्यमातून तू इतरांना कसं आपलंसं करतेस हे माझ्या लक्षात आलं.' त्याच्या तोंडून हे शब्द ऐकताच ती लाजली. विषयांतर होत आहे हे लक्षात येताच स्वतःला सावरत त्याने विचारलं, 'तर मला सांग, सगळ्यांनी इथे येण्यामागे काय प्रयोजन आहे?'

'रामाने अयोध्येला परतावं ही विनंती करण्यासाठी सर्व इथे आले आहेत. त्याच्यावर झालेल्या अन्यायाचं निराकरण करणं हे भरताचं एकमेव ध्येय आहे. राजेपद स्वीकारायला त्याने ठाम नकार दिला आहे. वारसाहक्काने रामाचं असलेलं सिंहासन त्याने ग्रहण करावं असा भरताचा आग्रह आहे.'

ती बोलत असताना लक्ष्मण अरण्याकडे एकटक पाहत होता. सरतेशेवटी तो म्हणाला, 'तो नाही येणार. दिलेलं वचन तो कधीच मोडणार नाही. त्यातून ते तातांना दिलेलं वचन आहे...'

'...माता कैकयीने त्याला विनंती केली तरीही नाही का?'

'नाही! त्यासाठी ती इथे आली आहे का?' त्याच्या स्वरात उपहास होता. 'क्षमायाचना करायला? आणि आम्ही क्षमाशीलतेने झालं गेलं विसरायला हवं का? रामाचा प्रश्नच नाही; तो तिला सहज क्षमा करेल. खरं सांगायचं तर घडलेल्या घटनाक्रमामुळे तो तिच्यावर चिडलेलाही नाही. वनवासी जीवन त्याला आवडलं आहे. अयोध्येचा राजा म्हणून राजप्रासादात वावरताना जे शिकता आलं नसतं ते इथे या वनवासात, जीवनप्रवासातील वेगळ्या वळणावर शिकण्याची संधी त्याला मिळाली आहे असंच त्याचं म्हणणं आहे.'

तिने हळुवारपणे विचारलं, 'तुझं काय?'

निःश्वास सोडत लक्ष्मण म्हणाला, 'मिला, ज्यांची उत्तरं मी देऊ शकत नाही ते प्रश्न विचारू नकोस. तुला इथे पाहून मला निरतिशय आनंद झाला आहे. त्या क्षणाप्रति मी कृतज्ञ आहे. आधी तर माझा डोळ्यांवर विश्वास बसत नव्हता. पण तू खरंच इथे आली आहेस, आत्ता माझ्यासमोर आहेस. मला तुला डोळे भरून पाहू दे...' असं म्हणत त्याने तिच्याकडे रोखून पाहिलं. त्या नजरेत आर्तता होती. तिच्या काळजाचा ठाव घेण्याची क्षमता होती. तिचे थकलेले डोळे, बसलेले गाल, थरथरणारे ओठ आणि मानेशी वळलेला जाडजूड अंबाडा. त्याची नजर जाणवताच तिने संकोचाने अंबाड्यातील आकड्याला हात लावला. या इथे लक्ष्मण तिचा आकडा काढून अंबाडा सोडू शकणार नव्हता. पुन्हा एकदा तिच्या गालावर लालिमा पसरला. 'मिला, किती सुंदर आहेस! तितकीच कणखर आणि विद्वत्तापूर्णही! मला तुझा इतका अभिमान आहे की, तुझ्यापुढे स्वतःची लाज वाटते मला. मी तुझ्यासाठी पात्र नाही.'

त्याने पुन्हा सुस्कारा सोडला. 'भरत, शत्रुघ्न आणि माता सुमित्राकडून साद्यंत वृत्तांत माझ्या कानावर पडला आहे. अचानक कोसळलेल्या विपत्तीमध्ये तू कशी ठामपणे उभी राहिलीस हे त्यांनी सांगितलं मला. एखादी खवळलेली सिंहीण आपल्या लहान शावकांचं जसं रक्षण करेल, तसंच तू राजकुटुंबाचं केलं आहेस. कर्तव्यदक्ष स्नुषा, धूर्त प्रशासक आणि

चतुर शांतीदूत अशा विविध भूमिका तू एकाच वेळेस पार पाडल्यास. हे प्रिय पत्नी! मी मात्र तुला वेदनांशिवाय काहीही दिलं नाही!'

ऊर्मिला तळमळून म्हणाली, 'तू स्वतःला असं का म्हणतो आहेस? तुमच्या पश्चात काय काय घडेल आहे याची कल्पना तुला कशी असणार? तू तुझं कर्तव्य पार पाडायला गेलास आणि मी माझं! मग अशी स्व–अवहेलना कशासाठी? राम सुखात आहे असं तू म्हणालास. आजवर इतकं सुख कधीच मिळालं नाही असं सीतेचं म्हणणं आहे. हे सर्व केवळ तुझ्यामुळे शक्य झालं आहे. त्या दोघांना तुझा खंबीर पाठिंबा आहे. त्यांचा रक्षक तू आहेस. स्वतःच्या वेदनांकडे लक्ष न देता अत्यंत निःस्वार्थीपणे तू त्यांची सेवा करतो आहेस. लक्ष्मणा, मला तुझा अतिशय अभिमान आहे. तुला स्वतःची लाज का वाटावी? तू असं कसं म्हणू शकतोस? माझ्या या घडण्यामागे तू आहेस. आपण दोघं एकाच नाण्याच्या दोन बाजू आहोत हे नाही का लक्षात येत तुझ्या? फक्त, आपली व्यक्त करण्याची पद्धत वेगळी आहे. केलेल्या निवडीनुसार आपण जगत आहोत हे खरं.'

लक्ष्मणाने थकून कपाळ चोळलं, 'माझी फार द्विधा मनःस्थिती झाली आहे. ही निव्वळ आपत्ती नसून आपल्या सर्वांवर झालेला घोर अन्याय आहे. या सगळ्याला एकमात्र व्यक्ती कारणीभूत आहे. तिच्या लहरीपणापायी तातांनी आपले प्राण गमावले आहेत. आता अजून काय काय बघावं लागणार आहे?' त्याचा स्वर अतिशय उद्विग्न झाला होता. तरीही स्वतःला सावरत तो म्हणाला, 'मिला, तू आलीस म्हणून मला खूप आनंद झाला आहे. अजूनही माझा विश्वास बसत नाही. मी स्वप्नात तर नाही ना? तू नेहमीच माझ्या स्वप्नाचा भाग असतेस त्यामुळे मी धास्तावलो आहे. दिवसभर मी बेभानपणे कामात झोकून देतो. तुझा विचारही करायला मनाला अवधी मिळू नये म्हणून पराकोटीचे शारीरिक श्रम करतो. तरीसुद्धा तुझा विचार क्षणभरही माझ्या मनातून दूर होत नाही. जणू तू माझ्यासमवेत असतेस. कित्येकदा मला तुझी उपस्थिती जाणवते. त्या भावनेचा अव्हेर न करायला मी आता शिकलो आहे. तुझी अखंड सोबत आहे या विचाराने मी शांत होतो.'

ऊर्मिला हसून म्हणाली, 'जणू आपला विरह कधी झालाच नाही, हो ना? जशी मी इथे तुझ्यासमवेत असते तसा तूही सतत माझ्यासमवेत असतो.'

दैवाने त्यांच्याकडून हिरावलेल्या क्षणांची जाणीव होऊन एकमेकांकडे पाहत ते खेदाने हसले. तितक्यात शत्रुघ्न त्यांना बोलवायला आला. काही विशिष्ट चर्चा करण्यासाठी सर्वांनी रामाच्या कुटीत जमायचं होतं.

त्या तिघांनी कुटीत एकत्र प्रवेश केला. गुरुवर्य, मंत्री आणि राजघराण्यातील सर्वांच्या उपस्थितीमुळे त्या लहानशा कुटीत गर्दी झाली होती. तिथल्या लिंपलेल्या भिंतींवर धनुष्य आणि बाणांनी भरलेले भाते, तसंच धारदार तलवारी लटकलेल्या ऊर्मिलेच्या नजरेस पडल्या. एका कोपऱ्यात लाकडांची मोळी होती. कदाचित ते सरपण असावं.

सर्व विराजमान झाल्यावर रामाने प्रश्न केला, 'भरत, आपल्या राजकर्तव्यांकडे दुर्लक्ष करून तू इथे अरण्यात का आला आहेस? तेही ससैन्य? तातांच्या मृत्यूची वार्ता माझ्या कानावर घालणं हा तुझा उद्देश होता का?'

'अगदी खरं आहे! पण मला अजूनही काही सांगायचं आहे. बंधू, तू राजकर्तव्यांचा उल्लेख केलास; पण मी राजा नाही.' नम्रपणे हात जोडून भरत पुढे म्हणाला, 'राजा तू आहेस! मी इथे तुला विनंती करायला – नव्हे याचना करायला आलो आहे. कृपा करून आमच्यासवे अयोध्येत परत येऊन राजा म्हणून आपल्या कर्तव्यांचा स्वीकार कर. राजसिंहासन ग्रहण कर. इक्ष्वाकू वंशाच्या राज्यावर राज्य कर. तुझा जन्म यासाठीच झाला आहे. तो तुझा हक्क आहे.'

'नाही! हा माझा हक्क नव्हे. तातांच्या इच्छेनुसार हा हक्क ते कोणालाही देऊ शकत होते. त्यांनी तुझी निवड केली आणि मी...'

त्याचं वाक्य अर्धं तोडून भरत बोलू लागला, 'पण ते सर्व त्यांच्या इच्छेविरुद्ध घडलं होतं हे तुलाही ठाऊक आहे. हातून घडलेल्या कृत्यामुळे स्वतःचा तिरस्कार करत त्यांनी प्राणत्याग केला. हृदयभंग झाल्यामुळे त्यांचा मृत्यू झाला. तुला युवराज म्हणून घोषित करून तुझ्या राज्यारोहण सोहळ्याचा मुहूर्तही त्यांनी काढला होता. अशा परिस्थितीत त्यांनी माझी निवड केली होती असं तू कसं म्हणू शकतोस? अतिशय कुटिल कारस्थान रचून त्यांच्याकडून दोन वरदानं मिळवली गेली नसती तर आज तूच राजा असतास. बंधू, अपराधित्वाच्या या ओझ्यातून माझी मुक्तता कर. राजमुकुट शिरावर घेण्याच्या ओझ्यातून मला सोडव. विश्वासघातकी म्हणून माझी जी संभावना केली जात आहे, त्यातून मोकळं कर. जे तुझं आहे ते परत घे.

पुन्हा एकदा एक कुटुंब म्हणून राहू यात. तू राज्य कर, आम्ही भाऊ तुला मदत करू. राज्यकारभाराची जबाबदारी माझ्या शिरावर नको.'

भरताने उच्चारलेल्या प्रत्येक शब्दागणिक रामाचा निश्चय अधिक दृढ झाला. स्थिर चित्ताने तो बोलू लागला, 'भरत, तू आपली जबाबदारी झटकून टाकू शकत नाही. इथून पुढे मी वनवासात राहणं आणि तू राज्यकारभार पाहणं हेच आपलं कर्तव्य आहे. मला जशी वनवासात लक्ष्मणाची साथ आहे तशीच तुला राज्यकारभारात शत्रुघ्नाची साथ मिळेल. आपण दोघंही ठरलेल्या मार्गाने पुढे जाऊयात!'

हे ऐकताच प्रत्येकजण एक दुसऱ्याकडे पाहू लागला. सरतेशेवटी वसिष्ठ बोलू लागले, 'राजगुरू या नात्याने मी असं म्हणेन की, अयोध्येला परत येऊन तू सिंहासनाचा स्वीकार करावास. युवराज या नात्याने आणि प्रजेचा प्रतिनिधी म्हणूनही हे तुझं कर्तव्य आहे. त्यांचं तुझ्यावर अतोनात प्रेम आहे. तू परत यावास अशी प्रत्येकाची इच्छा आहे. त्यांचं रक्षण करणं आणि त्यांच्यासाठी राज्यशकट हाकणं या बाबी तू पार पाडल्या पाहिजेस. अत्यंत एकनिष्ठतेने तू पित्याची आज्ञा पाळली आहेस. तथापि, आता परिस्थिती वेगळी आहे. राजा दशरथाच्या मृत्यूमुळे फार मोठा पेचप्रसंग उद्भवला आहे. ज्या पुत्राला सिंहासनाचा अधिकार देऊ केला आहे तो राजा होऊ इच्छित नाही. पुन्हा एकदा तू आपला राज्याधिकार स्वीकारावास अशी कळकळीची विनंती तो करतो आहे. बंधू या नात्याने तू त्याचा अनमान करू नयेस असं मला वाटतं.'

वसिष्ठांनी मांडलेले मुद्दे रामाला पटले नाहीत. आता पहिल्यांदाच त्याच्या कपाळावर आठ्या उमटल्या. तरीही नियंत्रित स्वरात तो म्हणाला, 'गुरुवर्य, मी माझ्या पित्याच्या इच्छेविरुद्ध जाऊ शकत नाही. त्यांना दिलेलं वचन मला पाळावंच लागेल.'

तितक्यात कैकयीचा स्पष्ट पण खालच्या पट्टीतील स्वर ऐकू आला, 'ते वचन त्याने मला दिलं होतं. मी ते परत नाही का घेऊ शकत?'

प्रत्येकाने वळून तिच्याकडे पाहिलं. याही रूपात तिचं सौंदर्य लपत नव्हतं. तिच्या वाट्याला तिरस्कार आला होता. पुत्राने तिला नाकारलं होतं. ती प्रायश्चित्त मिळवू पाहत होती. म्हणूनच, ज्या पुत्रावर तिने सर्वाधिक अन्याय केला होता, त्याच ज्येष्ठ पुत्राकडे तिने विचारणा केली. 'माझी बाजू मांडायला माझ्याजवळ शब्द नाहीत. माझ्या पापाचं परिमार्जन होऊ

शकत नाही. तरीसुद्धा, तुझ्यासमवेत ज्या सर्वांचं मन मी दुखावलं आहे, त्या सर्वांच्या भल्यासाठी मी तुझ्यासमोर क्षमायाचना करते. पुत्रा, माझे अपराध पोटात घाल. स्वगृही परत ये. त्यानंतर सर्व काही ठीक होईल.'

'माते, मला तुझा राग नाही,' रामाने हळुवारपणे बोलायला सुरुवात केली. 'तुझ्या मते, जे सर्वोत्तम होतं ते तू केलंस. आता तातांनी घेतलेला निर्णय मला पूर्णत्वाला नेऊ दे. मी कोणावरही ठपका ठेवत नाही. तू किंवा भरत किंवा इतर कोणाला मी दोषी धरत नाही. तुझ्या हृदयावर असलेल्या पश्चात्तापाचं ओझं दूर कर. जे घडलं त्यामागे तसंच निश्चित कारण असणार. ते कारण फलदायी ठरू दे. अंतिमतः, त्याची फळं नक्कीच मधुर असतील. त्यातून आपल्याला समाधान लाभेल. मुख्य म्हणजे, जी व्यक्ती मृत झाली आहे तिच्याकडून वचन परत कसं घेणार?'

'हेच म्हणतो मी!' प्रकांड पंडित ऋषी जबाली म्हणाले. 'तुझे तीर्थरूप आता हयात नाहीत. बदललेली परिस्थिती पाहता त्यांनी दिलेला आदेश तू पूर्णत्वाला न्यावास असं आवश्यक नाही. तू वनवासात जीवन कंठावं ही आमची कोणाचीही इच्छा नाही. परत चल. युवराज म्हणून कर्तव्यपालन करत अयोध्येचं अनुशासन हाती घे.'

हे ऐकताच रामाच्या एरवीच्या शांत चर्येवर संताप दिसू लागला. त्याचं असं रूप ऊर्मिला पहिल्यांदाच पाहत होती. चौदा वर्षांच्या वनवासासाठी त्याला अयोध्येतून बहिष्कृत करण्यात आलं होतं त्या क्षणीसुद्धा त्याच्या चेहऱ्यावर असा संताप उमटला नव्हता.

तो त्वेषाने म्हणाला, 'आपण गुरू आहात. असं असताना असा सल्ला आपण कसा देऊ शकता? तातांना दिलेलं वचन मोडायचं? आपल्या मातापित्यांची इच्छा पूर्ण न करणाऱ्या प्रत्येक अपत्याचा मी धिक्कार करतो. माझ्या हातून हे पाप होण्याऐवजी मी मृत्यू पत्करेन. कृपा करून ध्येयपूर्तीपासून विचलित करून मला रागवायला लावू नका. मी माझा वनवास पूर्ण करणारच.'

हे ऐकताच भरतही तितक्याच ठामपणे आणि आवेशपूर्ण स्वरात म्हणाला, 'जोवर तू अयोध्येला राजा म्हणून परत येत नाहीस, तोवर मी अन्न ग्रहण करणार नाही. मग मला मरण आलं तरी हरकत नाही!'

'भरता, अपरिपक्वता दाखवू नकोस. हा एखादा पोरखेळ नाही. बालिशपणा...' राम संतापून म्हणाला.

त्याला मध्येच थांबवत भरत आवेगाने म्हणाला, 'हा बालिशपणा नाही किंवा धमकीदेखील नाही. ही माझी शेवटची विनंती आहे. बंधू, तुला स्वगृही नेण्याचा माझा हा शेवटचा प्रयास आहे.' त्याचा आवाज थरथरत होता.

त्याची ही अवस्था पाहून राम अधिक खवळला, 'भरता, तू असं वागू शकत नाहीस. हे क्षत्रिय धर्माला अनुसरून नाही. ताबडतोब अयोध्येत परत जा आणि योग्यप्रकारे राज्यकारभार कर.'

भरताचा धीर खचला. अजूनही तो नजरेने रामाला विनवणी करत होता परंतु, रामावर त्याचा परिणाम झाला नाही.

'आपल्या तातांचा शब्द खरा ठरवण्याचाच प्रश्न असेल तर मी तुझ्या जागी वनवासात जातो आणि तू राजसिंहासन ग्रहण कर.'

किंचित हसून राम म्हणाला, 'मी असं करणार नाही. बंधू, तुझ्या भावना मला समजतात. मी तुला खात्रीने सांगतो की, तुझ्या शुद्ध मनाबद्दल किंवा उद्दात्त हेतूबद्दल कुणीही साशंक नाही. तुझ्या इच्छेविरुद्ध हे सिंहासन तुला सोपवण्यात आलं असलं तरी ते आता तुझंच आहे.'

दोन्ही भावांमध्ये वाद संपण्याची चिन्हं दिसेनात. तेवढ्यात वसिष्ठांना एक तोडगा सुचला. ते म्हणाले, 'भरता, राज्याधिकार स्वीकारणं तुला जर अन्याय्य वाटत असेल तर रामाचा प्रतिनिधी म्हणून तू काम का पाहत नाहीस? त्यामुळे तुझ्या मनातील अपराधित्व कमी होईल. रामच राजा राहील. आणि तरीसुद्धा, त्याच्या मनस्वी इच्छेला अनुसरून तो वनवास पूर्ण करेल.'

हा तोडगा सर्वांनाच सुयोग्य वाटला. तो सर्वांनी स्वीकारला. तथापि, रामाला स्वगृही घेऊन जाण्यात अयशस्वी ठरल्याची खंत भरताच्या मनातून जाईना.

राम आदराने म्हणाला, 'गुरुदेव, आपल्या सर्व शंका आणि चिंता यावर हा उपयुक्त तोडगा आहे. प्रिय भरत, वनवासात काळ व्यतीत करत असताना हे राज्य मी तुला भेट देतो. त्याचा स्वीकार कर. आपल्या वाडवडिलांनी ज्या पद्धतीने राज्यकारभार केला असता त्याच पद्धतीने तूही कर.'

आपल्या ज्येष्ठ बंधूसमोर नतमस्तक होत भरत शांतपणे म्हणाला, 'हे बंधू, मी तुझी ही भेट स्वीकारतो. तुझ्यावतीने मी राज्य चालवेन पण त्यासाठी मला तुझी एखादी वस्तू द्योतक म्हणून दे. तुझ्या या खडावा मला दे. त्याच अयोध्येच्या सिंहासनावर ठेवून मी रामराज्य करेन.' भरताचे डोळे

आता विलक्षण तेजाने चमकत होते. तो समरसून पुढे म्हणाला, 'त्यायोगे तूच कारभार पाहशील. नंदीग्रामपासून नगरीच्या बाह्य सीमांपर्यंत मी तुझ्या वतीने काम पाहेन. तू परत येईपर्यंत मी प्रतीक्षा करेन. तुझी कर्तव्यं मी पार पाडेन. ही चौदा वर्षं तू वनवासात असताना मीही नंदीग्रामातून वाहणाऱ्या शरयू नदीच्या तीरावर संन्यस्त जीवन कंठून प्रायश्चित्त घेईन.'

त्याचं हे वक्तव्य ऐकताच उपस्थित आश्चर्यचकित झाले. सर्वप्रथम भानावर येत रामाने म्हटलं, 'तथास्तु!' त्यानंतर सर्वांनी भरताच्या निग्रहाला अनुमोदन दिलं. अशा प्रकारे, त्या मुद्द्यावर तोडगा निघाला.

ऊर्मिला मात्र थक्क झाली. रामाच्या त्या एका शब्दासरशी तिचा संताप उसळला. तिच्या नशिबात जे आयुष्य आलं होतं, तेच आता मांडवीच्याही नशिबी आलं आहे हे तिच्या लक्षात आलं. वनवासी आयुष्याला सीतेने स्वीकारलं होतं. त्या पाठोपाठ ऊर्मिलेनेही मान्यता दिली होती. आणि आता मांडवीचा क्रमांक होता. आजवर कधीही न जाणवलेला संताप ऊर्मिलेला त्या क्षणी जाणवला. तिच्या अंतरंगात उठलेलं वादळ डोळ्यांतून बाहेर पडू पाहत होतं.

आवेग असह्य होऊन ती कडाडली, 'भरता, तसंच होऊ दे. राम आणि लक्ष्मण या तुझ्या बंधूंप्रमाणे तूही संन्यस्त जीवन जग. प्रेम आणि जगाशी तुला काय घेणंदेणं? या कालावधीत तुझ्या पत्नीची आणि कुटुंबाची काही का अवस्था होईना, तुला काय त्याचं?' तिचा एक एक शब्द सगळ्यांना आता संतापाच्या धगीत जाळू लागला. त्याच आवेशात ती म्हणाली, 'आज या कुटीत आपण धर्माच्या गोष्टी केल्या. पिता आणि पुत्राचा धर्म, राजा आणि राजपुत्राचा धर्म, ब्राह्मण आणि क्षत्रियांचा धर्म; शिवाय, पत्नीचा पतिप्रति असलेला धर्म! परंतु, पतीचा आपल्या पत्नीप्रति काही धर्म नाही का? पुत्राचा आपल्या मातेप्रति धर्म नाही का? धर्म फक्त पिता, पुत्र आणि बंधूंबाबत पाळायचा असतो का?'

तिला मध्येच थांबवत गुरू कश्यप रागवून म्हणाले, 'राजकुमारी, असे अपमानकारक शब्द उच्चारण्याचं तुझं धाडस तरी कसं झालं? तुला काय ही तुझ्या पित्याची, राजा जनकाची राज्यसभा वाटली, जिथे स्त्रियांच्या मुक्त विचारसरणीला वाव दिला जातो? जिथे तत्त्ववेत्ती गार्गी निलाजरेपणाने वादविवाद आणि चर्चा करू शकते? तसं इथे होणार नाही! अयोध्याच्या श्रेष्ठ मान्यवरांची ही सभा आहे!'

ऋषींच्या दरडावण्याला जराही न घाबरता ऊर्मिलेने त्यांच्याकडे रोखून पाहिलं. तिचा चेहरा संतापाने फुलला होता. तरीही संयम दाखवत ती म्हणाली, 'गुरुदेव, श्रेष्ठ मान्यवरांबद्दल माझ्या मनात कुठलीही आशंका नाही. मी आता केवळ राजा जनकाची कन्या नाही. इक्ष्वाकू वंशाच्या सुप्रसिद्ध रघूकुळाची मी सून आहे. त्या नात्याने मी एक साधा प्रश्न विचारते. कृपा करून मला त्याचं उत्तर द्या. एखाद्या पुरुषाचा त्याच्या पत्नीप्रति आणि मातेप्रति काय धर्म आहे?'

कश्यप अनुत्तरित झाले. त्यांना काही सुचेना. त्यांनी वसिष्ठांकडे नजर टाकली परंतु, राजगुरू शांतपणे बसले होते. ऊर्मिला उत्तराच्या अपेक्षेने पाहत आहे हे लक्षात घेऊन कश्यप निरुपायाने म्हणाले, 'तूर्तास आपण राज्याबाबत बोलत आहोत. इथे वैयक्तिक नातेसंबंधांचा दाखला देता येणार नाही!'

त्यावर ऊर्मिला नम्रपणे म्हणाली, 'हो का? तसं असेल तर राजा दशरथाने आपल्या पत्नीच्या इच्छेला मान देऊन रामाचा राज्याभिषेक सोहळा थांबवून त्याला चौदा वर्षांच्या वनवासासाठी पाठवलं ही बाबदेखील वैयक्तिक मानायला नको का? रामाऐवजी स्वतःच्या पुत्राला राजा करण्यात यावं ही राणी कैकयीची मागणी वैयक्तिक नव्हती का?'

कुटीमधील सर्वजण किंचित अस्वस्थ झाले. त्याकडे दुर्लक्ष करत ती म्हणाली, 'राजाज्ञेविरुद्ध बंड करून प्रजाजनांची सहानुभूती निर्माण करणं सहजशक्य असतानाही आपल्या भावामागून वनवासात जाण्याचा लक्ष्मणाचा निर्णय वैयक्तिक नव्हता का? भरताने इथे येऊन रामाला परतण्यासाठी आग्रह करणं हेही वैयक्तिक नाही का? गुरुदेव, इथे घडलेली प्रत्येक गोष्ट वैयक्तिक आहे, प्रत्येक राजकीय निर्णय वैयक्तिक आहे. पिता, बंधू आणि पुत्रांबद्दल आहे पण मातांचं आणि पत्नींचं काय? आपल्या पतीने घेतलेला निर्णय आणि त्याची कर्तव्यं यांना पाठिंबा देणं हेच त्यांचं कर्तव्य आहे, नाही का?'

'एखाद्या पतीने पत्नीचं म्हणणं ऐकल्यावर काय घडतं ते पाहिलं आहेस ना तू?' भरत अकस्मात म्हणाला. 'आपल्यासमोर उद्भवलेली ही कठीण परिस्थिती ईश्वरनिर्मित नसून एका स्त्रीने केलेलं कृत्य आहे.'

'भरत! ऊर्मिला! तुम्ही दोघं इतके अनादराने कसे बोलू शकता? नेमकं काय म्हणायचं आहे तुम्हाला?' रामाने प्रश्न केला.

'मी अनादर दाखवणार नाही किंवा राजकीय भाष्यही करणार नाही. मी वैयक्तिक स्तरावरून विचारते,' ऊर्मिला त्वेषाने म्हणाली. 'मी एक प्रश्न

विचारला होता – पतीचा आपल्या पत्नीप्रति धर्म कोणता – मला माझ्या प्रश्नाचं उत्तर मिळालं नाही. पतीच्या मागोमाग जात त्याला कर्तव्यपूर्तीसाठी मदत करणे हाच पत्नीधर्म असतो हे आमच्या पालकांनी आम्हाला शिकवलं आहे. तुझ्यामागे वनवासात येऊन सीतेने तिचा धर्म पाळला. मी राजप्रासादात राहून हा धर्म पाळला. पतीपाठोपाठ आले असते तर तुझ्याप्रति त्याच्या सेवाभावात आणि कर्तव्यात अडथळा आला असता, माझ्यामुळे त्याचं चित्त विचलित झालं असतं या भीतीपोटी...'

'ऊर्मिला!' कौसल्येच्या आवाजात असलेला भावनिक कल्लोळ जाणवूनही तिने वळून पाहिलं नाही.

'माते, थांब! तिला आपले विचार मांडू दे!' कौसल्येला थोपवत राम म्हणाला.

'...आणि आता राजप्रासादात एकटं राहून मांडवीदेखील तिचा पत्नीधर्म पाळेल. इकडे नंदीग्रामामध्ये भरत – आदर्श बंधू – प्रायश्चित्त घेण्यासाठी संन्यस्त जीवन जगेल. तू आदर्श पुत्र आहेस; तू वनवासात राहशील. लक्ष्मण – तोही आदर्श बंधू आहे. तुझ्या प्रत्येक कृत्यात तो तुला साथ देईल.'

स्थिर नजरेने तिने लक्ष्मणाला न्याहाळलं. त्याचा चेहरा निर्विकार असला तरी त्याने जबडा घट्ट आवळला होता. त्याची नजर धुमसत होती.

जराही न कचरता, स्वतःला शांत करत ती पुढे म्हणाली, 'मी एकही असत्य शब्द उच्चारलेला नाही.' परिणामांची क्षिती तिला आता नव्हती. तिच्या बहिणीवर तिच्यासारखी दुर्दैवी वेळ येऊ देणार नव्हती.

'मी इतकंच विचारते आहे की, पुरुषाचा आपल्या पत्नीप्रति धर्म नाही का? किंवा मातेप्रति?'

'हा उद्धटपणा आहे, ऊर्मि. तू असं कसं करू शकतेस?' सीता अचंबित होऊन म्हणाली.

'कारण हे सर्व आता माझ्या सहनशीलतेच्या बाहेर गेलं आहे,' ऊर्मिला उसळून बोलू लागली. 'मी भोगते आहे कारण माझी स्वतःची परिस्थिती, स्वतःचे शब्द, स्वतःचा निर्णय आणि पतीप्रति मला वाटणारं प्रेम त्याला कारण आहे. त्याने मला पूर्वकल्पना दिली होती. तरीसुद्धा ठामपणे पुढे होत मी वास्तविकता स्वीकारली. सीते, तुझ्याबाबतही तेच झालं आहे.

आणि आता मांडवीची पाळी आली आहे. का सीते? आपल्या आयुष्यात असे प्रसंग वरचेवर घडले तरी आपल्याजवळ त्याची उत्तरं नसतील. मी पुन्हा पुन्हा विचारेन, पत्नी आणि मातेप्रति पुरुषाची काही कर्तव्यं नसतात का? आपल्या पुत्राचा वियोग सहन करण्याचं दुःख राण्यांच्या नशिबात का? माता कौसल्येच्या आयुष्याला कोणी शांती आणि अर्थ देऊ शकेल का? माता सुमित्रेचे मूक अश्रू कोणाला दिसतील का? माता कैकयीचा दुष्टपणा तेवढा तुम्हाला दिसतो आहे, पण तिला होणारा पश्चात्ताप आणि ती ढाळत असलेले अश्रू कोणाला दिसत नाहीत का? इतर दोन मातांप्रमाणे तीही अनंत यातना भोगेल. भरता, हीच तुझी तपश्चर्या आहे का? आपल्या मातेला तू कधीच क्षमा करणार नाही का? त्या जोडीने तू आपल्या पत्नीला का सजा देत आहेस? तिने काय पाप केलं आहे? काय वाटेल ते फलित निघणार असलं तरी पतीचा निर्णय मुकाट्याने स्वीकारणे हा एकच धर्म तिने पत्नी या नात्याने पाळला पाहिजे का?'

पुन्हा एकदा कश्यप उसळले. 'हा काय मूढपणा आहे? राजा आणि त्याचे कुटुंबीय यांची होणारी ही धर्मनिंदा तुम्ही कसे सहन करत आहात?'

ऊर्मिलेने त्यांना अतिशय शांतपणे जाणीव करून दिली, 'कारण मीही कुटुंबाची एक सदस्य आहे. जेव्हा कोणी न्यायाची आर्ततेने मागणी करतं, तेव्हा गप्प बसणं हीच या कुटुंबाची परंपरा आहे. राज्य आणि प्रजाजन यांच्याबाबत अत्यंत न्याय्य भूमिका घेण्याबाबत हे राजघराणं सुप्रसिद्ध आहे. मात्र, त्याच्या कुटुंबीयांबाबत ते सर्वाधिक क्रौर्याने वागतात. न्याय केवळ आंधळाच नाही तर मुका आणि बधीरही होतो. आज प्रत्येकजण राणी कैकयीचे वाभाडे काढत आहात, तिला झिडकारत आहात; परंतु तिने जेव्हा आपल्या दोन वरदानांची मागणी केली, तेव्हा तिच्याविरुद्ध कोणीच का उभं राहिलं नाही? त्या वेळेस इतर दोन राण्या, मंत्रिगण, राजगुरू आणि तुम्ही सर्व गुरुवर्य अशी ज्येष्ठ मंडळी काय करत होता? तिचा पुत्र परत येऊन तिची अवज्ञा करेपर्यंत तिला प्रश्न करण्याचं धारिष्ट्य तुमच्यापैकी एकातही नव्हतं. राजाला निर्णय घ्यायला जरी भाग पाडण्यात आलं होतं, तरी तुमच्यापैकी एकाने तरी त्याच्या निर्णयाचं खंडन केलं का? रामाने गृहत्याग करू नये म्हणून त्याला कोणी थांबवलं का? अरण्यात भय आणि धोका असतो हे माहीत असूनही तुमच्यापैकी एकाने तरी सीतेला थांबवायचा प्रयत्न केला का?'

त्यावर बोलायला सीतेने तोंड उघडलं हे लक्षात येताच ऊर्मिला आवेगाने म्हणाली, 'नाही, थांब! हा तुझा ऐच्छिक निर्णय होता असा वाद तू माझ्याशी घालशील, सीते. लक्ष्मणही तेच म्हणेल. रामाचंही म्हणणं तसंच असेल. मात्र, अशा प्रकारे निघून जाताना तुमची कर्तव्यं ज्यांना पार पाडावी लागणार आहेत आणि ज्यांना तुम्ही मागे सोडलं आहे त्यांचा विचार तुम्ही केला का? चौदा वर्षांतील एक एक दिवस अंधुकशा आशेवर कंठणाऱ्या तुमच्या वृद्ध मातांच्या नजरेला तुम्ही पडणार नाहीत हा विचार तुमच्या मनात आलाच नाही का? त्यांच्याप्रति तुमचं काही कर्तव्य किंवा परानुभूती नाही का? विवाहप्रसंगी पत्नीला दिलेली वचनं पाळायचीच नव्हती तर तुम्ही विवाहबद्ध का झालात? तुम्ही कदाचित सर्वोत्तम राजपुत्र, सर्वोत्तम पुत्र, आदर्श बंधू आणि कदाचित आदर्श राजे असालही, परंतु तुम्ही आदर्श पती नाहीत!'

तिचे शब्द कानावर पडताच लक्ष्मण दचकला. सीता घाबरली. रामाची चर्या फिकुटली.

ऊर्मिलेचं बोलून झालं नव्हतं. ती त्याच त्वेषाने म्हणाली, 'गुरू कश्यप, तुम्ही म्हणालात ते योग्यच आहे. अयोध्या मिथिला होऊ शकत नाही. कारण, मिथिलेमध्ये स्त्रियांना इतकं अनादराने वागवलं जात नाही. साध्वी गार्गीला माझ्या पित्याच्या राजसभेत तिच्या सर्व प्रश्नांची उत्तरं मिळाली. मला मात्र माझ्या केवळ एका प्रश्नाचं उत्तर मिळालं नाही. ते मिळेल अशी मला अपेक्षाही नव्हती!' इतकं बोलून ऊर्मिलेने प्रत्येकाकडे रोखून पाहिलं. तिचा कंठ आता शुष्क झाला होता. कोणत्याही क्षणी तिला रडू कोसळलं असतं. मात्र संतापाने तिचे अश्रूदेखील सुकले होते. वेदनेच्या नव्या लाटेने ती झोडपली गेली. त्या आवेगात ती कुटीतून बाहेर आली.

'मिला, माझ्यापासून पळणं थांबव!'

हे ऐकताच ती संतापून मागे वळली. त्याच्याशी सामना करायला ती तयार होती. कुटीमध्ये तिच्या संतापाचा उद्रेक होत असताना लक्ष्मणाने तोंडातून अवाक्षरही काढलं नव्हतं. तो तिच्यासमोर उभा होता. त्याच्या चेहऱ्यावर हसू होतं. ती अवाक् झाली. त्याचा राग, संताप आणि तिरस्काराचा सामना करावा लागेल असं तिला वाटलं होतं. त्याऐवजी तिचा वेध घेऊ पाहणारे त्याचे डोळे आणि ओठांवर खेळणारं हलकं स्मितहास्य पाहून ती बावरली.

'मी तुला थांबण्याची विनंती केली असती तर तू माझ्याकडे दुर्लक्ष केलं असतंस. तुला थांबण्याचा हाच एक सर्वोत्तम मार्ग माझ्याकडे होता, हो ना?' ती नुकत्याच चढून आलेल्या उंच चढणीकडे पाहत तो हसून म्हणाला, 'संतापाला वाट द्यायला हा मार्ग चांगला आहे! मिला, माझ्याकडे पाठ फिरवू नकोस. तू फारशी दूर जाऊ शकणार नाहीस.' त्याच्या स्वभावात होणारा आकस्मिक बदल तिच्या परिचयाचा असला तरी त्याची बदललेली वृत्ती किंवा तो करू पाहत असलेला विनोद ती समजू शकली नाही.

'तू का हसतो आहेस? ही सगळी गंमत नाही. मी जे बोलले त्याचा मला पश्चात्ताप नाही. मांडवीसाठी बोलले मी ते. अर्थात, त्याचा काही उपयोग होणार नाही हे मी जाणून आहे.'

मानेने नकार देत तो म्हणाला, 'सुटकेचं हसू आहे हे. सरतेशेवटी, तू व्यक्त झालीस तर! तुझ्या मनात जे आहे ते बोलल्याशिवाय तू राहणार नाहीस याची मला खात्री होती. तू काय बोलते आहेस यापेक्षा तुझ्या बोलण्यावर माझी प्रतिक्रिया काय होईल याची मला अधिक काळजी होती. तुझ्या एखाद्या अक्षम्य शब्दामुळे मी तुझा तिरस्कार करू लागेन असं मला वाटलं होतं.' तिच्या चेहऱ्याचा अदमास घेत तो पुढे म्हणाला, 'खरं सांगू, तुझा प्रत्येक शब्द मी फक्त मनापासून ऐकत गेलो. तू मांडलेला प्रत्येक मुद्दा मला अतिशय आवडला. माझी शूरवीर पत्नी! मी पुन्हा एकदा नव्याने तुझ्या प्रेमात पडलो आहे. संतापाच्या भरात तू इथून निघून जाण्याआधी मी तुला हे सांगू इच्छित होतो.'

तिचा संताप क्षणार्धात विरघळला. ती गोंधळली. 'तू माझ्यावर चिडला नाहीस...?'

'एका वेळेस दोघं!' शहारल्यासारखं करत तो म्हणाला, 'हे ईश्वरा, वाचव! वणवा पेटेल त्याने पण तू म्हणालीस त्यातील शब्दन्शब्द खरा आहे. हे बोलण्याचं धारिष्ट्य केवळ तुझ्यात होतं. राज्याभिषेकाच्या त्या दिवशी आपल्या दोघांत झालेल्या किंचित वादानंतर मी तुझ्या या वक्तव्याची वाटच पाहत होतो.'

तिने त्याच्याकडे रोखून पाहिलं. त्याच्या चेहऱ्यावरची रेषन्रेष ती नजरेत साठवून घेऊ पाहत होती. त्याच्यावर आपलं किती आत्यंतिक प्रेम आहे हे तिला जाणवलं. ती कासावीस झाली. तो पुन्हा निघून जाणार होता. हा एक प्रदीर्घ निरोप ठरणार होता.

'हो! मनात साचलेला संताप, तिरस्कार, चिंता आणि चौदा वर्षं सातत्याने होऊ शकणारा भ्रमनिरास या साऱ्याचा उद्रेक झाला. मी आता मोकळी झाले आहे.' येणारा हुंदका दाबत तिने सुस्कारा सोडला. 'मी आता अंतर्बाह्य शुद्ध झाले असेन अशी अपेक्षा आहे. कुठल्याही वेदना किंवा हृदयद्रावक दुःख मला आता नकोसं झालं आहे. मला आता केवळ डोळे मिटून गाढ झोपी जायचं आहे...'

ती थकलेली आणि पराभूत वाटत होती. तिने डोळे मिटून घेतले. त्याचा शरीरगंध तिला जाणवला. त्याच्या आवाजातला घोगरेपणा तिला सुखावू लागला. '...तुझीही झोप बरोबर घेऊन जावीशी वाटते.' डोळे उघडत त्याच्याकडे शेवटचं पाहत ती पुटपुटली. 'म्हणजे मग प्रत्येक रात्री जेव्हा तुझा भाऊ आणि माझी बहीण निद्राधीन होतील, तेव्हा तू जागा आणि दक्ष राहशील. तुझ्या झोपेच्या मोबदल्यात मी तुला माझी विश्रांती, माझी सहजता आणि माझं प्रेम देते.'

'अगदी चालेल,' तिला नजरेने कुरवाळत तो अतिशय सौम्य स्वरात म्हणाला. 'ही झोपेची आवश्यकता मला नेहमीच त्रासदायक वाटते. व्यक्ती कितीही समर्थ असली तरी झोपेपायी तिला आडवं व्हावं लागतं.' हे ऐकताच ऊर्मिलेला खुदकन हसू आलं. ते पाहून तो आवेगाने म्हणाला, 'अशीच हसत राहा. प्रिये, हा हसरा चेहरा मला सदैव आठवत राहावा!' पुढच्या क्षणी त्याचा वेदनेने पिळवटलेला देखणा चेहरा तिच्या नजरेआड झाला. तो वळून चालू लागला.

त्याने तिला स्पर्शही केला नव्हता परंतु, त्याच्या आवाजाने तिच्या प्रत्येक शरीररंध्राला कुरवाळलं होतं. तिने डोळे मिटून घेतले. नैराश्यग्रस्त भविष्य अंधारातून तिच्यासमोर उतरलेलं तिला दिसलं. तिची प्रदीर्घ झोप आता सुरू झाली होती.

विरह

ती चित्रं रंगवत होती. तिचा कुंचला झरझर फिरत होता. तिच्या मनातून क्षणभरही त्याची आठवण दूर होत नसली तरीही त्याची भौतिक अनुपस्थिती तिला सातत्याने जाणवत होती. तिच्या मागे येऊन त्याचं उभं राहणं, तिच्या मानेला जाणवणारा त्याचा श्वास, लहानसहान बाबींची दखल घेताना उंचावणारी त्याची भुवई आणि तिला प्रश्न करणारा त्याचा गंभीर स्वर. 'अप्रतिम! अगदी तुझ्यासारखं! कसं जमतं तुला?'

'मी जशी आहे तशी स्वतःला प्रकट करते,' तिला स्वतःचं उत्तर ऐकू आलं.

'सुंदर आणि बुद्धिवान. सुंदर स्त्रिया मला नेहमी अस्वस्थ करतात. विशेषतः, त्या बुद्धिवान असल्या की... माझ्या अंतरंगात त्या सखोल भावना चेतवतात.'

'हा न्यूनगंड म्हणावा का?' तिने त्याला डिवचलं होतं.

तो न्यूनगंड नसतो याचं प्रात्यक्षिक त्याने तिला लगेच दाखवलं होतं.

समोर ठेवलेल्या अन्नाकडे तिने कंटाळून पाहिलं. एकही घास ती पोटात ढकलू शकली नव्हती. भोजन समय उलटून गेला असला तरी तिला भूक नव्हती. राजप्रासादात, विशेषतः, राजकुटुंबात प्रत्येकीची अशीच अवस्था होती. एकत्र बसून भोजनाचा आनंद घेणं भूतकाळात जमा झालं होतं. प्रत्येकीने स्वतःला आपापल्या कक्षात कोंडून घेतलं होतं. बाहेरच्या जगाशी संपर्क ठेवण्याची कोणाची इच्छा नव्हती. हा एकान्त ऐच्छिक होता. भरताने नंदीग्रामात मुक्काम हलवून तीन मास लोटले होते. त्या दिवसापासून

राजप्रासाद भकास वाटू लागला होता. न हसणारे दुःखी कष्टी लोक तिथे वास्तव्यास होते. रक्षक, दासी आणि काही मंत्रिगणांव्यतिरिक्त इतर कुणीही तिथे येत नव्हतं.

विषादाचं ते वातावरण भयावह होतं. भरताच्या निर्णयाने मांडवीला धक्का बसला होता. ज्या क्षणी भरताने नंदीग्रामला प्रस्थान केलं होतं, त्या क्षणी तिने स्वतःला खिन्नतेत लोटून दिलं होतं. भरताने रामाच्या लाकडी पादुका सादर सिंहासनावर ठेवल्या तेव्हा ती त्याच्या बाजूला उपस्थित नव्हती. ते पाहून मंत्रिगणाने नाराजी व्यक्त केली होती. अगदी लहानसा समारंभ होता तो. तो पार पडताच त्याने आपला मुक्काम नंदीग्राम इथे हलवला. स्व-घोषित संन्यासास्तव त्याने वल्कलं धारण केली होती कैकयी वगळता सर्वांचा निरोप त्याने घेतला. त्याला त्या वेषात पाहून मांडवीचा स्वतःवर विश्वास बसेना. त्या दोघांमध्ये नेमकं काय झालं होतं, हे समजून घेण्याचा मार्ग नव्हता. त्या दिवसानंतर मांडवीने ओठ घट्ट मिटून घेतले होते. बाह्य जगाशी तिने सर्व संबंध तोडले होते. या दुःखीकष्टी अवस्थेतून तिला बाहेर काढण्याचा आटोकाट प्रयत्न कीर्ती आणि ऊर्मिलेने केला पण स्वतः उभारलेल्या नरकातून आणि मौनातून बाहेर यायला ती तयार नव्हती त्याऐवजी, ती दिवसरात्रीचा अधिकाधिक वेळ झोपण्यात घालवू लागली. शत्रुघ्न मात्र सर्वाधिक व्यग्र होता. दिवसभर राज्यकारभारात लक्ष घालायचं आणि रात्री उशिरापर्यंत नगरात फेरफटका मारायचा त्याचा परिपाठ होता तिन्ही राण्यांना भेटण्यासाठी तो आवर्जून वेळ काढत असे. चित्रकूट पर्वतावर रामाची भेट घेऊन परत आल्यापासून राणी कौसल्येची प्रकृती अधिक खालावली होती. आता तिच्या मनात आशेला कुठलंही स्थान नव्हतं. सुमित्रा शक्यतोवर तिच्यासमवेत राहत असे. कैकयी आणि कौसल्या या दोन राण्यांमधील मध्यस्थाचं काम ती करत असे. कैकयीला मिळणाऱ्या वागणुकीत फारसा बदल न झाल्यामुळे तीही तिच्या कक्षातून बाहेर येत नसे.

दुःखामुळे प्रत्येकजण स्वतःत हरवतो. त्यानंतर वेदना आणि दुर्दशा यांचाच विचार मनात येत राहतो. सततच्या दुःखाने ऊर्मिला थकली होती. त्यातून बाहेर येणं गरजेचं होतं. नेहमीप्रमाणे एकटी बसलेली असताना तिने या दुःखद एकांतातून बाहेर पडण्याचे उपाय शोधायला सुरुवात केली. सकाळच्या वेळात ती उपनिषद आणि वेदांचा अभ्यास करत असे. गुरू वसिष्ठांसमोर अध्ययन करायला तिला अधिक आवडे. त्यानंतरचा तिचा वेळ चित्र रंगवण्यात

जाई. चित्रफलकावर विसावणाऱ्या विविध रंगांमधून तिचे विचार प्रसवत. ती नव्याने तिच्या विवाहाचं दृश्य चितारू लागली होती. ते पूर्णत्वाला नेण्यात तिचे कित्येक मास जाणार होते. तिचे विचार जरी बधिर झाले होते, तरी तिची बोटं स्थिर होती. म्हणूनच समोरच्या भव्य चित्रफलकावर असलेल्या रिकाम्या जागांमध्ये तिची बोटं आकृत्या रेखाटू लागली.

समोर झाकून ठेवलेल्या चांदीच्या ताटाकडे पुन्हा तिचं लक्ष गेलं. अन्न एव्हाना गार झालं असणार. त्या साऱ्यांचं दैनंदिन जीवन असंच थंडगार पडलं होतं. त्याला चव नव्हती. पचायला ते जड होतं. प्रत्येक घास गिळताना जीव गोळा होत होता. हे असं किती दिवस चालणार? यावर तोडगा शोधायला हवा होता. तिला पुढे व्हायला हवं होतं. चकाकणाऱ्या त्या ताटाकडे पाहत तिच्या मनात कल्पना आकार घेऊ लागली.

तिच्या विवाहानंतर काही दिवसांनंतरचीच गोष्ट. असाच एक प्रसंग घडला होता...

दासी कस्तूरीने सुग्रास भोजनाची दोन ताटं तिच्या प्रासादात आणून ठेवली. ती तिथून जाताच ऊर्मिलेने लक्ष्मणाला विचारले, 'तुमच्याकडे एकत्र बसून भोजन करण्याचा प्रघात नाही का?' त्याचं उत्तर येण्याआधीच तिने घाईने ताटांवरचे मलमली आच्छादन बाजूला करून भोजनाच्या दरवळाचा भरभरून आनंद घेतला. एकंदरीतच तिच्या खाण्याच्या आवडीला शोभेल अशी ही कृती होती.

त्याने निर्विकारपणे उत्तर दिलं, 'आम्ही आपापल्या प्रासादात भोजन करतो. महाराज मातेच्या प्रासादात येणार नसतील तर क्वचित कधीतरी मी तिच्याबरोबर भोजन करतो. रोज एका राणीबरोबर भोजन करण्याची त्यांची सवय आहे, जी ते आवर्जून पाळतात.'

'म्हणजे! तुम्ही कधीही एकमेकांसमवेत भोजन घेतच नाही, असं म्हणायचं आहे का तुला? आजवर हीच रीत चालत आली आहे का?' तिने थक्क होत विचारलं. ताटातील भोजनाचा एक घास घेत ती म्हणाली, 'छे! असं एकट्याने भोजन करणं मला आवडत नाही. नैराश्य जाणवतं त्याने! शिवाय, आरोग्याच्या दृष्टीने ते अयोग्य आहे.'

'मी आहे की इथे, तुला एकटं कशाला वाटायला हवं?' लक्ष्मणाने जतवलं. 'माझ्यापुरतं म्हणायचं तर ही व्यवस्था मला फार आवडली आहे. त्यामुळे आपल्यामध्ये कुणी वाटेकरी येणार नाही!' त्याच्या चेहऱ्यावरचे मिस्कील भाव लपत नव्हते. 'नवीन गृहात आल्या दिवसापासून तिथल्या इतरांच्या सवयीमध्ये ताबडतोब बदल करू इच्छिणाऱ्या स्नुषांसारखी तूही एक आहेस, असं मला सांगू नकोस.'

ओठांचा चंबू करत ती म्हणाली, 'काहीतरीच काय! पानात जे वाढलं असेल ते खायची माझी तयारी असते. मी कधीही कुठेही खायला तयार असते हे तुझ्या एव्हाना लक्षात आलं असेलच. मला खायला फार आवडतं.' त्याची रोखलेली नजर पाहून ती थबकली. तिच्या सडसडीत बांध्याकडे तो रोखून पाहत होता. तिकडे दुर्लक्ष करत ती पुढे बोलू लागली, 'समजा, सकाळची न्याहारी आपण दोघांनी इथे घ्यायची आणि जेवताना मात्र सर्व कुटुंबीयांसमवेत बसायचं असं मी म्हटलं तर?'

हे ऐकताच लक्ष्मणने मानेला झटका देत घाईने नकार दिला. 'गेल्या कित्येक वर्षांत आम्ही कधीच एकत्र भोजन केलेलं नाही.' त्याच्या बोलण्यावर तिच्या चेहऱ्यावर विद्रोही भाव उमटल्याचं दिसताच खांदे उडवत त्याने विचारलं, 'तू असं ठरवलंच आहेस का?'

'हो!' ती नव्या उत्साहाने म्हणाली. 'लवकरच हा विषय मी सर्वांसमोर मांडणार आहे.'

दुसऱ्या दिवशी सकाळी सत्यनारायण पूजेच्या निमित्ताने राजकुटुंबातील सर्व सदस्य एकत्र आले होते. लक्ष्मणाच्या जोडीने श्वशुर आणि श्वश्रूचे चरणस्पर्श करताना तिने दशरथाकडे पाहत हळुवारपणे म्हटलं, 'आपण सदैव एकत्र राहू आणि एकत्र भोजन करू असा आशीर्वाद मला द्या.'

तिच्या शब्दांचं दशरथाला नवल वाटलं. तरीही त्याने तिच्या मस्तकावर हात ठेवत 'तथास्तु!' म्हटलं.

'ही युक्ती तू वरचेवर वापरू लागली आहेस,' हसतमुखाने लक्ष्मणाने टिपणी केली.

ऊर्मिलेच्या विनंतीचा संदर्भ दशरथाच्या लक्षात आला नसला तरी कैकयीने तो अचूक जाणला. ती हसून म्हणाली, 'फारच छान सूचना आहे ही. आज माध्यान्हीच्या भोजनापासून आपण सुरुवात करू यात. मी त्यात जातीने लक्ष घालेन.'

कैकयीने स्वतः रांधलेलं भोजन अतिशय सुग्रास होतं. प्रत्येकाला बोटं चाटण्याचा मोह आवरला नाही. एकट्या कौसल्येच्या चेहऱ्यावर औदासीन्य दिसत होतं. एरवी फक्त भोजनसमयी राम तिच्या वाट्याला येत असे. तसंही, रामाने कैकयीबरोबर भोजन घेण्याचा निर्णय घेतला की, तिला आवडत नसे. कैकयी अतिशय सुगरण असल्यामुळे राम कित्येकदा आवर्जून तिने रांधलेल्या पदार्थांचा आस्वाद घेत असे. त्या दोन राण्यांमध्ये धुसफूस वाढायला हे कारण पुरेसं होतं. त्या दिवशी भोजन कक्षात सर्वांना पाहून ऊर्मिला सुखावली. अशा एकत्र येण्यातून कौटुंबिक प्रेम वाढून ताण कमी होईल अशी तिला आशा होती. सर्वजण खरोखरच सैलावले होते. भोजनाचा आस्वाद घेत होते. पण हे काय! कुणीच काही बोलत नव्हतं. असं कसं चालेल? गप्पागोष्टी तर व्हायलाच हव्यात. ऊर्मिलेने पुढाकार घ्यायचं ठरवलं.

'माता कैकयी, सर्वच पदार्थ अतिशय चविष्ट आहेत!' बाजूला बसलेल्या राणीचं तिने मनापासून कौतुक केलं. 'विशेषतः, मसाला भरून केलेली ही भाजी फारच उत्कृष्ट झाली आहे. सीता, ही पाककृती तू मातेकडून शिकायलाच हवीस!' आपल्या बहिणीकडे पाहून ती हसून म्हणाली. 'स्वतः सीता अतिशय उत्कृष्ट स्वैपाक करते. तिच्या हाताला फार चव आहे. प्रत्येक झाडाझुडपाची तिला माहिती असल्यामुळे कोणत्या व्यंजनांनी पदार्थांना कशी चव येईल हेही ती जाणते. आणि विविध लोणची करावीत ती कीर्तीनेच!'

'पुत्री, तू काय करतेस?' हे विचारताना राजा दशरथाच्या डोळ्यांत मिस्कील छटा उमटली होती.

'पोटभर खाते!' क्षणाचाही अवधी न घेता तिने तत्परतेने उत्तर दिलं. 'त्यायोगे शिजवलेल्या अन्नाप्रति आदर दाखवून कौतुकही करता येतं!'

हे ऐकताच सगळेजण मनमोकळं हसले. त्यानंतर प्रत्येकजण गप्पांमध्ये भाग घेऊ लागला. गोड गप्पा आणि मिष्टान्नाची जोड.

फक्त तिला ऐकू जाईल अशा आवाजात कैकयी म्हणाली, 'शाब्बास पुत्री! गेल्या पंचवीस वर्षांत मी जे साध्य करू शकले नाही, ते तू चतुरपणे करून दाखवलंस. सर्व कुटुंबीय एकत्र भोजन करत आहेत हे दृश्य किती नयनरम्य आहे!'

त्या दिवशीचं हसणं आणि सौख्य ऊर्मिलेला आजही ऐकू येत होतं. त्या पदार्थांची चव तिच्या जिभेवर रेंगाळत होती. तिला ती आठवण नकोशी वाटली. दिवस आता बदलले होते पण तरीही, वातावरण पुन्हा पहिल्यासारखं करायला हवं हे तिला जाणावलं. आता वेळ गमावून चालणार नव्हतं. मुख्य म्हणजे, नुसता विचार करून किंवा ठरवून हा बदल घडणार नव्हता. त्याला कठोर निश्चयाची जोड द्यावी लागणार होती. खणखणीत स्वरात दासी कस्तूरीला हाक मारून तिने सर्वांना निरोप पाठवला. दुसऱ्या दिवशी दुपारी तिने सर्वांना तिच्या प्रासादाच्या बाह्य कक्षात आमंत्रित केलं.

ठरल्याप्रमाणे दुसऱ्या दिवशी सर्व उपस्थित राहिले. अत्यंत व्यग्र असलेला शत्रुघ्न आणि इतरांना टाळणारी कैकयीदेखील तिथे आली होती. सर्व येताच तिने त्यांच्यासमोर थंडगार सरबताचे चषक ठेवले. कौसल्येने त्रासून विचारलं, 'पुत्री, कशासाठी बोलावलंस तू सर्वांना? काय निमित्त आहे?'

अतिशय शांतपणे ऊर्मिला म्हणाली, 'या आधी आपण जसे सर्व मिळून भोजन करत होतो, तसंच इथून पुढे करत जाऊ यात हे सांगण्यासाठी मी सर्वांना बोलावलं.'

'गेलेले दिवस तू असे परत नाही आणू शकणार,' कौसल्या संतापून म्हणाली. तिचा स्वर कठोर झाला होता. हे लक्षात येताच ऊर्मिलेने तिच्याकडे बारकाईने पाहिलं. चित्रकूट पर्वतावर ऊर्मिलेने ज्या उघडपणे स्वतःचा विरोध प्रकट केला होता, त्याबद्दल कौसल्येने तिला अजूनही क्षमा केली नाही हे ऊर्मिलेच्या लक्षात आलं. त्या दिवसापासून कौसल्येच्या वागण्यात आपुलकीचा अभाव दिसत होता.

आता माघार घेऊन चालणार नव्हतं. म्हणूनच, ऊर्मिला पटकन म्हणाली, 'पण म्हणून आपण आयुष्यभर खंत करत, शोक व्यक्त करायचा असाही त्याचा अर्थ नाही. आहे का? माता, राम जेव्हा परतून येईल तेव्हा त्याच्या स्वागतासाठी तुमच्यात शक्ती हवी.' ऊर्मिलेच्या चेहऱ्यावर हसू होतं. 'माता कैकयीप्रमाणे मी सुगरण नाही त्यामुळे भोजन पूर्वीसारखं चविष्ट होणार नाही. तरीही, आपण एकत्र खावं हा माझा आग्रह आहे. माता कैकयी, माझ्यावर कृपा करा. पुन्हा एकदा पूर्वीप्रमाणे भोजनव्यवस्था हातात घ्या. मला त्यातून मोकळं करा!' निमूटपणे बसलेल्या कैकयीकडे पाहत ती म्हणाली. 'आणि कीर्ती, कित्येक दिवसांत तुझ्या हातचं हिरव्या मिरच्यांचं लोणचं खाल्लं नाही. कर की एकदा!'

'अगदी बरोबर!' ऊर्मिलेची युक्ती लक्षात घेत सुमित्रा पटकन पुढे झाली. 'कैकयी, तुझ्या हातच्या चविष्ट भोजनाची फार आठवण येते आहे. तुझ्या माहेरून आणलेल्या मसाल्यांचा वापर करून जी सागुती तू करायचीस तीच उद्या कर. ऊर्मिला, तू जरी स्वतः रांधलेल्या पदार्थांना नावं ठेवत असलीस तरी तुझ्याही हाताला चव आहे!'

'हो! ती ऊर्मिची सवय आहे. आपल्या बहिणींवर स्तुतिसुमनं उधळायची पण, स्वतःला मात्र कमी लेखायचं,' अचानक मांडवी म्हणाली. गेल्या कित्येक दिवसांपासून तिच्या वागण्याबोलण्यात दिसून येणारी निश्चलता नाहीशी होऊन बहिणीबद्दल वाटणाऱ्या अभिमानाने तिचा चेहरा फुलला होता. शिवाय, तिच्या फिकुटलेल्या चेहऱ्यावर चक्क हसू उमटलं होतं.

मांडवीने संभाषणात भाग घेतला आहे हे पाहून कीर्ती सुखावली. ती पटकन म्हणाली, 'बेगडीपणाला विरुद्धार्थी शब्द कोणता? आमच्या ऊर्मिलेला तो अगदी चपखलपणे लागू होईल. माता कैकयी, कृपा करून तुमच्या हातची भरली वांगी शिकवा मला. मी एकदा करून पाहिली होती ती भाजी, फारशी चविष्ट झाली नव्हती. त्यावरून शत्रुघ्न नेहमी माझी टर उडवत असतो!'

नम्रपणे हसत शत्रुघ्न म्हणाला, 'असं कसं? मागच्या वेळेपेक्षा या वेळेस कमी जळली होती ती!'

हे ऐकताच सगळ्यांना हसू आलं. कीर्ती ठामपणे म्हणाली, 'माता कैकयी, आपण आता रोज संध्याकाळी एकत्र यायचं. याला खोटं पाडायला मला मदत करा! उद्या संध्याकाळी आपण काय करू शकतो?'

कैकयीच्या देखण्या चेहऱ्यावर हसू उमटलं. सर्वांनी आनंदाने भोजनाला सुरुवात केली. एखाद-दोन वाक्य बोलत का होईना पण संभाषणाला नव्याने सुरुवात झाली होती. तितक्यात ऊर्मिलेच्या हाताला मृदू मुलायम स्पर्श जाणवला. ती कैकयी होती. तिने राणीकडे पाहिलं. कैकयीच्या नजरेत कृतज्ञता होती. ऊर्मिलेने राणीचा हात थोपटला.

ती हसून म्हणाली, 'चला, जेवू यात!'

अशा रीतीने पुन्हा एकदा ते एकत्र भोजन करू लागले होते!

कित्येक मासांच्या खंडानंतर जरी त्यांच्या एकत्रित भोजनाला सुरुवात झाली होती, तरी मांडवी अजून पहिल्याप्रमाणे मोकळी झाली नव्हती. भरताने नंदीग्राम येथे वास्तव्य करून वर्षाहून अधिक कालावधी लोटला होता. ऊर्मिलेने कितीही समजावलं तरी कैकयीच्या सहस्र स्तंभांनी तोलून धरलेल्या कमलाकार राजप्रासादामध्ये पाऊल टाकायला मांडवी तयार नव्हती. कैकयीला क्षमा करण्याचा विचारही मांडवीच्या मनात येत नव्हता. क्वचित कधीतरी तेही निरुपायाने ती एखादा शब्द उच्चारत असे. पतीचा दृढ निश्चय ती अशा प्रकारे पूर्ण करत होती पण त्याची कारणं वेगळी होती. पश्चात्ताप, सूड आणि सदसद्विवेकबुद्धीची टोचणी ही भरताच्या अबोल्याची कारणं होती तर निव्वळ संताप हे मांडवीच्या अबोल्याचं कारण होतं. आपल्या पतीपासून झालेल्या वियोगाचं खापर ती कैकयीच्या माथी मारत होती. त्यामुळेच स्वतःच्या निर्णयाचं संपूर्ण ओझं तिला एकटीलाच पेलावं लागत होतं.

तिने संतापून ऊर्मिलेला विचारलं, ‘तू तिला क्षमा कशी काय करू शकतेस? किती वाईट वागली आहे ती! तिच्यामुळेच तुला लक्ष्मणाचा विरह सहन करावा लागत आहे.’

‘हो! पण त्या सर्वाचा पुरेसा दंड मिळाला आहे तिला. प्रत्यक्ष तिच्या पुत्राने तिला नाकारलं आहे. याहून मोठा दंड कोणता असू शकतो?’ ऊर्मिला मार्दवाने बोलू लागली. ‘आपण सर्वांनी तिचा तिरस्कार करणं? मी नाही करू शकत असं. त्यामुळे माझ्यात कडवटपणा भरेल. आणि खरं सांगू? कदाचित तू याला अनुकंपा हे नाव देशील. आजवर इतकी संवेदनशील असलेली स्त्री अचानक अशी निर्दयी कशी होऊ शकते?’ ऊर्मिलेने समजूत काढण्याचा प्रयत्न केला.

‘कसचं काय! ढोंग आहे हे सगळं!’ मांडवी उत्तेजित होत म्हणाली. ‘ती या घरातली दुष्ट व्यक्ती आहे. मंथराला तू काढून टाकलं गं, पण हिचं काय? हिला थोडी बाहेर घालवता येणार आहे? प्रत्येक वेळी ती समोर दिसली की मला आठवतं, तिच्यामुळे भरताला हा निर्णय घ्यावा लागला आहे. तिने इतरांना ज्या पद्धतीने दुखावलं, त्या पद्धतीने तिला दुखावण्याचा भरताचा मानस होता पण झालं उलटंच. त्यामुळे मलाच शिक्षा भोगावी लागते आहे. असं का? चूक केली तिने, निर्णय आहे त्याचा आणि शिक्षा मात्र भोगावी लागते आहे मला. वा! काय न्याय आहे!’

ऊर्मिलेने रोखठोक उत्तर दिलं, 'स्वतःची कीव करत बसण्यात तुला आनंद मिळतो आहे. हेच या मागचं कारण आहे. ती करणं थांबव. तूच निर्माण केलेल्या या दुःखसागरात तू गटांगळ्या खाते आहेस. भोगावं तर तिलाही लागत आहे. अत्यंत बिकट अवस्था आहे तिची. प्रत्येक जण तिचा तिरस्कार करतो आहे, तिला टाळतो आहे, स्वतःच्या गृहात बहिष्कृताचं जीवन जगावं लागत आहे तिला. परंतु, त्याही पेक्षा वाईट म्हणजे पोटच्या पुत्राने तिला नाकारलं आहे. त्यामुळे ती आतल्या आत कुढते आहे. आपल्या पुत्राने आपला त्याग केला असून केवळ आपल्याला शिक्षा व्हावी म्हणून त्याने गृहत्यागही केला आहे हे सत्य कुठली माता स्वीकारू शकेल? मांडवी, जरा एक नजर आजूबाजूच्या सर्वांवर टाक.'

'नेहमीच टाकते. काय दिसतं मला? तुझ्या सुंदर आणि दुःखी चेहऱ्यावर असलेलं धैर्यशील हसू! संताप येतो मला ते पाहिलं की!' मांडवी उसळून बोलू लागली. 'चित्रकूट पर्वतावर तू माझ्यासाठी सगळ्यांशी भांडलीस, काय निष्पन्न झालं त्यातून? थोरामोठ्यांचा आणि गुरुवर्यांचा संताप तेवढा तुझ्या वाट्याला आला. तुझ्या रक्षणासाठी कुणी पुढे आलं का? मी स्वार्थी आहे असं तू म्हणतेस पण या सर्वांनी आपल्यासाठी कोणती कृती केली? ऊर्मि, उलट आपल्याशी कसे वागले आहेत ते! तुला त्यांचा कधी संताप येत नाही का गं?' घोर नैराश्याने ती पुढे म्हणाली, 'राजस्नुषा म्हणून कौटुंबिक व सामाजिक बंधनांत जखडून टाकत त्यांनी तुला स्वतःची मुक्ती आणि आनंद यापासून दूर केलं आहे. तुला ह्याची चीड येत नाही का?'

हे ऐकताच ऊर्मिलेच्या चेहऱ्यावर भावनांचा कल्लोळ उमटला. तरीही संयतपणे ती म्हणाली, 'येते ना! पण मांडवी, मी आता निमूटपणे सर्व करते आहे याचा अर्थ मी निष्क्रिय आहे असा नाही. मला जे बोलायला हवं होतं ते मी बोलले. जे करायला हवं होतं ते मी केलं. स्वतःसाठी मुक्तपणे बोलू शकणारी स्त्री आहे मी. म्हणूनच, त्या सर्वांनी काय केलं आहे याची जाणीव मी त्यांना सातत्याने करून दिली. या ना त्या कारणाने प्रत्येकजण अपराधी आहे. माझ्याकडे पाहताच त्यांना ते प्रकर्षाने जाणवतं. ते तसं जाणवावं याची मी दक्षता घेते.'

मांडवीने तिच्याकडे रोखून पाहिलं. बोलू की नको असा भाव तिच्या चेहऱ्यावर उमटला. तिने बोलायचं ठरवलं. 'या कुटुंबातील कोणी तुझी बाजू उचलून धरतील असं मला कधीच वाटलं नव्हतं. तरीसुद्धा माझ्या मनात

एक शंका आहे. एकंदरीत परिस्थिती पाहता मी इतके दिवस गप्प बसले पण आता मात्र तुला विचारते. सीतेने तुला मदत का केली नाही? ज्येष्ठ स्नुषा म्हणून तिने स्वतःचा मुद्दा व्यवस्थित मांडला. पतीपाठोपाठ अरण्यात जाण्याचा निर्णय तिने सर्वांना ऐकवला. रामाला सांगून आणि लक्ष्मणाला आज्ञा करून ती तुलाही वनवासात घेऊन जाऊ शकली असती. त्यातून ती तुझी मोठी बहीण आहे. तुझी बिकट अवस्था तिने जाणून घ्यायला हवी होती असं नाही का तुला वाटत?'

सीतेच्या वागण्याचं त्वरित समर्थन करत ऊर्मिला म्हणाली, 'तेवढा अवधी तरी कुठे होता?' पण स्वतःचे शब्द तिलाच दुबळे वाटले. खरं सांगायचं तर हे मांडवीच्याही लक्षात आलं होतं की, तिची बहीणही तिला मदत करण्यात कमी पडली होती. हे सत्य स्वीकारणं ऊर्मिलेला जड जात होतं. आजवर तिला असा विश्वासघात कधी जाणवला नव्हता. अशा प्रकारे ती कधीही एकटी पडली नव्हती. कदाचित मांडवीसुद्धा तिच्याचसारखी या भावनावेगात होरपळत होती.

'हे बघ, तुझं तिच्यावर अतिशय मनापासून प्रेम आहे. तुझ्या एकनिष्ठेपायी तू नेहमीच तिची बाजू घेत आलीस,' मांडवी स्पष्टपणे म्हणाली. 'मला संताप येतो तो ह्याचाच. आपलं कुटुंबच आपली साथ देत नाही. आजवर मला इतकं अपमानित कधीच वाटलं नाही. ह्या सर्वांपासून, ह्या राजप्रासादापासून, त्याच्या कुरूप सौंदर्यापासून दूर पळून जायची माझी इच्छा आहे. प्रासादाच्या भिंती माझा कोंडमारा करत आहेत. अथक दुःखात मला चिरडून टाकत आहेत. मी हे स्वतःला कोणत्या परिस्थितीत ढकललं आहे?' मनातले दुःखी विचार झटकून टाकण्याच्या विचाराने मांडवीने मान गदागदा हलवली.

तिचा आवेश पाहून ऊर्मिला दचकली. स्वतःच्या मनातील दुःखद विचारांना तिने बाजूला सारलं. तिच्या बहिणीची उदासीनता अधिक काळजी करण्यासारखी होती. तिचं सांत्वन कसं करावं, हे ऊर्मिला किंवा कीर्तीला समजत नव्हतं. ऊर्मिलेला भीती वाटली. उद्विग्नतेच्या ह्या अवस्थेत मांडवी स्वतःचा नाश करून घेईल अशी शंका तिला आली.

'मांडवी, अगं हे खरंच अन्यायकारक आहे! पण यालाच जीवन म्हणतात ना? आपण स्त्रिया आहोत. आपण पत्नी आहोत. आपण परिस्थितीला बळी पडलेले जीव आहोत! ज्यावर आपलं नियंत्रण नाही ते

निर्णय आपल्याला घ्यावे लागतात. आपण कशातही बदल घडवून आणू शकत नाही. मांडवी, जे आहे त्याचा स्वीकार करण्याचा प्रयत्न कर. आपण कशातही बदल घडवून आणू शकत नाही. आपण फक्त स्वतःला बदलू शकतो. जरा स्वतःकडे नजर टाक. काय अवस्था करून घेतली आहेस स्वतःची! माझी आधीची मांडवी, माझी बहीण मला परत कर. उमदी, मिस्कील, हुशार...'

'कसली हुशारी!' मांडवीच्या कडवट स्वराने ऊर्मिलेला थांबवलं. 'इतकी हुशार असते ना तर भरताशी विवाहच केला नसता. माता म्हणत होती तेच खरं; आपण बहिणींनी या कुटुंबात विवाह करायलाच नको होता. दुःख, वेदना आणि अपमानाव्यतिरिक्त या कुटुंबाने आपल्याला दिलं तरी काय? सीता अरण्यात आणि आपण दोघी इथे वनवास भोगत आहोत. त्यातल्या त्यात कीर्तीची अवस्था बरी म्हणायची! नशीबवान आहे ती! राणी बनण्याच्या माझ्या मूढ महत्त्वाकांक्षेपायी मी या परिस्थितीत अडकले आहे. ज्या मिस्कीलपणाचा आणि उमदेपणाचा उल्लेख तू केलास– त्याच्या जोरावर मला खरंच दुसरा एखादा राजा मिळू शकला असता. हे ईश्वरा! मी दुसऱ्या कोणाशी विवाह का नाही केला?'

आपल्या बहिणीच्या संतापामागे नेमकं काय कारण आहे हे आत्ता कुठे ऊर्मिलेच्या लक्षात आलं. म्हणूनच तिने शांतपणे विचारलं, 'तुला प्रत्येक गोष्टीचा पश्चात्ताप होतो आहे का?'

'हो!' मांडवी आवेगाने बोलू लागली. 'ज्या क्षणापासून मी भरताशी विवाह करण्याचा निर्णय घेतला, अगदी तेव्हापासून प्रत्येक क्षणाचा पश्चात्ताप होतो आहे मला. माझ्या दृष्टीने मी अगदी योग्य योजना केली होती पण सगळंच अगदी चुकत गेलं. किती वाईट चुकावं! माझ्या या दुर्दैवाला मीच जबाबदार आहे या विचाराने मला नैराश्य येतं. माझं त्याच्यावर प्रेम नाही हे तुझ्या लक्षात नाही का येत, ऊर्मि?'

आपल्या बहिणीच्या स्वरातील टोकाच्या नैराश्याची जाणीव ऊर्मिलेला झाली. तिच्यासमोर अशा प्रकारे मन उघडं करून मांडवी आपल्या अंतर्मनात दडलेल्या विध्वंसक विचारांना वाट करून देत होती पण त्यामुळेच ऊर्मिलेला धक्का बसला. तिला थोडं भयही वाटू लागलं.

मांडवीचं सांगून झालं नव्हतं. ती त्वेषाने बोलू लागली, 'तू आणि सीतेने प्रेमासाठी विवाह केला. माझं तसं नव्हतं. कदाचित इथेच माझी

चूक झाली असेल. वास्तविक पाहता मी चुकीच्या कारणांसाठी त्याच्याशी विवाहबद्ध झाले. त्याच्यावर प्रेम करण्याचा मी प्रयत्न केला. अगदी मनापासून केला. हा मधला प्रसंग घडला नसता तर आम्ही दोघंही यशस्वी झालो असतो. प्रेमात पडणं तर सोडच, अजून एकमेकांशी नीटशी ओळखही झाली नव्हती आमची. वेळ पडली तर तो मला एकटं टाकेल याची मला भीती होती. आणि झालंही तसंच. मला त्याचा तिरस्कार वाटतो तो नेमक्या या गोष्टीसाठी. दोष तरी कोणाला देऊ मी? त्याची माता आणि मी! सर्व चूक आमचीच आहे. याला माझं दैव म्हण किंवा मी केलेली निवड म्हण.'

'पण त्याने तुला एकटं नाही टाकलं. तो तुझ्याकडे परत येईल. झालेल्या अपराधाचा जो दंड भोगणं भाग आहे असं त्याला वाटतं, तोच तो भोगत आहे हे लक्षात ठेव. तो स्वतःलाही दंड देत आहे हे तुला दिसत नाही का?'

'भरत, परिपूर्ण बंधू; भरत, दुष्ट मातेचा सद्वर्तनी पुत्र; भरत, सिंहासनावरचा अधिकार सोडणारा राजा; भरत, पत्नीचा त्याग करणारा पती; भरत, त्याच्या बंधूवर झालेल्या अन्यायाच्या परिमार्जनार्थ कठोर तपश्चर्या करणारा उमदा राजा! या सर्व फसव्या आणि उदात्त शब्दाचा मला आता कंटाळा आला आहे. माझं स्थान त्याच्या जगात सर्वांत शेवटी का? त्याच्याप्रमाणे मीही उमदेपण दाखवावं अशी सगळ्यांची अपेक्षा आहे परंतु, मी मानते की माझ्यात तो गुण नाही. मी त्याच्यासारखी निःस्वार्थी नाही. तो महान आहे, असो; पण माझं काय? मी आज कुठे आहे? मी आज कोण आहे? मनात आलं की, इकडून तिकडे हलवता येण्यासारखी किंवा त्याग करता येण्याजोगी मालमत्ता आहे का मी?' मनातील भावना असह्य होऊन तिने हातांची बोटं एकमेकांत घट्ट गुंफली. 'त्याने माझ्याकडे परत यावं याची प्रतीक्षा मी का करावी? माझ्यात तेवढा संयम किंवा चिकाटी नाही. मला प्रेम हवं आहे, मला तो हवा आहे. स्वतःला एकनिष्ठ आणि कर्तव्यतत्पर पत्नी म्हणवून घेण्याचे कुठलेही उदात्त आदर्श माझ्यासमोर नाहीत. मला त्याचा स्पर्श जाणवून घ्यायचा आहे, त्याच्या चुंबनात हरवायचं आहे, त्याच्या प्रणयावेगात चिंब भिजायचं आहे, त्याच्याशी संवाद साधायचा आहे, त्याच्यावर चिडायचं आहे; पण तो इथे नाहीच.' मनातील तळतळाट बाहेर पडल्यावर मांडवी क्लांत झाली. ती थकून म्हणाली, 'ऊर्मि, हे नैराश्य आणि ही भयंकर मोठी पोकळी तू कशी सहन करतेस गं? तुलाही

माझ्यासारखंच दुःख झालं आहे हे कळतं मला पण, मी तुझ्यासारखी कणखर, खंबीर आणि शूर नाही गं. तुझ्यासारखा क्षमाशील स्वभावही नाही माझा. पिंजऱ्यात कोंडलेल्या बेभान प्राण्यासारखी माझी अवस्था झाली आहे. ऊर्मि, तू एकटी असलीस तरी एकाकी नाहीस. तुझ्यासोबत त्याचं प्रेम आणि आठवणी आहेत. माझ्याजवळ काय आहे? ज्या पुरुषावर मी इथून पुढे प्रेम करू शकत नाही, त्याची वाट पाहण्यात एवढा प्रदीर्घ कालावधी नुसताच वाया घालवणार आहे मी! समाजाच्या माझ्याकडून असलेल्या अपेक्षांचा मला उद्वेग आला आहे. या नियमावलीला मी किती दिवस धरून राहू शकते? माझ्या मनात नित्य नव्या प्रश्नांचा धिंगाणा सुरू असतो. विचार करून थकून जाते मी. वेडी होईन मी अशाने एखाद्या दिवशी!'

आपल्या बहिणीचा हा उद्रेक पाहून ऊर्मिलेच्या मनात असहायतेची भावना दाटून आली पण तिच्या डोळ्यांतून अश्रू मात्र ओघळले नाहीत. तिने लक्ष्मणाला तसं वचन दिलं होतं. त्याच्या आठवणीत ती कधीही अश्रू ढाळणार नव्हती. म्हणूनच, मांडवीची अवस्था कितीही हतबल असली तरी तिचे डोळे कोरडे राहिले. मनात मात्र, काळजी आणि ठसठसणाऱ्या वेदनेचा डोंब उसळला.

'लक्ष्मण! त्याच्या प्रेमामुळेच तू या साऱ्यात तग धरून उभी आहेस ना, ऊर्मि?' अचानक मांडवीचा आवाज शांत झाला. स्वतःला सावरत ती म्हणाली, 'तुझा स्व-परित्याग, निःस्वार्थीपणा आणि त्याला न सोडण्याचा दृढ निश्चय हे सगळं त्याच्यासाठी होतं ना? त्याच्या प्रेमामुळे तुला सामर्थ्य लाभतं, तुझी आशा तेवत राहते. ही प्रेमाची शक्ती आहे गं. माझ्यापाशी मात्र तिचा सर्वस्वी अभाव...'

अचानक मांडवीचा स्वर पिचला. तिला बोलवेना. तिची बिकट अवस्था लक्षात घेत ऊर्मिलेने पुढे होत तिला हळुवारपणे कुशीत घेतलं. मांडवी हुंदके देत होती, थरथरत होती. ती आवेगाने म्हणाली, 'ऊर्मि, मला मुक्त कर. वेड लावणाऱ्या या वेदनेपासून मला मुक्त कर. हे जीवन जगण्यासाठी मला थोडी तरी आशा दे!'

काही न बोलता ऊर्मिला तिला कुशीत घेऊन तशीच उभी राहिली. मांडवी हळूहळू शांत झाली. तिचे हुंदके थांबल्यावर तिच्या निष्प्रभ चेहऱ्यावरचे अश्रू ऊर्मिलेने टिपले. कोमल स्वरात ती बोलू लागली, 'ही आशा तुझ्याच अंतरंगात आहे, मांडवी.' मांडवीच्या डोळ्यांत अनिश्चित

भाव होते. तिच्या नजरेला नजर देत ऊर्मिला म्हणाली, 'जेव्हा चारही बाजूंनी अंधकार दाटून येतो, तेव्हाच आपल्याला आपल्या नजरेत असलेला प्रकाश दिसू लागतो. तो जाणून घे. त्याचा मागोवा घे. तुझ्या अंतरंगात काळोख दाटला असेल तर तुला सभोवतालीदेखील केवळ काळोख दिसेल. त्याऐवजी अंतःकरणातल्या प्रकाशामागून जा. हसायला शिक. ओठांची मुरड किंचितशी जरी सैल झाली तरी अनेक गोष्टी मार्गी लागतात. माझ्यावर विश्वास ठेव. लक्ष्मणाने मला हेच शिकवलं. एक लहानसं हसू ओठांवर उमटलं की, बाकी सर्व समस्या पटापट सुटू लागतात. आपल्याकडे या हसण्याच्या शक्तीशिवाय दुसरं आहे तरी काय? हसायचं आणि स्वतःला सुखी ठेवायचं.' मांडवी कितीतरी वेळ निमूटपणे बसून राहिली. आपलं बोलणं तिने ऐकलं तरी असेल का, अशी शंका ऊर्मिलेच्या मनात आली.

कितीतरी वेळानंतर स्वतःला सावरत मांडवी उठली. ती हसण्याचा प्रयत्न करत होती.

'आणि मांडवी, लक्षात घे, इच्छाशक्ती महत्त्वाची आहे. केवळ आशा, प्रेम आणि आठवणी पुरेशा नसतात. काय वाटेल ते घडलं तरी आयुष्य पुढे सरकत असतं हे लक्षात ठेव. आपण आठवणींवर जगतो. तूही तेच करते आहेस पण तुझ्या आठवणी दुःखद आहेत. त्यापायी तुझ्या मनात उद्विग्नतेचा आणि नकाराचा डोंब उसळतो. तुला कशाचीही ओढ वाटत नाही,' ऊर्मिलेने हळुवारपणे मांडवीसमोर परिस्थिती मांडली.

मांडवीचे ओठ थरथरत होते. स्वतःला सावरत ती म्हणाली, 'खरं आहे! जे झालं ते मी कधीच विसरू शकणार नाही. तरीसुद्धा तू म्हणतेस ते पटतं मला. हसायचं कसं, याचाच मला या वाटेवर कुठेतरी विसर पडला आहे. तू स्मरण करून दिलंस म्हणून बरं झालं. ऊर्मि, तू नसतीस तर मी काय केलं असतं गं?' तिच्या डोळ्यांत आता अश्रू नव्हते. ती हसून म्हणाली, 'खरंतर हा माझा स्वार्थीपणा आहेस. पण तू सीतेबरोबर अरण्यात नसून इथे माझ्याबरोबर आहेस यासाठी तुझे आभार मानावेसे वाटतात मला. माझ्या मते मला तुझी जास्त गरज आहे. आम्हा सर्वांना एकत्र जोडणारा सांधा म्हणजे तू. आजवर सातत्याने तू आम्हा बहिणींना एकत्र ठेवलंस, आमच्यासाठी उभी राहिलीस. मी तुझं खोटं कौतुक करत नाही पण माझ्यावर विश्वास ठेव, तू आम्हाला बांधणारं चैतन्य आहेस!' बोलून होताच मांडवीच्या चेहऱ्यावर कित्येक काळानंतर समाधानाचं हसू उमटलं.

'पाहिलंस! हसलीस की किती सुंदर दिसतेस!' तिला पटकन मिठी मारत ऊर्मिला प्रामाणिकपणे म्हणाली, 'आता तू चिडका बिब्बा नाही दिसत!'

मांडवीने सहजस्वरात प्रश्न केला, 'ऊर्मि, आता आपण काय करायचं? इथून पुढचा प्रदीर्घ कालावधी आपण कसा व्यतीत करायचा?'

'हे ईश्वरा! त्याची चिंता आत्ताच कशाला? येणाऱ्या दिवसाचा तेवढा विचार कर. स्वतःला गुंतवून घे,' ऊर्मिलेने पटकन उत्तर दिलं. 'मला सांग, हल्ली काय वाचन करते आहेस?'

'छे गं! सगळं बंद आहे अगदी. गेल्या वर्षभरात काहीही वाचलं नाही मी,' मांडवीचा स्वर पुन्हा विषण्ण झाला.

'काय सांगतेस! पण तू तर किती उत्तम वाचक होतीस. समोर येईल त्याचा फडशा पाडायचीस. नवीन काही वाचायला मिळालं नाही तर अस्वस्थ होत असे तू. नित्यनेमाने तुला काहीतरी वाचायला हवं असे. हरकत नाही, आता वेळचवेळ आहे तुझ्याकडे. तेव्हा तू वाचायला सुरुवात कर,' ऊर्मिलेने तिला सौम्य शब्दात समज दिली.

मांडवीने मान डोलावली. तिच्या नजरेत पूर्वीची चमक दिसू लागली. ती उत्कंठतेने म्हणाली, 'अगदी नक्की सुरुवात करेन मी. इथेही खूप असेल वाचायला. शिवाय, मिथिलेहून माझं वाचनसाहित्य मी मागवून घेते मी. कदाचित... नाही... अगदी नक्कीच मी स्वतःचा मोठा संग्रह तयार करेन इथे. माझ्या कक्षात या भिंतीपासून त्या भिंतीपर्यंत वाचनसाहित्य रचून ठेवेन मी!'

'अगदी नक्की कर तसं. गुरू वसिष्ठ आणि गुरू कश्यप यासाठी तुला मार्गदर्शन करतील. कुठून काय मागवायचं हे माहीत असेल त्यांना. आणि हे बघ, त्यांचे वैयक्तिक संग्रह असतील.'

'काय अभिनव कल्पना आहे तुझी!' मांडवी पुन्हा हसली. तिच्या बोलण्यात आता अनोखी ऊर्जा जाणवत होती. तिला जगण्यासाठी उद्देश सापडला होता. 'हे काम उद्यावर ढकलण्याऐवजी आजच त्यामागे लागते मी. राजसभेचं कामकाज संपल्यावर गुरुवर्यांची भेटही घेईन मी.'

ऊर्मिला मोकळेपणाने हसली. ती जायला निघाली. तितक्यात मांडवीने तिला हाक मारली, 'ऊर्मि थांब! कीर्ती कुठे आहे?'

'पाकगृहात! माता कैकयीच्या हाताखाली काम करते आहे ती. उद्या रामाचा जन्मदिवस त्या प्रीत्यर्थ मिष्टान्न भोजनाची तयारी सुरू आहे.'

हे ऐकताच मांडवीला आश्चर्य वाटलं. 'खरं की काय? मी अगदीच अनभिज्ञ होते.'

'इथून पुढे तू तशी नाही राहणार. खरंतर हेच सांगायला मी इथे आले होते. मला जमलं त्यानुसार मी राजप्रासादाची सजावट केली आहे. माझ्या मते, अशा छोट्याछोट्या क्षणांचा आनंद घ्यायला हवा आपण. तुला नाही का वाटत, मांडवी? त्या निमित्त पूजादेखील आहे. भरत पूजेसाठी येईल अशी शत्रुघ्नाला आशा आहे.'

हे ऐकताच मांडवीच्या नजरेत मार्दव आलं. तिचे गाल आरक्त झाले. काही क्षण थांबून तिने विचारलं, 'खरंच? येईल का तो?' तिचा स्वर धास्तावला होता.

'अगदी खरं सांगायचं तर मला फारशी खात्री नाही पण एक मात्र सांगते; तो जर आलाच तर तुझी भेट नक्कीच घेईल. तुझ्या उद्विग्न मनाने तुला काहीही सुचवलं तरी भरताचं तुझ्यावर प्रेम आहे हे निर्विवाद सत्य आहे. माझ्या परिचितांपैकी तो सर्वांत मृदू आणि दयाळू आहे. तुला तो कधीही मुद्दाम दुखावणार नाही. त्या भावांबद्दल आपण कितीही कठोर शब्द उच्चारले तरी हे निखालस सत्य आहे की, ते चौघंही अत्यंत उमदे आणि त्याहून अधिक निःस्वार्थी आहेत. त्यांच्या चांगुलपणापुढे आपण वाईट ठरतो. लक्ष्मणाला उद्देशून मीसुद्धा पुष्कळ वेडवाकडं बोलले आहे.' तिच्या हसण्याला दुःखाची किनार होती. ती कसंबसं म्हणाली, 'आता मात्र मला साऱ्याचाच पश्चात्ताप होतो आहे.'

दुसऱ्या दिवशीच्या उत्सवाची तयारी करताना ती थकून गेली. राजप्रासाद, उद्यान, पाकगृह आणि जिथे प्रत्यक्ष पूजा होणार होती ते मोठं सभागृह; सर्व जागी जात्या उपस्थिती लावल्यामुळे तिचे पाय दुखू लागले. आणि तिच्या हृदयातील वेदना... त्या कशानेही कमी होत नव्हत्या. रामाच्या राज्याभिषेक सोहळ्याची आठवण तिला झाली. तयार होण्यासाठी ती घाईने तिच्या कक्षात आली होती. अचूक संधी साधून लक्ष्मण आत डोकावला होता. तिने कोणत्या रंगाची साडी नेसावी हे सुचवून तिच्या दाट केसांसाठी त्यानेच आकडा निवडला होता.

उद्या तिथीने रामजन्म दिन आहे- अरण्यात त्यांना ही तिथी लक्षात तरी येईल का? ते आत्ता तिथे काय करत असतील? राजप्रासादाच्या ज्या पायऱ्यांवर ती आता टपोऱ्या झेंडूंची केशरी तोरणं चढवत होती, त्याच पायऱ्या उतरून ते निघून गेले होते. किमान वर्षतरी लोटलं होतं त्या गोष्टीला.

तिला तिच्या कक्षात सोडून लक्ष्मण कसा गेला होता, हे ती विसरू शकत नव्हती. त्यांच्या शयनकक्षातून बाहेर पडून गोलाकार संगमरवरी पायऱ्या उतरून उंच नक्षीदार द्वारातून त्याने बाहेरच्या अंधारलेल्या दिवसात पाऊल ठेवलं होतं. तिला त्याच्या मागे धावत जायचं होतं पण ती जागीच खिळून राहिली. त्याऐवजी, ती त्याच्या प्रतीक्षेत थांबली. तो परत येण्याची वाट पाहत!

शत्रुत्व

अतिशय प्रसन्न दिवस होता तो. कितीतरी दिवसांनी प्रासादात आनंद दिसत होता. ज्या उद्देशाने ऊर्मिलेने सगळी तयारी केली होती तो उद्देश सफल झाला. रामाचा जन्मदिन थाटामाटात संपन्न झाला. अर्थात, हे इतक्या सहज झालं नव्हतं. कौसल्येने यात भाग घ्यावा म्हणून ऊर्मिलेला तिच्या मागे लागावं लागलं होतं. आपल्या पुत्राचा जन्मदिन साजरा होत आहे हे पाहून उत्साहित झालेल्या कौसल्येने हातचं न राखता ऊर्मिलेला साहाय्य केलं होतं. खूप बटबटीत सजावट करण्याऐवजी ऊर्मिलेने प्रत्येक दाराला झेंडूंच्या फुलांचं तोरण बांधलं होतं. संगमरवरी पायऱ्यांवर सुरेख रंगीत रांगोळ्या चितारल्या होता. क्षुधाशांती करण्याचं काम कैकयी आणि कीर्तीकडे होतं. राजपाकगृहात जातीने उभं राहून त्या दोघींनी पंचपक्वान्नांची सिद्धता केली होती. गुरुजन, मंत्रिगण आणि कौटुंबिक सदस्यांपुरता हा सोहळा मर्यादित होता परंतु, नगरीतदेखील उत्साहाचं वातावरण होतं. त्या दिवशी कोणी उपाशी राहू नये म्हणून राजपाकगृह सर्वांसाठी खुलं ठेवण्यात आलं होतं. कौसल्या उत्सवमूर्ती होती. एखाद्या राणीला शोभेल अशाच पद्धतीने ती सर्वत्र वावरत होती. कैकयीची उपस्थिती लक्षात न घेता तिने पाकगृहातदेखील लक्ष घातलं. कीर्तीशी मोठ्या प्रेमाने संभाषण करत तिला मदत केली. खरंतर, धाकट्या राणीला तिथे पाहून कौसल्या थोडी असंतुष्ट झाली होती. म्हणूनच की काय, स्वतःचं अस्तित्व प्रकर्षाने जाणवून देण्यासाठी ती प्रत्येक गोष्टीत आज्ञा देत होती. लहानसहान बाबतीत लक्ष घालत होती. ज्या पद्धतीने ती कैकयीकडे दुर्लक्ष करत होती ते पाहता कैकयीने तिथून निघून

जाणं स्वाभाविक होतं पण, असं काही एक न करता कैकयी शांतपणे आपलं काम करत राहिली. गरिबांना वाटायच्या भेटीवर नजर टाकण्यासाठी तिला तिथून घेऊन जावं असाही विचार ऊर्मिलेच्या मनात आला.

त्या आधीच कौसल्या कडाडली, 'हे पाहा, आज माझ्या पुत्राचा जन्मदिन आहे. ही कैकयी मला जवळपाससुद्धा दिसता कामा नये. खालच्या स्तराला उतरणं मला शोभत नाही म्हणूनच मी तिला आजवर सहन करत आले आहे. तिच्या उपस्थितीत रोज भोजन करायलाही मी तयार झाले आहे. माझ्यामुळे राजगृहाची शांती ढळू नये हाच माझा उद्देश असतो परंतु, आजच्या उत्साहाच्या प्रसंगी तिचं अस्तित्व स्वीकारण्याइतका मनाचा मोठेपणा मी दाखवावा असं वाटत असेल तर ते शक्य नाही. ऊर्मिला, तुझी मुत्सद्देगिरी माझ्या लक्षात येत नाही असं तुला वाटलं का?'

हे ऐकूनही ऊर्मिला शांत राहिली. कौसल्येला या मनःस्थितीतून बाहेर काढण्याचा प्रयत्न करत ती म्हणाली, 'माता, तुमच्या पुत्राचा जन्मदिन आहे. निदान आजतरी तुम्ही सर्वांना सर्व गोष्टींसाठी मनापासून क्षमा करायला हवी. रामाचे आवडते खाद्यपदार्थ करण्यासाठी माता कैकयी गेले तीन दिवस पाकगृहात राबत आहे. रामावरील मायेपोटीच केलं ना तिने हे?'

'काही सांगू नकोस! सगळा दांभिकपणा!' आसूडाच्या फटकाऱ्यासारखा कौसल्येचा स्वर उमटला. 'मला जर शक्य असतं ना तर कुठल्याच कामात मी तिला सहभागी केलं नसतं.' कैकयीकडे जळजळीत कटाक्ष टाकत ती मुद्दाम म्हणाली, 'त्याऐवजी ज्या राजप्रासादातील कक्षात बसून तिने माझ्या पुत्राला त्याच्या गृहातून, त्याच्या प्रासादातून, त्याच्या सिंहासनावरून, त्याच्या राज्यातून आणि विशेषतः त्याच्या मातापित्याच्या हृदयातून घालवून देण्याचं कुटिल कारस्थान रचलं, तिथेच ती जाऊन बसली असती तर बरं झालं असतं. तिच्या दुर्दैवाने ती रामाचं आमच्या हृदयात असलेलं स्थान घालवू शकली नाही. त्यामुळेच माझ्या पतीचा मृत्यू झाला असला तरी.'

क्षणभर तिच्या नजरेत अश्रू तरारले. पुढच्या क्षणी तिचा स्वर विखारी झाला. 'गोड बोलून, प्रेम आणि मायेचा वर्षाव करून आधी तिने माझा पती हिरावला आणि मग पुत्रही; हे मी कसं विसरू? एवढ्याने तिचं समाधान झालं नाही म्हणूनच योजनाबद्धरीत्या तिने त्या दोघांना माझ्या आयुष्यातून दूर घालवलं. ही आमच्या आयुष्यात येताच राणी म्हणून मला

मिळणारा सन्मान माझ्या वाटेला येईनासा झाला. माझ्या पतीने माझा आदर केला पण, प्रेमाचं काय? ते फक्त या कैकयीच्या वाट्याला आलं. तिच्या दासदासींइतकीच किंमत होती मला.'

पाकगृहातील त्या लहानशा प्रसंगाने तिच्या आजवर साठलेल्या कडवटपणाला मोकळी वाट मिळाली होती. मात्र, आपल्या भावनांना ती निष्कारण उदात्त करून दाखवत होती. 'माझ्या पतीला तिने मारलं, माझ्या पुत्राला तिने बहिष्कृत केलं. या दुष्ट चेटकिणीने भुरळ घालून त्या दोघांना माझ्यापासून इथे असूनही हिरावून घेतलं होतं. तिचं हसूही खोटं आणि प्रेमही खोटं. अशा स्त्रीवर माझ्या पतीने आणि पुत्रानेही वेड्यासारखं प्रेम करावं, पराकाष्ठेचा समर्पणभाव दाखवावा याचं मला सर्वाधिक दुःख होत आहे. त्या प्रेमापायी दास्यत्व स्वीकारलं होतं दोघांनीही. पत्नी आणि माता म्हणून माझ्यात अशी कोणती उणीव होती?'

ऊर्मिला शांतपणे म्हणाली, 'कुठलीच नाही! तो निव्वळ तुमचा अपसमज होता! तुमच्या पती आणि पुत्राने तुमच्यावरही मनःपूर्वक प्रेम केलं परंतु, धाकट्या राणीच्या तिरस्कारापोटी तुम्हाला ते दिसलं नाही.' मुत्सद्देगिरी पणाला लावत ती पुढे म्हणाली, 'तुम्हाला राणी कैकयीचा तिरस्कार वाटतो त्यामुळेच तिच्या त्यांच्यावरच्या प्रेमाचाही तुम्ही तिरस्कार करत आहात. तुम्हाला वाटणाऱ्या असूयेमुळे तुम्हाला त्यांच्या प्रेमाचीही असूया वाटू लागली आहे.'

'पण आता गेले ना ते निघून! तरीसुद्धा ही माझ्यावर तसाच परिणाम करते आहे!' हे बोलताना राणी कौसल्याने ओठ आवळले. 'मागची सर्व वर्षं मी तळमळून काढली आहेत. तू म्हणते तसाच असूयेपोटी आलेला संताप, मुकाट्याने सोसलेला अपमान आणि मौन धारण करून सहन केलेली अप्रतिष्ठा! पण ही मात्र जशी होती तशीच राहिली आहे – सुंदर, उद्धट आणि राजेशाही. हिच्या पायी एवढं मोठं वादळ आलं आपल्या आयुष्यात पण तिची शांती काही ढळली नाही. ती मला आवडूच शकत नाही. मग, तिला क्षमा करण्याचा प्रश्न कुठून येणार? माझ्याप्रमाणे तीही पुत्रवियोगाचं दुःख सहन करते आहे एवढंच काय ते समाधान आहे मला. एक ना एक दिवस माझा पुत्र माझ्याकडे परतून येईल. तिचा मात्र कधी परतणार नाही. विजय माझा आहे!' स्वरातील द्वेष न लपवता ती उघडपणे म्हणाली. 'माझ्या पुत्राचं माझ्यावर प्रेम आहे. तिचा पुत्र मात्र तिचा तिरस्कार करतो.

हाच माझा सूड, हीच अपराधाची शिक्षा आणि हाच न्याय. हे माझं स्व–प्रकटीकरण आहे.'

वयोवृद्ध राणीच्या नजरेत दिसणारं हर्ष आणि खेदाचं मिश्रण पाहून ऊर्मिला दचकली. कौसल्येचा संताप कमी होण्याची चिन्हं दिसत नव्हती.

धीर एकवटत ऊर्मिला म्हणाली, 'तिच्या दुःखातून तुम्ही आनंद मिळवणार आहात का? माता, तुम्ही म्हणता की, या सुखी गृहावर तुमच्या पतीच्या मृत्यूमुळे आणि पुत्राच्या वनवासात जाण्यामुळे आपत्ती कोसळली परंतु, मी म्हणेन की, याची पाळंमुळं फार खोलवर रुजली आहेत...'

हे ऐकताच राणीने रागाने श्वास घेतल्याचं जाणवलं पण तिने त्याकडे दुर्लक्ष केलं.

'...तुमचं असूयायुक्त प्रेम आणि संताप यांमुळे अनेक नाती उसवली,' ऊर्मिला संथपणे बोलू लागली. 'माता, हे माझं औद्धत्य समजू नका परंतु, तुम्ही आणि माता कैकयी या दरम्यान असलेल्या निर्बंध शत्रुत्वामुळे आपल्या सर्वांवर ही वेळ आली आहे. रामाला राजा झालेलं पाहणं ही तुमची एकमेव महत्त्वाकांक्षा होती. असूयेपोटी तुमच्या राणी, राजपत्नी आणि राजमाता या पदाला धक्का पोहोचल्याची भीती तुम्हाला जशी वाटत होती, तशीच माता कैकयीलाही वाटत होती. राम राजा होताच तुम्ही निर्विवादपणे राजमाता होणार होता.'

हे ऐकताच कौसल्येच्या चेहऱ्यावर आश्चर्य उमटल्याचं ऊर्मिलेला दिसलं. कौसल्या जिला हाडवैरी मानत होती, ती कैकयी दुबळी असेल, स्वतःला असुरक्षित समजत असेल हा विचारही कौसल्येला नवीन असावा. ऊर्मिला पुढे बोलू लागली, 'या मानसिक दुबळेपणाच्या आहारी गेल्यामुळे कैकयी मातेने स्वतःच्या पुत्रासाठी हक्कांची मागणी करण्याचं असंभवनीय कृत्य केलं. असूया, ईर्ष्या आणि संशयामुळे जी बीजं तुम्ही दोघींनी अनेक वर्षांपूर्वी पेरली, त्यांनी आता हिडीस आणि अक्राळविक्राळ रूप धारण केलं आहे. प्रेम, कुटुंब, शांती आणि आनंद अशा सर्व चांगल्या गोष्टींचा विनाश त्यामुळेच घडून आला आहे. इतका अनर्थ घडूनही तुम्ही दोघी तीच द्वेषभावना अजूनही मनात वागवत आहात. आज तुमच्या पुत्राचा जन्मदिन आहे, पण तुम्ही आनंदी आहात का?' ऊर्मिलेने किंचित उपहासाने विचारलं. 'कशा असाल? माता कैकयीबद्दल अत्यंत कडवट विचारांचं विष तुमच्या मनात भरलं आहे. त्यांचं कृत्य निंदनीय आहे परंतु, त्याची किंमत

त्या चुकवत आहेत ना? ते पुरेसं नाही का? तुम्ही पुरेसं गमावलं नाहीत का? आता अजून काय गमावण्यासारखं राहिलं आहे? काय प्राप्त करायचं उरलं आहे?'

कौसल्या क्रोधाने काळीनिळी झाली होती. तिच्या नजरेत संताप मावत नव्हता. तिचा मुखवटा गळून पडताच ती किती भयप्रद दिसू शकते हे लक्षात येऊन ऊर्मिला चकित झाली. तिला विचार करायचा अवधी न देता कौसल्या प्रक्षुब्ध होऊन म्हणाली, 'माझा इतका अनादर करण्याचं धाडस तरी कसं झालं तुझं? तुझ्या उद्धटपणाला वेळीच खुडायला हवं. त्या दिवशी चित्रकूट पर्वतावर भरताच्या निर्णयाविरुद्ध तू प्रश्न केला, तेव्हाच तुला शासन करायला हवं होतं. माझा पुत्र, राजा आणि संपूर्ण कुटुंबाच्या औचित्याला आव्हान देण्याचं दुःसाहस तू दाखवलंस. हा तर आमचा चांगुलपणा होता म्हणून आम्ही गप्प बसलो. या राजघराण्याची तू राजस्नुषा असल्यामुळे आम्हीही तुला आदर दिला. तू हे विसरते आहेस की, तू आता सौमित्राची पत्नी आहेस. मिथिलानगरीची राजकन्या नाहीस तू!'

अत्यंत सौम्यपणे ऊर्मिला म्हणाली, 'हो, मिथिला! कुठल्याही अन्यायाविरुद्ध उभं राहण्याची शिकवण मला जिथे मिळाली ती नगरी! माता, मी अन्याय नुसताच पाहत नसून त्याची शिकारदेखील आहे. गृहातील ज्येष्ठांनी केलेल्या प्रमादापायी मीदेखील सोसते आहे परंतु, मी स्वतःसाठी तुमच्याजवळ काहीही मागत नाही. या गृहात शांती परतून यावी इतकंच माझं म्हणणं आहे,' ऊर्मिलेने गळ घातली. 'जाणारे तर गेले, पण तुम्हा दोघींतील वैमनस्य; ते अजूनही तसंच आहे. तुमच्याही नकळत हेच वैमनस्य तुमच्या पतीप्रति असलेल्या नात्यातदेखील उतरलं. ते तितक्यावर थांबलं नाही. तुमच्या पुत्रांमध्ये ते पाझरलं. त्यांचं परस्परातील नातं काळवंडण्याची वेळ आली होती. सुदैवाने त्यांनी स्वतःवर त्या विषाचा परिणाम होऊ दिला नाही. उलटपक्षी, तुम्हा दोघींतील तेढ जितकी वाढली, तितकं त्यांनी एकमेकांना घट्ट धरून ठेवलं. त्या दुर्दैवी दिवसापर्यंत त्यांना कोणीच वेगळं करू शकलं नाही. तुमच्यातील ही क्षुल्लक असूयादेखील नाही!'

ऊर्मिला श्वास घ्यायला थांबली. वेगाने येणाऱ्या विचारांमुळे आणि आवेगांमुळे तिचा चेहरा तप्त झाला होता. इतकी वर्षं राणीच्या मनात दडून बसलेली भीती आणि असुरक्षितता ऊर्मिलेच्या तोंडून बाहेर पडताना ऐकून राणी अवाक् झाली होती.

'गंमत म्हणजे, असूया आणि सत्तासंघर्षाच्या तुमच्या या खेळात विजय झाला तो तुमच्या पुत्रांचा पण बळीदेखील तेच पडले. तुमच्या मूढ कृत्यांचं मूल्य त्यांना चुकवावं लागतं आहे, तरीही तेच जेते आहेत. तुम्ही दोघी सारं गमावून बसलात. तुमच्या तिरस्कारावर मात करत त्यांच्या प्रेमाने साऱ्यावर विजय मिळवला. लक्ष्मणाने आणि भरताने आपल्या बंधूसाठी कुठलाही किंतू मनात न आणता स्वतःच्या वैयक्तिक आयुष्यांचा त्याग केला. इथे थांबून स्वतःच्या हक्कासाठी लढण्याऐवजी किंवा आपल्या बंधूला मिळणारं सिंहासन बळकावण्याऐवजी रामाने वनवासात जाणं स्वीकारलं. म्हणूनच, माता मी आज तुम्हाला विचारते; राम जेव्हा परतून येईल, हे चारही बंधू पुन्हा एकत्र येतील, तेव्हा तुम्हा दोघींतील वैमनस्य त्यांच्या सुखात नव्याने विष कालवेल का? कारण, तुम्हा दोघींतील अविश्वासाचं नातं असंच टिकून राहिलं तर कुटुंब म्हणून आपण कधीही एकत्र राहू शकणार नाही अशी भीती मला वाटते.'

इतकं बोलून ऊर्मिला तिथून निघून गेली. कौसल्या निश्चलपणे एकटीच उभी राहिली. सोबतीला होत्या सदसद्विवेकबुद्धीला टोचणी देणाऱ्या अनेक कडवट स्मृती!

उदासवाणा सूर संपूर्णपणे नष्ट झाला नसला तरी रामजन्मोत्सवामुळे वातावरण थोडंसं तरी हलकंफुलकं झालं. प्रदीर्घ काळच्या ग्रीष्मानंतर वळीवाच्या सरींमुळे जसा गारवा लाभेल तसंच काहीसं सर्वांना वाटलं. त्यानंतर खरोखरच पावसाच्या सरी कोसळू लागल्या. अशातच एक दिवस केकय नगरीकडून दुःखद वार्ता आली. प्रदीर्घ काळच्या आजारानंतर राजा अश्वपतीचं निधन झालं होतं. कैकयीने मोठ्या धैर्याने प्रसंगाचा स्वीकार करत मांडवीसमवेत त्वरित गिरीव्रज या केकय नगरीच्या राजधानीकडे प्रयाण केलं. नंदीग्राम इथे भरताकडे दूत पाठवण्यात आले. कैकयी भरतासाठी थांबली नाही. शत्रुघ्नाने तिच्याबरोबर जाण्याची तयारी दर्शवली परंतु, तिने निर्धाराने त्यालाही नकार दिला. केकय नगरीपेक्षा अयोध्येला शत्रुघ्नाची अधिक आवश्यकता आहे असं तिने सांगितलं. कौसल्या तिच्याशी अतिशय मार्दवाने वागली. तिच्या लांबवरच्या प्रवासाची संपूर्ण तयारी कौसल्येने केली. कैकयी रथारूढ

होत असताना कौसल्या तिला निरोप द्यायला आली. ते पाहून कैकयीला भरून आलं. 'महाराणी, आपल्या या कनवाळूपणासाठी मी पात्र नाही. त्याचबरोबर मी हेही सांगू इच्छिते की, आज पहिल्यांदा अयोध्या सोडताना मला वाईट वाटत आहे. शिवाय, केकयनगरीहून अयोध्याला परत येण्याची मी आतुरतेने वाट पाहीन. तुम्ही काळजी घ्या आणि माझी चिंता करू नका, अशा आर्जवी शब्दांत तिने निरोप घेतला.

कैकयी जाऊन जेमतेम एक दिवस लोटला. तितक्यात, केकय नगरीहून निरोप घेऊन अजून एक दूत आला. त्याने आणलेला लखोटा दासीने ऊर्मिलेच्या हातात दिला. ऊर्मिला चकित झाली. नक्कीच काहीतरी महत्त्वाचा संदेश असणार, पण कैकयी तर आधीच रवाना झाली होती. काय करावं, हे ऊर्मिलेला सुचेना.

'हा साधा निरोप नाही. राजा अश्वपतीने मृत्युपूर्व महाराणी कैकयीला पाठवलेला, राजमुद्रांकित असा हा विशेष निरोप आहे.'

तिची द्विधावस्था पाहून कीर्तीने सुचवलं, 'नक्कीच काहीतरी महत्त्वाचं असेल. उघड तो!' त्या दोघी ऊर्मिलेच्या कक्षात सूर्याच्या कोवळ्या किरणात बसल्या होत्या.

'कसं उघडणार? खाजगी आहे तो!' ऊर्मिलेने चटकन उत्तर दिलं. 'पित्याने पुत्रीला पाठवलेला.'

'ते खरं असलं तरी माता कैकयी किमान एक मास तरी परतणार नाही. समजा, हा काही विशेष महत्त्वाचा निरोप असला तर? आणि असं काय खाजगी असणार आहे? ऊर्मि, कैकयी माता चिडणार नाही याची मला खात्री आहे. उघड तो.'

कीर्तीने अशी खात्री देऊनही ऊर्मिलेने साशंक मनाने लखोटा उघडला. अगदी त्रोटक वर्तमान होतं त्यात. त्यावरून नजर फिरवताच ऊर्मिलेच्या चेहऱ्यावरचा रंग उडाला. ते पाहताच कीर्ती अवाक् झाली. आपल्या बहिणीच्या हाताला स्पर्श करत तिने काळजीने विचारलं, 'ऊर्मि, काय झालं? या पत्रात काय आहे असं?' ऊर्मिचं असं भांबावलेलं रूप ती पहिल्यांदाच पाहत होती.

चकार शब्दही न उच्चारता ऊर्मिलेने ते पत्र कीर्तीच्या हातात दिलं. मनातील नाना शंकाकुशंकांना बाजूला सारत तिने ते पटकन वाचायला

सुरुवात केली. 'अरे देवा! असं कसं होऊ शकतं?' तिने घोगऱ्या स्वरात प्रश्न केला.

ऊर्मिलेकडे पाहत ती घायकुतीला येत म्हणाली, 'आता काय करायचं आपण? इतरांना सांगायला हवं का?'

'नाही! जरा थांब! मला थोडा विचार करू दे. हा लखोटा आपण उघडला नसता तर बरं झालं असतं असं मला वाटत होतं पण, यातलं वर्तमान वाचल्यावर असं वाटतं की, तो वाचला हेच बरं झालं. माता कैकयी आपल्या सर्वांपासून जे लपवून ठेवण्याचा प्रयत्न करत होती, ते आपल्याला या पत्रामुळे समजू शकलं आहे.'

वाचलेल्या वर्तमानावर अजूनही ऊर्मिलेचा विश्वास बसत नव्हता.

'माझ्या मते, कुटुंबातील सर्व सदस्यांना आपण हे लगेच सांगायला हवं. हे सत्य लपवू नये असं मला वाटतं,' कीर्तीने स्पष्टपणे तिचं मत सांगितलं.

पुन्हा एकदा पत्र हातात घेऊन ऊर्मिलेने ते शांतपणे वाचलं. एकही शब्द तिने निसटू दिला नाही. तिच्या कपाळांवर आठ्या स्पष्ट दिसत होत्या. ती स्वतःशीच म्हणाली, 'अशक्य! माझ्या मते, आपण हे पत्र प्रत्येकाला– विशेषतः भरताला दाखवायला हवं. तूर्तास आपण शत्रुघ्नाला सर्वांत आधी सांगू.' तिच्या स्वरात ठामपणा होता.

'आणि इतर राणी मातांनादेखील.'

'हो, शेवटी त्यांनाही सांगावंच लागेल,' निग्रहाने ऊर्मिला म्हणाली. 'पण, माता कैकयी परत आल्यावर.'

'या संदर्भात तिच्याशी बोलण्याची इच्छा आहे का तुझी? की, आपण काहीच न करता गप्प बसावं? हे तिचं गुपित आहे. आपण ते उघडकीला आणू पाहत आहोत.'

'तोच मुद्दा आहे. हे गुपित शक्य तितक्या लवकर सर्वांसमोर आलं पाहिजे असं तुला नाही का वाटत? कीर्ती, आधीच यापायी आपल्या कुटुंबाची अतिशय हानी झाली आहे. अजूनही आपण मौन धरायचं म्हटलं तर तो सर्वांवर अन्याय ठरेल.'

त्यावर कीर्तीने मान डोलावत म्हटलं, 'बरोबर आहे तुझं म्हणणं! परंतु, या मुद्द्यावर माता कैकयीशी बोलण्याचं धाडस केवळ तुझ्यात आहे... आणि माता सुमित्रामध्ये!'

ऊर्मिला निग्रहाने म्हणाली, 'हे पत्र उघडण्याचा अपराध मी केला. त्यामुळे मलाच पुढे होऊन बोललं पाहिजे.' केकयनगरीहून परतल्यावर राणी कैकयीला अनेक स्पष्टीकरणं द्यावी लागतील या विचाराने ऊर्मिला अस्वस्थ झाली.

कैकयीशी संवाद कसा सुरू करावा हे ऊर्मिलेला समजत नव्हतं. आदल्या संध्याकाळी कैकयी परतली होती. स्वाभाविकतः, दुसऱ्या दिवशी सकाळी ऊर्मिला अतिशय अस्वस्थ झाली होती. तो लखोटा हातात घेऊन ती कितीतरी काळ तशीच बसली होती. मनात असलेल्या शंका आणि प्रश्न ओठांवर आणण्याचं धाडस तिच्यात नव्हतं.

राणी कैकयी अतिशय अपवादात्मक स्त्री आहे हे ऊर्मिलेच्या लक्षात आलं होतं. केकय नरेश अश्वपतीने आपल्या कन्येचं विशेष संगोपन केलं होतं. सात बंधूंच्या पाठीवर झालेली ही कन्या त्याची अधिक लाडकी होती. ती नितांतसुंदर होती. ती पंडिता होती. संगीत आणि इतर कलांमध्ये तिला विलक्षण गती होती. युद्धशास्त्रात ती निपुण होती. त्याने तिचं संगोपन पुत्र म्हणून केलं होतं. तिला अधिक स्वातंत्र्य दिलं होतं. आपल्या अद्वितीय कन्येसाठी तसाच वर शोधण्याची त्याची मनीषा होती. अयोध्यानरेश दशरथाने कैकयीचा हात मागितला, तेव्हा राजा अश्वपतीला ते फारसं आवडलं नव्हतं. कोसला प्रदेशाचा राजा सर्वाधिक बलाढ्य होता. प्रत्यक्ष इंद्राशी त्याचा स्नेह होता. तरीही आपल्या तरुण मुलीसाठी तसाच तरुण पती मिळावा अशी कोणत्याही सामान्य पित्याप्रमाणे अश्वपतीचीदेखील इच्छा होती. कैकयीला नुकतंच अठरावं वर्षं लागलं होतं. ती अतिशय चपळ आणि शूर होती परंतु, त्याची तरुण लेक मध्यमवयीन राजा दशरथाच्या प्रेमात पडली होती. त्याच्याशी विवाह करण्यास अनुमती द्यावी म्हणून तिने अश्वपतीची याचना केल्यावर त्याचाही निरुपाय झाला.

अतिशय जड मनाने त्याने होकार दिला परंतु, त्याने अशी अट घातली की, कैकयीपासून होणाऱ्या प्रथम पुत्राला अयोध्येचं राज्य देण्यात यावं. प्रेमात विव्हळ झालेल्या कोसलानरेशाने मागचा पुढचा विचार न करता अनुमती दिली. त्या निर्णयाचा त्याला कधीच पश्चात्ताप झाला नाही. कैकयी

तरुण, सुंदर आणि साहसी होती. कौसल्या मात्र, गंभीर आणि शांत होती. दुर्दैवाने, कौसल्येप्रमाणेच कैकयीदेखील राजाला पुत्र देऊ शकली नाही.

अर्थात, हे सगळं पूर्वी. चार राजपुत्रांच्या जन्मानंतर सारं बदललं. अश्वपतीचा राणी कैकयीवर अतिशय प्रभाव होता. विवाहपश्चात केकय नगरीपासून इतक्या दूर येऊनही तो प्रभाव यत्किंचितही कमी झाला नव्हता. ऊर्मिलेला याचंच नवल वाटलं. उलट, कैकयी भरताला आवर्जून केकय नगरीला पाठवत राहिली. भरताचं बरंचसं अध्ययन तिथे पार पडलं. याबाबत मंथरा कैकयीकडे नेहमी तक्रार करत असे. त्याला मातुलगृही पाठवून ती रामावर आपल्या मायेचा वर्षाव करत आहे हे मंथरेला आवडत नसे. ज्या रामावर कैकयीने पोटच्या पुत्राप्रमाणे माया केली, त्याच रामाविरुद्ध ती अचानक कशी गेली? बालपणी ज्याच्याकडे दुर्लक्ष केलं होतं त्या भरताचा तिला इतका पुळका कशामुळे वाटला? त्या एका पत्रामुळे ऊर्मिलेला मनातल्या अनेक प्रश्नांची उत्तरं मिळाली होती. हे गुपित उघडकीला आणायची वेळ येऊन ठेपली होती.

मनात धाकधूक बाळगत पण निश्चयाने पुढे होत ऊर्मिलेने राणी कैकयीच्या कक्षात प्रवेश केला. राणीप्रमाणे तिचा प्रासादही देदीप्यमान होता. ऊर्मिलेला अचानक आलेलं पाहून कैकयी चकित झाली. तरीही, तिने तिचं स्वागत प्रेमाने केलं.

मात्र, ऊर्मिलेने हातातील उघडलेलं पत्र दाखवताच कैकयीच्या चेहऱ्यावरचं हसू क्षणार्धात लोपलं. त्यावरच्या वर्तमानवर नजर फिरवताच तिच्या चेहऱ्याचा रंग उडाला.

ती तीव्रपणे म्हणाली, 'हे तर उघडलेलं दिसत आहे! इतकं धाडस कोणाचं?'

'माझं,' अविचलित राहत ऊर्मिलेने उत्तर दिलं. 'म्हणूनच ते योग्य ठिकाणी द्यायला मी आले आहे.'

'पण त्यामुळे तुझी कृती न्याय्य ठरत नाही. आपला संबंध नसलेल्या गोष्टीत तू नाक खुपसत असशील असं वाटलं नव्हतं मला,' कैकयीचा स्वर तिरसट असला तरी तिच्या नजरेत उमटलेली चिंता ऊर्मिलेला सहज लक्षात आली.

'तू निघू शकतेस,' कैकयीने कठोरपणे म्हटलं.

जागचं न हलता ऊर्मिला म्हणाली, 'फक्त उघडलं नाही मी ते, वाचलंदेखील आहे.' तिचा स्वर सौम्य होता.

राणी फणकारली, 'वाटलंच मला पण कृपा करून आता नीघ. या संदर्भात तुझ्याशी अवाक्षरही बोलण्याची माझी इच्छा नाही.'

'कीर्ती आणि शत्रुघ्नानेसुद्धा हे पत्र वाचलं आहे.'

कैकयीच्या चेहऱ्याचा रंग उडाला. तिने घोगऱ्या स्वरात विचारलं, 'आणि कौसल्या...सुमित्रा...'

'अजून नाही!' ऊर्मिला सांगू लागली. 'त्यांची प्रतिक्रिया काय होईल याची आम्हाला खात्री नाही पण एक ना एक दिवस त्यांनाही हे समजेल. त्यानंतर भरत, राम, सीता आणि लक्ष्मणालाही हे लक्षात येईल.'

हे ऐकताच राणीच्या गुडघ्यातला जोर गेला. ती कशीबशी मंचकावर टेकली. दोन्ही हात कानांवर ठेवून ती म्हणाली, 'नाही! हे ईश्वरा! नाही!'

पटकन तिच्याकडे धाव घेत ऊर्मिलेने तिला अगतिकपणे विचारलं, 'पण का? इतकं कटू सत्य तुम्ही सर्वांपासून का दडवलंत?'

मानेने नकार देत राणी ढसाढसा रडू लागली. ते पराजयाचे आणि विषण्णतेचे अश्रू होते.

ऊर्मिलेला राहावलं नाही. तिने दोन्ही हातांनी राणीच्या थरथरत्या खांद्यांना आधार दिला.

अतिशय मार्दवाने तिने विचारलं, 'रामाला वनवासात धाडण्याचं नाटक तुम्ही रचलं आहे हे का नाही सांगितलत आम्हाला?'

राणीच्या तोंडून एकही शब्द बाहेर पडला नाही. बराच वेळ तिच्या हुंदक्यांशिवाय इतर कुठलाच आवाज तिथे येत नव्हता. ऊर्मिला बोलू लागली, 'त्याचा वनवास विधिलिखित आहे हे तुम्हाला माहीत होतं. असं असूनही स्वतःच्या पुत्रप्रेमाचं भरतं आल्याचं दाखवून हाव आणि स्वार्थापोटी रामाला बहिष्कृत करण्याचं उत्तम नाटक तुम्ही वठवलंत. खरंतर तुम्ही रामाचं रक्षण केलंत. छद्मीपणाचा आव आणत तुम्ही स्वतःवर सर्व कुटुंबीयांचा रोष ओढवून घेतलात. पतीप्रेमाला पारख्या झालात. पुत्राचा तिरस्कार ओढवून घेतलात. का? असं का केलंत तुम्ही? तुम्ही आणि तुमच्या पित्याने याबाबत मौन का धारण केलं?'

'कारण ते तसंच होणार होतं. फार प्रदीर्घ कथा आहे ती,' उसासा सोडत राणी सांगू लागली. 'ज्या दिवशी मी राजाशी विवाह केला, त्याच दिवशी माझं भविष्य मला कळून चुकलं होतं. केकय राजगुरू ऋषी रत्न यांनी मला सांगितलं होतं की, पुत्रविरहाने माझ्या पतीचे प्राण जातील. त्याच्या मृत्यूनंतर राजसिंहासन चौदा वर्षं रिकामं राहिलं पाहिजे. अन्यथा, त्यावर जो कोणी बसेल त्याचाही मृत्यू होईल. त्यांच्या भाकितावर माझा विश्वास बसला नव्हता. पुढे एकदा राजाने त्याला मिळालेल्या शापाचा उल्लेख केला. त्या क्षणी मी सावध झाले. रघुवंश आणि या कुटुंबाला या संकटातून बाहेर काढण्याची जबाबदारी माझी होती. म्हणूनच, या कालावधीत सिंहासनावर कोणीच बसणार नाही याची दक्षता घेत मी सर्व घडवून आणलं. राजगुरू वसिष्ठ यांना माझ्या योजनेची पुरेपूर कल्पना होती. म्हणूनच, रामाच्या खडावा सिंहासनावर ठेवण्याची कल्पना त्यांनी सुचवली.'

हे ऐकून ऊर्मिला अवाक् झाली. 'त्यांनाही हे सर्व माहीत होतं? तरीही त्यांनी ते घडू दिलं? आम्हा सर्वांना अंधारात ठेवलं?'

रामाच्या खडावा सिंहासनावर ठेवून भरताने त्याच्या नावाने राज्य चालवावं ही सूचना वसिष्ठांची होती, याचं स्मरण ऊर्मिलेला झालं. रामाने अयोध्येला परत यावं असं कैकयीला मनापासून वाटत नसल्यामुळे तिने त्याला अगदी वरवर आग्रह केला होता हेही ऊर्मिलेच्या लक्षात आलं होतं.

'त्यांना तसं करणं भाग होतं हे तुला कसं समजत नाही? त्यांनाही ते खरं वाटत होतं. नियतीने योजल्याप्रमाणे सर्व काही व्हायला हवं होतं. ते तसंच घडलं!'

'हे जाणत असूनही तुम्ही उघड्या डोळ्यांनी आपल्या पतीचाही मृत्यू पाहिलात, सर्व नाटक समर्थपणे पेललंत!'

कसाबसा निःश्वास सोडत कैकयी म्हणाली, 'हो, मला करावंच लागलं ते. मूक अश्रू ढाळले मी. ज्याच्यावर निरतिशय प्रेम करत होते मी, त्याचा संथ आणि व्याकूळ अवस्थेत झालेला मृत्यू पाहावा लागला मला. करणार तरी काय? तसा शापच होता दशरथाला!'

हे ऐकून हादरलेली ऊर्मिला म्हणाली, 'त्यापायी शेवटच्या श्वासापर्यंत त्यांनी तुमचा तिरस्कार केला. निदान मरताना तरी त्यांना सत्य सांगायला हवं होतंत तुम्ही. कदाचित त्यांनी शांततेत प्राण सोडले असते.'

'त्याने माझ्यावर विश्वास तरी ठेवला असता का?' थकल्याभागल्या स्वरात कैकयी म्हणाली. 'त्याचा माझ्यावरचा विश्वास उडाला होता. ऊर्मिला, जे दोन वर मी मागितले, ते खरे आहेत हे त्याच्या गळी उतरवण्यासाठी मला अतिशय श्रम घ्यावे लागले होते. मी संतापले, त्रागा करत, वाट्टेल तसं बोलत, मी क्रोधाचा आधार घेतला. मी अशी निष्ठुर होऊ शकते यावर त्याचा विश्वास बसत नव्हता. तो मला हे परत परत सांगत होता. माझ्याबद्दल त्याचा अपसमज दृढ करून देण्यासाठी मला प्रयत्नांची पराकाष्ठा करावी लागली. अतिशय उपहासाने मला बोलावं लागलं. आमच्या प्रेमाचाच नाही तर त्याचाही त्याग करावा लागला. त्या जोडीने आमच्या भविष्याचाही! काहीही करून रामाचा जीव वाचवणं हे एकमेव ध्येय माझ्यासमोर होतं. त्याकरता मी माझा कणखरपणा, नैतिक सामर्थ्य, स्व-तिरस्कार अशा अनेक गोष्टी पणाला लावल्या. माझ्यावर निस्सीम प्रेम करणाऱ्या आणि विसंबून राहणाऱ्या माझ्या निःशंक पतीकडून मी दोन वर मागून घेतले. रामाचा अपमृत्यू होऊ नये म्हणून त्याला चौदा वर्षं सिंहासनापासून दूर ठेवण्यासाठी बहिष्कृत केलं.'

हे सगळं ऐकून ऊर्मिलेची मती कुंठित झाली. स्वतःला सावरत तिने विचारलं, 'भरताला युवराज्याभिषेक करावा अशी मागणी करून तुम्ही त्याचा जीव नाही का धोक्यात घातलात?'

'नाही, पुत्री! भरत कधीही रामाचा अधिकार हिरावणार नाही आणि त्याच्या सिंहासनावर बसणार नाही याची मला खात्री होती.'

हे सगळं ऐकून ऊर्मिलेच्या मनात राणीबद्दल परकोटीचा आदर निर्माण झाला. आपल्या कुटुंबाचं रक्षण करण्यासाठी राणीने स्वतःवर कलंक लावून घेतला होता. राणी जे सांगत होती ते इतकं खरं होतं की, तिला विश्वास ठेवण्यावाचून गत्यंतर नव्हतं. एक शंका मात्र तिच्या मनात आली. म्हणूनच तिने विचारलं, 'हे सर्व तुम्ही इतक्या खात्रीने कसं सांगू शकता? असं झालं नसतं तर? किंवा, अजूनही काही वेगळं घडतं तर?'

कैकयीने मान हलवत म्हटलं, 'मलाही तशी भीती होती. तथापि, माझ्या पित्याने माझ्यासमोर अशीच मागणी केली. आपण सर्व एकाच दिशेने ढकलले जात होतो हेही मला कळत होतं. जे घडणार होतं त्याला मीच निमित्त ठरणार हे विधिलिखित होतं.'

'काय मागणी केली तुमच्या पित्याने?' त्या पिता-पुत्रीची योजना काय होती, याचा अंदाज त्या पत्रावरून आला होता तरी ऊर्मिलेने उत्सुकतेने विचारलं.

'तुला अवगत आहेच की, पक्षी, कीटक आणि प्राण्यांच्या बोलण्याचा अर्थ समजण्याची शक्ती माझ्या पित्यात होती. मात्र, ते बोलणं त्यांनी कोणाला सांगितलं तर त्यांचा अपमृत्यू निश्चित होता,' कैकयी सांगू लागली. 'माझ्या मातेला फार कठोर पद्धतीने हे सत्य समजलं. त्यामुळेच, आमचं जीवन, राजप्रासाद आणि नगरीतून तिला बहिष्कृत करण्यात आलं,' कैकयीचा स्वर कडवट झाला होता. 'या सत्यासमवेत मी लहानाची मोठी झाले. माझे तात कित्येक काळ अरण्यात घालवत असत. तिथल्या जीवजंतूंचं संभाषण ते ऐकत. आश्रमात यज्ञकर्म करणाऱ्या ऋषींना सामर्थ्यशाली रावण त्रास देतो आहे, त्यांच्या यज्ञात विघ्नं आणतो आहे हे त्यांना त्यामुळेच समजलं.'

'रावण!' ऊर्मिलेने आश्चर्याने विचारलं.

तिला रावणाची माहिती आहे हे जाणून कैकयीलाही नवल वाटलं. 'तुला तो ठाऊक आहे?' तिने विचारलं.

'हो, थोडाफार! सीतास्वयंवराला उपस्थित होता तो. शिवधनुष्य उचलण्यात अपयश आल्यामुळे सीतेशी विवाह होऊ शकत नाही म्हणून त्याने थयथयाट केला होता,' रावणाचा गडगडाटी आवाज आणि तिच्याकडे पाहणारी कामुक नजर आठवून आत्ताही ती शहारली.

'म्हणजे... सगळं खरं आहे तर. लवकरच सारं काही सत्यात उतरणार आहे,' कैकयी स्वतःशीच पुटपुटली.

'काय?' ऊर्मिलेच्या स्वरात धास्ती होती.

'एकच पुरुष रावणाला थोपवून सरतेशेवटी त्याचा वध करणार आहे हे तातांना या प्राणिपक्ष्यांच्या संभाषणातून उमजलं होतं. तो पुरुष म्हणजे राम!'

हे ऐकताच ऊर्मिला श्वास घ्यायला विसरली. तिला हे सगळं असंभव आणि अद्‌भुत वाटत होतं. वनवासाच्या काळात रामाच्या हातून रावणाचा मृत्यू होणार होता?

तिने संभ्रमित होऊन विचारलं, 'तुमच्या पित्याने या पत्रात ते सर्व समजावून सांगितलं आहे परंतु, त्या आधी त्यांनी तुम्हाला काहीच सांगितलं नाही का?'

'नाही! कारण, ज्या क्षणी त्यांनी मला तसं सविस्तर सांगितलं असतं त्या क्षणी त्यांचा मृत्यू निश्चित होता. मला त्यांनी एवढंच सांगितलं की, काहीही करून राम राजप्रासादातून बाहेर जाईल आणि त्यानंतर ध्येयपूर्तीसाठी अरण्यात जाईल याकरता मी योजना आखून रामाला बहिष्कृत करावं. बस्स! पित्यावर पूर्णपणे विश्वास टाकून मी त्यांच्या सूचनेची अंमलबजावणी केली,' आठवणीत हरवत राणी म्हणाली. 'सुरुवातीला मला वाटलं की, भरत राजा व्हावा या इच्छेपोटी माझे तात माझ्याकडून असं काही कृत्य करू पाहत आहेत. त्यावरून त्यांच्याशी माझा वादही झाला परंतु, स्वतःचा मुद्दा रेटत त्यांनी मला हे कृत्य करायला भाग पाडलं. हे सर्व रामाच्या भल्यासाठी होत आहे याची पुन्हा पुन्हा ग्वाही दिली. स्व-मृत्यूच्या भयापोटी त्यांनी कारणमीमांसा केली नाही. मात्र, त्यांच्या योजनेनुसार सारं काही पार पडल्यावर मी कुटुंबीयांच्या, अयोध्यावासीयांच्या आणि विशेषतः भरताच्या रोषाला कशी पात्र ठरले आहे हे समजतात त्यांनी त्याबद्दल सविस्तर लिहिलं. जे सत्य त्यांनी यात विषद केलं आहे त्यासाठी त्यांचा मृत्यू होणार हे त्यांना ठाऊक होतं. तरीही त्यांनी तो धैर्याने स्वीकारला.'

कैकयीचं बोलून झालं. अचानक ती वयस्कर दिसू लागली. या गुपिताच्या ओझ्याने तिचे दोन्ही खांदे झुकले. ऊर्मिलेचा जीव गलबलला. ती म्हणाली, 'माता, तुम्ही तुमचा पिता आणि पती गमावून बसलात, जगाच्या आणि पुत्राच्या आदराला पारख्या झालात. हेच तुम्ही राजाला समजावून सांगितलं असतं तर त्याला पटलं नसतं का? आपणहून आपत्ती ओढवून घेण्याचा हा कोणता मार्ग?'

राणी त्वेषाने म्हणाली, 'नाही! राजाने हे कधीच मान्य केलं नसतं. रामाशिवाय एक दिवस काढणंही त्याला कठीण होतं. त्याने रामाला अरण्यात पाठवलंच नसतं. दंण्डकारण्यातील असुर आणि दैत्याचा नाश करण्यासाठी रामाला पाठवण्याचं धैर्य त्याच्यात नव्हतं. तारकेचा वध करण्यासाठी मागच्या वेळेस गुरू विश्वामित्रांबरोबर राम आणि लक्ष्मण गेले हे खरं असलं, तरी दशरथाची इच्छा नव्हती. ऋषींच्या कोपाची भीती वाटून त्या वेळेस तो गप्प बसला होता. माझ्यासमोर एवढा एकच मार्ग होता. तो स्वीकारणं मला भाग होतं. ऋषी रत्न आणि माझ्या पित्याची भाकितं मिळतीजुळती आहेत हे लक्षात आल्यावर मला जाणवलं की, रामाचा वनवास आधीच निश्चित झाला आहे. ही घटना घडवून आणणारं मी एक

साधन होते इतकंच!' आपली वाकडी करंगळी कुरवाळत कैकयी म्हणाली. तीही तशीच पिळवटली होती.

'या दुर्दैवाचं खापर आजही तुमच्यावर फोडलं जात आहे. तुम्ही आपणहून या दुर्लौकिकाचा स्वीकार केला आहे. तरीसुद्धा, अजूनही कुटुंबाला सत्य सांगण्याची तुमची इच्छा नाही. असं का?'

दुःखाने हसत राणी म्हणाली, 'माझ्यावर कोणीही विश्वास ठेवणार नाही. तू चुकून माझं पत्र उघडून वाचलंस म्हणून तू माझ्यावर विश्वास ठेवते आहेस. मी कोणाकोणाची समजूत घालणार? माझा सद्हेतू कोणाकोणाला समजून सांगणार? फार विचित्र आणि तितकंच अविश्वसनीय आहे हे सगळं! हे घडून यायला मी निमित्तमात्र ठरणार होते तर ठरो! आणि सर्वांत महत्त्वाचं म्हणजे, ही कल्पना गुपित राखायची होती. या कानाचं त्या कानाला कळून चालणार नव्हतं.'

'मंथरा? तिला माहिती होतं का?'

तुच्छतेने हसत राणी म्हणाली, 'छे! पण त्याच सुमारास तीही तिच्या चाली चालत होती. रामाच्या राज्याभिषेक सोहळ्यादरम्यान हे सर्व घडत असताना मंथरेमुळेच त्या दोन वरदानांची आठवण मला झाली. माझ्या पथ्यावर ते पडल्यामुळे मी त्याचा उपयोग करून घेतला. मला असुरक्षित वाटत आहे असा समज तिने करून घेतला. त्या भावनेचं ती भांडवल करू पाहत होती. मीही तिला नकार दिला नाही.' खांदे उडवत राणी बोलू लागली, 'आपण राणीला अगदी चांगलं ओळखून आहोत असा तिचा चुकीचा समज होता, तो दूर करण्याचे प्रयास मी घेतले नाहीत. सुदैवाने, तिला काहीच लक्षात आलं नाही. अहेतूक तिने मला मार्ग दाखवला.'

'तिला जे हवं होतं ते तिने प्राप्त करून घेतलं असा तिने स्वतःबद्दल गोड गैरसमज करून घेतला. तुम्ही राजमाता होताच या प्रासादात तिचं स्थान अधिक बळकट होईल असा तिचा होरा होता.'

ऊर्मिलेच्या या बोलण्यावर सुस्कारा सोडत कैकयी म्हणाली, 'ते काहीही असलं तरी ती माझ्या मातेच्या जागी होती हे मी अमान्य करणार नाही. तिच्या दुधावर मी पोसले गेले आहे. माझ्या संगोपनात तिने कुठलीच उणीव ठेवली नाही. माझ्यावरच्या तिच्या प्रेमाबाबत मला कणभरही शंका नाही. तिने फक्त माझं हित पाहिलं. माझ्यावर तिचा अग्रहक्क आहे असं गृहीत धरून माझ्या रक्षणाची जबाबदारी तिने स्वतःकडे

घेतली होती. माझ्यावरचं तिचं आंधळं प्रेम आणि तिची अतिरेकी स्वभाव लक्षात घेऊनच माझ्या पित्याने माझ्या विवाहापश्चात अयोध्येला पाठवलं असणार अशी मला शंका आहे. ज्याची गरज पडेल ते ती करेल असा त्यांना विश्वास असणार.'

'म्हणजे?'

'माझ्यातील दुबळेपणावर मात करायला मला शिकवणं! तरच, योग्य वेळ येताच माझ्या सर्वाधिक प्रिय पुत्राला राज्यातून बहिष्कृत करायला मी तयार होणार होते. मंथरेप्रमाणे माझ्यातही दोन दोष आहेत हे माझ्या आज लक्षात येत आहे. एकतर माझा हेकट अहंकार. मी जेमतेम सहा वर्षांची असताना माझी माता माझ्या आयुष्यातून निघून गेल्यामुळे पोरकेपणाची भीती माझ्या मनात ठाण मांडून राहिली. त्यापायी माझ्या मनात असुरक्षिततेची भावना खोलवर रुजली होती,' जुन्या आठवणींना उजळा देताना कैकयीच्या ओठांवर कडवट हसू आलं. 'माझ्या मातेने माझा त्याग केला आहे हे माझ्या पित्याने मला कधीच विसरू दिलं नाही. त्यामुळे मी त्यांच्यावर अधिकाधिक अवलंबून राहू लागले. मात्र, त्या जोडीने त्यांच्याबद्दल माझ्या मनात अविश्वासही रुजला. मनाच्या विकल अवस्थेत पुरुष आपल्या स्त्रियांचा त्याग करतात अशीही एक भीती माझ्या मनात खोलवर गाडली गेली. कौसल्या किंवा सुमित्रेपायी माझ्या पतीचं प्रेम मी गमावून बसेन हे भय माझ्या मनात ठाण मांडून होतं!'

तिचं म्हणणं ऊर्मिलेच्या लक्षात आलं. प्राणांहून प्रिय असलेल्या पुरुषाला गमावण्याची जीवघेणी भीती!

'या प्रासादात आल्यावर अगदी पहिल्या दिवसापासून कौसल्येने मला बंदिस्त केलं. ती राजाची ज्येष्ठ राणी होती. तो तिचा आदर करत होता. ती माझी वैरी आहे अशी भूमिका रंगवण्यात आली. मी कितीही सुंदर आणि तरुण असले, माझं राजावर उच्चकोटीचं प्रेम असलं तरी तीच राजाची पट्टराणी होती. आमच्या विवाहाला वर्ष उलटलं तरीही मी राजाला पुत्र देऊ शकले नाही. कौसल्या निदान माझ्याप्रमाणे निपुत्रिक तरी नव्हती. शांताच्या रूपात तिची कुस उजवली होती. त्यानंतर राजाने सुमित्रेशी विवाह केला. माझ्या मनात खोलवर दडलेली भीती खरी ठरण्याची चिन्हं दिसू लागली. नववधूच्या रूपात सुमित्रेला पाहताच अतिशय अपमानित वाटलं मला. राजाने माझ्याशी विवाह केला त्या वेळेस कौसल्येची काय अस्वस्था झाली

असेल, हे त्या क्षणी मला उमजलं पण, माझ्या अहंकाराला ठेच लागली होती. त्यातून आता आम्ही तिघी जणी होतो. या राजप्रासादात सन्मान प्राप्त करायचा असेल तर मीच पट्टराणी असायला हवं होतं. नाहीतर मला सर्वांनी कस्पटासमान लेखलं असतं. अशातच, त्या घनघोर युद्धात मी त्याचे प्राण वाचवले. तो आयुष्यभर माझ्या ऋणात राहिला. तिथून माझं जीवन पालटलं. त्यानंतर, मागे बघण्याची वेळ माझ्यावर कधीच आली नाही… ते दोन वर मागेपर्यंत. ज्या क्षणी मी ते मागितले त्या क्षणी त्याचं हृदय विदीर्ण झालं. मी त्याला कायमचं गमावलं,' कैकयी अतिशय दुःखी स्वरात सांगत होती. 'अशक्य गोष्टींची मागणी केली तेव्हा मला माझ्या प्रियजनांचं खरं रूप दिसलं. आजवर पतीप्रेमाची वाटेकरी असलेली मी; माझ्या वाट्याला त्याचा फक्त तिरस्कार तेवढा उरला. भरताबाबत मला हाच अनुभव आला. ज्या रामाचा मी अपराध केला होता. त्या रामाने मात्र मला एकही उणादुणा शब्द ऐकवला नाही. मोहक हसून माझ्या सर्व अपराधांना त्याने क्षमा केली. इतका चांगुलपणा कुणीही दाखवू शकत नाही. राम माणूस नसून साक्षात ईश्वर आहे!' तिच्या स्वरात अभिमान होता. 'मंथरा! लहानपणापासून मी जिच्यावर भिस्त टाकली, जिच्यावर अतोनात प्रेम केलं, तिने मात्र माझं अधःपतन होईल अशी शिकवण मला द्यावी? तसं पाहिलं तर माझ्याऐवजी स्वतःच्या भल्याचा तेवढा विचार करत होती ती. माझ्या कानात उतरणारे तिचे ते जळजळीत शब्द… तिच्यावर माझा विश्वास बसू लागला होता. माझ्यात काही दोष नसून तिनेच माझ्या मनात विष कालवलं आहे असा मी स्वतःचा समज करून घेतला होता. हाव, मूढपणा, असूया, आढ्यता हे माझ्याजवळ नव्हतंच असं मला तोवर वाटत असे पण, माझ्या मनात पाताळयंत्रीपणा खोलवर रुजला होता हेच खरं.'

'नाही माता, तुम्ही या सर्वांहून श्रेष्ठ आहात. तुमच्या मनात कदाचित असे विचार आलेही असतील पण त्यांची ओळख पटताच तुम्ही सदसद्विवेकबुद्धीला प्रतिसाद देत त्या गौण विचारांना घालवून दिलंत. एका अधिक उच्च ध्येयाकडे वाटचाल केलीत.'

दुःख, आश्चर्य, नवल आणि आदर… समोर बसलेल्या या सुंदर, डौलदार स्त्रीप्रति ऊर्मिलेच्या मनात कित्येक भावना उसळू लागल्या. कैकयीने ओंजळीत चेहरा झाकून घेतला होता. तिचा जीवनपट ऊर्मिलेसमोर उघड झाला होता. ऊर्मिलेला तिची नाना रूपं एका मोठ्या चित्रफलकावर

दिसत होती. प्रेमात पडलेली सुंदरी, उत्साही, मोहक नववधू, असुरक्षित आणि भयभीत पत्नी, महत्त्वाकांक्षी आणि सामर्थ्यशाली राणी, न्याय्य आणि प्रेमळ माता, अवहेलना झेलणारी विधवा आणि आता कुटुंब व जगाचा तिरस्कार साहसाने झेलणारी धैर्यवान, निःस्वार्थी स्त्री. या देखण्या स्त्रीच्या आचारविचारांमागे दडलेलं निखालस सत्य निदान कुटुंबातील सदस्यांना तरी सांगायलाच हवं या निर्णयाप्रत ऊर्मिला आली. या स्त्रीचे अनंत उपकार होते या कुटुंबावर. त्यातून कधीही ऋणमुक्त होता येणार नव्हतं.

थकूनभागून आसनाच्या पाठीवर मान टेकवत कैकयी म्हणाली, 'जे घडलं त्यासाठी मी स्वतःला कधीही क्षमा करू शकत नाही. तू समोर दिसलीस की, माझ्या मनाला सर्वाधिक वेदना होतात. तुझ्या आशा, आनंद, तारुण्य... सारं काही मी हिरावून घेतलं. प्रिय पुत्री, तुला शक्य असेल तर मला क्षमा कर.'

हे ऐकताच ऊर्मिला कावरीबावरी झाली. 'हे तर मी म्हणायला पाहिजे. तुम्हाला उद्देशून मी अनादराने बोलले. त्याबद्दल कोणत्या तोंडाने क्षमा मागू तुमची? प्रत्येक प्रसंगी कुटुंबाने तुमची संभावना केली. ते कसं मागे घेता येईल आम्हाला?'

'म्हणूनच, कोणाला काही न समजलेलं अधिक बरं. मला या तिरस्कारासमवेत जगू दे. अगदी लहानपणी मी एका ध्यानमग्न योग्याच्या चेहऱ्याला काळा रंग फासला होता. त्या संतप्त योग्याने मला शाप दिला होता की, माझंही तोंड तसंच काळं होईल. आज कित्येक वर्षांनी त्याचे शब्द खरे ठरले आहेत. माझा चेहरा काळवंडला आहे. ऊर्मिला, कोणीही यात बदल घडवून आणू शकत नाही. हेच माझं दैव आहे.'

ऊर्मिलेने कासावीस होऊन विचारलं, 'माते, असं बोलू नका. आपण सर्व इतके असहाय आहोत का? नियतीच्या हातातली खेळणी आहोत का?' तिचा स्वर व्याकूळ झाला होता. 'आपल्या सर्वांच्या नियती निश्चित झाल्या आहेत का? आपल्यासमोर काहीही पर्याय नाहीत का? माते, आपण आपली निवड नाही करू शकत का?'

'ऊर्मिला, मीही तुझ्यासारखीच मुक्त आणि निर्भीड होते. नियतीवर माझा विश्वास नव्हता. ऋषी रत्न यांनी सांगितलेल्या भाकिताची मी मस्करी केली होती. माझ्या पित्याचा मी उपहास करत होते. पुत्र नसतानाही पुत्राच्या आठवणीने विव्हळ होऊन मृत्यू होईल ह्या कुणा एका अंध पित्याने दिलेल्या

शापाची सतत भीती वाटून जगणाऱ्या राजा दशरथाची मी निंदा करत असे.' कैकयीची नजर दूरवर लागली होती. आपल्याच नादात ती पुढे म्हणाली, 'आपल्याला पुत्र नाही हे आपलं सुदैव असून पुत्रवियोगाने मृत्यू होऊन हा शाप खरा ठरणार नाही याची खात्री मी त्याला देत होते परंतु, तो शाप प्रत्यक्षात उतरला. भाकितांप्रमाणे माझ्या आयुष्यातली प्रत्येक गोष्ट घडली. जे व्हायचं असतं तेच होईल. भविष्यकाळ आपल्याला माहीत नसतो तेच बरं! आपल्याला नेहमीच उद्या काय घडेल हे जाणून घेण्याची उत्सुकता असते पण या अवास्तव उत्सुकतेमुळे आपलं कधीच भलं होत नाही. जे घडायचं ते घडेलच!' असं म्हणत तिने हातातलं पत्र कोपऱ्यातल्या समईच्या ज्योतीवर धरलं. त्या शुष्क पत्राने लगेच पेट घेतला. त्याची राख होऊन तिच्या पायाशी विखुरली. अगदी तिच्याच आयुष्याप्रमाणे.

प्रतीक्षा

दिवसभर विचारात आणि रात्री स्वप्नात तोच असायचा. काहीतरी गमावल्याच्या जाणिवेने तिला रोज जाग यायची. तो जवळ असावा, तिच्या बाजूला पहुडलेला असावा, किंचित वळून त्याच्याकडे पाहता यावं, त्याची मिस्कील नजर झेलावी. त्याच्या चेहऱ्याला हळुवार स्पर्श करावा, त्याचा गंध जाणून घ्यावा, त्याची गोडी चाखावी... येणारा प्रत्येक दिवस ठाम निश्चयाने ती पार पाडत होती. दिवसांमागून दिवस, ऋतूंमागून ऋतू आणि वर्षांमागून वर्षं लोटली.

करता करता दहावं वर्षं सरलं. आज ती सत्तावीस वर्षांची झाली. तो परतायला आता अवघी चार वर्षं उरली होती. त्या वेळेस तिचं वय एकतीस आणि त्याचं सदतीस असणार होतं. दर्पणातल्या प्रतिमेकडे तिने निरखून पाहिलं. किशोरवयीन युवतीऐवजी प्रगल्भ तरुणीचं दर्शन तिला झालं. हा वरकरणी बदल तर स्वाभाविकच होता. विवाह होऊन या कुटुंबात पाऊल ठेवलं तेव्हाच ती मुलीतून स्त्रीमध्ये परावर्तित झाली होती. त्यानंतर एकामागून एक दुःखद घटना घडत गेल्या. लक्ष्मणाला भेटून, त्याच्या विक्षिप्त स्वभावाच्या प्रेमात पडली तेव्हा मुलगी ते स्त्री हे परिवर्तन तिच्यात झालं होतं का?

गेल्या दहा वर्षांचा कालावधी अतिशय प्रदीर्घ होता पण, क्षणभरही तिने त्याला मनातून दूर होऊ दिलं नाही. या पोकळ वर्षांमध्ये तो सातत्याने तिच्याबरोबर होता. बांगड्या हातातून हळुवारपणे उतरवताना तिला त्याची बांगड्यांशी खेळायची सवय आठवायची. गळ्यातला माणकांचा हार

काढताना दर्पणात त्याचं प्रतिबिंब दिसायचं. रोज रात्री ती अलंकार उतरवत असताना तो अनिमिष नेत्रांनी तिला न्याहाळत असे. त्याला अलंकारांची नावड होती. तो तक्रारीच्या स्वरात म्हणायचा, 'अलंकारामुळे स्त्रिया सुंदर दिसतात हे निर्विवाद सत्य असलं तरी त्यामुळे किती अडथळे येतात. हे अलंकार शस्त्रांसारखं काम करतात. तुझ्या मानेवर कसा ओरखडा उठतो हे पाहिलं आहेस का? आणि तो तुझा आकडा...बापरे! एखाद्या खंजीरासारखा तुझ्या अंबाड्यात घुसतो तो. तुझ्या या काळ्या कुळकूळीत रेशमी केसांना ओढून धरतो तो! सोड की ते मोकळे. तुझे केस सर्वांत सुंदर आहेत!'

'काय सांगतोस?' तिने अवाक् होऊन विचारलं होतं. आपले बदामाकृती टपोरे डोळे किंवा लालचुटूक रसरशीत ओठ किंवा नितळ त्वचा त्याला अधिक आवडत असेल असं तिला वाटलं होतं. तिचे लांबसडक केस त्याला सर्वाधिक सुंदर वाटतील असं तिला कधीच वाटलं नव्हतं. आपल्या खऱ्या सौंदर्यस्थळांऐवजी त्याला केसांचं सौंदर्य अधिक जाणवावं हे न आवडून स्वतःचं अपरं नाक खाजवत ती म्हणाली होती, 'मोकळे सोडलेले केस म्हणजे मुक्त, रानटी, भटक्या प्रवृत्तीचं चिन्ह आहे असं माझ्या पितामहीने सांगितलं होतं.'

'अगदी बरोबर! हे मोहिनी, म्हणूनच तर तू मला तशी आवडतेस. तू तशीच तर आहेस. मुक्त आणि रानटी. तुला बांधून ठेवून चालणार नाही. तुझं भटकेपणदेखील रोमांचक आहे,' असं म्हणत तिच्या केसांमधील आकडा सोडून घेत त्याने तिचा अंबाडा मोकळा केला होता. सळसळणाऱ्या त्या केसांमुळे त्या दोघांच्या तरल भावना जागल्या होत्या. त्याचा श्वास तिच्या ओठांना जाणवला होता.

तिच्या गवाक्षाखाली ऐकू येणाऱ्या हास्य लकेरींमुळे ती भानावर आली. तिने सज्जातून वाकून बघितलं. तिच्या कक्षाबाहेर असलेल्या भव्य आम्रवृक्षावर चढण्याचा प्रयत्न करणारे शांताचे दोन पुत्र आणि एक कन्या तिच्या नजरेस पडले. त्यांना पाहून तिला हसू आलं. कित्येक वर्षांपूर्वी ती आणि तिच्या बहिणी मिथिलानगरीत अशाच वृक्षावर चढत. सर्वांत वरच्या शाखेवर कोण जातं, यासाठी त्यांच्या अहमहमिका लागे. चक्कर येण्याच्या निमित्ताने मांडवी त्यातून अंग काढून घेई. सीता झाडाच्या खालच्या शाखेवर पोहोचल्याचं समाधान माने. तिथे बसून कच्च्या आंबट कैऱ्यांचा आस्वाद घ्यायला तिला आवडे. ऊर्मिला आणि कीर्ती मात्र झपाझप वर जात. फार

मजा येई त्यांना. तीच गंमत याही मुलांना येत असणार. तिने पुन्हा झाडाकडे पाहिलं. दोन्ही मुलांनी चढण्याचा नाद सोडून दिला होता. त्यांची बहीण स्मृती मात्र फार चपळ होती. अगदी झपाट्याने वरच्या फांदीवर पोहोचली होती ती. तिने खाली यावं म्हणून तिचे भाऊ विनवण्या करत होते.

'बाळा, तूच जिंकली आहेस. आता अगदी सावकाश खाली ये बरं,' ऊर्मिलेने हसतमुखाने सूचना केली. राजप्रासादाच्या उद्यानात मुलांना खेळताना पाहणं हे फार आनंददायक चित्र होतं. तिच्या मनाला त्यामुळे उभारी मिळाली. राजप्रासादात सातत्याने राबता असे परंतु, राजपुत्र मोठे झाल्यापासून लहान मुलं कधी प्रासादात फिरकत नसत. लहान मुलं... निव्वळ विचाराने तिच्या ओठांवरचं हसू पुसलं गेलं. या इथल्या प्रांगणात आपलं बाळ कधी खेळेल, बोळक्या तोंडातून उमटणारं हसू आपल्याला कधी ऐकू येईल? निव्वळ विचाराने ती कासावीस झाली. तिने ओठ दाबला. काय हा मूढपणा! तिला पुन्हा एकदा नकाराची जाणीव झाली. मुलं तर तिला नंतरही होऊ शकली असती. पण आत्ता एखादं मूल असतं तर... तिला आनंदी व्हायला निमित्त मिळालं असतं का?

मानेला झटका देत तिने मनातले विचार काढून टाकण्याचा प्रयत्न केला. पुन्हा मुलांचं हसू तिच्या कानावर पडलं. पुन्हा तिला तिच्या बहिणींची आठवण झाली. त्या सर्वजणी सर्व सोसत होत्या. प्रत्येकीच्या पतीने संन्यस्त जीवनाचा स्वीकार केला होता, त्यामुळे प्रणय त्यांच्यापासून दूर होता. दुःख आणि वेदनाच नाही तर रामाप्रमाणे ब्रह्मचर्य पालन करून ते सर्व आपापली नैतिक शुद्धता आणि कणखरपणाचं प्रदर्शन करत होते.

त्या दिवशी बोलताना ती म्हणाली, 'आपल्या चौघींमध्ये मी सर्वांत सुदैवी आहे असंच मला वाटतं. तो शरीराने माझ्या जवळ नसल्याने माझ्या कुठल्या अपेक्षाच नाहीत. आपण किती विचित्र वैवाहिक जीवन जगत आहोत ना! प्रेम आणि विरह. विवाह आणि संयम. आपल्या नशिबाने याही बाबत समतावाद पाळला आहे.'

हे ऐकून कीर्ती म्हणाली, 'किती बरं झालं! निदान त्या एका बाबतीत हेवा करण्याचं कुठलं कारणच उरलं नाही. बुडत असलो तरी एकाच बोटीचे प्रवासी आहोत आपण.'

'काहीतरी काय!' मांडवीला ही कल्पना अजिबात आवडली नाही. 'सर्व तारुण्य वाया चाललं आहे आपलं. पुरुषांनी त्यांचं नैतिक युद्ध जिंकलं

आहे पण, पत्नी म्हणून आपलं काय? हे ब्रह्मचर्य आपल्या माथी मारलं गेलं आहे. त्यात मला कुठलीही उदात्तता दिसत नाही. असल्या दांभिक प्रतिष्ठेऐवजी प्रेमाच्या उबेत सुखावणं मला अधिक आवडेल. हा तर आपल्यावर अन्यायच आहे,' असं म्हणत हातातला ग्रंथ तिने बंद केला. 'माणसांपेक्षा हे ग्रंथ उत्तम सहचर आहेत असं म्हणेन मी. ज्या जगात तुम्ही जगू पाहता, ज्या जगाचा तुम्ही एक भाग असता, त्या जगात ते तुम्हाला रमू देतात.'

ऊर्मिलेने तिच्याकडे काळजीने पाहिलं. भरत परत आल्यावर ती त्याच्याशी जरा चांगली वागेल का, असा विचार तिच्या मनात आल्यावाचून राहिला नाही.

मांडवीच्या पुढच्या वाक्याने ती अस्वस्थ झाली. मांडवी आवेशाने म्हणाली, 'ऊर्मि, सुनयना काकूचे शब्द मला आजही आठवतात. आपण एका कुटुंबात विवाह करायला नको होता. नेमका तोच आपण केला. त्यामुळे एकसारख्या समस्यांना तोंड देत, समान वेदना भोगत आपल्याला समान त्याग करावा लागतो आहे.'

सावरून घेत ऊर्मिला म्हणाली, 'तिच्या म्हणण्यामागे वेगळं कारण होतं. बहिणींच्या नात्यावर आच येऊ नये असं तिला वाटत होतं. मला वाटतं, आजवर आपण आपलं नातं खूप छान निभावलं आहे. तिला नक्कीच आपला अभिमान वाटत असणार.'

'हो ना! या कारागृहात बंदिस्त होऊन आपण फार सुरेख प्रगती साधली आहे!' मांडवीचे हे जळजळीत उद्गार ऐकताच ऊर्मिलेला तिथेच थांबावंसं वाटलं. तिच्या दीर्घद्वेषी स्वभावाचा ऊर्मिलेवर पहिल्यासारखा परिणाम होत नव्हता. कडवटपणा आणि मनात जोपासलेल्या हाडवैराच्या भावनेमुळे तिच्या बहिणीचं व्यक्तिमत्त्व कठोर झालं होतं. तिच्या मनात कधी मार्दव येईल का, असा प्रश्न ऊर्मिलेला पडला. मांडवी नेहमीच थोडी कठोर आणि निष्ठुर होती पण व्यवहारज्ञानाची समज असल्यामुळे ती सगळ्या प्रसंगांतून तरून जात असे. आताशा मात्र, तिची उपहासात्मक वृत्ती वाढीला लागली होती. त्यामुळे ती कठोर झाली होती. कैकयीने कुटुंबापासून दडवलेल्या गुपिताबद्दल माहिती मिळूनही मांडवीच्या मनावर सकारात्मक परिणाम झाला नव्हता.

खांदे उडवत ती म्हणाली होती, 'हे कळूनही आपल्या आयुष्यात काय फरक पडणार आहे? भरत परतून येणार आहे का? ऊर्मि, तुझा लक्ष्मण

तरी परतणार आहे का? कदाचित, मी त्यांचा थोडा कमी तिरस्कार करेन. काहीही असलं तरी या कुटुंबाची अशी दुर्दशा होण्याला त्याच कारणीभूत आहेत.'

तिचा तो कडवटपणा पार आतवर झिरपला होता. आशा सोडून गेल्यामुळे ती नैराश्याच्या गर्तेत एकाकी झाली होती. परीकथेप्रमाणे जीवन जगण्याची स्वप्नं पाहणाऱ्या तिच्या आयुष्यातला प्रणय कधीचाच संपला होता. कुणी सांगावं, तिचा राजपुत्र परत येताच प्रणयही परतून येईल. मग प्रेमाचं अधिराज्य चालेल का? भरत मांडवीला जिंकून घेईल असा ऊर्मिलेला ठाम विश्वास होता. खरं तर, त्याचा चांगुलपणा तिच्या लक्षात येईल हे ऊर्मिला जाणून होती. त्यासाठी ती प्रणयभावनेवर विसंबून नव्हती. ती मांडवीला अंतर्बाह्य जाणत होती. प्रेमाच्या वर्षावाखाली मांडवी नक्कीच चिंब भिजणार होती.

कीर्ती मात्र समाधानी होती. शत्रुघ्नाच्या सहवासात तिला आनंद मिळत होता. तिच्या विनोदबुद्धीला शत्रुघ्नाच्या व्यवहारचातुर्याची उत्तम जोड मिळाली होती. विवाहपश्चात जोडपी एकमेकांचे गुण उचलतात का? ऊर्मिलेच्या मनात सहज विचार आला. रोज संध्याकाळी शत्रुघ्न कीर्तीसोबत बसून गप्पा मारत असे. रोज राजसभेत काय झालं हे तिला सांगत असे. हे दृश्य पाहून ऊर्मिलेला लक्ष्मणाची हटकून आठवण येई. तो तिला तेव्हा सांगे, 'मिला, मला फारशा गप्पा मारता येत नाहीत पण आपल्या दोघांचाही शीघ्रकोपी स्वभाव पाहता आपण हलक्याफुलक्या गप्पा मारणं अधिक श्रेयस्कर आहे असं मला वाटतं.'

त्या आठवणीने तिला परत हसू आलं. खरंच मांडवीपेक्षा ती आणि कीर्ती खूप आनंदी होत्या.

त्या चौघी बहिणींचा विवाह एकाच दिवशी झाला होता. त्यांची परिस्थिती सारखीच वाईट होती परंतु, जीवनाचा स्वीकार करण्याची प्रत्येकीची पद्धत किती वेगळी होती. मांडवी कडवट, कीर्ती ज्ञानी आणि ती स्वतः एखाद्या उत्प्रेरकासारखी काम करत होती. स्वतःला दिलेल्या विशेषणाची तिला गंमत वाटली. किती खरं होतं ते! या साऱ्यातून निभाव लागण्यासाठी तीव्र इच्छाशक्तीची आवश्यकता होती. त्या संपूर्ण कालावधीत एक वेगळीच धुंदी तिला जाणवत होती. काळ पुढे धावत होता. घटना घडत होत्या. त्यात व्यत्यय येणार नव्हता.

सीता इथे नव्हती. चित्रकुटावर तिची शेवटची भेट झाली तेव्हा ती अतिशय आनंदात आहे हे ऊर्मिलेच्या लक्षात आलं होतं. भूमातेच्या कुशीत, निसर्गाच्या सान्निध्यात, निर्भीड पावलांखाली जाणवणाऱ्या घट्ट मातीवर सीतेला सर्वाधिक सुख लाभत होतं. अरण्यातल्या कष्टांचा तिला त्रास नव्हता. रामाबरोबर राहण्याचा तिचा निर्णय योग्य आणि सुदैवी ठरला होता. दंण्डकारण्यातील ऋषींच्या आश्रमातील त्यांचं जीवन निर्धोक होतं. विघ्न आणणाऱ्या राक्षसांचा पाडाव करून राम-लक्ष्मण त्या ऋषींना संरक्षण देत होते. आश्रमाकडे वाकडी नजर करून पाहणाऱ्या किंवा आक्रमण करणाऱ्या असुरांचा वध राम-लक्ष्मणाच्या भेदक बाणांनी होत होता. भरताचं गुप्तहेरांचं जाळं विस्तीर्ण पसरलेलं असल्यामुळे दंण्डकारण्यात वास्तव्य करून असलेल्या राम, लक्ष्मण आणि सीतेची बित्तंबातमी अयोध्येत मिळत असे. चित्रकूट पर्वतावर भरत आदींनी भेट दिल्यानंतर रामाने तिथला मुक्काम आटोपता घेतला होता. त्यानंतर, अनेक संकटांशी दोन हात करत भयावह दंण्डकारण्यातून ते तिघं पुढे झाले होते. विंध्य पर्वतावरून परतल्यावर अगस्त्य मुनींशी त्यांची भेट झाली होती. त्यानंतर गोदावरी नदीच्या तीरावर पंचवटी इथे एका कुटीत ते वास्तव्य करून होते.

अयोध्यावासीयांनी राणी कैकयीला क्षमा केली नव्हती परंतु, तिच्या कुटुंबाने मात्र मनाचा मोठेपणा दाखवला होता. बहिष्कृत केलेल्या राणीच्या वागण्यामागचं गुपित ऊर्मिलेने कुठलाही आडपडदा न ठेवता सर्वांसमोर उघड केलं होतं. त्या दिवसानंतर तिन्ही राण्या एकमेकांशी खऱ्या अर्थाने चांगलं वागू लागल्या होत्या. मनात द्वेष, आकस, तिरस्कार न ठेवता त्या एकत्र भोजन घेऊ लागल्या होत्या. गेलं संपूर्ण दशक याच पद्धतीनं सरलं होतं; थोडीशी शांती आणि बरीचशी शांतता!

ऊर्मिलेला अनपेक्षित निमंत्रण मिळालं. होऊ घातलेल्या 'ब्रह्मयज्ञ' या गौरवशाली तत्त्वज्ञानविषयक परिसभेसाठी तिच्या पित्याने तिला बोलावलं होतं. दरवर्षी ही सभा भरत असे परंतु, त्या वर्षी त्याने तिला पुत्रीच्या नात्याने न बोलवता 'पंडिता' म्हणून पाचारण केलं होतं, याचं तिला आश्चर्य वाटलं. गेली कित्येक वर्षं राजगुरू वसिष्ठांच्या जोडीने अयोध्या राजसभेतील गुरू वामदेव, मार्कंडेय आणि कात्यायन यांच्याकडे ती अध्ययन करत होती.

तिची हुशारी आणि सातत्याने प्रश्न विचारणारं कुतूहल पाहून कश्यपमुनींनी निरुपायाने अध्यापन केलं होतं. सुरुवातीची उत्सुक शिष्या ते सुशिक्षित विदुषी हा प्रवास करताना ऊर्मिलेने वेद आणि उपनिषदांचा सखोल अभ्यास केला होता. धर्म आणि तत्त्वज्ञान या विषयांवर ती सहजच ज्ञानी मुनिवर्यांशी चर्चा करू शकत असे. हे लक्षात घेऊनच राजा शिरध्वज जनक याने तिला त्या महत्त्वपूर्ण परिसभेसाठी निमंत्रित केलं असावं.

ऊर्मिलेच्या मनात अभिमानाची भावना जागली. तिचा पिता अत्यंत आदरणीय विद्वान होता. ब्रह्मज्ञानी म्हणून तिचे विचार नेहमीच त्याला पटत असं नाही. धर्माच्या वास्तविकतेबद्दल ती प्रश्न विचारे. धर्माच्या माध्यमातून राजा ज्याप्रमाणे अलौकिकतेचा ध्यास घेत आहे, ते पाहून धार्मिक सत्याच्या स्वरूपाबद्दल आणि प्रभावाबद्दल ती आवर्जून प्रश्न करे. त्या सर्व आठवणींनी ऊर्मिलेला हसू आलं. मुख्य म्हणजे, त्या परिसभेला साध्वी गार्गी आणि विवादास्पद गुरू जबाली यांची उपस्थिती असणार होती. चर्चा नक्कीच रंगणार होती.

'तू फार आनंदात दिसते आहेस आज!' आपल्या बहिणीची झळझळीत मुद्रा पाहून कीर्तीने प्रश्न केला. लक्ष्मणाबरोबर असताना ऊर्मिलेच्या चेहऱ्यावर जो आनंद दिसायचा तोच आत्ताही होता.

'खरं आहे! तातांनी मला मिथिलेला यायचं निमंत्रण दिलं आहे,' ऊर्मिला हसून आवेगाने म्हणाली. कधी एकदा ही सुवार्ता कीर्तीच्या कानावर घालते आहे असं तिला झालं होतं. मिथिलेहून आलेलं निमंत्रण तिने कीर्तीच्या हातात ठेवलं. तिनेही ते लक्षपूर्वक वाचलं.

'तुझ्यासाठी हे खूप महत्त्वाचं आहे, नाही का?' कीर्तीने सौम्य स्वरात विचारलं. 'या विद्वत्तापूर्ण या परिसभेत भाग घेणं केवळ महत्त्वाचं नसून आपल्या पित्यावर तू प्रभाव पाडू शकली आहेस ही भावना तुझ्या लेखी जास्त महत्त्वाची आहे.'

अचानक ऊर्मिलेच्या चेहऱ्यावरचं हसू लोपलं. तिने विचारपूर्वक विचारलं, 'माझ्या चेहऱ्यावर प्रकर्षाने दिसतं आहे का हे सर्व?'

'नाही गं! तसं काही नाही!' तिच्या बोलण्याचं खंडन करत कीर्ती पटकन म्हणाली. ती समजुतीच्या स्वरात सांगू लागली, 'या परिसभेत सहभागी होण्याच्या कल्पनेने तू इतकी आनंदी झाली आहेस असं इतरांना वाटेल. तथापि, मी आणि मांडवी – सीता इथे असती तर तीही – आम्हाला असं वाटतं की,

पित्याच्या अपेक्षा पूर्ण केल्याचा आनंद तुला अधिक आहे. मातापित्याचं प्रेम आणि आदर मिळवणं हे तुझ्यासाठी कष्टाचं काम होतं. त्या तुलनेत आम्हा तिघींना मात्र ते सहज उपलब्ध होतं. कारणं वेगळी असली तरी तुला त्यासाठी नेहमी झगडावं लागलं होतं. सीता सर्वांत मोठी होती. ज्येष्ठ असल्यामुळे तिचा हक्क होता. त्यातून ती आदर्श कन्या होती. प्रत्येक गोष्ट परिपूर्ण करण्याचा तिचा पायंडा होता. आम्ही दोघी धाकट्या होतो आणि मातेच्या प्रेमाला पारख्या झाल्या होतो त्यामुळे तुझे पालक अनेकदा तुला डावलून आम्हाला जवळ करत. सर्व प्रशंसा सीतेला आणि माया ममता आम्हाला देण्याच्या नादात बरेचदा तुझ्याकडे दुर्लक्ष होत असे. तू विशेष स्वतंत्र बुद्धीने चालणारी होतीस, आक्रमक होतीस, तरीदेखील तुझ्याबद्दलचं त्यांचं मत तुझ्या लेखी सर्वाधिक महत्त्वाचं असल्यामुळे तू अधिक नेटाने प्रयत्न करत राहिलीस.'

हे ऐकताच ऊर्मिला विचारात पडली. तिच्या चेहऱ्यावर विषण्ण हसू उमटलं. ती म्हणाली, 'कीर्ती, असं बोलून तू माझी अवस्था करुणास्पद केली आहेस!'

त्यावर कीर्ती त्वेषाने म्हणाली, 'छे! मी तर म्हणेन की परिस्थिती करुणास्पद होती. प्रत्येक गोष्ट मिळवण्याचा अधिकार 'तुझा' होता, तरीसुद्धा तू सारं सहन केलंस. कधीही कीव करत बसली नाहीस. या क्षणी मला तुझी कीव येत नाही. तुझ्या सोसण्याकडे मी करुणास्पद नजरेनेही पाहत नाही. मला तुझं कौतुक वाटतं. सीता दत्तक बहीण होती. आम्ही माताहीन चुलत बहिणी होतो. तरीही तू आमचा तिरस्कार केला नाहीस. किंबहुना, आमचा तिरस्कार करावा अशी कल्पनाही तुझ्या मनात कधी आली...'

'कीर्ती! हे काय बोलते आहेस?' ऊर्मिला थक्क होऊन ओरडली. तिच्या टपोऱ्या डोळ्यांत दुखावल्याची भावना स्पष्ट होती.

'पाहिलंस? हेच म्हणते आहे मी!' कीर्ती मायेने म्हणाली. 'निव्वळ हा विचारसुद्धा तुला किळसवाणा वाटतो. असूया, राग, आकस या भावना तुझ्या आसपासही फिरकल्या नाहीत. आपल्यातली भांडणं मिटवणं, मतभेद नाहीसे करणं, संतापलेल्याला शांत करणं ही सगळी तुझी कामं असत. स्वतःच्या दुःखात मग्न होऊन अश्रू ढाळणं तुला स्वीकारार्ह नव्हतं. तुझी प्रगल्भता आणि मनाची व्यापकता यात सारं काही सामावलं जाई.'

कीर्तीच्या उघड कौतुकाने ऊर्मिला विचारात पडली. आज पहिल्यांदाच तिच्या बोलण्यामुळे ऊर्मिलाला एकाच वेळेस निःस्वार्थीपणा आणि दुःखाची

जाणीव झाली. ती आवेगाने म्हणाली, 'वयाच्या मानाने तुला अधिक समज आहे हे मी नेहमीच जाणत होते. आज मात्र, शब्दांपलीकडलं शहाणपण तुझ्या शब्दांत जाणवत आहे.' ऊर्मिला हसून पुढे म्हणाली, 'तू जरा माझं अति कौतुक करते आहेस.'

कीर्तीने मानेने नकार दिला. आपल्या चुलत बहिणीच्या कौतुक टाळण्याच्या या प्रयत्नाचं तिला हसू आलं. ऊर्मिलेला कीव केलेली आवडत नाही तसंच कौतुकाचाही तिरस्कार आहे हे कीर्ती जाणून होती. ती शांतपणे म्हणाली, 'नाही गं. आम्ही कधीच अतिरेकी कौतुक केलं नाही किंवा करतही नाही. तू जी आणि जशी आहेस, त्यावर प्रेम करणारं कोणीतरी आहे. तुझी क्षमता ओळखून तुझ्यावर वेड्यासारखं प्रेम करणारं कोणीतरी आहे या जाणिवेनेच मला आनंद होतो. आणि अशी व्यक्ती म्हणजे लक्ष्मण!'

कीर्तीच्या शब्दांवर ऊर्मिला कितीतरी दिवस तरंगत राहिली. मिथिलेला पोहोचल्यावरही पुढचा सप्ताह ती त्या विलक्षण आनंदात होती. त्यातून तिच्या मातापित्याच्या नजरेत तिच्याबद्दलचा आनंद दाटून आला होता. आजवर जी नजर फक्त सीतेसाठी राखीव होती, ती आज ऊर्मिलेच्याही वाट्याला आली होती.

बालपणीच्या आठवणींप्रमाणे परिसभा तशीच भव्यदिव्य होती. मात्र, सत्तावीस वर्षांनंतर त्या दिवशी ऊर्मिलेला परिसभेचा नवा अर्थ जाणवला. देशभरातील अनेक ऋषिवर आणि बुद्धिवंत तिथे उपस्थित होते. विविध विषयांची चर्चा, वादविवाद, खल अशा अनेक मार्गांमधून ज्ञानाची विस्तृत देवाणघेवाण तिथे होणार होती. सत्याचा वेध घेण्याचा, मानवी मनाचा थांग गाठण्याचा आणि ज्ञानाचा शोध घेण्याचा एकत्रित प्रयत्न होणार होता. या वेळेस तीही सहभाग देणार होती.

या परिसभांची सुरुवात कशी झाली हे राजा जनकाने तिला फार पूर्वी सांगितलं होतं. त्याच्या राजप्रासादात त्याच्या दोन कन्या आणि दोन पुतण्या अशी चार मुली होत्या. दशरथाप्रमाणे त्याने पुत्र हवा असा ध्यास घेतला नव्हता. ज्या यज्ञामुळे दशरथाला पुत्रप्राप्ती झाली, तो यज्ञ करण्यासाठी ऋषी ऋष्यशृंग (शृंगी ऋषी) याला पाचारण करावं, असंही त्याला अनेकांनी सुचवलं होतं पण मिथिलानरेशाने स्पष्ट नकार दिला होता. चार गोंडस कन्यांचा पिता असल्याचं सद्भाग्य आपल्याला मिळालं असून त्यांच्या शरीरांप्रमाणेच त्यांची मनं देखणी घडवण्याचं कार्य आपण पार पाडणार

आहोत, असं त्याने ठामपणे सांगितलं होतं. या कन्या त्याची नियती आहेत हेच तो सर्वांना आवर्जून सांगत असे. त्याच्या मते 'स्व' लिंगभेदाच्या पलीकडे होता. सुलभा या स्त्रीने त्याला ही शिकवण दिली होती.

सुलभा प्रकांड पंडित होती. ती तरुण, सुंदर आणि अविवाहित होती. तत्त्वज्ञ राजाशी एकांतात बोलण्याची इच्छा तिने प्रकट केली. राजाने ते मान्य केलं परंतु, त्या सुंदर स्त्रीबरोबर कक्षात एकटं असताना तो अस्वस्थ झाला. त्या वेळेस तिने उच्चारलेल्या वाक्याचा त्याच्यावर कायमस्वरूपी परिणाम झाला. ती म्हणली होती, 'राजा जनक, तू विदेह नगरीचा राजा आहेस. विदेह म्हणजेच देहातीत – देहाच्या पल्याड. असं असूनही तू माझ्या शरीरापल्याड जात मनात डोकावू शकत नाहीस.' सौम्य शब्दात त्याची अशी खरडपट्टी काढल्यावर ती म्हणाली होती, 'राजा, मन हाच ईश्वर आहे. शरीर त्याला सामावून घेणारं केवळ मंदिर आहे. मन असीमित मर्यादांना पार करतं. मन हेच समान सत्य आहे. पुरुष आणि स्त्रियांमध्ये तेच मन असतं. म्हणूनच, त्या दोघांमध्ये महत्त्वाचा फरक नसतो. जगाकडे बघताना ते दोघं वेगळ्या प्रकारे बघतात, ते लिंगभेदाने नसून मनामुळे आहे. ज्ञानाचा शोध घेत ते विस्तृत करणं ही प्रत्येक मनाची गरज आहे. त्यासाठी अनेक महान मनांना एकत्र आणायला हवं. विचारांचं आदानप्रदान व्हायला हव्यात. विविध कल्पना एकत्र यायला हवं. मनाचं पालनपोषण करणं यात खरा शहाणपणा आहे. हाच वेद म्हणता येईल.'

तिच्या शब्दांनी राजा प्रभावित झाला. तत्त्वज्ञानातील विविध कल्पनांवर विचारमंथन करण्यासाठी मुक्त व्यासपीठ उपलब्ध करून देण्याचा निर्णय त्याने घेतला. तिथून पुढे परिसभेचा पायंडा पडला. देशभरातील सर्व महनीय ऋषी तिथे उपस्थित राहू लागले. विद्वान वर्णी लावू लागले. विविध बुद्धिवंतांच्या सखोल आणि गहन चर्चा व वाद-विवाद घडू लागले. त्या सर्वांच्या परिपाकातून काव्य आणि ऋचांच्या स्वरूपात असलेल्या बृहदारण्यक उपनिषदाचा जन्म झाला.

त्या दिवशी परिसभेत ऊर्मिलेने वर्णी लावली ती पंडिता म्हणून. तत्त्वज्ञ गुरू गार्गी, ऋषी अष्टावक्र आणि अयोध्येच्या राजदरबारातून आलेले गुरू वसिष्ठ व गुरू मार्कंडेय, तसंच ऋषी याज्ञवल्क्य यांच्या समवेत बसलेल्या ऊर्मिलेच्या मनात विनम्रता दाटून आली. ऋषी याज्ञवल्क्य यांनी प्रत्यक्ष त्यांच्या गुरूला आव्हान दिलं होतं. तिच्या पित्याचे ते गुरू होते.

त्या क्षणी तिच्या मनातून खोटा अभिमान आणि क्षुल्लक भावना गळून पडल्या. तिला शांत वाटू लागलं. जीवनाचा उद्देश नव्याने गवसल्याप्रमाणे ती प्रभावित झाली. ज्या ज्या वेळेस ती वेदांच्या ऋचा म्हणत होती किंवा गुरू जबालींबरोबर वाद घालत होती, त्या त्या वेळेस तिचा पिता एकाग्र चित्ताने श्रवणभक्ती करत होता. त्याच्या विचारमग्न चेहऱ्यावर आठ्या उमटल्या असल्या तरी त्याच्या नजरेत तिच्याबद्दल सार्थ अभिमान आणि कौतुक दिसत होतं. अशा पित्याची कन्या असल्याची जाणीव ऊर्मिलेला त्या क्षणी प्रकर्षाने झाली. ती ऊर्मिला होती. उत्कट स्त्री एवढाच अर्थ तिच्या नावाला नव्हता. बौद्धिक आणि आध्यात्मिक प्रगतीत तिचं मन आणि बुद्धी एकवटली होती. कन्या आणि पत्नी या दोन्ही नात्यांच्या मर्यादांमध्ये राहत तिने स्वतःचं व्यक्तित्व खुलवलं होतं. तिच्या आयुष्यात असलेल्या पुरुषांना समर्पक आणि समर्थक असं तिचं वागणं होतं. त्या क्षणी लक्ष्मण तिथे असता, तर त्यालाही तिचा विलक्षण अभिमान वाटला असता. ऊर्मिलेचा जीव कासावीस झाला. त्याची उणीव तिला प्रत्यहीं भासत होती, पण आज त्याच्या शारीरिक अनुपस्थितीमुळे तिला पोकळी जाणवली. त्याची उपस्थिती उत्साहवर्धक, धीर देणारी आणि आश्वस्त करणारी असे. तिच्या प्रयत्नांची तो आवर्जून दखल घेत असे. आजच्या या विशेष प्रसंगी तर त्याने तिचं निरतिशय कौतुक केलं असतं. तिने मिळवलेलं यश त्याने अभिमानाने मिरवलं असतं.

त्या संध्याकाळी तिने पित्याला चरणस्पर्श केला. त्याने नेहमीसारखा आशीर्वाद दिला पण आज त्या नियमित क्रियेला वेगळा आयाम प्राप्त झाला होता. ज्या महान व्यक्तीची ती कन्या होती, त्याने तिला सन्मानित केलं होतं या जाणिवेने ती अधिक नम्र झाली.

राजा जनक प्रेमळपणे म्हणाला, 'याच दिवसाचं स्वप्न मी कित्येक काळ पाहत होतो. हाच दिवस पाहण्यासाठी मी इतकी वर्षं जीवित आहे हे मी जाणतो.'

या अनपेक्षित कौतुकाचं ऊर्मिलेला आश्चर्य वाटलं. तिचं तिच्या पित्याशी वेगळंच नातं होतं. सामान्य नात्याहून ते अनोखं होतं. पित्यावर प्रेम असण्यापेक्षा तिला त्याचं कौतुक जास्त असल्यामुळे कदाचित असं असेल.

'एक दिवस मी पंडिता म्हणून ओळखली जाईन अशी आशा होती तुम्हाला?' तिच्या स्वरातलं आश्चर्य लपत नव्हतं.

'हो पुत्री, नेहमीच! लहानपणापासून तुला सतत कुतूहल वाटत असे. मनाने तू प्रेमळ होतीस. कल्पना आणि भावनांची निःसंदिग्धता तुझ्यात होती. त्यांचा शहाणपणाने वापर कसा करावा, याचं भान तुला अगदी लहानपणीदेखील होतं. जशी तू मोठी झालीस तसं त्याला पैलू पडत गेले. अयोध्येत उपस्थित असलेल्या राजगुरूंच्या ज्ञानाचा लाभ घेण्याची संधी तुला मिळाली. त्याचा तू योग्य उपयोग केलास याचं मला कौतुक आहे. त्यामुळेच तू आज या पदाला पोहोचू शकली आहेस.'

'सहज घडलं ते. गेल्या कित्येक वर्षांत अध्ययन आणि चित्रकला या व्यतिरिक्त करण्यासारखं माझ्या आयुष्यात होतं तरी काय?'

तिच्या ह्या उत्तरावर राजा जनक हलकेच म्हणाला, 'तर मग याचं श्रेय लक्ष्मणाला द्यायला हवं. तो वनवासात गेला नसता तर हे सारं तुला संपादन करता आलं नसतं.'

लक्ष्मणाचं नाव कानावर पडताच ऊर्मिलेने संरक्षणाचा पवित्रा घेतला. तिने पटकन स्पष्टीकरण दिलं, 'नाही! तसं मुळीच नाही! त्याने मला कधीच थांबवलं नसतं. उलट, त्याने मला प्रोत्साहन दिलं असतं. तुम्हाला नाही का वाटत असं? त्याने तुमची घोर निराशा केली आहे का?' शेवटचा प्रश्न विचारताना तिचा स्वर खोल गेला होता.

'नाही, पुत्री, नाही! तू गैरसमज करून घेत आहेस! उसळण्याच्या तुझ्या स्वभावामुळे तू नेहमीच चुकीचे निष्कर्ष काढतेस!' तिचा पिता मनापासून हसत म्हणाला. 'तो माझा जामात आहे म्हणून मी त्याचा आदर करतोच पण त्याहून अधिक महत्त्वाचं म्हणजे त्याच्यामुळे तुझ्यातील सर्वोत्तम गुण बाहेर यायला मदत झाली आहे. तू इतरांपेक्षा निराळी आहेस हे लक्षात घेऊन तो तुझ्या मनाच्या प्रेमात पडला. अग्नीची ओळख अग्नीलाच पटू शकते. अग्नीला पाणी कसं चालेल?'

ऊर्मिलेच्या गालावर लाली उमटली. राजा जनक पुढे म्हणाला, 'माझ्या हे लक्षात आलं नसेल असं वाटलं का तुला? सुदैवाने, तुमच्यातील या परस्पर प्रेमाने केवळ अग्नी प्रज्वलित झाला नाही तर तुम्हा दोघांनाही वैशिष्ट्यपूर्ण शांतता देत या अग्नीने प्रेमाची ऊबही दिली. लहानपणी तू मला विचारलं होतंस, शिवशंकराच्या माथ्यावर असलेल्या गंगेप्रमाणे प्रत्येक पत्नीला वश करावं लागतं का? तुझी माता सडेतोड आणि आक्रमक होती. मी तिला वश करून बंधनात ठेवल्याचं तू कधी पाहिलं नव्हतंस.

तू पुष्कळशी तिच्यासारखी आहेस. मुक्त असणं म्हणजे स्वैर असणं नाही. विचार आणि कृतींचं स्वातंत्र्य देत मी तुला लहानाचं मोठं केलं. लक्ष्मणही तसाच मोठा झाला. तुझ्या ह्याच गुणाच्या तो प्रेमात पडला. तुझ्यातील या सुज्ञपणाची जाणीव तुला होण्याआधी त्याला झाली कारण तो स्वतः सुज्ञ आहे. त्याच्यापासून दुरावा वाट्याला आलेला असताना 'परकीय रस' या प्रेमाच्या अत्युच्च रूपाची अनुभूती तुम्हा दोघांनाही येते आहे. विरहातून तुम्ही एकमेकांचे विचार जाणून घेत आहात.'

पित्याचा प्रत्येक शब्द ऊर्मिलेला पटत होता. गेलेला काळ तिच्यासमोर लख्ख उभा होता. पित्याचं बोलणं खरं आहे हे तिच्या लक्षात आलं.

'ज्या क्षणी मी राम आणि लक्ष्मणाला विश्वामित्र ऋषींसमवेत पाहिलं त्या क्षणी माझ्या लक्षात आलं की, ते दोन्ही तरुण विलक्षण आहेत...' मिथिलेचा वृद्ध राजा सांगू लागला. '...आणि माझ्या पुत्रींसाठी ते सुनियोजित आहेत. किंबहुना, माझ्या पुत्रींची नियती इक्ष्वाकू वंशाच्या सुविख्यात पुत्रांच्या नियतीशी गुंफली जाणार आहे. वसिष्ठ आणि विश्वामित्र यांचे ते शिष्य असल्यामुळे बुद्धी आणि शक्ती या दोन्ही क्षेत्रांत ते श्रेष्ठ असणार हे निर्विवाद सत्य होतं. राम आणि लक्ष्मण एकमेकांचं प्रतिबिंब आहेत. पुत्री ऊर्मिला, नेहमीच लक्षात ठेव की, एकच आत्मा दोन शरीरात वसला आहे.'

ऊर्मिलेने पटकन उत्तर दिलं, 'तात, मला त्याची कल्पना आहे. मी पाहिलं आहे ते.'

'त्याबद्दल तुला खेद आहे की आनंद?'

या विचित्र प्रश्नावर ऊर्मिलेने बराच वेळ विचार केला. त्या प्रश्नाच्या उत्तरात तिचं व्यक्तित्व लपलं आहे हे तिच्या लक्षात आलं. तिने सावकाश उत्तर दिलं, 'मला त्याचा आनंद आहे.' लक्ष्मण वनवासाला गेल्यावर सुरुवातीच्या काळात तिच्या मनात उमटलेली उद्वेगाची भावना जाऊन आंतरिक शांततेची अनुभूती तिला आली होती. त्यामुळेच, दुराग्रही मुलगी ते सुज्ञ स्त्री हा तिचा प्रवास होऊ शकला होता.

जनकाने मान डोलावली. 'वनवासात रामाने संधी शोधली आहे. त्याचा वनवास तो लक्ष्मणाचाही वनवास. लक्ष्मणाची पत्नी म्हणून हा तुझाही वनवास ठरला. गुंतवणुकीपासून वनवास!' राजा समजावू लागला, 'आपण जेव्हा एखाद्या गोष्टीपासून जेव्हा अलिप्त राहू शकतो, तेव्हाच

आपल्याला भावनावैविध्याच्या पार्श्वभूमीवर प्रेमाचं मूल्य जाणवतं. गत वर्षांनी तुला हेच शिकवलं आहे.'

ऊर्मिला लक्षपूर्वक ऐकत होती. तिचा पिता पुढे म्हणाला, 'तपस्येचा अर्थ लक्षात घेत तूही तपस्वी झालीस. या वनवासामुळे तुला ही समज आली. अशा महातपस्वीने उच्च आध्यात्मिक शिक्षण प्राप्त करून बौद्धिक स्तरावर विलक्षण यशप्राप्ती केली आहे. एक पंडिता म्हणून मी आज तुझ्यासमोर नतमस्तक होतो. तू वेदांतील ऋचा म्हटल्यास म्हणून तुझी विद्वत्ता झळकली नाही. तू सहन केलेली वेदना, तुला झालेला वियोग आणि तू स्वीकारलेली अलिप्तता यांचा तो परिपाक आहे. तुझा हा विरह हीच तुझी ध्यानधारणा व तुझा आध्यात्मिक पुनर्जन्म असून पतीवरच्या प्रेमामुळे तू सर्वांतून मुक्त होऊ शकली आहेस.'

हे ऐकून ऊर्मिलेच्या मनात विनम्र भाव जागले. तरीसुद्धा तिला असहायता जाणवत होती. तिने पित्याला विचारलं, 'खरंच का तात? मांडवीचं आयुष्यही माझ्यासारखंच कठीण आहे. मग...'

'येणाऱ्या अनुभवाचं महत्त्व, तो घेण्यामागची कारणमीमांसा आणि त्याही मागचं महत्तम सत्य तिला कधीच उमगलं नाही. वैयक्तिक क्षमता आणि आकलन शक्तीला अनुसरून प्रत्येकाला आपलं आयुष्य जगावं लागतं,' राजा गंभीरपणे म्हणाला. 'तिला भरताची तपस्या दिसली का? तिला त्याचा त्याग दिसला का? त्याने हे सर्व का केलं हे तिला दिसलं का? त्याहून महत्त्वाचं म्हणजे वियोगाच्या या दुःखातून ती काही शिकली का? तिच्या मनात असलेली संतापाची आणि दुखावलं गेल्याची भावना इतकी तीव्र आहे की, त्याने तिच्याच आत्म्याचा दाह होत आहे. अशा परिस्थितीत तिला शांती, सुज्ञता आणि मोक्ष कसा मिळणार? तुम्हा दोघींचे भोग सारखेच आहेत हे स्वीकारलं, तरी तुम्ही आपापलं नशीब वेगळ्या रीतीने घडवलं आहे. नियती आपल्या वाट्याला येते परंतु, तुम्ही तिचा स्वीकार कसा करता हे शेवटी तुमच्यावर अवलंबून असतं.'

पित्याने दिलेल्या दक्ष मार्गदर्शनामागे असलेलं सत्य तिच्या मनात रुंजी घालत राहिलं. दुसऱ्या दिवशी सकाळी तिने अयोध्येकडे प्रयाण केलं. ती स्वगृही परतत होती.

अपहरण

रोज सकाळी जाग आल्यावर बाजूची रिक्त शय्या पाहून ती त्याच्या आठवणीने व्याकूळ होत असे. रोजच जाग येई तेव्हा ती एकाकी असे. त्याच्याशिवाय अजून एक दीर्घ दिवस व्यतीत करण्याच्या कल्पनेने ती कावरीबावरी होत असे. तरीसुद्धा, दिवस कामामध्ये कसाबसा सरत असे. रात्री मात्र विरहाचा दाह तिला जाळत राही. तिच्या हृदयात जशी पोकळी निर्माण झाली होती, तशीच त्या शय्यागृहातही झाली होती. सातत्याने होणारं ते दुःख सोसणं फार कठीण होतं. तिच्या जीवाची घालमेल होत होती. पहाटे जाग येताच बाजूला विसावलेल्या त्याच्या देहाचं दर्शन न होणं, त्याच्या ऊबदार शरीराचा स्पर्श न होणं यामुळे तिला इतका पराकोटीचा त्रास होत होता की, मृदू मुलायम रेशमी शय्येचा त्याग करून ती थंडगार आणि कठीण संगमरवरावर झोपू लागली होती. अर्थात, दासी कक्षातून निघून गेल्यावरच. म्हणूनच, तिच्या या व्रतस्थ जीवनाची फारशी कल्पना कोणाला येऊ शकली नाही. गाढ झोप तिच्यावर रुसली होती. जरा डोळा लागला की, स्वप्नात तो समोर येई आणि तिची झोप उघडे. तरीसुद्धा, स्वप्नात तरी त्याचं दर्शन होतं म्हणून तिचे थकले भागले नेत्र, अल्पकाळ का होईना, मिटायला आतूर असत....

काही मास... फक्त काही मासांचाच कालावधी उरला होता... मग तो परतून येणार होता. ऊर्मिलेच्या मनात संमिश्र भावना दाटल्या होत्या. जसजसा एक एक दिवस सरत होता, तसतसा तिचा विरह कालही संपत होता. आता त्याला यायला अवघे काही सप्ताह उरले होते. ओथंबून

आलेल्या काळ्याभोर मेघांनी धरणीमातेला चिंब भिजवलं होतं. वर्षाकाल असल्यामुळे धरणी हिरवा साज ल्यायली होती. मेघांना विखरून टाकणाऱ्या झळझळीत सूर्यकिरणांमुळे पृथ्वी सोनेरी प्रकाशात न्हाऊ लागली होती. त्या पार्श्वभूमीवर आभाळाची नीलिमा प्रकर्षाने खुलू लागली होती. राजप्रासाद उजळला होता. ऊर्मिलेच्या मनात आशेला अंकुर फुटला. प्रसन्न आनंदाने तिच्या मनात घर केलं. गेले कैक वर्षं ती जे चित्र रंगवत होती ते पूर्णत्वाला आलं होतं. तिच्या विवाहसोहळ्याचं दृश्य होतं ते. प्रत्येक लहानलहान गोष्टीची दखल घेत तिने त्या दिवशीच्या स्मृती चित्रफलकावर चिरंतन केल्या होत्या. प्रत्यक्षात सोहळा घडत असल्यासारखं भासत होतं. त्या अवाढव्य फलकावर कुंचल्याने ती शेवटचे रंग भरत होती. तिचा हा चित्रफलक नेहमीसारखा नव्हता. राजप्रासादातील सर्वांत मोठ्या दालनाच्या भव्य भिंतीचा वापर तिने त्यासाठी केला होता. रामाचं राज्यारोहण होण्याआधी त्याच्यासाठी ही राजसभा तेव्हा नव्याने बांधण्यात आली होती. इथेच तो प्रजाजनांना, मंत्रिगणांना आणि मान्यवरांना भेटणार होता. गेले कैक वर्षं रिक्त असलेल्या त्या कक्षात ऊर्मिलेच्या चित्राचा प्रभाव विशेष जाणवत होता. त्या चित्राकडे कटाक्ष टाकताच तिला मनस्वी आनंदाची जाणीव झाली. ती स्वतःशीच हसली.

राजप्रासादाच्या प्रवेशद्वारातून भरत आत आलेला दिसण्याआधी तिच्या कानांनी हालचाल टिपली. ती चिंतित झाली. गेल्या तेरा वर्षांत त्याने प्रासादात पाऊल ठेवलं नव्हतं. रामाच्या वनवासानंतर साजऱ्या करण्यात आलेल्या त्याच्या जन्मदिनीदेखील भरत उपस्थित राहिला नव्हता. तोच पायंडा त्याने प्रत्येक वर्षी कायम राखला होता. त्याची अनुपस्थिती नेहमीच जाणवत राहिली होती. रामाबरोबरच अयोध्येत परतून येईन असा दृढ निश्चय भरताने पाळला होता. अशा परिस्थितीत नंदीग्रामहून भरत आला होता याचा एकच अर्थ होता. काहीतरी विशेष घडलं होतं. हातातील कुंचला तिने खाली ठेवला. तिन्ही राण्याचं वास्तव्य कौसल्येच्या कक्षात होतं. तिकडे भरत जाईल असा तिचा अंदाज अचूक ठरला. भरताच्या मातेबद्दल जे अपसमज पसरले होते ते त्याला ठाऊक झाले होते की नाही, याची ऊर्मिलेला कल्पना नव्हती. किती निःस्वार्थी कृत्य होतं कैकयीचं! पण तिच्या वाट्याला फक्त वेदना आल्या. राज्यकारभाराची माहिती देण्यासाठी शत्रुघ्न रोज नंदीग्राम इथे जाऊन भरताची भेट घेत असे. त्याने त्याला कैकयीच्या कृत्यामागील

कारणमीमांसेची कल्पना दिली असावी असा विचार ऊर्मिलेने केला होता. वार्ता तशी महत्त्वाचीच होती.

ऊर्मिला नकळत अक्षरशः पळत राणीच्या कक्षात पोहोचली. तिला पाहताच भरताच्या चेहऱ्यावर आपुलकीचे भाव उमटले. त्या दोघांच्या भेटीला दशकाहून अधिक काळ लोटला होता. किती कृश झाला होता तो! त्याचा चेहरा बारीक झाल्यासारखा वाटत होता. तथापि, त्याच्याकडे पाहताच काहीतरी भयंकर घटना घडल्याची जाणीव ऊर्मिलेला झाली.

'मी सर्वांना बोलावणं पाठवलं आहे...'

ऊर्मिलेने कौसल्येच्या कक्षात नजर टाकली. सर्व गवाक्षांवर जाड पटलं ओढलेली होती. राणी तिच्या आसनावर ताठ बसली होती. गेली तेरा वर्षं तिनेही विरहात घालवली होती. त्यामुळे तिच्या चेहऱ्यावर रया आली होती. दाट केसांचा अंबाडा चंदेरी मुकुटासारखा दिसत होता. त्वचा फिकुटली आणि सुरकुतली होती. डोळे निष्प्रभ होते. रामाच्या उल्लेखानेच केवळ त्यात चमक दिसत असे. सुमित्रा आणि कैकयी तिच्यासमवेत होत्या. जणूकाही अंतःप्रेरणा मिळाल्यागत शत्रुघ्नाने कक्षात प्रवेश केला. कीर्ती आणि मांडवी त्याच्याबरोबर होत्या.

ऊर्मिलेने अधीरतेने विचारलं, 'भरता, काय घडलं आहे? नक्कीच काहीतरी तातडीचं असणार. अन्यथा, तू इथे आला नसतास.'

कुठलीही आलंकारिक भाषा न वापरता भरताने थेट मुद्द्याला हात घातला. 'माझ्या दूतांनी आणलेल्या वार्तेनुसार पंचवटीतील कुटीतून सीतेचं अपहरण झालं आहे!'

त्याचे शब्द सर्वांच्या कानांवर आदळले.

ऊर्मिला स्तब्ध झाली. तो कक्ष तिच्याभोवती फिरू लागला. राम आणि लक्ष्मण असताना सीतेचं अपहरण कसं होऊ शकतं? काहीतरी घोटाळा आहे! हे शक्य नाही!

भरत काहीतरी सांगत आहे हे तिच्या लक्षात आलं. त्याच्या तोंडून वाक्यं बाहेर पडत होती, 'राम आणि लक्ष्मण दोघंही कुटीत नव्हते – ते एका मृगाच्या पाठलागावर गेले होते – तितक्यात, ब्राह्मणाच्या वेशात रावण तिथे आला – भिक्षा घालणाऱ्या सीतेचा हात ओढून त्याने तिला पळवून नेलं. तो पुष्पक विमानातून आला होता. गिधाडराज जटायूने तिला वाचवण्याचा

प्रयत्न केला. पंचवटीत वास्तव्य करणाऱ्या राम, लक्ष्मण, सीतेचं रक्षण करण्याची जबाबदारी त्या वृद्ध पक्ष्यावर होती. रावणाशी त्याचं घनघोर युद्ध झालं परंतु, तो सीतेला वाचवू शकला नाही. रावणाने सीतेचं अपहरण करून तिला पुष्पक विमानातून नेलं आहे हे अत्यंत जखमी अवस्थेत पडलेल्या जटायूने राम-लक्ष्मणाला सांगितलं. पुष्पक कोणत्या दिशेला गेलं होतं, ते दाखवून त्याने प्राण सोडला. सीता आता रावणाच्या अशोकवाटिकेत आहे. किष्किंधानगरीच्या वानरराज सुग्रीवाचं साहाय्य राम आणि लक्ष्मण तूर्तास घेत आहेत. सुग्रीवसेनानी हनुमानदेखील त्यांच्या बरोबर आहे. वानरसेनेच्या मदतीने लंका नगरीवर चालून जाण्याची त्यांची योजना आहे.'

ऐकलेल्या वार्तेवर कसा विश्वास ठेवावा, हेच कोणाला समजत नव्हतं. स्वतःला सावरत सुमित्राने प्रश्न केला, 'कधी घडलं हे?'

'ग्रीष्मात!' भरत सांगू लागला. 'वार्ता मात्र आत्ता आली. राम, लक्ष्मण, सीता पंचवटीत होते तोवर माझे दूत सतत त्यांच्यावर पाळत ठेवून होते परंतु, सीतेच्या शोधार्थ राम, लक्ष्मण अरण्यात हिंडू लागल्यावर त्यांना त्यांचा मागोवा काढता आला नाही. सीतेचं अपहरण झालं आहे हे माझ्या दूतांना समजेपर्यंत कित्येक सप्ताह लोटले होते.' त्याच्या चेहऱ्यावरच्या वेदना स्पष्ट होत्या.

'रामाच्या साहाय्यार्थ आपण अयोध्येची सेना पाठवायला हवी ना? तो जर वानरसेनेचं साहाय्य घेत आहे तर आपल्या सैनिकांमुळे त्याला नक्कीच अधिक मदत मिळेल,' शत्रुघ्नाने सूचना केली.

'नाही!' भरताने मानेने नकार दिला. 'तशी आवश्यकता असती तर रामाने स्वतःच संदेश पाठवला असता. इतके मास उलटून गेल्यावरही त्याचा काही संदेश नाही ह्याचाच अर्थ त्याच्या मनात विशिष्ट योजना आकाराला आली आहे. त्यामध्ये आपण किंवा कोसल सेना यांना स्थान नाही. तेव्हा, प्रतीक्षेव्यतिरिक्त आपण काहीही करू शकत नाही असं मला वाटतं. अर्थात, आपण प्रार्थना मात्र करू शकतो.'

त्या भावांच्या चर्चेत व्यत्यय आणत ऊर्मिलेने पटकन प्रश्न केला, 'भरता, हे कसं घडलं? राम आणि लक्ष्मण तिच्याबरोबर असताना सीतेचं अपहरण कोणी कसं करू शकतं?' ऊर्मिला चिंताक्रांत झाली होती. तिच्या मनात अनेक भावना उसळल्या होत्या. 'लक्ष्मण त्या दोघांवर दिवसरात्र जागता पहारा ठेवत असताना दिवसाढवळ्या तिचं अपहरण कसं होऊ शकलं?'

भरत थोडा विचारात पडला. मग, शब्दांची जुळवाजुळव करत तो बोलू लागला, 'मोठी घटना आहे ती. कुटीपासून जवळच असलेला चंदेरी ठिपक्यांचा कांचनमृग सीतेच्या नजरेस पडला. तो आणून द्यावा असा हट्ट तिने रामाकडे...'

'कांचनमृग!' ऊर्मिला आवेगाने म्हणाली. 'असे चंदेरी ठिपक्यांचे कांचनमृग नसतात! असा कोणी प्राणीच नाही!'

'तेच तर! तो सर्व एका कुटिल कारस्थानाचा भाग होता. रावणाचा मातुल मारिच याने कांचनमृगाचं रूप घेतलं होतं. सीतेची इच्छा पूर्ण करण्यासाठी राम कांचनमृगाच्या मागावर निघाला. आपण परत येईपर्यंत लक्ष्मणाने सीतेकडे लक्ष द्यावं असं त्याने बजावलं. त्या कांचनमृगाच्या पाठलागावर राम अरण्यात शिरला. बऱ्याच अवधीनंतर त्याने त्याचा अचूक वेध घेतला. परंतु, मृत्यू होण्यापूर्वी कांचनमृगाने रामाच्या स्वरात सीता आणि लक्ष्मण यांचा धावा केला. तो टाहो कानी पडताच राम संकटात आहे याची सीतेला खात्री पटली. रामाच्या मदतीला जाण्याचा आदेश तिने लक्ष्मणाला दिला. अतिशय निरुपायाने लक्ष्मण तिथून बाहेर पडला. सीता एकटी असल्याची ही संधी साधत ब्राह्मणाच्या वेशात आलेल्या रावणाने तिचं अपहरण करून तिला पुष्पक विमानात बसवलं. हे त्याच्या योजनेबरहुकूम घडलं.'

हे ऐकताच बराच वेळ कोणी काही बोललं नाही. नेमकं काय आणि कसं घडलं असेल, याचा अर्थ प्रत्येकजण लावत होता. ऊर्मिलेच्या दृष्टीने हे विचित्र होतं.

कौसल्या उसळून म्हणाली, 'सौमित्राला कळायला नको होतं का? त्याने तिला कुटीत एकटं सोडलंच कसं? त्याने सीतेकडे लक्ष द्यावं असं रामाने सांगितलं होतं ना? मग आपल्या बंधूची अवज्ञा कशी काय केली त्याने? अतिशय निष्काळजी आणि हयगय दर्शवणारं कृत्य होतं ते!'

कौसल्येने ठेवलेल्या ठपक्यामुळे ऊर्मिला दुखावली गेली. आपल्या तोंडून अपमानास्पद विधान बाहेर पडू नये म्हणून तिने दाताने ओठ आवळून धरला.

भरताने झटक्यात उत्तर दिलं, 'नाही माता, लक्ष्मण असं कधीही वागणार नाही. सीतेचं रक्षण करताना त्याने प्राणत्यागही केला असता. तो कधी रामाची अवज्ञा करणं शक्यच नाही. त्याने कधीही सीतेला असुरक्षित

ठेवलं नसतं. यामागे नक्कीच काहीतरी चतुराई असणार. तू असा कोणाला दोष देऊ शकत नाहीस.'

आत्ता पहिल्यांदाच संभाषणात भाग घेत मांडवीने विचारलं, 'मला हे कळत नाही की, ते तिघं त्या अरण्यात तिथे आहेत हे रावणाला कसं समजलं? तो लंकानरेश आहे. दंण्डकारण्यातील पंचवटीत त्याचं काय काम?'

'त्यामागे वेगळी कथा आहे,' खोल श्वास घेत भरत सांगू लागला.

'गेली तेरा वर्षं राम आणि लक्ष्मण दंण्डकारण्यात वास्तव्याला आहेत. ऋषिमुनींच्या यज्ञात आणि ध्यानधारणेत विघ्न आणणाऱ्या कैक राक्षसांचा नाश त्यांनी केला आहे. पंचवटीजवळ असलेल्या जनस्थान या ठिकाणी राहणाऱ्या खर आणि दूषण या रावणाच्या बंधूंच्या आज्ञेवरून हे राक्षस अनेकदा असहाय ऋषींचा वध करत असत. एक दिवस रावणभगिनी शूर्पणखा हिच्या दृष्टीस राम पडला. तो तिच्या मनात भरला. तिने त्याला विवाहाची मागणी घातली. आपण विवाहित असून सीता ही आपली पत्नी आहे हे त्याने सांगताच तिने लक्ष्मणाकडे मोर्चा वळवला,' असं म्हणत भरताने संकोचाने ऊर्मिलेकडे पाहिलं. ती विचारमग्न होती. मात्र, तिच्या मनाला मत्सराचा स्पर्शही झाला नव्हता. विवाहाच्या आदल्या दिवशी शांताला पाहून आपल्याला किती असूया वाटली होती हे तिला आठवलं. तिची ती अप्रगल्भता कधीचीच मागे पडली होती. इच्छेमुळे मत्सर जागा होतो आणि विश्वास असेल तिथे मत्सराला स्थान नसतं हे ती अनुभवाने शिकली होती. लक्ष्मणावर तिचा पूर्ण विश्वास होता.

भरत संकोचून पुढे म्हणाला, 'शूर्पणखा लक्ष्मणासमोर गेली. त्याने आपल्याशी विवाह करावा अशी विनवणी तिने केली. त्यानेही नम्रपणे नकार दिला. अशा प्रकारे दोनदा झिडकारल्यामुळे शूर्पणखा संतापली. सीता आपल्या मार्गात अडथळा आहे या विचाराने तिने सीतेवर झडप घातली परंतु, तिचा विचार लक्षात येऊन विजेच्या चपळाईने हालचाल करत लक्ष्मणाने तलवार उपसून तिचं नाक छाटलं.'

ऊर्मिला थक्क झाली. एखादी स्त्री आपल्या पतीला मोहात पाडते आहे याचा तिला धक्का बसला नाही पण, त्याने दाखवलेलं क्रौर्य...

तिचा उतरलेला चेहरा भरताच्या नजरेतून सुटला नाही. तिची समजूत घालत तो हळुवारपणे म्हणाला, 'ऊर्मिला, लक्षात घे, ती राक्षसीण होती. त्यातून ती सीतेवर हल्ला करणार होती. रामाने तारकेला ठार केलं किंवा

लक्ष्मणाने शूर्पणखेला विद्रूप केलं – हा हिंसाचार किंवा अनादर नाही. स्व-संरक्षणार्थ केलेल्या या कृती आहेत. मी पुढे काय सांगतो ते ऐकलंस तर तुझ्या लक्षात येईल की, सीतेच्या अपहरणाचा हा जो अनर्थ झाला आहे त्याला ही शूर्पणखाच कारणीभूत आहे.' भरत पुढे सांगू लागला, 'विद्रूप झालेली शूर्पणखा आपल्या बंधूंकडे धावली. जखमेपेक्षा अपमानाचं शल्य तिला सोसवेना. तिच्या अपेक्षेप्रमाणे खर आणि दूषण हे तिचे दोन बंधू सशस्त्र आणि ससैनिक रामलक्ष्मणावर चालून गेले. राम-लक्ष्मणाने अल्पकाळात त्यांना ठार केलं. पराजित शूर्पणखा लंकेत रावणासमोर पोहोचली. आपल्या अपमानाचं रडगाणं तिने रावणासमोर गायलं. सूड घेण्याची मागणी केली. त्या दोघांना संपवण्याचं वचन रावणाने तिला दिलं. मात्र, त्या दोघांनी खर, दूषण आणि राक्षससेनेचा कसा निःपात केला आहे हे लक्षात येताच रावणाच्या मनात वेगळी योजना आकाराला आली. राम आणि लक्ष्मणाला गुडघे टेकायला लावायचे असतील तर ते केवळ सीतेच्या माध्यमातून शक्य आहे हे त्याने चाणाक्षपणे हेरलं. म्हणूनच, मातुल मारीचाच्या साहाय्याने त्याने काटेकोर योजना आखली. रामाचा पराक्रम मारीच जाणून होता. फार पूर्वी विश्वामित्रांच्या आश्रमात माता तारका आणि बंधू सुबाहू यांच्या जोडीने उत्पात घडवून आणण्याचा प्रयत्न त्याने केला होता. त्या प्रसंगी तोच एकटा राम आणि लक्ष्मणाच्या बाणांतून वाचला होता.'

हे ऐकणाऱ्या ऊर्मिलेच्या मनात वेदना, भीती आणि संताप दाटून आला.

'आणि अशा हिंस्र जगात माझी भगिनी गेली, तेव्हा आपल्यापैकी कोणीही तिला थांबवलं नाही,' ऊर्मिलेने जळजळीत स्वरात म्हटलं. कौसल्येकडे बघत ती पुढे म्हणाली, 'माता, किती सहजगत्या तुम्ही लक्ष्मणाने हयगय केल्याचा आरोप केलात! हे जग तुमची री ओढायला कमी करणार नाही. मुळात, राक्षसांचं वास्तव्य असलेल्या त्या जगात सीतेला जाऊ का दिलंत? तिची श्वश्रू म्हणूनच नाही तर एका कन्येची माता म्हणून तुम्ही तिला थोपवायला नको होतं का?' वर्षानुवर्षं दाबून ठेवलेल्या ऊर्मिलेच्या भावनांचा उद्रेक झाला. 'आजवर सातत्याने तुम्ही रामाच्या नावाने आक्रोश करत आला आहात. तथापि, अत्यंत धोकादायक अरण्यात त्याच्या पावलावर पाऊल टाकत चालणाऱ्या सीतेची निर्भयता तुम्हाला कधी जाणवली नाही का? तिने बरोबर येऊ नये म्हणून रामाने तिची आर्जवं केली. त्या क्षणी पुढे होत तुम्ही एखादा शब्द बोलला असतात,

तर सीता कदाचित त्याच्या मागून गेली नसती. पण नाही! राम अरण्यात जात आहे ह्या विचारात तुम्ही इतक्या मग्न होतात की, इतर कुठली बाब तुम्ही लक्षात घेतली नाहीत!' ऊर्मिलेचा स्वर अचानक निर्विकार झाला. ती तशीच पुढे म्हणाली, 'खरं सांगायचं तर सीता त्याच्याबरोबर जात आहे हे पाहून तुम्हाला बरं वाटलं होतं. अरण्यात त्याची काळजी घेतली जाईल म्हणून तुम्ही निःश्वास टाकला होता. या मार्गावर येणाऱ्या संकटांचा विचार न करता तिने आपला पत्नीधर्म पाळला म्हणून ती आदर्श स्त्री ठरली. माता, राम किंवा लक्ष्मण यांच्याकडे लक्ष देण्याची गरज नव्हतीच! आवश्यकता होती ती सीतेकडे पाहण्याची. ते दोघं योद्धा आहेत, ती नाही!'

ऊर्मिलेला आता कोणाचंही भान उरलं नाही. घोर चिंतेने तिच्या मनात प्रवेश केला होता. कसाबसा आवंढा गिळत ती पुढे म्हणाली, 'अरण्य ही कुणाहीसाठी - विशेषतः, स्त्रियांसाठी सुरक्षित जागा नाही ह्याबद्दल मला लक्ष्मणाने अवगत केलं होतं. ह्यामागे त्याचा पुरुषार्थ बोलत नव्हता. हे सांगताना त्याच्या नजरेत प्रियजनांबद्दल चिंता आणि काळजी होती. पण तुम्ही सर्व...तुम्हाला कधी तिची काळजी वाटली का? तिला धोका आहे हे कधी तुमच्या लक्षात आलं का? ती नववधू होती, पतीच्या प्रेमात पडली होती, त्याची अखंड सोबत करण्याचा आवेश तिच्या मनात होता. तुम्ही ज्येष्ठांनी त्या वेळेस काय केलं? तुमच्यापैकी कोणी तिला का थांबवलं नाही? तुम्ही दिलेला धोक्याचा इशारा आमच्यासाठी आज्ञा ठरू शकला असता. तुमचं सोडा, मी सीतेला का थोपवलं नाही? मी थोपवू शकले असते, मी थोपवायला हवं होतं!' ऊर्मिलेने स्वतःची खरडपट्टी काढायला सुरुवात केली.

रागाने बेभान झालेला तिचा हा अवतार मांडवी पहिल्यांदाच पाहत होती. सीतेबद्दल वाटणारी आत्यंतिक काळजी आणि पुढे वाट्याला येऊ पाहणाऱ्या दुर्दैवाची कल्पना ह्यामुळे ऊर्मिला झाकोळली होती. तिच्या नजरेत खंत उमटली होती. पटकन पुढे होत मांडवीने ऊर्मिलाचे थरथरते हात हातात घेतले. ते थंडगार पडले होते. तिला धीर देत मांडवी म्हणाली, 'ऊर्मि, शांत हो. तू स्वतःला का अपराधी ठरवतेस? तू कितीही गयावया केली असतीस तरी सीतेचं मनपरिवर्तन झालं नसतं, तिने तुझं ऐकलं नसतं, तिचा ठाम स्वभाव तुला अवगत नाही का? ह्याला तू तुझं दुर्लक्ष का समजतेस? मध्यस्थी करण्यात तू कमी पडलीस असं का मानतेस?'

ह्या शब्दांनी ऊर्मिलेचं समाधान होणार नव्हतं. तिने ठासून विचारलं, 'मग, कोण कमी पडलं?' कौसल्येकडे रोख वळवत ती थरथरत म्हणाली, 'माता, राम आणि लक्ष्मण जसे अविभाज्य आहेत, तशाच मी आणि सीतादेखील होतो. असं असताना मला तिच्याबरोबर जाण्याची अनुमती का मिळाली नाही?' ती संतापली आहे की नैराश्याने ग्रासली आहे, हे मांडवीला ठरवता येईना. ऊर्मिलेचा आवेग विलक्षण होता. ती पुढे म्हणाली, 'लहानपणी रामापासून दूर नेताच लक्ष्मण आक्रोश करत असे म्हणून त्यांचे पाळणे नेहमी शेजारी असत असं ऐकून आहे मी. माता, आमचंही तसंच होतं! सीतेपासून एक क्षणही मी दूर राहिले नव्हते. आम्ही केवळ भगिनी नव्हतो, आम्ही आत्मसख्या होतो. सगळा दोष माझाच आहे. त्या वेळेस मी खंबीर राहायला हवं होतं. एकतर मी तिच्याबरोबर जायला हवं होतं नाहीतर तिला इथेच थांबवायला हवं होतं. पण छे! किती स्वार्थी होते मी! माझ्याच दुःखात मग्न राहिले. तिच्या भल्याचा विचारही मी केला नाही. आपल्यापैकी कुणीही तो केला नाही. वैयक्तिक वेदना कवटाळून बसण्याच्या नादात कुणाच्याच हे लक्षातही आलं नाही की, त्या घनघोर अरण्यात सीतेला किती धोका आहे. ह्या क्षणी तिची अवस्था किती बिकट असेल!'

तिच्या स्वरात असलेली जळजळ आणि वेदना मांडवीच्या मनाला स्पर्शून गेली. थरथरणारी ऊर्मिला कोणत्याही क्षणी कोसळेल असं तिला वाटलं. खोल श्वास घेत ऊर्मिला दुप्पट जोमाने उसळली, 'आता कोण आहे तिथे सीतेसाठी? राक्षसांच्या दयेवर एकटी, एकाकी, असुरक्षित सीता कशी जगत असेल?' कित्येक वर्षांपूर्वी पाहिलेल्या रावणाचा चेहरा नजरेसमोर येताच ऊर्मिला अंतर्बाह्य थरारली. 'रावणापासून तिचं रक्षण कोण करणार? हे सारं घडून सहा मास झाल्यावर आपल्याला समजतं आहे. तिने अजून किती प्रतीक्षा करायची? राम आपली सुटका करेल या आशेवर तिने किती दिवस काढायचे? त्याच्याप्रति असलेलं प्रेम, निष्ठा आणि इच्छाशक्ती किती काळ पणाला लावायची? तोवर ती तग धरू शकेल का? तोवर तिचा निभाव लागेल का? या विपरीत परिस्थितीतून सुटका करून घेण्यासाठी तिच्या हातून एखादी अनिष्ट कृती घडली तर? तिने स्वतःला... स्वतःला संपवण्याचा प्रयत्न केला तर? आपल्याला ते समजणारदेखील नाही. हे ईश्वरा, आम्हाला साहाय्य कर!'

ऊर्मिलेची असहाय अवस्था पाहून तिच्या दोन्ही बहिणींची घालमेल झाली. त्यांना शक्तिपात झाल्यासारखं वाटलं. आजवर ऊर्मिला कधी हतबल झालेली त्यांनी पाहिली नव्हती. ऊर्मिलेच्या थरथरत्या खांद्यांवर हलकेच हात ठेवत सुमित्रा खंबीरपणे म्हणाली, 'ऊर्मिला, असा त्रागा करू नकोस. स्वतःला आणि इतरांनाही दूषणं देऊ नकोस. आपण कितीही सांगितलं असतं तरी सीतेने ऐकलं नसतं. रामाने प्रयत्न केला होता, नाही का? तिने जर त्याचंच ऐकलं नाही तर आम्हा कुणाचं कसं ऐकलं असतं? त्यात तूसुद्धा आलीस ना?'

मांडवी गयावया करत म्हणाली, 'ऊर्मि, सीतेने एकदा निर्णय घेतला की, तिला त्यापासून कुणीही मागे ओढू शकत नाही हे तुला माहीत नाही का?'

संतापाने ऊर्मिला अस्वस्थ झाली होती. कुणाच्याही समजवण्याचा तिच्यावर परिणाम होत नव्हता पण तरीसुद्धा विवेकाने तिच्या त्राग्यावर मात केली. त्या दोघी आपल्याला जे समजवत आहेत त्यात तथ्य आहे हे तिच्या लक्षात आलं.

तरीही निर्विकार स्वरात ती म्हणाली, 'मी तिच्याबरोबर असायला हवं होतं. ते दोघं कुटीतून बाहेर गेले तेव्हा मी तिचं संरक्षण...'

तिच्या बोलण्याचं खंडन करत सुमित्रा म्हणाली, 'नाही! तुम्ही दोघीही असुरक्षित झाल्या असत्या हे लक्षात घे. फार विचारपूर्वक रचलेला व्यूह होता तो. अन्यथा, अत्यंत वास्तववादी आणि विचारी राम सुवर्णमृगामागे कसा धावला असता? ऊर्मिला, तू म्हणतेस त्याप्रमाणे चंदेरी ठिपक्यांचा कांचनमृग अस्तित्वातही नाही. तरीदेखील सीतेला मोह आवरला नाही. हेदेखील त्या सर्वांच्या प्रवृत्तीविरुद्ध आहे. बिचारा सौमित्र! तो तरी काय करणार? बंधूने दिलेली आज्ञा आणि पतीप्रेमापोटी चिंताग्रस्त झालेल्या सीतेची याचना अशा द्विधावस्थेत तो पडला असणार. अकल्पिताचा मागोवा घेण्याच्या नादात प्रत्येक जण सुज्ञ विचारशक्ती गमावून बसल्यागत परिस्थिती होती ती. पुत्री, हे असंच घडणार होतं.'

'नाही, ही नियती आपण ओढवून आणली आहे. आपण फक्त पुरुषांना जाऊ द्यायला हवं होतं. सीतेने तिथे जायलाच नको होतं!' आवेशाने असं म्हणून ऊर्मिला कैकयीकडे वळली. इतका वेळ कैकयीने अवाक्षरही उच्चारलं नव्हतं. काकुळतीला येत ऊर्मिला म्हणाली, 'माता, तुम्ही तरी काही बोला. तुम्ही सर्व जाणता. सीता त्या भाकिताचा भाग होती का? हे कार्य रामासाठी

होतं ना? इथे सीतेची परीक्षा नव्हती ना? या सगळ्याचा बळी सीता ठरणार होती का? अंतहीन अशा या दुःस्वप्नात ती का ओढली गेली?'

'पुत्री, ते मला नाही सांगता येणार!' हे बोलणाऱ्या कैकयीचा चेहरा शांत असला तरी इतरांप्रमाणेच तीही चिंतित होती हे तिच्या नजरेतून जाणवत होतं. 'ती रामाची पत्नी असून तिने आपणहून वनवास पत्करला ह्यामागे नक्कीच काही संकेत असणार. जर राम रावणवध करणार असेल तर त्याला निमित्त सीता ठरणार असेल. असं असेल तर चिंता करण्याचं किंवा निराश होण्याचं कारण नाही. राम तिला पुन्हा जिंकून घेईल. इतक्या कष्टांचा सामना करूनही सीता त्यांच्याबरोबर सुरक्षित परत येईल.'

रावणाचा उघड उल्लेख ऐकून ऊर्मिलेचा थरकाप झाला. सीता स्वयंवरप्रसंगी रावणाच्या नजरेत उमटलेले कामुक भाव तिला आठवले. 'तुझ्यामुळे माझा हा असा अपमान झाला आहे. हा दिवस मी कधीही विसरणार नाही. या घटकेचं स्मरण मला सदैव होत राहील...!' रावणाचे शब्द आठवून ऊर्मिला अंतर्बाह्य थरारली.

कित्येक वर्षांपूर्वी झालेला अपमान आणि सीतेबद्दल दाटून आलेली कामुकता पूर्ण करणं हे तिच्या अपहरणामागचं खरं कारण होतं का? शूर्पणखाची विटंबना आणि रामाचा सूड ही केवळ बाह्य निमित्तं असतील का? नकार पचवू न शकणाऱ्या विवाहोत्सुक पुरुषाचा सूडाचा प्रवास होता का तो? सूड की वासना? की दोन्ही? ऊर्मिला आशंकेने शहारली. रावण सीतेला कसं वागवत असेल? डोळे घट्ट मिटून तिने सारं नजरेआड करण्याचा प्रयत्न केला. डोळे उघडायची भीती तिला वाटत होती. हे अंतहीन दुःस्वप्न कधी सरणार होतं की नाही? आशा आणि सौख्य वाट्याला आणणारा नवा दिवस कधी उजाडणार होता की नाही?

युद्ध

एक बाण तिच्या दिशेने सणसणत आला. ती अवाक् झाली. बाण पुढे पुढे येत राहिला. तिच्या बाजूने जात तो बाण खप्पकन लक्ष्मणाच्या हृदयात घुसला. त्याची छाती चिरली गेली. तो कोसळला. दोन्ही हात पसरत तो खाली पडला. त्याच्या घशातून हृदयद्रावक किंकाळी उमटली. ती कानावर पडताच युद्ध तात्पुरतं थांबलं. परंतु, त्याचं मस्तक भूमीला स्पर्श करण्याआधी कोणीतरी त्याचं शरीर सावरलं. कुणीतरी त्याला युद्धभूमीपासून दूर नेऊ लागलं. तितक्यात पुढे होत रामाने आपल्या निःश्चेष्ट बंधूला दोन्ही हातांनी उचललं. तो बाण अजूनही त्याच्या हृदयात तसाच होता. त्याचा श्वास थांबला होता. त्याच्या अवतीभोवती हजारो साप वळवळत होते. युद्धभूमीवर कोसळलेल्या अनेक मृत शरीरांवरून ते फिरत होते. राम आता लक्ष्मणाच्या बाजूला बसून रुदन करत होता. त्याच्या मांडीवर असलेल्या लक्ष्मणाच्या मस्तकावर रामाच्या अश्रूंचा अभिषेक होत होता. लक्ष्मणाचा चेहरा पांढरा फटफटीत पडला होता. जीवनाचा रंग आणि अंशही त्यावर दिसत नव्हता....

वेदनेने कळवळून ऊर्मिलेने खाडकन डोळे उघडले. तिच्या नजरेस तिच्या शयनकक्षाचं नक्षीदार छत पडलं. लक्ष्मणाचा निष्प्राण देह तिच्या नजरेसमोरून जात नव्हता. तिच्या कानावर धडधड असा आवाज पडला. तिच्याच हृदयाची धडधड होती ती. विचारांचं काहूर तिच्या मनात माजलं होतं. थरथरणाऱ्या शरीराला सावरत ती कशीबशी उठली. ते एक वाईट स्वप्न होतं – फार वाईट... तो परतून येणार होता... तिने स्वतःची पुन्हा समजून घातली.

गेली चौदा वर्षं तिने आत्यंतिक नैराश्यात काढली होती. गेले दोन मास तिच्या मनाची विकल अवस्था झाली होती. रावणाने सीतेचं अपहरण केल्यानंतर विविध वार्ता तिच्यापर्यंत पोहोचत होत्या. पत्नी विरहात वेडापिसा झालेला राम सीतेच्या शोधार्थ रानोमाळ भटकत होता. एकाक्ष कबंधाच्या माध्यमातून राम आणि लक्ष्मण पंपा या ठिकाणी पोहोचले होते. किष्किंधानगरीचा बहिष्कृत राजा सुग्रीव तिथे वास्तव्यास होता. त्याच्याबरोबर हनुमान आणि थोडीफार वानरसेना होती. पुष्पक विमानातून रावणाने सीतेला नेलं, तेव्हा तिने स्वतःचे अलंकार खाली फेकले होते. ते या वानरांना सापडले होते. एका गाठोड्यात नीट बांधून ठेवलेले अलंकार त्यांनी रामाच्या हाती देताच राम आणि सुग्रीव यांच्यात मैत्रीचं नातं निर्माण झालं. सुग्रीवाचा बंधू वाली याने त्याचं राज्य आणि पत्नी दोन्ही बळकावलं होतं. ते परत करण्याचं वचन रामाने त्यांना दिलं. त्या मोबदल्यात सुग्रीव आपली संपूर्ण वानरसेना लंकेवर आक्रमण करण्यासाठी देणार होता. ठरल्याप्रमाणे सुग्रीव आणि वाली यांच्या द्वंद्वात रामाने वालीला ठार केलं. सुग्रीवाचं राज्य त्याला परत मिळताच त्याने हनुमानाला सीतेच्या शोधार्थ पाठवलं. अशोकवाटिकेत राक्षसिणींच्या गराड्यात बसलेली सीता हनुमानाच्या नजरेस पडली. तो तिला रामाकडे घेऊन जायला तयार होता परंतु, तिने नकार दिला. रामाने स्वतः लंकेत येऊन उद्धट रावणाच्या पकडीतून आपल्याला सोडवून न्यावं अशी तिची इच्छा होती. त्या इच्छेचा सन्मान राखत हनुमान लंकेतून निघाला. मात्र, त्याआधी त्याने लंकादहन केलं. भर राज्यसभेत त्याने रावणाला सूचित केलं की, राम स्वतः येऊन प्रत्यक्ष लंकेत रावणाचा वध करेल. हनुमान किष्किंधानगरीत परतल्यावर देवांचा वास्तुविशारद विश्वकर्मा याचा पुत्र नल याने सर्व माकडांच्या साहाय्याने अफाट महासागरावर सेतू बांधला. ह्या सेतूवरून राम-लक्ष्मण वानरसेनेसह लंकेच्या किनाऱ्यावर पोहोचले. रामाने रावणाविरुद्ध युद्ध पुकारलं.

विधिलिखिताप्रमाणे रावण रामाच्या हातून मारला जाणार याची ऊर्मिलेला खात्री होती पण मग तिला पुन्हा पुन्हा हे स्वप्न का पडत होतं? ते भाकित फक्त रामाबद्दल होतं, सीता किंवा लक्ष्मणाबद्दल नाही; तिच्या मनात क्षीण स्वर उमटत होता. ते दोघं सुरक्षित नव्हते का? त्यांच्यावर कुठली आपत्ती कोसळणार होती? कुठल्याच प्रश्नाचं उत्तर ऊर्मिलेला ठाऊक नव्हतं आज पहिल्यांदाच ती मनोभावे प्रार्थना करू लागली. सीतेप्रमाणे ती कधीच

एकनिष्ठ भक्त नव्हती. मांडवी किंवा कीर्तीप्रमाणे तिच्यात निस्सीम धार्मिकता नव्हती. तरीसुद्धा लक्ष्मण आणि सीतेचं रक्षण व्हावं, त्यांना इजा होऊ नये या एकाच विचाराने प्रभावित होत तिने उच्च शक्तींना आवाहन करायला सुरुवात केली. जेव्ह सर्व आशा नष्ट होतात, तेव्हा केवळ इच्छाशक्ती जागृत राहते. त्या जोरावरच आश्चर्य घडून येण्याची वाट पाहिली जाते.

भरत तिच्या भेटीला आला आहे हे सुमित्रेने सांगताच ऊर्मिला चकित झाली. पुन्हा भरत! तिच्या कपाळावर आठी उमटली. आता अशी कुठली दुःखद वार्ता होती, ज्यामुळे तो परत अयोध्येत आला होता? तिच्या मनात अंधूक आशा डोकावली. सीतेबद्दल काही...? रावणाने रामाचा वध केला...? सीता मुक्त झाली...?

सीता आणि रामाचं पुनर्मिलन झाल्याच्या विचाराने ऊर्मिलेच्या ओठांवर किंचित हसू उमटलं पण सर्वांच्या चेहऱ्यावरचे भाव बघून ती हतबद्ध झाली. प्रत्येकाचा चेहरा समान वेदनेने पिळवटला होता.

भरत पुढे आला. त्याचे डोळे अश्रूंनी डबडबले होते. चेहरा उतरला होता. त्याला समजलेली वार्ता ऊर्मिलेच्या कानांवर घालण्यासाठी त्याने धीर एकवटला, ‘रावणपुत्र इंद्रजित याने सोडलेल्या जीवघेण्या बाणाने लक्ष्मण जखमी झाला आहे. त्याच्या हृदयाजवळ बाण घुसला आहे. युद्धभूमीवर तो बेशुद्धावस्थेत आहे. त्याच्या जीविताची खात्री नाही. तो जेमतेम सूर्योदयापर्यंत जगू शकतो... नुकतीच ही वार्ता हनुमानाने माझ्या कानावर घातली आहे. हे ईश्वरा! आता मी काय करू?’ इतकं बोलून भरत ढसाढसा रडू लागला. त्या आवेगाने त्याचं शरीर थरथरत होतं.

युद्धभूमीवर कोसळू पाहणाऱ्या लक्ष्मणाची प्रतिमा समोर येताच ऊर्मिलेला स्वप्नाचा अर्थ उलगडला. ते स्वप्न असलं तरी हे वास्तव होतं. शारीरिक धोक्याची पूर्वसूचना मिळते तेव्हा त्यामागे विशिष्ट गंध असतो, त्याला विशिष्ट धार असते. काय घडू पाहत आहे याची कल्पना तिला तत्क्षणी आली. तिच्या मेंदूचा कणन्‌कण आक्रंदन करू लागला. हृदयाची धडधड पराकोटीला गेली. आता ठामपणे उभं राहणं किंवा शरण जाणं या दोनच गोष्टी ती करू शकत होती. तथापि तिला काहीच जमेना. त्याच्याबरोबर व्यतीत केलेला प्रत्येक क्षण तिच्या नजरेसमोरून क्षणार्धात तरळला – मिथिलेच्या उपवनात झालेलं त्याचं पहिलं दर्शन, तिच्या रक्षणार्थ स्वयंवरमंडपात त्याने परजलेली तलवार, रामासमोर अंतरीची भीती

उघड करताना उच्चारलेले शब्द, तिने आपल्याशी विवाह करू नये म्हणून तिला परावृत्त करण्यासाठी केलेली याचना, त्यांच्या विवाहप्रसंगी त्याचं चिडवणं, त्याची मिठी, तिच्या मनगटावरून फिरणारा त्याचा अंगठा, तिच्या अंबाड्याचा आकडा काढून तिच्या मोकळ्या केसांकडे पाहणारी त्याची अनिमिष नजर, त्याच्या शेवटच्या चुंबनामुळे होणारा तिच्या ओठांचा दाह, चित्रकूट पर्वतावर तिला चिडवून त्याचं हसणं... आणि सरतेशेवटी युद्धभूमीवर त्याचं निःश्चेष्ट पडणं... तो प्रत्येक प्रसंग खरा होता. एक आयुष्य संपल्याची जाणीव करून देत होता. तिचं रक्त गोठलं. हृदय पिळवटलं. तिच्या हृदयाची चिरफाड होत होती का? ऐकलेल्या एकाही शब्दावर विश्वास ठेवण्याची तिची तयारी नव्हती. मनाची आत्यंतिक दोलायमान अवस्था ती अनुभवत होती. विश्वास ते विस्मरण, मरण्याची आशा ते जगण्याची इच्छा... असं कसं होईल? तिने त्याची फार काळ प्रतीक्षा केली होती. तिचं प्रेम आणि श्रद्धा यांचा विश्वासघात तो कसा करू शकत होता. तेही विरहाच्या या शेवटच्या टप्प्यात? अवघ्या काही दिवसांचाच प्रश्न होता. त्यानंतर तिचा विजयी वीरपती, एकनिष्ठ प्रियकर परतणार होता. तो तिच्याकडे परतून येणार होता.

अचानक ऊर्मिलेला शांतता जाणवली. तिच्या मनात सुमित्रेचा विचार आला. ती उद्ध्वस्त झाली असणार या विचाराने ऊर्मिलेने तिच्याकडे पाहिलं. शत्रुघ्नाच्या खांद्याचा आधार घेऊन ती माता धीरोदात्तपणे उभी असली तरी तिच्या नजरेत पुत्रशोकाची व्याकुळता दिसत होती.

तिच्या दिशेने पुढे होत ऊर्मिला म्हणाली, 'माता! घाबरू नका. तुमच्या पुत्राचं हृदय रामनामाने व्यापलं आहे, असं तुम्हीच मला सांगितलं होतं. असं असताना राम त्याला संकटात कसं पडू देईल? कदाचित, झालेल्या जखमेमुळे लक्ष्मण गाढ निद्रेत असेल. तो शुद्धीवर येऊन पुन्हा युद्धाला सुरुवात करेल. तो तुमचा सौमित्र आहे. त्याला दुखापत कशी होईल? तो नेहमी सुरक्षित राहील. उलट, या क्षणी राम अतिशय चिंतित असणार. त्याचं सांत्वन कसं करता येईल?'

हे ऐकताच भरताने आश्चर्याने म्हटलं, 'अगदी बरोबर, तो खरोखरच सांत्वनापल्याड गेला आहे. दुःखाने वेडापिसा झाला आहे. घोर नैराश्याच्या भरात पराजय स्वीकारत त्याने शस्त्रांचा त्याग केला आहे. ज्या एका व्यक्तीवर त्याने सर्वाधिक प्रेम केलं होतं, ती व्यक्ती म्हणजे लक्ष्मण; तोच

जर या जगात नसेल तर विजयाचा उपयोग काय, असं म्हणत त्याने शस्त्रं खाली ठेवली आहेत. तो आता युद्धास तयार नाही. माता सुमित्रा आणि तुला तोंड दाखवण्याच्या कल्पनेने कासावीस होऊन त्याने अयोध्येला परत यायला नकार दिला आहे. जगण्यासारखं काही उरलं नाही, असा विलाप करत तो युद्धभूमीवर लक्ष्मणाला मांडीवर घेऊन बसला आहे.'

'असं करून कसं चालेल?' ऊर्मिलेचा थरकाप उडाला होता. ती व्याकूळ होऊन पुढे म्हणाली, 'रामाला निराश होऊन चालणार नाही. लक्ष्मण उठून उभा राहील याची रामाला खात्री देणारं कुणीच नाही का तिथे? लक्ष्मणाला काहीही होऊ शकत नाही, मी हे जाणून आहे. तो योद्धा आहे. तो पराभव स्वीकारणार नाही. आपल्या बंधूबरोबर तो हे युद्ध जिंकेल. तो आपल्या बंधूसाठीच जगतो!'

'आणि, आपल्या बंधूसाठी तो मरणही पत्करेल,' सुमित्रेच्या तोंडून कसेबसे शब्द बाहेर पडले. तिचे खांदे उतरले होते, मस्तक झुकलं होतं, शरीर वाकलं होतं.

'नाही माता; असा अशुभ विचार करू नका! रामानेही तो करता कामा नये,' ऊर्मिला त्या वृद्ध स्त्रीला समजावू लागली. स्वतःला सावरत ती पुढे म्हणाली, 'भरत, तू ताबडतोब लंकेला प्रयाण कर. रामाला तुझ्या मदतीची आणि पाठिंब्याची गरज आहे.'

भरत आदराने म्हणाला, 'नाही! रामाला माझी आवश्यकता नाही. त्याच्याबरोबर रावणाचा दुखावलेला बंधू बिभीषण आहे. शिवाय, हनुमानही आहे. त्याची एकनिष्ठता वाखाणण्याजोगी आहे. हातात काहीतरी प्रचंड वस्तू घेऊन अयोध्येवरून उड्डाण करणारा हनुमान माझ्या नजरेस पडला होता. तो एखादा असुर असेल या कल्पनेने मी त्याच्यावर बाण सोडला. त्याबरोबर माझ्यासमोर येऊन उभं राहत त्याने स्व-परिचय करून दिला. त्याच्या हातात गंधमादन पर्वत होता. वानरवैद्य सुशेण याने त्याला हिमालय पर्वतरांगांमधील गंधमादन पर्वतावर आढळणारी संजीवनी वनस्पती शोधून आणायला पाठवलं होतं. सूर्योदयापूर्वी तिचा वापर करता आला तर कदाचित लक्ष्मण शुद्धीवर येईल. पर्वतावरील घनदाट वनस्पतींमधून नेमकी संजीवनी न हुडकता आल्यामुळे हनुमानाने संपूर्ण पर्वत उपटला होता. पर्वत घेऊन परत जाणारा हनुमान माझ्या नजरेस पडला होता. लक्ष्मणाच्या जीवितासाठी तोही कासावीस झाला होता. लंकेत पोहोचण्याची आणि लक्ष्मणावर उपचार

करण्याची त्वरा त्याच्यात दिसत होती.' भरताचा आवाज थरथरत होता. येऊ घातलेल्या मृत्यूच्या कल्पनेने तोही घाबरला होता.

ऊर्मिलेने शांतपणे मान हलवली. 'सातत्याने रामनामाचा जप करत हनुमान जर हिमालयावर जाऊन संपूर्ण पर्वत उपटून आणू शकतो, तर आता त्याला कोणीच थोपवू शकणार नाही. तो अगदी वेळेत लंकेला पोहोचेल.' तिच्या चेहऱ्यावर जराही चिंता दिसत नव्हती. अतिशय निश्चलतेने ती म्हणाली, 'तो वाचवेल लक्ष्मणाला. लक्ष्मण आपलं सामर्थ्य परत मिळवेल. त्याला नव्याने उद्देश गवसेल. तो लढेल. हे युद्ध राम आणि लक्ष्मण, दोघं मिळून जिंकतील. रावणाला वधतील. लवकर ते सीतेसह स्वगृही परततील. हे असंच घडणार आहे.'

तिच्या स्वरातील निश्चलतेमुळे सर्वांना भीती वाटली तरी ते प्रभावितही झाले. हा ऊर्मिलेचा मूळ स्वभाव होता. कितीही मोठी आपत्ती कोसळली तरी ती शांत राहत असे. तिला इतकी खात्री कशी वाटत होती? तिच्याही मनात कुठेतरी शंका होती. लक्ष्मणाला खरोखरच काही झालं तर – जसं या क्षणी झालं होतं – ती स्वतःला कशी सावरू शकणार होती? तिचं त्याच्यावर आत्यंतिक प्रेम होतं. त्याच्याशिवाय ती जगू शकली नसती. आज ना उद्या तो परतून येईल या एकाच आशेवर ऊर्मिलेने गेली चौदा वर्षं घालवली होती. तो येणार होता हे नक्की पण आलाच नाही तर? या भीतीने कीर्तीच्या हृदयात कळ उठली. भरताने आणलेल्या वार्तेनुसार लक्ष्मणाच्या शरीरात विष भिनत असल्यामुळे त्याची प्रकृती क्षणाक्षणाला ढासळत होती. ऊर्मिला मात्र मान्य करत नव्हती. सारं काही नाकारण्याच्या भूमिकेत ती होती का? कीर्तीला आपल्या बहिणीची काळजी वाटू लागली.

शत्रुघ्नाचा चेहरा उतरला होता. सुमित्रा त्याला धरून उभी होती. हुंदके देणारी कौसल्या तिला धीर देण्याचा प्रयत्न करत होती. कैकयीच्या चेहऱ्यावर उमटलेली भीती स्पष्ट होती. लक्ष्मण खरोखरच मरणार होता का? पुन्हा एकदा कीर्तीला ऊर्मिलेच्या शांतपणाची आशंका आली. वरकरणी ऊर्मिला कितीही धीर दाखवत असली तरी आतल्या आत ती भयव्याकूळ झाली असणार याची कीर्तीला जाणीव होती.

तिथल्या शांततेचा भंग करत कीर्ती म्हणाली, 'ऊर्मि, मी जरा मंदिरात जाते... प्रार्थना करते.'

हळुवारपणे मान हलवत ऊर्मिला म्हणाली, 'जा! माता सुमित्राला माझी गरज आहे.' तिचा स्वर भावनेने ओथंबला होता.

मांडवीकडे पाहत मानेने खूण करून कीर्ती तिथून बाहेर पडली. ऊर्मिलेचा अनैसर्गिक शांतपणा पाहून मांडवी चिंताग्रस्त झाली होती. सीतेच्या अपहरणाची वार्ता समजताच ऊर्मिलेने केलेला थयथयाट तिला आठवत होता. त्या दिवशीची ती प्रतिक्रिया अनपेक्षित होती. ऊर्मिलेचा तोल कधीही ढळत नसे. आज मात्र ती जे स्वनियंत्रण दाखवत होती, त्यामुळे मांडवी विचारात पडली होती. थयथयाट ते आत्यंतिक नियंत्रण! दोन विरुद्ध टोकांमध्ये ऊर्मिला दोलायमान होत होती.

गेली चौदा वर्षं मांडवी ऊर्मिलेच्या सोशिकपणाची साक्षीदार होती. दोघींवर समान प्रसंग ओढवला असूनही मांडवी परिस्थितीचा स्वीकार करू शकली नव्हती. वेदना आणि भ्रमनिरास झाल्याच्या भावनेत कडवटपणे एकांडं आयुष्य जगणं मांडवीने अंगीकारलं होतं. तिने स्वतःच स्वतःला बंदिस्त केलं होतं. त्या दरम्यान ऊर्मिला मात्र स्व-विश्वासावर ठाम होती. मांडवीने स्वतःला विरू किंवा झीजू दिलं असलं तरी ऊर्मिलेने स्वतःचा विकास केला होता.

प्रत्येक वेळेस भरत दृष्टीस पडताच मांडवीच्या मनात कडूगोड दुःखाची कळ उठत होती. त्याला प्रत्यक्षात पाहण्याचं सुख आणि तो दूर असल्याचं दुःख. ऊर्मिलेला मात्र आपल्या पतीचं दर्शनही नव्हतं. तो सुरक्षित असेल एवढ्या एकाच आशेवर ती जिवंत होती. अरण्यात त्याच्या आयुष्याला सतत धोका होता. तो कधीही परतून येणार नाही या भीतीखाली आणि त्याला असणाऱ्या धोक्यांच्या दडपणाखाली ती सतत वावरत होती. असं असूनही आजवर तिने एकदाही तसं दर्शवलं नव्हतं. प्रत्येक भावना मनात गाडली होती. आज मात्र, ती थिजल्यासारखी दिसत होती. पुढे होऊन तिला गदागदा हलवावं, या नि:स्तब्ध अवस्थेतून तिला बाहेर काढावं, तिचा पती क्षणोक्षणी मृत्यूच्या जवळ जात आहे या वास्तवाचा स्वीकार तिने करावा असं मांडवीला वाटत असलं तरी आपली बहीण सर्वांपासून फार दूर गेली आहे हे तिला जाणवलं. आशेच्या न संपणाऱ्या विश्वात ती पोहोचली होती. तिच्या जोडीला होतं फक्त प्रेम. या प्रेमाला भीतीची जाणीव होती.

लंकेच्या किनाऱ्यावर युद्ध सुरू होतं, त्याचदरम्यान राजप्रासादातील भिंतींआड प्रत्येकाचं आपापलं युद्ध सुरू होतं, असा विचार ऊर्मिलेच्या मनात आला. काही जण सभोवतालच्या माणसांशी, काही परिस्थितीशी, काही दैवाशी, काही ईश्वराशी, तर काही स्वतःशी युद्ध करत होते. प्रत्येकाचं शस्त्र वेगळं होतं. तिरस्कार, रागाने उच्चारलेले शब्द, प्रेम, संयम आणि दृढ विश्वास.

या आंतरिक युद्धात कोण जिंकणार होतं? कोण काय गमावणार होतं? आजवर मिळवलेल्या यशाच्या बदल्यात तिने स्वतःची निरागसता गमावली होती का?

गेलेल्या आणि जगलेल्या क्षणांचं मूल्य केवळ स्मृतीत दाटलेलं असतं हे लक्षात घेत ऊर्मिलेने उसासा सोडला. ती पुन्हा आपल्या चित्रासमोर उभी होती. संपत आलेल्या युद्धाप्रमाणे हे चित्रंही पूर्ण होत आलं होतं. हनुमानाने आणलेल्या संजीवनीमुळे लक्ष्मण त्या जीवघेण्या बाणातून वाचला होता. तो अधिक नेटाने इंद्रजिताला भिडला होता.

त्याबद्दल बोलताना शत्रुघ्न म्हणाला, 'प्रत्यक्ष रावणाहून इंद्रजित शूर आहे असं म्हटलं जातं. त्याने इंद्रावर विजय मिळवला म्हणून त्याला इंद्रजित हे नाव मिळालं आहे. या आधी तो मेघनाद म्हणून ओळखला जाई. तो सर्वशक्तिमान आहे. एकच व्यक्ती त्याचा वध करू शकते. ज्याच्या पत्नीने आत्यंतिक त्याग केला आहे. जिच्या प्रेमाचं अभेद्य संरक्षण त्याला लाभलं आहे, जो स्वतः महासामर्थ्यशाली आहे आणि ज्याने प्रदीर्घ काळ ब्रह्मचर्य पाळलं आहे अशी व्यक्ती त्याचा वध करू शकते. ती व्यक्ती म्हणजे माझा बंधू लक्ष्मण. वहिनी, तुझ्या प्रेमाच्या बळावर त्याने आजवरचं जीवन व्यतीत केलं आहे. तुझ्यासारखं कुणीच नाही!' इतकं बोलून शत्रुघ्न तिच्यासमोर नतमस्तक झाला होता.

ते ऐकून ऊर्मिलेने संकोचाने म्हटलं, 'माझ्या जागी कुणीही हेच केलं असतं. आहे ती परिस्थिती स्वीकारणं म्हणतात त्याला.'

'तू माझ्या बंधूला वाचवलं आहेस,' शत्रुघ्न उत्कटतेने म्हणाला, 'तू आम्हा सर्वांना वाचवलं आहेस. ही गेली काही वर्षं मी आणि भरत जरी अयोध्या आणि प्रजाजनांची काळजी घेत असलो तरी आमची काळजी तू घेत आली आहेस. या कुटुंबाला तू बांधून ठेवलंस, जिवंतपणी नरकात जाण्यापासून वाचवलंस. राम इथून गेला तेव्हा अशी परिस्थिती नव्हती. सीता आणि लक्ष्मणाबरोबर राम परत येईल तेव्हाही असं नसेल. ज्या जागी

रोज परतून यावंसं वाटेल असं गृह तू निर्माण केलंस. तुझा संयम, चैतन्य आणि आशा यांचं वरदान या गृहाला लाभलं.'

हे ऐकून ऊर्मिला लाजली आहे हे सुमित्रेच्या लक्षात आलं. म्हणूनच ती म्हणाली, 'कौतुकाचे शब्द स्वीकारायचा संकोच वाटतो तिला.' ऊर्मिलेच्या पूर्ण झालेल्या चित्राकडे पाहत सुमित्रा म्हणाली, 'तुझ्या ह्या चित्राचं तर कौतुक करू शकते ना मी? तुझ्या विवाहप्रसंगी मी उपस्थित नव्हते परंतु, हे चित्र पाहून मला असं वाटत आहे की, मी जणू तिथेच उपस्थित होते. माझ्या नजरेदेखत तुमचा विवाहसोहळा पार पडला.'

'त्याच हेतूने मी हे चित्र रंगवलं आहे. तो क्षण मला प्रत्येक दिवशी जगायचा आहे. आपल्या सर्वांसाठी चिरस्मरणीय करायचा आहे. त्या क्षणी आम्हा सर्वांचं जीवन विलक्षणरीत्या बदललं...'

तिला वाक्य पूर्ण न करू देता सुमित्रा थकल्या स्वरात म्हणाली, 'त्यातून फारसं काही चांगलं निष्पन्न झालं नाही असं वाटतं मला. तुम्हा मिथिलेच्या राजकन्यांना निष्कारण सोसावं लागलं. काय गरज होती त्याची?'

'असं कसं म्हणता? त्याच दिवशी तुमचा सौमित्र मला मिळाला ना! त्याकरता मी तुमची सदैव कृतज्ञ राहीन.' मग मिस्कीलपणे ऊर्मिला पुढे म्हणाली, 'खरंतर मी त्याला मिळाले!'

वातावरण हलकं करण्याचा तिचा हेतू फारसा सफल झाला नाही. सुमित्रा उदासपणे म्हणाली, 'त्यासाठी तो पात्र होता का? मी नेहमी विचार करते की, या कुटुंबातील आम्ही कोणीच तू मिळावी इतके पात्र नव्हतो. तुझ्या भावनांचा आम्ही कधीच विचार केला नाही. मात्र, तू आमच्याप्रति कडवटपणा बाळगला नाहीस.' ती थबकली. तिचा मांडवीकडे रोख होता अशी आशंका ऊर्मिलेच्या मनात आली. तितक्यात सुमित्रा पुढे म्हणाली, 'तू माघार घेतली नाहीस. ठामपणे उभं राहून स्वतःचे विचार मोकळेपणाने मांडलेस. नियम तोडले नाहीस पण वाकवलेस जरूर. तुझ्या पायांमध्ये पडलेल्या बेड्या तू नूपुरात बदलल्यास. आमच्या दुःखी आणि बहिऱ्या कानांमध्ये त्यांचा मधुर नाद रुंजी घालू लागला. तुझ्या वेदना आणि असहायता यांकडे आम्ही डोळेझाक केली तरीही तू आम्हाला सतत देत राहिलीस. वर्षानुवर्षं एकमेकींप्रति साशंकता बाळगून आम्ही वावरत होतो. सारं काही ठीक आहे असा आभास निर्माण करत होतो. एखादी गोष्ट नाकारणं हाच सर्वोत्तम मार्ग आहे असा समज आम्ही करून घेतला होता.

पण तू... तू आम्हाला सत्याचा स्वीकार करायला शिकवलंस. दर्पणात आमचं खरं प्रतिबिंब पाहायला लावलंस. आजवर स्वतःबद्दल बाळगलेल्या भ्रामक कल्पनांतून बाहेर यायला लावलंस, नव्हे तसा हट्ट धरलास. सौमित्रचा किती अभिमान होता मला परंतु, मातृत्वाच्या दुराभिमानापोटी मी अनेक सहज गोष्टींकडे दुर्लक्ष करत आले होते. ऊर्मिला, खरा उमदेपणा तुझ्यात आहे. तुझ्यामुळे मला अभिमानाचा अर्थ उमगला. पुत्री, माझे आभार मानू नकोस. मीच तुझे आभार मानते. आम्हाला अधिक सुखी केलंस, अधिक चांगल्या प्रकारे घडवलंस...'

तिच्या या शब्दांनी ऊर्मिलेला गहिवरून आलं. राणीच्या सुरकुतलेल्या हातांवर हात ठेवत ती कसंबसं म्हणाली, 'सौमित्र लवकरच परतेल. पुन्हा एकदा सौख्याचे दिवस येतील. इतकं सगळं भोगल्यावर तो आता आपला हक्क आहे.'

परतून येणं

तो तिच्या सभोवती सर्व ठिकाणी होता. त्यांचे वाद, खटके, दृष्टिक्षेप, स्पर्श, मंचकावर तिच्या बाजूला विसावलेला तो... राजप्रासादातील प्रत्येक कोपरा तिला त्याची आठवण करून देत होता. प्रत्येक भिंतीतून त्याचा आवाज आणि औपरोधिक हास्य जाणवत होतं. तिच्या चित्रकक्षाच्या पायऱ्या चढताना होणारा त्याचा पदरव तिच्या कानांत गुंजत होता. त्याचा तोच पदरव तिच्या कानांवर पडला आणि तिला उत्कट आनंद जाणवला. जणू हे प्रत्यक्षात घडत होतं पण ही निव्वळ स्मृती आणि भावना होती.

नवरात्रीच्या शेवटच्या दिवशी रामाने रावणाचा वध केला. सीता मुक्त झाली. देवी दुर्गेप्रमाणे रामाने दुष्टांचा नायनाट केला याच विचारात मग्न झालेल्या ऊर्मिलेने देवीच्या पायाशी फळांनी भरलेली प्रसादाची तबके ठेवली. विनम्रतेने हात जोडून नतमस्तक होत तिने प्रार्थना केली, 'या भूमीवर शांती आणि आनंद चिरकाल नांदू दे.'

रामाच्या शौर्यकथांनी नगरी दुमदुमली होती. रावणाने सीतेचं केलेलं अपहरण, तिच्या शोधार्थ रामाने केलेली विव्हळ पायपीट, सुग्रीवाशी त्याची मैत्री, लंकेतील अशोकवाटिकेत नजरबंद असलेल्या सीतेची हनुमानाची भेट, लंकानगरीत पोहोचण्यासाठी वानरांनी समुद्रावर बांधलेला सेतू आणि सरतेशेवटी रामाच्या हातून झालेला रावणवध याशिवाय दुसरा कुठलाही विषय अयोध्यावासीयांच्या तोंडी नव्हता. रामाच्या भव्य स्वागतासाठी नगरी सजू लागली. नगरवासी तत्परतेने झटू लागले परंतु, अचानक एक विचित्र वार्ता ऊर्मिलेच्या कानी आली. पहिल्यांदा तिचा विश्वास बसला

नाही. वदंता असेल म्हणून तिने त्याकडे दुर्लक्ष केलं. लोकांना दहा तोंडांनी बोलायची सवयच असते!

ती पोकळ वार्ता नव्हती. प्रेम, कर्तव्य आणि निष्ठेच्या पावित्र्याला कलंक लावणारं ते सत्यकथन होतं. एखाद्या वणव्यासारखी ती वार्ता पसरली. रामापुढे आणि जगापुढे आपलं पावित्र्य सिद्ध करण्यासाठी सीतेने अग्निपरीक्षा दिली होती. त्यानंतर अयोध्येच्या साम्राज्ञीला शोभेल असे वस्त्रालंकार धारण करून रामाची हृदयसाम्राज्ञी सौंदर्यवती सीता रामाला सन्मुख झाली. हे ऐकून अयोध्येतील प्रत्येक नागरिक थक्क झाला. याच स्त्रीकरता हे महायुद्ध घडलं होतं. आपल्या पतीबरोबर वनवास स्वीकारणारी राजकन्या, लंकानरेशाला जिचा मोह पडला होता, जिने त्याच्यापुढे नतमस्तक व्हायला नकार दिला होता, स्वतःचं पावित्र्य सिद्ध करायला जिने अग्निदिव्य केलं होतं ती सीता!

हे सर्व समजताच ऊर्मिला स्तंभित झाली. राम, सीता आणि लक्ष्मण यांनी अयोध्येकडे प्रयाण केलं आहे ही वार्ता शत्रुघ्नाने सांगितली तरी ऊर्मिलेच्या नजरेसमोर वारंवार अग्निदिव्याचं दृश्य तेवढं येत होतं. त्यामुळे त्या तिघांच्या परतण्याचा आनंद उणावला होता. रामाने हे कसं घडू दिलं, याचंच नवल ऊर्मिलेला वाटत होतं. इतकं सगळं झाल्यावर त्याने असं का म्हणावं? आपल्या पत्नीची सुटका त्यानेच केली होती ना! आपल्या प्रियतमेला बघायला आतूर झालेला प्रियकर होता ना तो, की मग प्रजाजनासमोर आपल्या राणीशी संवाद साधणारा राजा होता तो?

ऊर्मिलेच्या कक्षात त्या तिघी बहिणी जमल्या होत्या. कुणीच काही बोलत नव्हतं. ती शांतता कानठळ्या बसवू लागले की काय, या विचाराने मांडवी म्हणाली, 'असं! नैतिक मूल्यांना धरून ठेवत कर्तव्य पार पडणं रामाकडून अपेक्षित होतं तर! सीतेच्या पावित्र्याबद्दल शंका घेणं हा त्याच वागण्याचा भाग होता का? समाजापुढे तिची शुद्धता सिद्ध करणं हे आद्य राजकर्तव्य आहे हे दाखवण्याची जबाबदारी त्याचीच होती का?' तिच्या स्वरातील विखार लपत नव्हता. 'पण ते काहीही असलं तरी त्याने केलेल्या कृत्याची नैतिकता विवादास्पद आहे. समाजाच्या नजरेत निर्दोषत्व सिद्ध करण्यासाठी इतका छळ आणि मानहानी सहन करण्याची जबरदस्ती कुणी कोणावर कशी करू शकतं? सीता आपणहून रावणाच्या प्रासादात राहायला गेली नव्हती. रावणाने तिचं अपहरण केलं होतं. असं असताना लोकांच्या आणि रामाच्याही मनात आशंका का?' मांडवीने जळजळीत प्रश्न केला.

पत्नीप्रति पतिधर्म निभावण्याचं कर्तव्य न पाळण्याबद्दल ऊर्मिलेने चित्रकूट पर्वतावर संताप व्यक्त केला होता. त्या प्रसंगाची आठवण तिला मांडवीच्या बोलण्यामुळे झाली. तिचे शब्द तिच्या संतप्त मनात निनादू लागले.

मान डोलावत ती म्हणाली, 'असं होतं तर प्रजाजन जेव्हा त्याच्या पत्नीकडे– त्यांच्या राणीकडे बोट दाखवून तिच्या शुद्धतेविषयी शंका घेत होते तेव्हा रामाने तिचं संरक्षण करण्यासाठी सिंहासन आणि राजेपदाचा त्याग करायला हवा होता. पती आणि राजा यांच्यात श्रेष्ठ कोण, हा मुळात नैतिक प्रश्न आहे.' कडवटपणे ऊर्मिला म्हणाली, 'विशेषतः अशा पत्नीसाठी जिने राजप्रासादात सुखासमाधानात जीवन घालवण्याऐवजी त्याच्याबरोबर दीर्घकालीन वनवास स्वीकारला.'

सहसा शांत असणारी कीर्तीदेखील संतापली होती. ती ठासून म्हणाली, 'तिचं त्याच्याप्रति असलेलं प्रेम किती सच्चं आहे याची त्यालाही जाणीव आहे. त्याच्या बाजूने त्याने मोजून मापून पावलं टाकली आहेत. आज किंवा भविष्यात कधीही सीतेकडे समाजाने बोट दाखवू नये, तिच्या चारित्र्यावर पुन्हा शिंतोडे उडवू नये हे सर्वांसमक्ष सिद्ध करण्याच्या हेतूने त्याने तिला अग्निदिव्य पार पाडायला लावलं. तिच्या कीर्तीला कलंक लागू नये आणि जगाच्या धर्माचं पालन व्हावं म्हणून त्याने असं केलं.'

'तुझं म्हणणं खरं असलं तरी त्याने सीतेला धगधगत्या निखाऱ्यांवरून चालू द्यायला नको होतं. तो आपल्या पत्नीची बाजू घेतो आहे असा आळ लोकांनी घेतला असता तरी हरकत नव्हती,' ऊर्मिलेने सडेतोड उत्तर दिलं. 'पण, तिने असा कोणता अपराध केला आहे ज्यासाठी त्याला तिच्यावर पांघरूण घालावं लागत आहे, तिचं निरपराधित्व जगासमोर मांडावं लागत आहे? आणि तेही कोणासाठी... त्याच्या चंचल प्रजाजनांसाठी? वावड्या उठवणाऱ्या जिभेला थांबवता येतं का? जनतेचा अपसमज होत असेल तर त्याला थेट उत्तरं देऊन तो दूर करायला हवा. ज्या कसोट्या पुढे अधिक प्रश्न निर्माण करतील त्या राबवण्यात काय अर्थ? समाजाने दूषणास्पद ठरवलेल्या तारा, मंदोदरी आणि अहल्यासारख्या स्त्रियांच्या बाजूने राम ठामपणे उभा राहिला. मग, समाजनिंदेपासून पत्नी सीतेचं संरक्षण त्याने का करू नये?' ती पोटतिडकीने म्हणाली.

आपला मुद्दा न सोडता कीर्ती तिला समजावू लागली, 'हे बघ ऊर्मि, अग्निपरीक्षा हे इतरांना गप्प करण्याचं साधन होतं. समाज नेहमीच दांभिक

असतो. तू उल्लेख केल्याप्रमाणे रामाने काही स्त्रियांचं संरक्षण जरी केलं असलं तरी त्यानेच लोकापवादाला सीतेला सामोरं जायला लावलं. त्याने जर तिला पाठीशी घातलं असतं, तर त्याच्याकडे बोट दाखवत सर्वांनी त्याच्यावर पक्षपातीपणाचा आरोप केला असता. आपला राजा सामान्यजनांपेक्षा उच्च आणि परिपूर्ण असावा अशीच प्रजेची अपेक्षा असते.'

'या प्रजाजनांचं सांगणं त्याला इतकं महत्त्वाचं वाटत असेल तर त्याने वनवासात जाऊ नये अशी गयावया करणाऱ्या प्रजाजनांच्या विनवण्यांना त्याने मान्यता का दिली नाही?' ऊर्मिलेने योग्य मुद्दा मांडला. शरयू नदीच्या तीरापर्यंत रामाच्या रथामागून अनवाणी धावणाऱ्या आणि आक्रोश करणाऱ्या प्रजाजनांचं चित्र तिच्या डोळ्यांसमोर आलं. ती त्वेषाने म्हणाली, 'हे बरं आहे! तो राजा व्हावा असं त्यांना वाटत होतं तेव्हा पित्याचा शब्द राखण्यासाठी तो वनात गेला, राजा आणि पुत्र या द्विधावस्थेत धर्म अडकला असताना त्याने पुत्रधर्म पाळला, राजधर्म नाही. आता मात्र स्वतःच्या पत्नीला अवमानित करून तो राजधर्म पाळू पाहत आहे. हे कसं?'

'त्यांनी तिचा नंतर द्वेष करू नये म्हणून तो जगापुढे तिची निष्ठा आणू पाहतो आहे. तिच्या रक्षणासाठीच त्याने हे पाऊल उचललं.' कीर्ती आपल्या मुद्द्यावर चिकटून होती.

मांडवीला हे पटणं शक्य नव्हतं. मान हलवत ती निर्धाराने म्हणाली, 'नाही! तिच्यावर अन्याय झाला आहे हेच खरं. एक गोष्ट मात्र मला समजत नाही; अवाक्षरही न उच्चारता सीतेने हे सर्व का सहन केलं? तिने विरोध का दर्शवला नाही? अग्निप्रवेश करण्याचं आत्मघातकी कृत्य करून तिने इतका अपमान का सोसला? तिनेच लक्ष्मणाला अग्नी चेतवण्याची आज्ञा दिली म्हणे!'

पतीचं नाव कानावर पडताच ऊर्मिला दचकली. ज्येष्ठ बंधूचे निर्विकार क्रूर शब्द कानावर पडताच लक्ष्मणाची अवस्था किती बिकट झाली असेल, असा विचार तिच्या मनात आला. अग्नी सिद्ध करताना लक्ष्मणाचे हात थरथरले असतील का? गेली चौदा वर्षे त्याने सितेला अरण्यातील प्रत्येक संकटापासून जरी वाचवलं होतं, तरी त्याच्या बंधूने केलेल्या अपराधांपासून तो तिचं संरक्षण करू शकला नव्हता.

'आपण संतापून वाद घालत आहोत. त्याने काय साध्य होणार आहे? सीता इथे आली की तीच देईल या साऱ्या प्रश्नांची उत्तरं. एकदा त्या

तिघांना परतून तर येऊ दे!' ऊर्मिलेने उसासत म्हटलं, 'त्या तिघांच्या स्वागताची आणि त्यानंतर लगोलग होणाऱ्या राज्याभिषेकाची सर्व सिद्धता अजून झालेली नाही. तूर्तास तरी विरोधाचे सर्व मुद्दे बाजूला ठेवत आपण तयारीत सक्रिय योगदान देऊ यात.'

हे ऐकताच कीर्तीचा चेहरा आनंदाने फुलला. ती उत्साहाने म्हणाली, 'आजपासून पाच दिवसांनी त्यांचं आगमन होणार आहे पण नेमकी तेव्हाच अमावस्या येते आहे.'

तिच्या मुद्द्याचं खंडन करत ऊर्मिला म्हणाली, 'मग काय झालं? ते परत येत आहेत हेच त्या दिवसाचं वैशिष्ट्य आहे. विचार कर, आभाळात चंद्र नसला तरी नगरीत ठायी ठायी तेलदिवे जळत असतील. किती सुंदर दृश्य असेल ते!'

'आणि, तू सुद्धा तशीच सुंदर दिसशील. मी स्वतः तुला तयार करणार आहे. शांता येणार आहे. तीसुद्धा तुला तयार करण्यात हिरिरीने भाग घेईल.'

हे ऐकताच ऊर्मिलेला हसू आवरलं नाही, 'मी काय नववधू आहे का?'

'नाहीतर काय! गेली कित्येक वर्षं तू किती निडरतेने काढली आहेस!' असं हसून म्हणत मांडवीने अचानक तिला मिठीत घेतलं. 'मला खूप आनंद झाला आहे– सरतेशेवटी तो परत येतो आहे.'

तिच्या गढुळलेल्या नजरेत डोकावत ऊर्मिला म्हणाली, 'आणि भरतही!' हे ऐकताच मांडवीने पटकन नजर झुकवली. परंतु, तिच्या व्यथित नजरेत उमटलेला आशेचा किरण ऊर्मिलेला दिसल्याशिवाय राहिला नाही. वातावरण हलकं करण्याच्या दृष्टीने ऊर्मिला म्हणाली, 'कीर्ती, आपल्या या राजकन्येला कोणत्या वस्त्रात सजवणार आहेस तू? उगाच फिकट छटा निवडू नकोस बरं! तू आणि माता कैकयी पाकगृहात चमचमीत आणि रुचकर पदार्थ करत असाल याची मला अगदी खात्री आहे. आणि लक्षात ठेवा, पाकसाम्राज्ञी येते आहे– त्या क्षणी कदाचित सीता तडक पाकगृहाकडे मोर्चा वळवेल.'

हे ऐकताच कीर्तीला खुदकन हसू आलं. उगाचच ग्रंथ शोधत असल्याचं निमित्त करत मांडवी त्यांच्या बडबडण्यावर हसू लागली. आपल्या बहिणी आता आपल्याला वाचू देणार नाहीत हे तिला ठाऊक होतं. सगळं कसं अगदी पूर्वीसारखं घडत होतं; असा विचार येऊन ऊर्मिलेने निःश्वास सोडला.

त्यांचं आगमन झालं. राजप्रासादातील प्रत्येक कानाकोपऱ्यांत पणत्या तेवत होत्या, ठायी ठायी लामणदिवे टांगले होते, सुगंधी उदामुळे आणि तेलांमुळे वातावरण गंधित झालं होतं. प्रत्येक द्वारावर मोगरा, चाफा आणि झेंडूची तोरणं शोभून दिसत होती. त्या तिघांच्या स्वागतासाठी कौसल्या नंदीग्राम येथे पोहोचली होती. ज्येष्ठ राणी आणि भरताबरोबर रथातून उतरणाऱ्या त्या तिघांचं प्रथम दर्शन ऊर्मिलेला झालं.

ज्या पायरीवरून ऊर्मिलेने त्याला शेवटचा निरोप दिला होता, त्याच पायरीवर हातात पंचारतीचं सुवर्णतबक घेऊन ती उभी होती. चौदा वर्षांचा कालावधी लोटला होता. आजही तिचे हात तेव्हाप्रमाणेच थरथरत होते. नजर तशीच स्थिर होती. ती त्याच्यावरून नजर हटवू शकली नाही. निरांजनाच्या थरथरणाऱ्या ज्योतींचं प्रतिबिंब त्याच्या नजरेत पडलं होतं. गूढ आणि विचारी दिसत होती ती नजर. पूर्वीचा संताप आणि प्रक्षुब्धता जाऊन त्या जागी सौम्य मार्दव आणि पावित्र्य दिसत होतं. त्याच्या नजरेतील निखार विझल्यागत झाले होते. अरण्याने त्याला माणसाळवलं होतं. त्याच्या छातीवरचा ठळक व्रण तिच्या नजरेत भरला. इंद्रजिताचा विषारी बाण तिथेच रुतला होता. त्या क्षणी तिने त्याला जवळजवळ गमावलं होतं. त्या विचारासरशी तिचे हात थरथरले. ते लक्षात येऊन तो पटकन म्हणाला, 'मी तुझ्यासाठी जिवंत राहिलो. माझ्या आयुष्याचा अर्थ तूच आहेस. मिला, तू मला स्वगृही परत आणलंस. तुझा हसरा चेहरा आणि दुःखाने भरलेले टपोरे डोळेच सर्वांत शेवटी माझ्या नजरेसमोर होते.

आजवर ढाळू न शकलेल्या अश्रू आणि वेदनांनी तिच्या डोळ्यांची आग होत होती. ती कळवळून म्हणाली, 'कृपा करून आता तरी मला रडू देत.'

तिच्या अस्थिर हातांतून सुवर्णतबक हळुवारपणे काढत आजूबाजूला नजर टाकत तो म्हणाला, 'मिला, या आनंदाच्या क्षणी नको रडूस. त्यातून हे आजूबाजूचे सर्व आपल्याला इतक्यात एकान्त मिळू देणार नाहीत असंच दिसत आहे!' त्याने शांता आणि सुमित्रेकडे नजर टाकली. त्याही औक्षणासाठी तत्पर उभ्या होत्या. ऊर्मिला हसली. तिने अश्रू बाहेर पडू दिले नाहीत. पुढे होत लक्ष्मणाने सुमित्रेच्या चरणांना स्पर्श केला. पुढच्या काही क्षणांत कुटुंबीयांच्या प्रेमळ वर्षावात तो चिंब भिजला. असं असूनही तिच्या बरोबर एकांताचा हलकासा क्षण त्याने नेमका साधला होता. ऊर्मिलेच्या तनामनातून सौख्याच्या असंख्य लहरी दौडू लागल्या.

राज्याभिषेक सोहळ्यासाठी राम आणि सीतेसमवेत लक्ष्मणही राजकक्षाकडे निघाला. एकमेकांच्या निकट उभे असलेल्या रामसीतेने हात सोडला नव्हता हे ऊर्मिलेच्या लक्षात आलं. युद्धाच्या अनेक खुणा मिरवणारा राम क्लांत दिसत असला तरी त्याच्या रेखीव चेहऱ्यावर किंचित स्मितहास्य होतं. तो सारखा सीतेकडे कटाक्ष टाकत होता. कोणत्याही क्षणी ती नाहीशी होईल की काय, अशी भीती त्याला वाटत असावी. रावणाने सीतेचं अपहरण केलं तेव्हा रामाला दुःखाने वेड लागलं असणार, याची ऊर्मिलेला खात्री होती. तिच्याप्रमाणेच रामाच्याही आयुष्यात सीता आणि लक्ष्मण हे सर्वाधिक महत्त्वाचे होते हे तिच्या लक्षात आलं. त्याच्या या मोहिमेपोटी तो त्या दोघांनाही गमावून बसणार होता. त्यासाठी तो स्वतःला कधीच क्षमा करू शकणार नव्हता. आज पहिल्यांदाच तिला आपल्या ज्येष्ठ दिराबद्दल विशेष आपुलकी जाणवली. त्या दोघांनाही प्राणप्रिय असणाऱ्या व्यक्ती समान होत्या.

राम सर्वप्रथम कैकयीच्या दिशेने गेला. इतक्या वर्षांच्या पश्चात्तापानंतरही ती तशीच राजेशाही आणि देखणी दिसत होती. उलट, तिच्या डौलात भर पडली होती. तिच्या चरणांना स्पर्श करत राम हळूच म्हणाला, 'मी जे साध्य करणं तुला अपेक्षित होतं ते मी केलं आहे.'

त्याचं हे विधान संदिग्ध होतं. त्यालाही आपली नियती ठाऊक होती का? त्याच्यासाठी तिने आपल्या नावाला आयुष्यभराचा कलंक लावून घेत सर्वांच्या तिरस्काराचा स्वीकार केला होता का?

कैकयीचं उत्तर ऐकून ऊर्मिलेची शंका निमली. रामाच्या मस्तकावर हात ठेवत कैकयी म्हणाली, 'मोठं विचित्र असतं आपलं दैव. आपल्या नियतीला आपल्यालाच घडवायला लावतं ते. आणि तू... सर्वांत श्रेष्ठ कर्तव्य पार पाडलं आहेस. या देशाला एका मोठ्या संकटातून आणि एका महाबलाढ्य शत्रूच्या तावडीतून तू सोडवलं आहेस, मी नाही!'

राम कृतज्ञतापूर्वक हसला. कैकयीचे चरणस्पर्श करण्याची भरताची पाळी होती. आज पहिल्यांदाच त्याने तिच्याकडे संतापून पाहिलं नाही. त्याच्या नजरेत ममत्व होतं. तो पश्चात्तापदग्ध होता. तो अवाक्षरही उच्चारू शकला नाही. तिने त्याला जवळ घेतलं. त्या मौन मिठीतून माता आणि पुत्राचं मन मोकळं झालं. आजवर गमावलेला आणि कमावलेला सर्व हिशोब पूर्ण झाला.

तिचा पुत्र तिच्याकडे परत आला होता. त्याने तिचा स्वीकार करताच तिच्याकडे पाहण्याची जगाची दृष्टीदेखील बदलली. भरतासारख्या पवित्र आणि निःस्वार्थी पुत्राची माता म्हणून तिला तिचा सन्मान परत मिळू शकला.

तितक्यात कुणीतरी हात ओढल्याची जाणीव ऊर्मिलेला झाली. तिने वळून पाहिलं. 'मला तुझ्याशी आत्ताच्या आत्ता काहीतरी बोलायचं आहे,' सीता तिच्या कानांत कुजबुजली.

आपल्या बहिणीचा सुंदर चेहरा ऊर्मिलेने न्याहाळला. आजही ती तशीच सुंदर होती पण त्या सौंदर्याला कठोरता प्राप्त झालेली जाणवत होती.

तिने पटकन उत्तर दिलं, 'तुझ्या कक्षात जाऊ यात. तुला सुगंधी स्नान घालण्याची जबाबदारी माझी आहे. त्यानंतर तुला राज्यारोहणासाठी तयार व्हायचं आहे.'

सीतेच्या अंतर्गत कक्षाचं द्वार बंद करताच ऊर्मिलेने चिंतित होऊन विचारलं, 'काय झालं? इतकं महत्त्वाचं काय आहे?'

'याबाबत लक्ष्मण तुझ्याशी बोलण्याआधी मला बोलायचं होतं.'

तिचं हे वाक्य ऐकताच ऊर्मिलेच्या चेहऱ्यावरचा रंग उडाला. तिला विचित्र जाणीव झाली.

'मी अक्षम्य अपराध केला आहे. मी लक्ष्मणावर शब्दातीत ठपका ठेवला आहे.' अतिशय अस्वस्थपणे बोटं एकमेकांत गुंतवत, धीर एकवटत सीता कसंबसं म्हणाली.

पुढे होऊन तिचे थरथरते हात स्थिर करावे असं ऊर्मिलेला वाटलं. पण, सीता आता काय सांगेल या भीतीने ती साशंक झाली होती.

'... मी त्याची अतिशय हिडीस शब्दात संभावना केली...' सीता विव्हळ होत म्हणाली.

'सीते, नेमकं काय झालं ते पटकन सांग पाहू,' आता काय ऐकावं लागतं या भीतीने ऊर्मिलेने खडसावलं.

असहायतेने तिच्याकडे पाहत सीता सांगू लागली, 'तो नीच कांचनमृग! त्याच्यापायी सुरुवात झाली सगळी. मी पाहिला तो. त्याच्या मोहात पडले मी. मला हवाच होता तो त्या क्षणी! माझ्यावर जणू मोहिनी घातली होती कोणी. तो आणून द्यावा अशी विनंती मी रामाला केली. तो कांचनमृग खरा नसून रूप बदलणारा एखादा राक्षस असू शकतो असं लक्ष्मणाने मला त्वरित जतावलं.

ते ऐकताच रामाची द्विधा मनःस्थिती झाली. हे पाहून मी संतापले. मी चिडून बोलू लागले. मी हट्टाला पेटले होते. काहीही करून रामाने कांचनमृग आणून द्यावा अशी याचना मी केली. मी तो राजप्रासादात घेऊन येणार होते. रामाने मला होकार दिला हे पाहताच लक्ष्मणाला धक्का बसला. पण मी? मला जिंकल्यासारखं वाटलं. लक्ष्मणाने पुन्हा एकदा रामाला सावध केलं. माझ्या शब्दांची भुरळ पडून रामाने तिकडे दुर्लक्ष केलं. ते सुंदर हरीण आणायला तो निघाला. लक्ष्मणाने कुटीत थांबून माझं रक्षण करावं असा आदेश त्याने दिला. अत्यंत निरुपायाने लक्ष्मणाने ते मान्य केलं. रामाने जाऊ नये अशीच याचना तो परत परत करत होता. त्याच्या या सततच्या विरोधाने माझ्या संतापात भर पडत होती. शेवटी, राम निघाला. मी आणि लक्ष्मण आता कुटीत होतो. मला लक्ष्मणाचं वागणं मुळीच आवडलं नव्हतं परंतु राम कांचनमृग घेऊन येणार या आनंदात मी होते. थोडा वेळ जातो न जातो तोच रामाची आर्द्र किंकाळी आमच्या कानावर पडली, 'लक्ष्मणा धाव!' हे शब्द ऐकताच माझं रक्त गोठलं. लक्ष्मणावर मात्र त्याचा परिणाम झाला नव्हता. माझा डोळ्यांवर विश्वास बसत नव्हता. आपल्या भावाने केलेली याचना याच्या कानांवर कशी पडत नव्हती? रामाप्रति एकनिष्ठ असलेला लक्ष्मण असा स्तंभासारखा कसा उभा राहू शकत होता? रामाची किंकाळी कानावर पडताच लक्ष्मण त्याच्या साहाय्यासाठी धाव घेईल अशी माझी अपेक्षा होती. त्याने आपल्या बंधूच्या साहाय्यार्थ जावं, अशी मी त्याला आज्ञा केली. त्याने मला नकार दिला. बंधूची आज्ञा डावलणार नाही असं सांगत तो म्हणाला की, ती सर्व राक्षसांची युक्ती असून राम सुरक्षित होता. माझा त्याच्यावर विश्वास बसला नाही. मी विश्वास ठेवूच शकले नाही. क्षणाक्षणाला माझी चिंता वाढत होती. रामाला काय झालं असेल, या विचाराने माझा मेंदू पोखरला जात होता. अगतिक होते मी त्या अवस्थेत. मी पुन्हा पुन्हा विनंती केली आणि त्याने तितकाच ठामपणे नकार दिला. काहीतरी विचित्र वाटू लागलं मला. तो माझं ऐकायलाच तयार नव्हता. मी वारंवार विनवणी करूनही तो आपला मुद्दा सोडत नाही हे लक्षात येताच माझा मनावरचा ताबा सुटला. संताप आणि चिंतेच्या आहारी जात मी त्याच्यावर ओरडले, त्याला रागावले, किंचाळू लागले, त्याच्यावर कशाचाही परिणाम झाला नाही. राम सुरक्षित असून तो लगेच परत येईल याची ग्वाही तो मला देत राहिला. एव्हाना माझे ताळतंत्र हरवले होते. त्या भरात मी नको ते बोलून बसले...'

पुढे बोलावं की नाही अशी सीतेची विचित्र अवस्था झाली. ऊर्मिलेने तिच्याकडे चौकसपणे पाहिलं पण तिने सीतेला बोलायला मदत केली नाही. सीता लक्ष्मणाला नेमकं काय म्हणाली असेल? पुन्हा उच्चारण्याची लाज वाटावी असे नेमके कोणते शब्द तिच्याकडून बोलले गेले असावेत?

'संतापाने धुमसत असणाऱ्या मला चिंतेनेही ग्रासलं होतं. त्या भरात मी बोलून बसले, 'तुझा बंधू मृत व्हावा हीच तुझी इच्छा आहे. कारण, तुझी माझ्यावर वाईट नजर आहे. म्हणूनच, तू त्याला साहाय्य करायला जात नाहीस...'' सीतेचा चेहरा शरमेने लालबुंद झाला होता.

हे ऐकताच ऊर्मिलेचं हृदय पिळवटलं. सीतेने उच्चारलेला प्रत्येक शब्द तिचं हृदय जाळत गेला. हे काय ऐकत होती ती! त्यापेक्षा सीता बोलली नसती तर किती बरं झालं असतं.

कठोर निश्चयाने सीता पुढे बोलू लागली, 'भरताशी हातमिळवणी करून वेळ मिळताच रामाला मार्गातून दूर करण्याची योजना लक्ष्मणाने आखली आहे असं मी म्हटलं. त्यायोगे भरताला राजसिंहासन आणि लक्ष्मणाला मी...'

सीतेला पुढे बोलवेना. आत्यंतिक लज्जेने तिची जीभ गोठली. आपल्या बहिणीच्या नजरेला नजर देण्याचं सामर्थ्य तिच्यात नव्हतं. तिने ओंजळीत चेहरा लपवून घेतला.

काय वाटलं असेल लक्ष्मणाला हे ऐकून? दुःख, भ्रमनिरास, खिन्नता... त्या एका क्षणात हजारो मृत्यू अनुभवले असतील त्याने! कसं सहन केलं असेल त्याने?

इतके भयंकर शब्द सीता उच्चारू तरी कसे शकली असेल? तिच्या मनात कोणते विचार थैमान घालत असतील? आपल्या पतीच्या जीवाला धोका आहे असा विचार करणारी, भेदरलेली तरुण पत्नी. संयम ढळल्यामुळे आणि दुःखाने विवश झाल्यामुळे अगतिक व भ्रमिष्ट आणि असहायता व नैराश्यामुळे विचलित झाली असणार ती. काहीतरी करून लक्ष्मणाने निष्क्रियतेतून बाहेर यावं असा तिचा प्रयत्न असणार. त्यापायी तिने त्या क्षणी वाटेल ते शब्द उच्चारले असणार. या पराकोटीच्या ठपक्यामुळे तरी तो जागचा हालेल असा विचार तिने केला असणार.

कसंबसं स्वतःला सावरत सीता पुढे म्हणाली, 'माझ्या तोंडातून हे वाक्य बाहेर पडलं मात्र, त्याचा चेहरा उतरला. संताप आणि दुःख त्याच्या

चेहऱ्यावर स्प्ट होतं पण मला त्याचं भान नव्हतं. मी बोलतच राहिले. तरीही, ज्येष्ठ बंधूची अवज्ञा करत मला कुटीत एकटं ठेवायला त्यानं नकार दिला.' सीता आता थरथरत होती. ते शेवटचे शब्द आठवून ती विकल झाली. 'तो जर रामाच्या साहाय्याला गेला नाही तर स्वतःला जिवे मारण्याची धमकी मी दिली. ही मात्रा मात्र लागू पडली. अवमानित आणि अगतिक होऊन त्याने मला सोडून जाण्याचं मान्य केलं. निघण्याआधी परत परत मला बजावत त्याने कुटीभोवती त्याच्या अग्निअस्त्राने एक लांब गूढ रेषा ओढली. काय वाटेल ते झालं तरी मी ती रेषा ओलांडता कामा नये, हेही त्याने सांगितलं. ती रेषा मी ओलांडली तर मात्र कुठल्याही सामाजिक मानवी न्यायाकडून माझं रक्षण होणार नाही, मीही जंगलातील सामान्य जीव ठरेन, त्यानंतर माझ्यावर अरण्याचा न्याय चालेल हे त्याने पुन्हा पुन्हा सांगितलं. त्याचे शब्द मला ऐकू येत असले तरी माझ्या कानांत शिरले नाहीत. मी ती रेषा ओलांडली नसती तर रावण मला स्पर्शही करू शकला नसता. लक्ष्मणरेषेच्या रक्षक सामर्थ्याची जाणीव रावणाला झाली. त्याला त्या रेषेच्या आता पाऊल टाकता येईना. दुर्दैवाने, मी मात्र ती रेषा ओलांडून बसले. माझ्या या मूढ कृतीपायी माझं अपहरण झालं. सुरुवातीपासून मीच मूढासारखी वागत आले होते; म्हणूनच मी कांचनमृगाचा ध्यास घेतला, तो पकडून आणावा म्हणून रामाला जायला भाग पाडलं. त्याहून घोर पातक माझ्या हातून घडलं. लक्ष्मणासारख्या अत्यंत पुण्यवान आणि सदाचारी पुरुषावर मी अतिशय घृणास्पद आळ घेतला. अरण्यात येण्यासाठी ज्याने सर्व सुखांचा त्याग केला होता, त्या क्षणापर्यंत ज्याने निःस्वार्थी सेवा करत माझं रक्षण केलं होतं, त्याच्या आत्म्याला क्लेष होतील असे मी बोलले होते. तो देत असलेल्या धोक्याच्या सूचनेकडे सातत्याने दुर्लक्ष करत होते. त्याची अवज्ञा केली होती. त्याच्यासारख्या सद्विवेकी पुरुषाचा अनमान केल्याचा दंड म्हणून माझं अपहरण झालं. त्यापायी मला इतकं सोसावं लागलं. माझ्या पापांचं प्रायश्चित्त मला मिळालं, नाही का?'

तिचे हात हातात घेत ऊर्मिलेने हळुवारपणे म्हटलं, 'सीते, आतापर्यंत तू खूप सोसलं आहेस. सातत्याने स्वतःचा निषेध करत, स्वतःला अपराधी म्हणत दुखावत राहण्याचा हा हट्ट कशासाठी?'

त्यावर मान जोरात हलवत सीता संत्रस्त होत म्हणाली, 'स्वतःला कशी क्षमा करू मी? रामाने मला क्षमा केलेली नाही. लक्ष्मणाची क्षमा मागण्याचं

धाडस माझ्यात नाही.' ऊर्मिलेकडे अनिश्चितपणे पाहत तिने कळवळून विचारलं, 'तू करशील मला क्षमा? तुला माझा तिरस्कार नाही वाटत का?'

तिच्या हातावर आश्वासकपणे थोपटत ऊर्मिला म्हणाली, 'नाही! का वाटावा? परिस्थिती फार विचित्र होती. संतापाच्या भरात तुझ्या तोंडून ते शब्द बाहेर पडले. फार भयानक होते ते शब्द. तो नक्कीच दुखावला गेला असणार. त्यातून, ती तुझी रीत नव्हती. आणि हो, तुझ्या या कृतीमुळे लक्ष्मण जरी दुखावला गेला असेल तरी एव्हाना त्याने तुला क्षमाही केली असणार. सगळ्यांवरच कठीण प्रसंग आला होता. सोडून देऊ ते सारं.' दीर्घ निःश्वास सोडत ऊर्मिला पुढे म्हणाली, 'हा कालावधी आमच्यासाठीसुद्धा सुसह्य नव्हता पण जे झालं ते झालं. त्या कटु स्मृती कशाला उगाळायच्या? त्यातून आपलाच नाश होईल. सीते, तू मला हे सांगितलं नसतंस तरी चाललं असतं. कशासाठी सांगितलंस?'

'लक्ष्मणाने तुला ते विदारक सत्य सांगण्याआधी माझ्याकडून ते समजावं म्हणून.'

कसनुसं हसत ऊर्मिला म्हणाली, 'कदाचित तो मला हे सांगणारही नाही.'

हे ऐकताच सीतेला धक्का बसला. 'म्हणजे! प्रत्येक गोष्ट तो तुला सांगतो ना? मग हे का सांगणार नाही?'

ऊर्मिलेने धीरगंभीर उत्तर दिलं, 'तुझं रक्षण करण्यासाठी.'

हे ऐकताच सीता अवाक् झाली.

तिची ती अवस्था पाहून ऊर्मिला त्वेषाने म्हणाली, 'लक्ष्मण तुझ्याविरुद्ध अवाक्षरही उच्चारणार नाही, तुझी निंदाही करणार नाही, मला त्रास होईल असं काहीही तो बोलणार नाही. तो किंवा तू अशी निवड करण्याची वेळ तो माझ्यावर येऊ देणार नाही... कधीच नाही! त्याचं माझ्यावर निरतिशय प्रेम आहे. म्हणूनच तो माझ्यावर अशी वेळ आणणार नाही.'

'मी मात्र नेमकी तीच वेळ आणली आहे,' विषण्णपणे सीता म्हणाली.

'नाही गं! तुझ्या या सांगण्यामुळे माझं त्याच्यावरचं प्रेम अधिक दृढ झालं आहे,' ऊर्मिलेच्या डोळ्यांत निखळ प्रेमाची भावना दाटून आली होती.

'आणि माझा मात्र तू तिरस्कार करू लागशील,' सीतेच्या स्वरात विषाद दाटला होता.

'असं का म्हणतेस? आपल्यातील मतभेद, दोष आणि चुका लक्षात न घेण्याइतकं आपलं प्रेम कमकुवत आहे असं वाटतं का तुला? आपल्यावर काय प्रसंग कोसळले होते हे नाही का समजू शकत आपल्याला? आपलं प्रेम प्रगाढ आहे!' असं म्हणत ऊर्मिलेने पुन्हा सुस्कारा सोडला.

'ही बिकट परिस्थिती माझ्यामुळे ओढवली. त्यापायी किती यातना भोगल्या मी! मुळात, रामाचं ऐकून वनवासात जायलाच नको होतं पण मी स्वतःला त्याच्यावर लादलं. कांचनमृगाबाबत रामलक्ष्मणाचं ऐकायला हवं होतं, त्या मायावी मृगाचा ध्यास सोडायला हवा होता. माझी मूढता तर पाहा! उलट, वाटेल तसं बोलून मी लक्ष्मणाला तिथून जायला भाग पाडलं. ऊर्मि, मी काय केलं तर हे सर्व पुन्हा पहिल्यासारखं होईल?' सीता गदगदून रडत होती. तिच्या निष्प्रभ गालांवरून अश्रू अविरत ओघळत होते.

थरथरणाऱ्या सीतेला ऊर्मिलेने अलगद कुशीत घेतलं. तिला अधिक वेदना होऊ नयेत असाच ऊर्मिलेचा प्रयत्न होता. ती सीतेला समजावू लागली, 'आपण सर्वच चुका करतो. त्याचा शहानिशा करत राहण्याऐवजी त्यातून योग्य बोध घेऊ यात. आयुष्य खूप छोटं आहे गं! ते पश्चात्तापात वाया का घालवायचं? क्लेषाची आठवण ठेवायची म्हटली तर हेच आयुष्य प्रदीर्घ वाटू लागतं. माझ्यासाठी तू अमूल्य आहेस. तुझं अपहरण झालं हे समजताच नाही, नाही ते विचार करून मला वेड लागायची पाळी आली होती. जे घडायचं ते घडून गेलं. तू मला परत मिळाली आहेस. त्याहून अधिक मला काहीही नको. तुला मी परत गमावू इच्छित नाही.'

आता मात्र ऊर्मिला अश्रू आवरू शकली नाही. तिच्या डोळ्यांतून कढत अश्रू वाहू लागले. त्या जोडीने, इतके वर्षं साठलेल्या मनातल्या अंधार, वेदना, दुःख, नैराश्य आणि एकाकीपणालादेखील वाट मिळाली. कितीतरी बोलायचं आणि ऐकायचं होतं. एकमेकींच्या मिठीत दोघी बहिणी मनमोकळं रडत होत्या. त्यांनी एकमेकींना घट्ट धरून ठेवलं होतं. भूतकाळाने त्यांची कठोर परीक्षा पाहिली होती. येणाऱ्या वर्षांत समाधान आणि सुख मिळेल अशी किंचितशी आशा त्यांना वाटू लागली.

वैवाहिक जीवनाची पहिली रात्र असल्याप्रमाणे त्यांचा शयनकक्ष सजवण्यात आला होता. कोपऱ्या कोपऱ्यांतून पेटलेले सुगंधित तेलाचे दिवे गंध आणि प्रकाश देत होते. शांता आणि सुमित्रेने पुढाकार घेऊन गुलाबपुष्पांनी शय्या सजवली होती. कक्षात प्रवेशणाऱ्या ऊर्मिलेचं लक्ष मात्र फक्त त्याच्याकडे होतं. कैक वर्षांच्या एकाकी जीवनानंतर तो आज पुन्हा तिच्याकडे परतला होता.

आत येणाऱ्या ऊर्मिलेकडे पाहण्यासाठी लक्ष्मण वळला. त्यांच्या विवाहानंतरच्या पहिल्या रात्री तिने आवेगाने त्याच्या मिठीत झोकून देत त्याच्यावर चुंबनांचा वर्षाव केला होता. आज मात्र ती तशीच उभी राहिली. तिचे डोळे थकले होते. त्यात पुन्हा मिस्कील छटा आणण्यासाठी त्याने वाटेल ते केलं असतं. त्याच्या मनात कैक भावना उचंबळल्या. ती वेगळी दिसत होती, वेगळी वाटत होती. तिचा चेहरा तिच्या व्यक्तित्वाचा ठळक भाग झाला होता. तिच्या टपोऱ्या डोळ्यांत असणारा उत्साह अदृश्य झाला होता. ती शांत आणि सोशिक झाली होती. तिच्या चेहऱ्यावर असलेल्या हलक्याशा स्मितहास्यामुळे ती अधिक एकाकी वाटत होती.

'तुला तुझ्या मातेशी बोलायची संधी मिळाली की नाही?' तिने कंपित स्वरात विचारलं.

त्याने नुसतीच मान हलवली. किती शांत होती ती! खरंतर तिला त्याच्याशी भरभरून बोलायचं होतं. तरीसुद्धा तिची जीभ रेटत नव्हती. आजवर तिला त्याच्या समोर कधीही संकोच वाटला नव्हता पण, आज इतक्या वर्षांनी त्यांच्या शयनकक्षात त्याला इतकं जवळ पाहून, त्याचं कृश आणि काळवंडलेलं रूप पाहून तिला अचानक संकोच वाटला होता. त्या कक्षात असलेल्या त्याच्या प्रत्यक्ष उपस्थितीमुळे तिला दुर्बल झाल्यासारखं वाटत होतं. मधल्या चौदा वर्षांच्या प्रदीर्घ काळाचा अडसर काही केल्या दूर होत नव्हता. तिला स्वतःची खात्री वाटेनाशी झाली होती. तिच्या मनात आशंका दाटली होती. किती सांगायचं होतं त्याला, किती जागायचं होतं त्याच्याकडून; तरीही तिला शब्द सुचेनात. तिच्या मनातला गोंधळ मिटेना.

त्याच्या भेदक नजरेला तिचे किंचित सुजलेले लाल डोळे दिसले. 'तू रडत होतीस.' इतकं बोलून त्याने तिचे थरथरते हात हातात घेतले. त्याच्या त्या स्पर्शासरशी तिच्या तनामनात सहस्र धुमारे फुटले. त्याचा स्पर्श अनुभवून कितीतरी काळ लोटला होता.

आपण रडल्याचं त्याच्या लक्षात येऊ नये यासाठी चेहरा अधिक चांगला धुवायला हवा होता हे तिच्या लक्षात आलं. तिने पटकन उत्तर दिलं, 'एखादी स्त्री रडत होती याची तिला कधीच आठवण करून देऊ नये.'

'तुला अश्रूंचा तिरस्कार आहे हे माहीत आहे मला. त्याहून महत्त्वाचं म्हणजे तू रडत होतीस हे दुसऱ्या कुणाला दिसलेलं तुला मुळीच आवडत नाही परंतु, तुझ्या संतप्त अश्रूंबद्दल मी नाही बोलत आहे,' किंचित हसून तो म्हणाला. त्याचा अंगठा तिच्या मनगटावरून फिरत होता.

त्या स्पर्शासरशी तिचं शरीर अलवार झालं. हा परिचित स्पर्श खरखरीत झाल्याचं तिला जाणवलं. तिने पटकन त्याचे तळहात हातात घेतले. कठोर परिश्रमांमुळे घट्टे पडले होते त्याच्या हातांना. सरपणासाठी लाकूड तोडणं, नदीतून पाणी आणणं, प्राण्यांची शिकार आणि राक्षसांची हत्या करण्यासाठी धनुष्यबाण चालवणं; सातत्याने कष्ट केले होते त्या हातांनी. इंद्रजित आणि इतरांचा वध करताना या हाताने दयामाया दाखवली नव्हती. याच हाताने सीतेच्या अग्निपरीक्षेसाठी लाकडं गोळा केली होती. राम परतून येईपर्यंत आपल्याला कुटीत थांबू द्यावं म्हणून याच हातांनी विनवणी केली होती. सीतेने अत्यंत निंदाजनक शब्द उच्चारल्यावर वेदनेने विव्हळत याच हाताच्या मुठी आवळल्या होत्या. तरीसुद्धा, कुटीतून बाहेर पडताना विवेक धारण करत याच हातांनी तिच्या रक्षणासाठी कुटीभोवती रेखा आखली होती. एक नजर टाकताच गेल्या चौदा वर्षांतील सर्व घटनांचं जाळं ऊर्मिलेला त्या श्रमलेल्या हातांवर दिसलं.

अचानक ऊर्मिलेला धूसर दिसू लागलं. तिने डोळ्यांची उघडमिट केली. त्याचे हात जवळ ओढत तिने त्याच्या छातीवर कपाळ टेकवलं. भरून आलेले डोळे त्याला जाणवू नयेत म्हणून तिने मान किंचित वळवली. मिलनाच्या या क्षणी कुठलीही दुःखद आठवण तिला नको होती. त्याने तिला आपल्या कणखर मिठीत ओढून घेतलं. ती हळूहळू सावरली. त्याने तिला अवधी दिला. कितीतरी वेळ दोघं एकमेकांच्या मिठीत तसेच विसावले होते. त्याच्या हृदयाची धडधड तिला ऐकू येत होती. सौख्य, समाधान आणि शांतीची अनुभूती दोघांनाही येत होती. आपण त्याला मिठीत घेतलं आहे, त्याला स्पर्श करत आहोत, त्याचा गंध श्वासात साठवून घेत आहोत हे तिला अजूनही खरं वाटत नव्हतं. स्वतःची खात्री पटवण्यासाठी ती त्याला घट्ट बिलगली. त्याची मिठी दृढ झाली. तो तिला कधीच जाऊ

देणार नव्हता. पुढच्याच क्षणी अभावितपणे त्याने तिच्या केसांतील आकडा काढला. तिच्या दाट रेशमी केसांच्या लडी मुक्त झाल्या. त्याने तिच्या केसांत नाक खुपसत तो गंध साठवून घेतला. तिने मान वर करत त्याच्या छातीवरची जखम न्याहाळली. छातीवरच्या अनेक व्रणांमध्ये ही खोल नवी जखम ताजी जाणवत होती. प्रत्येक व्रणाची एक अनोखी गाथा असेल अशा विचारांनी तिने त्यांना हलकासा स्पर्श केला. सर्वांत शेवटी त्या ओल्या जखमेवर ओठ टेकवत तिने त्याच्या वेदना टिपून घेण्याचा प्रयत्न केला.

'खूप थकला असशील,' असं म्हणत ती त्याला मंचकाजवळ घेऊन आली. ती ऐसपैस शय्या त्यांना सुखाचं निमंत्रण देत आहे असं तिला वाटलं. ती शय्येवर टेकली. तिच्या बाजूला विसावत त्याने निःश्वास सोडला. तिच्याकडे कटाक्ष टाकत त्याने दोन्ही बाहू पसरले. तीही पटकन त्याच्या मिठीत शिरली. त्या अवस्थेत काही क्षणात त्याला गाढ झोप लागली. राजप्रासादाबाहेर आतषबाजी होत होती. आकाशात एकही तारा नव्हता. ती त्याची सर्वांत प्रदीर्घ सुखनिद्रा होती.

सूर्याच्या पहिल्या किरणांनी त्याच्या चेहऱ्याला स्पर्श करताच त्याने सतर्कतेने डोळे उघडले. तिने त्याच्याकडे रोखून पाहिलं. तिच्या डोळ्यांत हसू होतं. ती म्हणाली, 'तू तिथे असतानाही माझ्या बहिणीचं अपहरण कसं झालं हे तू मला आता सांगणार आहेस.'

त्याबरोबर, तिला साद्यंत हकिकत सांगण्यासाठी लक्ष्मण सरसावून बसला.

उपसंहार

गमावलेलं काही

ऊर्मिला आणि लक्ष्मण यांना अंगद आणि चित्रकेतू हे दोन पुत्र झाले. राम, लक्ष्मण, सीता लंकेहून अयोध्येला परत आल्यावर सीता गर्भार राहिली. काही महिन्यांच्या गर्भार सीतेला रामाने अरण्यात घालवून दिल्यानंतर साधारण वर्षभराने ऊर्मिलेला मुलं झाली. आपल्या बहिणीचा त्याग करून त्याने त्याच्या प्रजाजनांना आणि देशाला श्रेष्ठ मानलं या रामाच्या कृतीमुळे ऊर्मिलेने त्याला कधीही क्षमा केली नाही. ती आयुष्यभर रामाची सर्वप्रथम समीक्षक राहिली. सीतेला अरण्यात सोडून देण्याची कामगिरी रामाने लक्ष्मणावर सोपवली होती. त्या एका कृत्याची खंत आयुष्यभर त्याच्या मनातून गेली नाही परंतु, ऊर्मिलेच्या दुःखद संतापाइतकाच त्याचा उद्वेगही नपुंसक होता. मात्र त्यानंतर पूर्वीसारखं काहीच उरलं नाही...

लक्ष्मण जगला तो रामासाठी. त्याचा मृत्यूही रामासाठी झाला. आयुष्यभर ज्याने आपल्या ज्येष्ठ बंधूची आज्ञा पाळली होती, त्या लक्ष्मणाला रामाची अवज्ञा केल्याबद्दल मृत्यू स्वीकारावा लागला. त्याच्या बंधूने दिलेल्या राजाज्ञेच्या विरुद्ध गेल्यामुळे त्या भूमीच्या कायद्यापुढे लक्ष्मणाला नतमस्तक व्हावं लागलं.

विद्ध झालेल्या सीतेने स्वतःला भूमातेला अर्पण केल्यानंतर काही दशकांनी यमदेवतेने राजा रामाला भेट दिली. बंद द्वाराआड त्यांच्यात गुप्त गोष्टी होत असताना ऋषी दुर्वास तिथे आले. त्या क्षणी कोसलनरेश रामाशी

त्यांना महत्त्वाचं काहीतरी बोलायचं होतं. यमाशी वार्तालाप करत असताना कुणीही आलं तरी आपल्या बोलण्यात अडथळा येता कामा नये अशी आज्ञा रामाने लक्ष्मणाला केली होती. म्हणूनच, त्या क्षणी पहाऱ्यावर स्वतः लक्ष्मण होता. दुर्वासांना समोर पाहून त्याची द्विधावस्था झाली. 'तत्क्षणी रामाला भेटू दिलं नाही तर संपूर्ण अयोध्येचा विनाश करेन,' अशी धमकी दुर्वासांनी देताच लक्ष्मणाचा निरुपाय झाला. राजाची अवज्ञा करत त्याने मृत्युदंड स्वीकारण्याची तयारी केली. राजा जेव्हा इतर कुणाबरोबर खासगी संभाषण करत असताना त्यात कोणी बाधा आणली, तर बाधा आणणाऱ्याचा मृत्यू निश्चित होता. आपल्या कृत्याच्या पडसादाची पुरेपूर कल्पना असूनही लक्ष्मणाने बंद द्वार उघडलं. त्याच्या नगरीची राखरांगोळी होण्याऐवजी स्वतः मृत्यू स्वीकारणं त्याला मान्य होतं. नगरीच्या कायद्यांप्रमाणे लक्ष्मणाने मृत्युदंड स्वीकारला. प्रत्यक्ष रामही त्यात ढवळाढवळ करू शकत नव्हता. स्वतःच्या हातांनी लक्ष्मणाने स्वतःचा शिरच्छेद करून घेतला.

आपल्या प्रिय बंधूच्या मृत्यूचं दुःख रामाला असह्य झालं. लव आणि कुश या आपल्या जुळ्या पुत्रांवर राज्यकारभार सोपवून राम शरयू नदीच्या पात्रात चालत गेला. तिथेच त्याने जलसमाधी घेतली. भरत आणि शत्रुघ्नाने रामाचं अनुकरण केलं. त्या तिघांना जलसमाधी घेताना पाहून अयोध्येचे प्रजाजन स्तिमित झाले. त्यांची मनं पश्चात्तापदग्ध झाली. अनेक वर्षांपूर्वी गमावलेली राणी आणि आत्मसमर्पण करणारा राजा मिळवण्याची आपली पात्रता तरी होती का, हा प्रश्न त्यांना पडला.

रामराज्याची न्याय्य वाटणी झाली. अयोध्येच्या उत्तर कौशल प्रांतावर लव, तर दक्षिण कौशल प्रांतावर कुश राज्यकारभार करू लागला. भरतपुत्र तक्ष आणि पुष्कल हे गांधार प्रदेशावर राज्य करू लागले. तक्षशिला ही त्यांची राजधानी होती. शत्रुघ्नाने आपलं मथुरा आणि विधिशाचं राज्य सुबाहू आणि शत्रुघती या त्याच्या दोन पुत्रांमध्ये वाटलं. लक्ष्मणपुत्र अंगद आणि चित्रकेतू यांनी करूपददेशावर राज्य केलं. हिमालयाच्या कुशीत असलेला हा प्रदेश मिथिलेच्या जवळ होता – मिथिला – त्यांची नाता ऊर्मिला हिची जन्मभूमी!

आभार

मी फार सुदैवी आहे; तीन बहिणी, दोन मुली, तीन भाच्या, दोन मावश्या आणि दोन आत्या यांचा सहवास मला सतत लाभतो. या वेगवेगळ्या स्त्रियांच्या सहवासात मला स्त्रीत्व सहजगत्या उलगडत गेलं. त्यातूनच, सीता आणि तिच्या बहिणींचं नातं कसं असेल, असा विचार माझ्या मनात रुंजी घालू लागला. 'सीताज् सिस्टर' हे पुस्तक लिहिण्यामागे सीता आणि तिच्या बहिणी मुख्य प्रेरणा ठरल्या. त्या जोडीला, माझ्या कुटुंबातील सर्व स्त्रियांमुळे मी अधिक प्रेरित झाले. मुख्य म्हणजे, सतत पाठपुरावा करणारी माझी आई, तिला विसरून कसं चालेल? स्वभावाने पूर्णतया भिन्न असलेल्या आम्हा तीन बहिणींचं संगोपन तिने अतिशय डोळसपणे आणि उत्कृष्टपणे केलं हे निर्विवाद सत्य आहे. कदाचित, तिला स्वतःला दोन बहिणी असल्यामुळे हे शक्य झालं असावं. वेगवेगळ्या नात्यांच्या स्वरूपात माझ्या जीवनात असलेल्या माझ्या कुटुंबातील प्रत्येक स्त्रीच्या ऋणात मी सदैव राहीन.

कुटुंबात मला या सर्वांचा खंबीर पाठिंबा लाभला आहे. कुटुंबाबाहेर प्रिया आणि सारीका या दोन जिवलग मैत्रिणी सातत्याने माझ्याबरोबर असतात. म्हणून हे पुस्तक (मूळ इंग्लिश आवृत्ती) आकाराला येऊ शकलं. त्यांच्याबरोबर होणाऱ्या चर्चा, वादविवाद, शंका निरसन, संपादन आणि दुरुस्त्या यामुळे माझं लेखन अखंडित सुरू राहिलं. पुस्तकाची केवळ बाह्यरूपरेषा तयार होताच त्या दोघींनी किमान दोनदा ती वाचली. पुस्तकाचं शीर्षक ठरवताना प्रियाने केलेल्या उद्‌बोधक सूचना आणि नेटके शेरे उपयुक्त ठरले.

माझी भाची मैथिली हिचे पुन्हा एकदा आभार. मुद्दामच 'पुन्हा एकदा' म्हणते. तिने या पुस्तकाचं छोटंसं ट्रेलर तयार केलं आहे. या आधीच्या माझ्या 'कर्णाज् वाईफ' या पुस्तकाच्या चित्रपट निर्मितीद्वारे तिने या क्षेत्रात पदार्पण केलं आहे. त्याला मिळालेल्या यशामुळे प्रेरित होऊन तिने पुढचं पाऊल उचललं आहे.

मूळ इंग्लिश आवृत्तीचे प्रकाशक रूपा टिमचे आणि कादंबरी हिचे विशेष आभार. त्यांचं संपादन नेहमीप्रमाणे उत्कृष्ट आहे. रितू वाजपेयी-मोहन यांचेही विशेष आभार. हे पुस्तक प्रकाशनाच्या वाटेवरून यशस्वीरीत्या पुढे गेले ते त्यांच्या प्रयत्नामुळे.

ऊर्मिला रेखाटताना माझ्या हाती फार थोडे संदर्भ लागले. काही लेख आणि माझ्या आजीने दिलेले काही रंजक शेरे एवढ्या मोजक्या भांडवलावर मी ऊर्मिला उभी केली.

अर्थातच, सर्वांत शेवटी मला ईश्वराचे आणि वाचकांच्या सदिच्छांचे आभार मानावेसे वाटतात. त्या पाठिंब्याशिवाय हे पुस्तक प्रत्यक्षात येऊ शकलं नसतं.

अनुवादक परिचय

डॉ. शुचिता नांदापूरकर-फडके या गेली कित्येक वर्षे अनुवाद, संपादन, काव्यलेखन अशा क्षेत्रांत सर्वथैव कार्यरत आहेत. त्यांनी आजवर अनेक इंग्लिश पुस्तकांचा सुरस आणि सरस अनुवाद केला असून, यात आत्मचरित्र, पौराणिक, तत्त्वज्ञान, विधी, तांत्रिक, शैक्षणिक, पाककृती, वैद्यकीय अशा विविध विषयांवरील पुस्तकांचा समावेश आहे.

नित्यनवीन काही आत्मसात करणं आणि शब्दांवरच्या प्रेमातून कविता करणं हे त्यांचे छंद आहेत. वाचनाची दांडगी आवड असलेल्या डॉ. शुचिता नांदापूरकर-फडके यांनी मानसशास्त्रात पदव्युत्तर शिक्षण घेतले असून त्या समुपदेशक म्हणूनही काम करतात. कॅन्सरग्रस्त रूग्णांसाठी त्यांनी समुपदेशक म्हणून काम केले असून व्हॉइस ओव्हर आर्टिस्ट म्हणूनही त्यांनी काम केले आहे. प्री-स्कूल उभारणीच्या कार्याचा त्यांना अनुभव असून शालेय अभ्यासक्रमाची रचना करण्यात त्यांना स्वारस्य आहे.

अनुवादशास्त्र मांडणी आणि व्यवस्थापन या विषयांत त्यांनी पीएच.डी. केली आहे.